கோட்டாறின் கதை
வர்த்தகமும் நகரிய வளர்ச்சியும்

சுதர்சன்
புக்ஸ் & கிராப்ட்ஸ்

கோட்டாறின் கதை

வர்த்தகமும் நகரிய வளர்ச்சியும்

ஆ. மனுவேல் (பி.1948)

தக்கலை, மருதவிளையைச் சேர்ந்த இவர் ஆரம்ப கல்வியை மூலச்சல் பள்ளியிலும், மேனிலைக் கல்வியைத் தக்கலை மேனிலைப் பள்ளியிலும், இளங்கலை பட்டப்படிப்பை நாகர்கோவில் ஸ்காட் கிறிஸ்தவக் கல்லூரியிலும், பட்ட மேற்படிப்பைச் சென்னை பச்சையப்பன் கல்லூரியிலும், *M.Phil.* பட்டப்படிப்பை மதுரை காமராசர் பல்கலைக்கழகத்திலும் படித்த பின்னர் சிறிது காலம் திருநெல்வேலியில் *தினமலர்* நாளிதழில் உதவி ஆசிரியராக பணியாற்றிய அனுபவமுண்டு.

அதன் பின்பு சுமார் 30 ஆண்டுகாலம் கல்லூரியில் பேராசிரியராகப் பணியாற்றி 2006ஆம் ஆண்டு பணி நிறைவு செய்துள்ளார்.

கோட்டாறின் கதை

வர்த்தகமும் நகரிய வளர்ச்சியும்

ஆ. மனுவேல்

சுதர்சன்
புக்ஸ் & கிராப்டஸ்

தலைப்பு	:	**கோட்டாறின் கதை** வர்த்தகமும் நகரிய வளர்ச்சியும் (ஆய்வு நூல்)
ஆசிரியர்	:	ஆ. மனுவேல்
மொழி	:	தமிழ்
முதல் பதிப்பு	:	மார்ச் 2018, இரண்டாம் பதிப்பு: பிப்ரவரி 2024, மூன்றாம் பதிப்பு: ஜூன் 2024.
உரிமை	:	ஆசிரியருக்கு
பக்கம்	:	272
விலை	:	ரூ. 270
பதிப்பாளர்	:	சுதர்சன் புக்ஸ் & கிராஃப்ட்ஸ் 151/4 கே.பி. சாலை நாகர்கோவில் 629 001
அட்டை ஓவியமும் வடிவமைப்பும்	:	அ. செல்வம்
அச்சாக்கம்	:	Printed at Clicto Print, Jaleel Towers, 42 KB Dasan Road, Teynampet Chennai 600018
விற்பனை உரிமை	:	சுதர்சன் புக்ஸ் & கிராஃப்ட்ஸ் 151/4 கே.பி. சாலை நாகர்கோவில் 629 001
தொலைபேசி	:	04652 403422; கைப்பேசி: 9367510985
மின்னஞ்சல்	:	sudbooksngl@gmail.com
ISBN	:	978-93-83839-09-4

06/2024/S.No. 22, sb 9, 16 (3) 12

அப்பா அம்மாவின் நினைவுகளுக்கு

பொருளடக்கம்

அறிமுகம்: நூலும் நூலாசிரியரும்	11
வர்த்தகம் – முகவுரை	15
கோட்டாறு வர்த்தகமும் நகரிய வளர்ச்சியும்	20
இலக்கியம், கல்வெட்டு ஆகியவற்றின் சான்றாதாரங்கள் அடிப்படையில் கோட்டாறு: ஒரு பார்வை	50
கோட்டாறு வர்த்தகமும் நகரிய வளர்ச்சியும்	59
ஆரல்வாய்மொழி – பெயர்க்காரணம் – ஓர் ஆய்வு	90
ஊட்டுப்புரைகள்	99
கப்பல் போக்குவரத்தும் கோட்டாற்றின் நகரிய வளர்ச்சியும்	113
நாஞ்சில் நாட்டு தொடக்ககால வர்த்தகம்	127
திருவிதாங்கூர் நிலத்தியல் - ஒருபார்வை	129
தென் திருவிதாங்கூரில் ஐரோப்பியர்களின் வர்த்தக மையங்கள்	135
உருக்கு ஆலை	152
இடப்பெயர்ச்சி – 1	159
கிறிஸ்தவர்களின் இறைப்பணியும் இடப்பெயர்ச்சியும்	167
இடப்பெயர்ச்சி – 2	171
இடப்பெயர்ச்சி – 3	184
இடப்பெயர்ச்சி – 4	191

தாழ்த்தப்பட்ட சமூகத்தினர்	203
தென் திருவிதாங்கூரையும் வர்த்தகத்தையும் காத்துநின்ற பழங்காலக் கோட்டைகள்	216
வட்டக்கோட்டை	219
பத்மநாபபுரம் கோட்டை	222
தூர்ந்துபோன தென் திருவிதாங்கூரின் பழந்துறைமுகங்கள்	228
கோட்டாறு ஆன்மிகத் தலைநகரம்	231
வரலாற்றில் புனித சவேரியார்	233
பண்டையத் துறைமுகங்கள் குறித்த முன்னோட்டம்	237
தென் திருவிதாங்கூரில் புழக்கத்தில் இருந்த நாணயங்களின் பெயர்கள்	241
நாஞ்சில் நாட்டுப் பெருமைகள்	247
நாஞ்சில் நாட்டு மக்களின் அடக்குமுறைக்கு எதிரான எழுச்சி	254
பின்னிணைப்புகள்	259
Bibliography	263

அறிமுகம்

நூலும் நூலாசிரியரும்

'கோட்டாறின் கதை: வர்த்தகமும் நகரிய வளர்ச்சியும்' பேராசிரியர் பணிநிறைவு பெற்ற ஆ. மனுவேலின் ஆய்வுநூல். கோட்டாற்றைப் பற்றி இவர் குறிப்பிட்டுள்ள ஒவ்வொரு கருத்திற்கான ஆதாரத்தையும் நூலின் அடிக்குறிப்பில் தரப்பட்டுள்ள முதன்மைச் சான்றுகளிலிருந்து நாம் தெரிந்து கொள்கிறோம். பொதுவாக ஊரக வளர்ச்சிகளைப் பற்றிக் குறிப்பிடும்போது கற்பனைக் கதைகளை அடிப்படையாகக் கொண்டே எழுதுவது வழக்கம். ஆனால், மனுவேல் கோட்டாற்றைப் பற்றி ஆய்வு வெளியிடுகிறபோது, எந்தக் கற்பனையுமின்றி முழுவதும் முதல் தரச்சான்றுகளை வைத்தே எழுதி யுள்ளார். அவ்வகையில் இந்நூல் வரலாற்றாசிரியர் களுக்கு சிறந்த முன்னோடி நூலாக அமைந்துள்ளது.

இவ்வாய்வு நூலில் கி.மு. இரண்டாம் நூற்றாண்டி லிருந்து இன்றைய வரையிலான கோட்டாற்றின் வரலாறு தொகுத்து எழுதப்பட்டுள்ளது. பொதுவாக நவீன காலமென்பது 1453ஆம் ஆண்டில்தான் உலக வரலாற்றில் வரையறை செய்யப்பட்டது. ஆனால், மனுவேல் அந்தக் கருத்தை மாற்றி இந்தியாவின் நவீன காலம் 1818இல்தான் தொடங்குகிறது என்று சான்றுகளின் வழியாகச் சாதிக்கிறார்.

வேதாகமத்தில் சாலமோன் ராஜா பாபிலோனில் ஆலயம் கட்ட மரங்களை ஒபீர் என்னும் இடத்திலிருந்து கொண்டுவந்தான் எனக் குறிப்பிடப்பட்டுள்ளது. ஒபீர் என்பது தமிழ்நாட்டிலுள்ள ஓவரி என்று சான்றுகளுடன் விளக்கித் தமிழகத்திற்கு ஆசிரியர் பெருமை சேர்த்துள்ளார். சவேரியார் இங்கு தங்கி ஆலயம் உருவாக்கியதனால் கோட்டாறு புனித நகரியம் எனப் பெயர் பெற்றதையும் எடுத்துரைத்துள்ளார். மாபெரும் வணிக நகரமாக இப்பகுதி விளங்கியது. முந்தைய திருவிதாங்கூர் சமஸ்தானம் (கேரளா) தமிழ்நாட்டின் தென்பகுதியிலிருந்து ஏராளமாகப் பொருட்கள் வாங்கவும் விற்கவும் இது பெரும் வணிக நகரமாகச் செயல்பட்டது. டச்சுக்காரர்கள் இப்பகுதியில் குடியேறிக் குறைந்த விலையில் பொருட்களைக் குறிப்பாக நல்லமிளகு பெற்று அதிக விலைக்குத் தங்கள் நாட்டில் விற்று அதிகம் பொருள் ஈட்டினர். ரோமானியர் இங்கு வாணிபம் செய்ய வந்திருந்தனர். பல்வேறு மதத்தையும் சாதியையும் சார்ந்தவர்கள் இங்கு குடியேறினர். கோட்டாற்றில் 42 வகை சாதியினர் இருந்தனர் எனச் சான்றுகளுடன் நிரூபிக்கிறார்.

கோட்டாற்றைச் சுற்றிப் பல கோவில்கள் இருந்தன. நம்மாழ்வார் இப்பகுதிக்கு வந்திருந்தார். ஏனெனில், நம்மாழ்வாரின் தாயார் கோட்டாற்றிற்கு அருகிலுள்ள திருப்பதிசாரத்தைச் சார்ந்தவர். வாணிப வளர்ச்சியால் இங்கு பழக்கத்திலிருந்த நாணயங்கள் குறித்தும் ஆசிரியர் விளக்குகிறார். அனந்தராய் பணம், கூலியன் பணம், ராசி பணம், சக்கரம், கச்சா ரூபாய், பகோடா பணம் எனும் பலரகப்பட்ட நாணயங்கள் இங்கு புழக்கத்தில் இருந்தன. கோட்டாற்றின் செல்வச் செழிப்பைக் கேள்வியுற்ற தமிழக மன்னர்கள் பலரும் கோட்டாற்றைத் தாக்க முற்பட்டனர். 1739இல் சந்தா சாகிப் எனும் ஆர்க்காட் நவாப் கோட்டாற்றைக் கொள்ளையிட்டுச் சென்ற நிகழ்ச்சியையும் ஆசிரியர் ஆதாரத்துடன் விளக்குகிறார்.

இன்றைய மத்திய அரசு குறிப்பிட்ட அளவிற்குமேல் நகை வைத்திருந்தால் அரசிற்கு வரி செலுத்த வேண்டும் என்கிறது. அன்றைய கோட்டாறிலும் இவ்வழக்கம் இருந்தது. நகைகள் அணிய வேண்டுமென்றால் அரசிற்கு ‘அடியிறை’ எனும் வரி செலுத்த வேண்டும்.

கோட்டாறிலிருந்து பலர் தாய்த் தமிழகத்துடன் குமரி மாவட்டம் இணைய வேண்டுமெனப் போராட்டத்தில் இறங்கியதைக் குறித்தும், ஆதிக்க சாதியினர் ஒடுக்கப்பட்ட சாதியினரை இழிவுசெய்வதை எதிர்த்தும் பல போராட்டங்கள் நடத்தியதைக் குறித்தும் ஆய்வுநூல் தெளிவாக்குகிறது.

குறிப்பாகக் கோட்டாற்றின் வரலாற்றுச் சிறப்பை மிகத் தெளிவாக இந்நூல் தெரிவிப்பதுடன் வெளிக்கு வராத பல வரலாற்று உண்மைகளையும் இந்நூல் வெளிக்கொண்டு வந்துள்ளது. இந்நூல் படிப்போர் குமரிமாவட்ட வரலாற்றைப் பொதுவாகவும் கோட்டாறு வரலாற்றைக் குறிப்பாகவும் புதிய கருத்துடன் தெரிந்துகொள்ள ஆசிரியர் வழிவகுத்துள்ளார்.

இவரது 15 ஆண்டுகால உழைப்பின் பலன்தான் உங்கள் கையில் தவழும் ஆராய்ச்சிப் புத்தகம்.

வர்த்தகம் – முகவுரை

உலக வர்த்தகம் முழு வளர்ச்சி அடையாத காலத்திலேயே மத்தியதரைக் கடல்பகுதி துறைமுகங்களுக்கும் இந்தியாவிலுள்ள மேற்குக் கடற்கரைப் பகுதி துறைமுகங்களுக்கும் இடையே கடல்வழிப் போக்குவரத்து தொடர்பு இருந்துவந்துள்ளது. செங்கடல் வழியாகப் பாரசீக வளைகுடாவிற்கு பொனீசியர்கள் *(Phonecians)* இத்தொடர்பை தாவீது, சாலமன் மன்னர்களின் கீழ் ஏற்படுத்தியிருந்தனர்.

மகா அலெக்ஸாண்டரின் கீழ் கிரேக்கர்களும், செலுசிடே *(Selucidae)* ஆட்சிக்காலத்தில் சிரியர்களும், தாலமிக்ஸ் காலத்தில் எகிப்தியர்களும், எகிப்து, பாரசீகத்தைக் கைப்பற்றிய பின்பு அரேபியர்களும், இத்தாலியர்கள், விசேஷமாகப் பிளாரன்ஸ், கிரேக்கர்கள், போர்த்துக்கீசியர்கள், டச்சுக்காரர்கள், பிரெஞ்சுக்காரர்கள், ஆங்கிலேயர்கள் ஆகியோரும் தங்கள் பங்கிற்கு இந்தியாவின் மேற்குக் கடற்கரையிலுள்ள துறைமுகங்களுடன் நேரடியாக வர்த்தகத் தொடர்பு வைத்திருந்தனர்.

கி.மு. 327ஆம் ஆண்டு நடைபெற்ற கிரேக்க நாட்டினரின் படையெடுப்புத் தொடங்கி இந்தியாவின் வெளிநாட்டு வர்த்தக வரலாறு தொடங்கிற்று. *Pliny*–ன் *Indica*–வை அடிப்படையாகக் கொண்ட சான்றாதாரங்களின்படி நாம் இந்தியாவைப்பற்றி அதிகமாக அறிய முடிகிறது. மலபார் குறித்து இரண்டாயிரம் ஆண்டுகளுக்கு முன்பேயுள்ள விளக்கங்களையும் நாம் தெரிந்துகொள்ள முடிகிறது.

Plini Natuaral History Vol. VI. 21 இல் சந்தேகமின்றி மலபார் குறித்து கீழ்க்கண்ட விளக்கங்கள் கொடுக்கப்பட்டுள்ளன: மலபாரின் *Horatae* என்ற அழகிய நகரம் போர் வீரர்களால் பாதுகாக்கப்பட்டு வந்தது. *Charmae* மன்னன் ஏழையாக இருந்தாலும் 60 யானைகளைச் சொந்தமாக வைத்திருந்தார். ஆனால், அவர் அவ்வளவு முக்கியத்துவம் பெற்றிருக்கவில்லை. அடுத்து வருவது *Pandae* மன்னர்கள். இந்தியாவிலேயே பெண்களால் ஆட்சிபுரியப்பட்டு வந்த ஒரே நாடாகும். இந் நாட்டின் கட்டுப்பாட்டில் 300 நகரங்களும், காலாட்படையும், 500 யானைப்படையும் இருந்தன.

Horatae, Charmae, Pandae என்பவர்கள் வேறெவருமல்ல; எல்லோருக்கும் நன்கு தெரிந்த சேர, சோழ, பாண்டிய மன்னர்களேயாவர். வலுவான சோழப் பேரரசு ஆலப்புழை வரைக்கும், பரப்பளவில் சிறிய சேரப் பேரரசு ஆலப்புழையிலிருந்து அஞ்சுதெங்கு *(Anjengo)* வரைக்கும், பாண்டியப் பேரரசு அஞ்சுதெங்கு தொடங்கி கிழக்குக் கடற்கரையில் வெள்ளாறு வரைக்கும் பரவியிருந்தது. இதற்குச் சான்றாக மூன்றாம் நூற்றாண்டில் *Periplus of the Erythrean Sea* இல் தமிழ் பேசும் மக்கள் குறித்துக் குறிப்பிடப்பட்டுள்ளது.

வெனீஸிய நாட்டுப் பயணியான மார்க்கோ போலோ கொல்லம், குமரி, மலபார் பற்றி 12ஆம், 13ஆம் நூற்றாண்டில் தான் எழுதிய குறிப்பில் குறிப்பிட்டுள்ளார்[1].

அக்காலத்தில் கொடுங்களூர்த் துறைமுகம், வர்த்தக நோக்கில் பிரபலமான துறைமுகமாகக் காணப்பட்டது. தெற்கில் கடைக்கோடியில் அமைந்திருந்தது குமரிப்பேரரசு ஆகும். இதனுடன் கொற்கை, காயல் பகுதிகளும் இணைந்திருந்தன. சுமார் ஐந்து நூற்றாண்டுகளுக்குப் பின்பு திருவிதாங்கூர் மன்னர்கள் ஆட்சிபுரிந்த பகுதி சுருங்கிப்போய்க் கன்னியாகுமரியிலிருந்து 15 அல்லது 20 மைல்கள் வரைக்கும் மட்டுமே அதன் எல்லை இருந்ததாக *Fra Barltalomea* குறிப்பிட்டுள்ளார்[2].

மேற்குறிப்பிட்டுள்ள மேலைநாட்டினருடனான வர்த்தகத் தொடர்புகளுக்கு இன்றளவும் சான்றாக விளங்குவது நாணயங் களாகும். திருவிதாங்கூரில் கிடைத்துள்ள அனைத்து ரோமநாட்டு

---

1. Manual of the Administration of Madras Presidency . Vol. II Madras- 1835.
   Appendix No: XII
   Descriptive Accounts of Districts, Localities - Connected with Presidency. P-100,101
2. Ibid -P-102

நாணயங்களும் மதிப்புமிக்கவை. அவை ஒவ்வொன்றும் 'உலகின் நான்கு அதிசயங்களான கலை, அறிவியல், வர்த்தகம், வியாபாரம்' ஆகியவற்றின் ஏதாவது ஒரு கூற்றை நமக்கு வெளிப்படுத்துவதாகக் காணப்படுகிறது. மேலும், புராதனக் காலம் தொட்டுத் திருவிதாங்கூர் வெளி உலகத்துடன் கொண்டிருந்த நெருக்கமான தொடர்பு குறித்து அறியஉதவுகிறது.[3]

ரோம நாட்டின் வர்த்தக வரலாற்றில் நல்லமிளகிற்கென தனி இடமுண்டு. கி.பி.408ஆம் ஆண்டு கோத் (Goth) மன்னரான அலரிக் (Alaric) என்பவர் பெரும்படையுடன் ரோமத் தலைநகரை முற்றுகையிட்டார். முற்றுகையை விலக்கிக்கொள்ள அவர் விதித்த ஒரே நிபந்தனை உடனடியாக 3,000 பவுண்ட் நல்லமிளகும் இதர விலைமதிப்பற்ற பரிசுப் பொருட்களும் கொடுப்பது ஆகும். கேட்டபடி கொடுத்த பின்பு முற்றுகை விலக்கிக்கொள்ளப்பட்டதாகச் சான்றுகள் தெரிவிக்கின்றன[4].

மேலும், புராதன காலந்தொட்டு ஐரோப்பாவின் ரோமநாட்டு வர்த்தகத்தில் நல்லமிளகு சமையலறையில் பயன்படுத்தப்படும் வாசனைப் பொருளாக இருந்துவந்துள்ளது. மாமிசத்தைப் பதப்படுத்த மட்டுமல்லாமல், மருந்தாகவும், தவிர்க்க முடியாத உபபொருளாகவும் இருந்துள்ளது. நல்லமிளகு பயன்குறித்து ஹிப்ரோகிரட்ஸ் (Hippocrates) கருத்து தெரிவிக்கும்போது Indian Remedy (உபாதைகளுக்கான இந்தியத் தீர்வு) எனக் குறிப்பிடுகிறார். மேலும் Galan, Pliny Celsus உள்ளிட்ட பல எழுத்தாளர்கள் நல்லமிளகின் மருத்துவ குணம் குறித்துக் குறிப்பிட்டுள்ளார்கள்.[5]

நல்லமிளகைப் போன்று அதற்கிணையான மருத்துவ குணம், உணவுப் பொருளாகவும் பயன்படுத்தப்பட்டு வந்தது கருப்புக்கட்டி ஆகும். இடைக்காலங்களில் கோட்டாறு வர்த்தகத் தில் இது நீங்காவிடம் பெற்றிருந்தது. குறிப்பாகத் திருநெல்வேலி, கன்னியாகுமரி மாவட்ட கருப்புக்கட்டிக்குத் தனி வரவேற்பு இருந்து வந்துள்ளது. கடலோடிகள் (Seaforers) அலுப்பு தீர நல்லமிளகையும் கருப்புக்கட்டியையும் சேர்த்து உண்டு வந்தனர்.

கருப்புக்கட்டியின் மருத்துவ மகத்துவம் குறித்து கிறிஸ்தவ மிஷனரி ரிங்கல்தௌபே அவர்கள் கீழ்க்கண்ட தகவலைத்

---

3. Archeological Reports 1104-1113 M.E. 1926 A.D. Administrative Report of the Department of Archealogy for. 1104 M.E. P-8
4. (See: SCHOFF PERIPLUS. P-214)
   See Also: Roman Trade Centres in Malabar. P.J.THOMAS. P-260.
5. Roman Trade with India, Warmington. P- 181.183, Also see Scholf, Periplus P-21.

தருகிறார். இவர் தஞ்சாவூரைச் சார்ந்த வர்த்தகரான சாயரிடம் பணி நிமித்தமாக வெளியூர் செல்லக் குதிரையைக் கேட்டுப் பெறுவதுண்டு. இல்லாதபட்சத்தில் பல்லக்கிலும் பிரயாணம் செல்வதுண்டு. 11.2.1806 அன்று தூத்துக்குடியிலிருந்து பாளையங் கோட்டைக்குப் பல்லக்கில் பயணிக்க வேண்டியிருந்தது. பல்லக்கைச் சுமந்து சென்றவர்கள் குறுக்கு வழியில் 30 மைல் தூரத்தைக் கடந்து பெப்ரவரி 12ஆம் தேதி பாளையங்கோட்டையை அடைந்தனர். இம்முழுப்பயண நேரத்தில் உணவு எதுவும் சாப்பிடாமல் சிறிதளவு கருப்புக்கட்டியை மட்டுமே சாப்பிட்டுப் பசியாற்றிக்கொண்டதைப் பார்த்த ரிங்கல்தௌபே மிகவும் வியப்படைந்ததாகக் குறிப்பிட்டுள்ளார்[6]. அக்காலத்தில் இழந்த சக்தியை ஈட்டுத் தருவதில் கருப்புக்கட்டிக்கு இணையானது வேறெதுவுமில்லை என்பது குறிப்பிடத்தக்கது.

கிறிஸ்துப் பிறப்பை ஒட்டியுள்ள வரலாற்றுக் காலத்தில் தென்னிந்தியாவிற்கும், ரோமப் பேரரசிற்கும் நடைபெற்றுவந்த வர்த்தகத் தொடர்புகள், பொருள் போக்குவரத்து குறித்து கீழ்க்கண்ட தகவல்கள் நமக்கு வியப்பளிப்பதாக உள்ளன. தமிழகத்தின் பழங்காலப் பாண்டியப் பேரரசு முத்துக்களுக்குப் பெயர்பெற்றதாகக் காணப்பட்டது. கிரேக்க நாட்டுடன் இவர்கள் நெருங்கிய வியாபாரத் தொடர்பு கொண்ட காரணத்தால் இவர்கள் 'கிரேக்க பாண்டியர்கள்' என அழைக்கப்பட்டனர். சேரர்களும் பாண்டிய மன்னர்களும் விலையுயர்ந்த ஆபரணக் கற்களையும் முத்துக்களையும் தமிழ்நாட்டில் உற்பத்தி செய்யப் பட்ட வித்தியாசமான பொருட்களையும் யானைகளையும் கிரேக்க நாட்டில் இறக்குமதி செய்தனர். இவற்றில் யானைகள் இலங்கையிலிருந்து கொண்டு வரப்பட்டவையாகும். தமிழகத்தின் பல பகுதிகளில் நீரோ மன்னன் வரையிலான பல மன்னர்கள் வழங்கியிருந்த தங்கம், வெள்ளியிலான நாணயங்கள் ஏராளமாகக் கிடைக்கப்பெற்றுள்ளதே இதற்குச் சான்று. டைபீரியஸ், அகஸ்டஸ் மன்னர்கள் வழங்கியிருந்த இலச்சினைகள் தமிழகமெங்கிலும் கிடைத்துள்ளன. இவற்றில் பெரும்பான்மையானவை அகஸ்டஸ் மன்னன் வழங்கியவையாகும்.

மேற்குக் கடற்கரையிலுள்ள நெல்சிண்டா *(Nelcynda)* வரைக்கும் பாண்டிய மன்னர்களின் கட்டுப்பாட்டிலிருந்தது. பொறக்காடு *(Poracad)* சேர மன்னர்களின் கட்டுப்பாட்டில் இருந்ததால் நல்லமிளகு வர்த்தகத்தில் அவர்கள் சிறந்து விளங்கினர். மேலும், அச்சன்கோவில் வழியாகச் செல்லும்

---

6. Church History of Travancore. C.M.AUGUR. Part II Asian Educational Services NewDelhi P-491

நெடுஞ்சாலை பொறக்காட்டில் முடிவடைந்தது. இச்சாலை தென்னிந்தியாவையும் மேற்குக் கடற்கரையையும் இணைக்கும் முக்கிய சாலையாகத் திகழ்ந்தது. இப்பிரதான சாலை வழியாகத் தென்னிந்தியாவிற்கும் மேற்குக் கடற்கரைக்கும் உரித்தான பொருள் போக்குவரத்து நடைபெற்று வந்தது. என்பது குறிப்பிடத்தக்கது. பாண்டியப் பேரரசு என்பது, பொதுவாக திருநெல்வேலி, மதுரை, திருவிதாங்கூரின் சில பகுதிகளை உள்ளடக்கியதாகக் காணப்பட்டது. ஆனால், பெரிப்புளூசின் காலத்தில், மேற்குத் தொடர்ச்சி மலையைத் தாண்டி உள்ள திருவிதாங்கூர் பகுதிகளையும் உள்ளடக்கியதாகக் காணப்பட்டது. ஆரம்பக் காலங்களில் இப்பகுதிக்கு Sopatma or Soppdinam or Madras எனப்பெயர்.

சீனாவிலிருந்து குறைந்த அளவில் வியாபாரிகள் இமயமலை அடிவாரப்பகுதியான Gangtok வரைக்கும் வந்து இலவங்கம், அதன் இலைகளை அமைதியான பண்டமாற்று முறைகளில் விற்பனை செய்துள்ளனர். இமயமலை அடிவாரத்தின் சில பகுதிகள் சீனர்களின் கட்டுப்பாட்டின்கீழ் இருந்துள்ளது என்பது இங்கு குறிப்பிடத்தக்கது[7].

---

7. The Commerce Between the Roman Empire and India, E.H.WARMINDON. P -37, 39,57,59,62 and 64

கோட்டாறு வர்த்தகமும் நகரிய வளர்ச்சியும்

'கோட்டாறு வர்த்தகமும் நகரிய வளர்ச்சியும்' என்ற ஆய்வு நகரிய வளர்ச்சி (Urbanization) என்ற கோட்பாட்டின் கீழ் மேற்கொள்ளப்படுகிறது. வரலாற்றில் 'நகரியம்' பற்றிய ஆய்வு உலகெங்கிலும் பிரபலமடைந்து வருகிறது. வர்த்தகம், நகரிய வளர்ச்சிக்கு வித்திட்டு எவ்வாறு ஊக்கமளிக்கிறது என இங்கு விரிவான ஆய்வு மேற்கொள்ளப்படுகிறது.

இந்தியாவில் முதன்முதலில் பேரரசை நிறுவியவர்கள் மௌரியர்கள். இப்பேரரசின் பரந்துபட்ட எல்லையும் வர்த்தகமும் நகரங்கள் தோன்றுவதற்குக் காரணமாக இருந்தன என்பதற்குச் சான்றாதாரங்கள் உள்ளன. பேராசிரியர் டி.டி. கோசாம்பி (Prof. D.D. Kosambi) வடஇந்தியாவில் இரண்டு நிலைகளில் நகரங்கள் வளர்ச்சியுற்றிருந்தன எனக் குறிப்பிட்டுள்ளார். ஒன்று சிந்துசமவெளி நாகரிகக் காலத்திலும் இரண்டாவது வேதகாலத்திலும் எனக் கணித்துள்ளார். கி.மு. 3ஆம் நூற்றாண்டைச் சார்ந்ததாகப் பகுக்கப்படும் பிரம்மிக் கல்வெட்டுகளில், வளமிக்க வர்த்தக இணையங்கள், வர்த்தகர்கள், வர்த்தகக் குழுமங்கள், வர்த்தக மையங்கள் ஆகியவை குறித்து எந்தத் தகவலையும் காணமுடியவில்லை.

ஆனால், புகழ்பெற்ற கல்வெட்டியலாளரும் ஆராய்ச்சியாளருமான ஐராவதம் மகாதேவன் ஜைனர்களின் முக்கியப் பிரிவாகிய அஸ்சுவிகாக்களுக்கு (Ajivika) வர்த்தகம் குறித்து நன்கு தெரிந்

ஆ. மனுவேல்

திருந்தது என விளக்கியுள்ளார். அவர்களுக்கு வர்த்தகம், வர்த்தகர்கள், வர்த்தகக் குழுமங்கள் *(Trade Guides)* வர்த்தகம் செய்யும் வழிமுறைகள், வர்த்தகத்தை உள்ளடக்கிய போக்குவரத்து முறைகள் ஆகியவை நன்கு அறிமுகமாகியிருந்தன எனக் குறிப்பிட்டுள்ளார். மேலும், இவை குறித்த சான்றுகள் மதுரை, திருநெல்வேலி (தமிழ்நாடு), அஜ்சுவிகா பிரிவினர்கள் வாழ்ந்துவந்த இலங்கையின் யாழ்ப்பாணம் *(Jafna)* ஆகிய பகுதிகளில் காணப்படுவதாகக் குறிப்பிடுகிறார். இலங்கைக் கல்வெட்டு ஆராய்ச்சியாளர்களான இந்திரபாலா, பரமவிதானா ஆகியோர் அதை உறுதிப்படுத்துகின்றனர்.

சமீபத்தில், இலங்கை யாழ்ப்பாணப் பல்கலைக்கழகப் பேராசிரியர் புஷ்பரத்தினம் கி.மு. கடைசி நூற்றாண்டு வரைக்கும் இலங்கைக்கும் தமிழ்நாட்டிற்குமிடையே தொடர்ச்சியான வர்த்தகத் தொடர்புகள் இருந்து வந்ததாகத் தனது ஆராய்ச்சியின் வழியே விளக்கியுள்ளார். இடைவிடாத இவ்வியாபார, வர்த்தகத் தொடர்புகள் இந்தியாவின் தென்கோடி முனையில் மாபெரும் மாற்றத்தை ஏற்படுத்தியிருந்தது என்பது உண்மை. இதன் காரணமாக நகரங்கள் ஆங்காங்கே தோன்றலாயின.

தமிழ்நாட்டில் காஞ்சிபுரம், மதுரை, தஞ்சாவூர் ஆகிய இடங்கள் பெரும் நகரங்களாக எப்படி உருவெடுத்தன எனப் பேராசிரியர் ஆர். செண்பகலட்சுமி விரிவாக ஆய்வுசெய்து பதிவுசெய்துள்ளார். உள்நாட்டு, கண்டங்களுக்கு இடையேயான வர்த்தகத்தின் மூலம் உருவான நகரமாகக் கோட்டாறு விளங்குகிறது. கோட்டாறு – நகரிய வளர்ச்சியும் வர்த்தகமும் குறித்து இதுவரையிலும் எந்த ஆராய்ச்சியும் மேற்கொள்ளப்படவில்லை என்பது உண்மை. இந்தியாவின் தென்கோடி மூலையில் உள்நாட்டு, சர்வதேச வர்த்தகத்தின் காரணமாகக் கோட்டாறு தவிர்த்த எந்த ஒரு சாதாரண வியாபார மையமும் சர்வதேச வர்த்தக மையமாக மாறியதில்லை என்பது வரலாற்றுண்மை. மேலைநாட்டுக் கடலோடிகளும் வர்த்தகர்களும் கோட்டாற்றை *'Metropolis'* அல்லது பெரும் வர்த்தக மையம் என்றே பொருள்கொண்டனர்.

ஆரம்பகால வரலாற்றாசிரியர்களான பேராசிரியர் கே.கே. பிள்ளை, கே.ஏ. நீலகண்ட சாஸ்திரி, பேராசிரியர் இளங்குளம், பி.என். குஞ்சன்பிள்ளை, கே.என். சிவராஜபிள்ளை, வி. கனகசபை பிள்ளை ஆகியோர் கோட்டாறு *'Metropolis'* அல்லது பெரும் வர்த்தக மையம் என சர்வதேச அளவில் ஏன் அழைக்கப்பட்டது? அதற்கான காரணங்கள் என்ன? போன்றவை குறித்துச் சிறிய அளவில் ஆய்வு மேற்கொண்டு அவற்றைப் பதிவுசெய்துள்ளனர். டாக்டர் எஸ். பத்மனாபன் போன்றவர்கள் கோட்டாறு குறித்து

மேலெழுந்தவாரியாக மட்டுமே ஆய்வுசெய்துள்ளனர். ஆக, கோட்டாறு குறித்து இதுவரையிலும் ஆழ்ந்த ஆய்வை எவரும் மேற்கொள்ளவில்லை எனலாம். இங்கே வரும் எனது ஆய்வு இந்த இடத்தைப் பூர்த்திசெய்யும் என நம்புகிறேன்.

விவசாய விளைபொருட்கள் விற்பனைக்காக ஓரிடத்தில் குவித்து வைக்கப்படும்போது, இயல்பாகவே அந்த இடம் மக்கள் கூடும் சந்தை அல்லது வியாபார மையமாக மாறுகிறது. வியாபாரிகளும் இடைத்தரகர்களும் அச்சந்தையின் அருகில் வசிக்க விரும்புவார்கள். தங்கள் வியாபாரப் பொருட்களைக் கையாளுவது எளிமையாக அமையும் எனும் நம்பிக்கையே அதற்குக் காரணம். இதன் அடிப்படையிலேயே நகரங்கள் தோன்றும் வாய்ப்பு உருவாகிறது. இதைப் போன்று கோட்டாறும் விளைபொருள் உற்பத்தியாளர்களையும் உள்நாட்டு, வெளிநாட்டு வர்த்தகர்களையும் கவர்ந்திழுத்தது. இதன் காரணமாகக் கோட்டாறு ஒரு *'Metropolitan Town'* ஆக மாறியது.

நீங்கள் இங்கே காணவிருக்கும் ஆய்வு, கிறிஸ்தவ சகாப்தத்தின் ஆரம்பகாலம் தொடங்கி அதற்குப் பிறகுள்ள நூற்றாண்டுகளில் கோட்டாறு எவ்வாறு ஒரு நகரமாக மாறியது? காலப்போக்கில் அது எப்படித் தன் முக்கியத்துவத்தை இழந்தது? அதற்கான காரணங்கள் என்ன? என்பன பற்றித் தெரிந்துகொள்ள உதவியாக இருக்குமென எண்ணுகிறேன்.

பொதுவாக வர்த்தகம் பெருகும்போது, நகரிய வளர்ச்சியும் வேகமடையத் தொடங்கும். ஆகவே, கோட்டாறுக்கும் அதைச் சுற்றியுள்ள பகுதிகளுக்கும் வர்த்தகர்கள் ஆர்வத்துடன் வந்தனர். வெளிநாடு, வெளிமாவட்டங்களைச் சார்ந்த இவர்கள் கோட்டாற்றிலும் அதைச் சுற்றியுள்ள பகுதிகளிலும் தங்கள் வசிப்பிடங்களை அமைத்துக்கொண்டனர். தங்களுக்கு விருப்பமான கைதேர்ந்த உணவு வகைகளைத் தயாரித்து உண்டனர். கோட்டாறு குறித்த ஆரம்பகால ஆய்வாளர்கள் உலக வர்த்தகத்தில் கோட்டாற்றை இடம்பெறச்செய்ய மிகுந்த சிரத்தை எடுத்துக்கொண்டனர். ஆனால், அம்முயற்சி முழுமை பெறவில்லை. கோட்டாறு வர்த்தக மையத்திலிருந்து ஏற்றுமதி யான இறக்குமதியான வியாபாரப் பொருட்களின் பட்டியல் குறித்து விளக்கியுள்ளனர். ஆனால், கோட்டாறு என்ற சாதாரண வியாபார மையம், ஒரு நகரமாக, *'Metropolitan Town'* என சர்வதேச அளவில் பிரபலமான அளவிற்கு மாறியது ஏன், எதற்கு என்ற நோக்கில் இதுவரைக்கும் எந்த ஆய்வும் மேற்கொள்ளப் படவில்லை. அந்த நோக்கத்தில் இந்த ஆய்வு மேற்குறிப்பிடப் பட்டுள்ள கேள்விகளுக்கு விடையளிக்கும் என நம்புகிறேன்.

கோட்டாறின் ஆரம்பகால வரலாறு தமிழகத்தின் இதர நகரங்களைப் போன்று மர்மமாகவும் தெளிவற்றதாகவும் காணப்படுகிறது. சங்க இலக்கியங்களில் தமிழகத்தின் இதர நகரங்கள் குறித்து ஏதோ ஒருவகையில் குறிப்பிடப்பட்டிருந்தாலும் கோட்டாறு குறித்த குறிப்புகள் தவிர்க்கப்பட்டிருப்பது தெளிவாகவே தெரிகிறது. ஆனால், சங்க காலத்தில் கோட்டாறு நகரம் வர்த்தகத்தின் மையக் கருவாக வளர்ந்து வந்துள்ளது என்பதற்கு வலுவான சான்றாதாரங்கள் உள்ளன. பிளினி *(Pliny)* தனது பயணக்குறிப்பில் கோட்டாற்றை, கொட்டியறா *(Kottiyara)* எனவும், தாலமி *(Ptolemy) Metropolis* எனவும் குறிப்பிட்டுள்ளனர். வியாபாரத்திலும் வர்த்தகத்திலும் செழிப்புற்று விளங்கிய கோட்டாறின் முக்கியத்துவம் குறித்தும், அதன் பழமை குறித்தும் சங்ககாலப் புலவர்கள் ஏன் விளக்கிக் கூறவில்லை என்ற கேள்விக்கு விடை காண்பது சற்றுச் சிரமம். அதற்கு இரண்டு காரணங்கள் இருக்கலாம். 1. கோட்டாறு பற்றிய சங்க காலப் பாடல்கள் தொலைந்துபோயிருக்க வேண்டும். 2. சங்க காலப் புவர்களின் கவனத்தை ஈர்க்குமளவிற்கு கோட்டாறு நகரம் முக்கியத்துவம் பெறாமலிருந்திருக்க வேண்டும்.

மேற்குறிப்பிட்டுள்ள காரணங்களில் இரண்டாவது சற்றுப் பொருத்தமாகக் காணப்படுகிறது. ஏனெனில், சங்க கால மன்னர்களின் பெருமையை வாழ்த்திப் பாடியமைக்காகப் புலவர்களுக்கு அன்பளிப்பாக பொன்னும் பொருளும் தாராள மாகக் கிடைத்தன. அதே நேரத்தில் அதே மாதிரியான அன்பளிப்பு களைக் கோட்டாறு நகரில் வாழ்ந்த வியாபாரிகளாலும் வர்த்தகப் பெருங்குடி மக்களாலும் புலவர்களுக்கு வாரி வழங்க இயலவில்லை என்பதுதான் உண்மை. எவ்வாறெனினும் கோட்டாறு சங்க காலத்தில், வர்த்தக உலகத்தின் ஒரு மையக் கருவாகச் செழித்திருந்தது என்பதில் சந்தேகமில்லை. தமிழகத்தின் துறைமுகங்களில் வந்திறங்கிய வெளிநாட்டினர் கோட்டாறின் முக்கியத்துவத்தைக் குறித்துக் கவனத்தில் கொள்ளவும் தவறவில்லை.

கோட்டாறில் உள்ள தெருக்கள் பொதுவாகக் குறுகலாகவும் ஒழுங்கற்றதாகவும் அமைந்திருந்தன. தெருக்கள் வடக்கிலிருந்து தெற்காகச் சுமார் ஒன்றரை மைல் தூரம் நீண்டிருந்தது. இங்கு சில பொதுப் பயன்பாட்டுக் கட்டுமானங்களும் நெல் மண்டிகளும் நிறைந்து காணப்பட்டன. இவற்றுடன் ஒரு பிரம்மாண்ட புகையிலை மண்டியும் கட்டப்பட்டிருந்தது. இந்நகரின் இன்னொரு முக்கியப் பகுதி வடிவீஸ்வரம். இங்கு வசித்துவந்த பிராமணர்கள் தங்களுக்கெனக் கோவில் கட்டியிருந்தனர். இங்கு வீடுகள்

நேர்த்தியாகவும் தெருக்களில் அடங்கிய வரிசை வீடுகளாகவும் காணப்பட்டன. மாணவர்களுக்கு ஆங்கிலம், தமிழ் ஆகிய மொழிகளைப்போதிக்க 'ஆங்கில இலவச போதனா பள்ளி'யும், இங்கு கட்டப்பட்டிருந்தன.¹

ஆய்வுக் களம்

எனவே, இந்த ஆய்வு தென்னிந்தியாவின் தென்கோடியில் உள்ள கோட்டாறு எனும் ஒரு வர்த்தக மையத்தில் நடைபெற்ற வர்த்தகம் மற்றும் வியாபாரம் குறித்தும் அதன் காரணமாக சர்வதேச அளவில் 'Metropolitan Town' என அது அழைக்கப்படும் அளவிற்கு எப்படி மாறியது என்பன குறித்தும் நமக்கு விளக்குகிறது. கோட்டாறு, தென்கோடியின் இயற்கைத் துறைமுகங்களான குளச்சல், மணக்குடி, கன்னியாகுமரி ஆகிய முக்கியமான இடங்களுக்கு அருகில் அமைந்துள்ளது. இதில் கன்னியாகுமரி சங்க காலத்தில் 'குமரிப் பெருந்துறை' என அழைக்கப்பட்டதற்கு இலக்கியச் சான்றுகள் உள்ளன. தாலமியின் காலந்தொட்டு இராஜாக்கமங்கலம் ஒரு துணைத் துறைமுகமாகச் செயல்பட்டு வந்துள்ளது. இடைக்காலத்தில் கன்னியாகுமரியை அடுத்துள்ள லீபுரமும் ஒரு துணைத் துறைமுகமாக இருந்து வந்துள்ளது. தென்னிந்தியாவின் தென்கோடியில் கோட்டாறு அமைந்திருந்தாலும் உலகின் கிழக்கு, மேற்கு ஆகிய பகுதியைச் சேர்ந்த வர்த்தகர்கள் இங்கு எளிதாக வந்துசென்றிருக்கிறார்கள். இதன் அருகில் அமைந்திருந்த வேணாட்டை ஆண்ட மன்னர்களின் புராதனத் தலைநகரமான இரணியல், பிரபலமான நெசவாளர்மையம். இங்கு உற்பத்தியான கைத்தறி ஆடைகள் கோட்டாற்றில் விற்பனை செய்யப்பட்டு வந்துள்ளன. மேலும், திருவிதாங்கூரை ஆண்ட மன்னர்களின் புராதனத் தலைநகரமான பத்மனாபபுரமும் இரணியலும் கோட்டாற்றுக்குத் துணை நகரங்களாக அமைந்திருந்தன. கோட்டாறின் கிழக்கே அமைந்துள்ள ஆரல்வாய்மொழிக் கணவாய் வழியாகப் பாண்டி நாட்டிலிருந்தும் கோட்டாற்றுடன் வளமான வர்த்தகம் நடந்து வந்துள்ளது. இந்த ஆய்வு, மேலே குறிப்பிடப்பட்டுள்ள பிரபலமான இடங்களுடன் கோட்டாறு கொண்டிருந்த வர்த்தகத்தொடர்பையும் அதன்மூலம் 'Metropolitan Town' என்ற நிலைக்கு அது உயர்த்தப்பட்டதைக் குறித்தும் விளக்குகிறது.

---

1. Memoir of Travancore, W.H. Horsley, Trivandrum, 1860, P:12. Also name 'Nagercoil' Occurs for the First time.

ஆய்விற்கு உட்படுத்தப்பட்ட காலம்

தாலமியால் குறிப்பிடப்படும் காலத்தில், அதாவது கி.மு. 2000 நூற்றாண்டின்போது, கோட்டாறு ஒரு வளமிக்க வர்த்தக மையமாக விளங்கியது. எனவே, தாலமி காலம் தொடங்கி (கி.பி. 150) கன்னியாகுமரி மாவட்டம் உதயமான (கி.பி. 1956) ஆண்டு வரைக்கும் ஆய்விற்கு உட்படுத்தப்பட்டுள்ளது. இங்கு குறிப்பிடப்படும் சுமார் 2000 ஆண்டு வரலாற்றில் கோட்டாற்று வர்த்தகம் பல ஏற்றத்தாழ்வுகளைச் சந்தித்துள்ளது

இடைக்காலத்தில் கோட்டாறு ஒரு ராணுவ முக்கியத்துவம் வாய்ந்த நகரமாக விளங்கியது. அதன் காரணமாகக் கோட்டாறைத் தங்கள் கட்டுப்பாட்டின் கீழ்க் கொண்டுவர மன்னர்களிடையே மோதல் ஏற்பட்டது. எனவே, கோட்டாறு தென் திருவிதாங்கூரில் அடிக்கடி சண்டை நடக்கும் பகுதியாக *'Cock-Pit'* மாறியது. கோட்டாறைத் தங்கள் கட்டுப்பாட்டின் கீழ்க் கொண்டுவரும் அரசன் வலிமையானவனாகக் கருதப்பட்டான். 1956ஆம் ஆண்டு கன்னியாகுமரி மாவட்டம் தாய்த் தமிழகத்துடன் இணைந்தபிறகு கோட்டாறின் வர்த்தகம் தனது பொலிவைக் கொஞ்சம் கொஞ்சமாக இழந்தது. இழந்த அந்தப்பொலிவை அண்டை நகரமான நாகர்கோவில் ஈட்டிக்கொண்டது. தற்போது கோட்டாறும் நாகர்கோவிலும் தென்கோடியின் இரட்டை நகரங்களாக *'Twin Towns'* விளங்குகின்றன.

கோட்டாற்றைப் பற்றிய வரலாற்று ஆய்வின் கோட்பாடு

வியாபாரமும் வர்த்தகமும் இந்தியாவில் நகர வளர்ச்சிக்குப் பெரும் துணைபுரிந்து வந்துள்ளது. இந்தியத் துணைக் கண்டத்தில் உள்நாட்டு, வெளிநாட்டு வர்த்தக வளர்ச்சி, சமூகப் பொருளாதார மாற்றத்தில் ஏராளமான மாற்றங்களைக் கொண்டுவந்துள்ளது எனலாம். வரலாற்றை அதன் மூலத்திலிருந்து புரிந்துகொள்ள உதவும் நவீன காலத்தின் *(Subaltern Studies)* வட்டார வரலாறு எனும் கோட்பாடு நகர வளர்ச்சியை வர்த்தகம் எந்த அளவிற்கு வேகப்படுத்தியுள்ளது என்பதை நிரூபித்துக் காட்டியுள்ளது.

ஓரிடத்தின் புவியியலும் நிலத்தியலும் *(Geography And Topography)* உள்நாட்டு, வெளிநாட்டு வர்த்தகத்தில், அவ்விடம் பெரும் வளர்ச்சியடைய உதவுகிறது. அதே போன்று ஆறுகளும் அதன் கரைகளும் மனிதன் வாழ்வதற்குரிய தேவைகளைப் பூர்த்தி செய்கின்றன. மனிதன் வாழ்வதற்கான அன்றாடத் தேவைகள் நிறைவேறும்போது, அவன் சேர்ந்து வாழ ஆரம்பிக்கிறான். இதன் காரணமாக விவசாய, தொழில் சார்ந்த உற்பத்திகள் பெருக

ஆரம்பிக்கின்றன. இறுதியில் உபரிப் பொருள் உற்பத்தி (Surplus Production) பெருக ஆரம்பிக்கிறது. இந்நிலையில் பண்டமாற்று முறை (Barter System) தேவையாகிறது. பண்டமாற்றுமுறை வியாபார வளர்ச்சியை வேகப்படுத்துகிறது. வர்த்தக வளாகங்களும் வியாபார மையங்களும் பெருக ஆரம்பிக்கின்றன. இவ்வர்த்தக வளர்ச்சி வியாபாரிகளின் குடியிருப்புகளையே மாற்றி அமைக் கிறது. உற்பத்தியாளர்கள் வர்த்தக மையங்களை ஒட்டி வசிக்கத் தொடங்குகிறார்கள். அதைச் சுற்றியுள்ள பகுதிகளில் கைவினைஞர்களும் கலைஞர்களும் வாழ முற்படுகிறார்கள். இவ்வாறான குடியிருப்புகளின் பெருக்கம், வியாபார மையங் களின் அருகில் சிறியதும் பெரியதுமான நகரங்கள் தோன்ற ஏதுவாகிறது. வர்த்தகத்தின் வளர்ச்சியால் நகரங்கள் எவ்வாறு உருவாக்கப்படுகின்றன என்பதற்குக் கோட்டாறு ஆய்வு சிறந்த உதாரணமாகும்.

மேலே குறிப்பிடப்பட்டுள்ள கோட்பாட்டை நாம் மேலும் காணவிருக்கும் ஆய்வின் கோட்பாடாக எடுத்துக் கொள்ளலாம். அதாவது வர்த்தக வளர்ச்சி நகரியம் வளர வித்திடும். அதற்கு, கோட்டாற்றைப் பற்றிய ஆய்வு ஓர் உதாரணம்.

வரலாற்றுரீதியாகப் பார்க்கும்போது, உலகெங்கிலும் பிற நகரங்களும் வர்த்தக மையங்களும் ஆற்றங்கரையை ஒட்டிய பகுதிகளில் தோன்றியுள்ளன என்பதற்குச் சிறந்த ஆதாரங்கள் உள்ளன. நிலத்தியலும் புவியியலும் உள்நாட்டு, வெளிநாட்டு வர்த்தகத்திற்கு ஊக்கமளிப்பதாக காணப்படுகிறது. ஜீவநதியாகிய பழையாறு கோட்டாற்றை ஒட்டி ஓடுவதால் கோட்டாறு இயற்கையாகவே வளமையாகக் காணப்படுகிறது. வளமையான மண்ணும் காலந்தவறாத மழையும் நாஞ்சில் நாட்டிற்கு அமோக நெல் விளைச்சலையும் உபரி உற்பத்தியையும் கொடுத்திருக்கிறது. முதல் கட்டமாக, கோட்டாற்றுச் சந்தையில் உபரி விவசாயப் பொருட்களை வாங்க வெளியில் உள்ள வர்த்தகர்கள் குவியத் தொடங்கியுள்ளனர். தென் தமிழகத்தின் நெற்களஞ்சியமாக விளங்கிய நாஞ்சில் நாட்டிற்கு கோட்டாறு சந்தை மேலும் பெருமை சேர்த்துள்ளது. மட்டுமல்லாமல் மேலை நாட்டினருக்கு நன்கு தெரியுமளவிற்கு ஒரு வர்த்தக மையமாகவும் மாறியுள்ளது.

விவசாயத் தொழிலாளர்கள் கோட்டாற்றைச் சுற்றிக் குடியேறியபோது, நகரிய வளர்ச்சிக்கான வித்திடப்பட்டது எனலாம். மேலும், பாண்டிய, வேணாட்டு மன்னர்களிடையே இணைப்பை ஏற்படுத்தும் ஒரு மையமாகவும் மாறியது. நாளடைவில் ராணுவ முக்கியத்துவம் வாய்ந்த புறநகர் மையமாக மாறியது. இருநாட்டு மன்னர்களும் தங்கள் படைகளைக்

கோட்டாற்றில் நிலைநிறுத்தத் தொடங்கினர். எனவே, கோட்டாறு இருநாட்டு மன்னர்களுக்கும் பலப்பரீட்சை நடைபெறும் இடமாக மாறியது. அரசின் அரச குடும்பங்களின் கவனத்தை ஈர்த்த காரணத்தால் கோட்டாறு நெசவுத்தொழில் புரிவோரின் மையமாகவும் மாறியது. காலப்போக்கில் *(Spiritual Metropolis)* ஆன்மிக நகரம் என அழைக்கப்பட்ட அண்டை நகரமான சுசீந்திரத்தைச் சுற்றி வாழ்ந்த மக்களின் அன்றாடத் தேவைகளையும் கோட்டாறு பூர்த்திசெய்தது. குஜராத்தில் உள்ள கைவினைஞர்கள்கூடக் கோட்டாறுக்கு இடம்பெயர்ந்து வந்து குடியேறியதாகச் சான்றுகள் கூறுகின்றன.

கோட்டாற்றை அடுத்துள்ள குளச்சல், லீபுரம், கன்னியாகுமரி போன்ற துறைமுகங்களும், தரமான இணைப்புச் சாலைகளும் வர்த்தகம் புரியவந்த மேலை நாட்டினரைக் கவர்ந்திழுத்தன. குறிப்பாக, ஐரோப்பியர்கள் கோட்டாற்றைச் சுற்றிக் குடியேறுவதை இது வேகப்படுத்தியது. அதிக உற்பத்தி அதிக குடியேற்றங்களை உருவாக்கியது. ஒரு காலகட்டத்தில் அதாவது, தாலமி காலத்தில் (கி.மு. 150) முதலாம் கட்ட நகரிய வளர்ச்சி ஏற்பட்டதைப்போன்று, கி.பி. 1500க்குப் பின்னால் இரண்டாம் கட்ட நகரிய வளர்ச்சி ஏற்பட்டது.

இரவு நேரங்களில் வெகு தூரத்திலிருந்து பயணம் செய்துவரும் வர்த்தகர்கள் கோட்டாற்றில் தங்கள் உடைமைகளுடன் பயமின்றித் தங்கிச் சென்றனர். அருகில் அமைந்திருந்த பெரிய துறைமுகமான குளச்சலும் பிற சிறிய துறைமுகங்களும் கோட்டாற்றைத் தங்கள் கட்டுப்பாட்டில் வைத்திருந்ததுடன் அதை ஒழுங்குபடுத்தவும் செய்திருந்தன. திருவிதாங்கூர், வேணாடு, தமிழ்நாடு ஆகிய பகுதிகளை ஆண்ட மன்னர்கள் வர்த்தகத்தில் நேரடியாகத் தொடர்பு கொண்டிருந்தனர். வசதிபடைத்த வியாபாரிகள் கோட்டாற்றில் கைத்தறிக் கூடங்களை நிறுவி அவற்றில் திறமைபடைத்த கைவினைஞர்களை வேலைக்கு அமர்த்தியிருந்தனர். பாண்டிய மன்னர்கள் எழுச்சியுற்றிருந்த 7 ஆம் நூற்றாண்டுகளிலும், சோழ மன்னர்கள் எழுச்சியுற்றிருந்த 10ஆம் நூற்றாண்டுகளிலும் கோட்டாறு நகரிய வளர்ச்சி உச்சத்தை எட்டியிருந்ததாக வரலாற்றுச் சான்றுகள் தெரிவிக்கின்றன.

அக்காலக் கட்டத்தில் தெற்கு நோக்கி இடம்பெயர்ந்த காஞ்சிபுரம், காவிரிப்பூம்பட்டினம் ஆகிய பகுதிகளைச் சார்ந்த கலைஞர்களும் கைவினைஞர்களும் கோட்டாற்றைப் பாதுகாப்பானதாகவும் வசதிபடைத்ததாகவும் கருதித் தங்களுக்கான இடமாகத் தேர்வுசெய்துகொண்டனர். கடல் தாண்டி வந்த மேலைநாட்டினர் உற்பத்தியில் தங்கள் முழுக் கவனத்தையும்

செலுத்தியபோது, கோட்டாற்றின் வளர்ச்சி அதன் உச்சத்தை எட்டியது எனலாம்.

தற்கால வரலாற்றில், புனித சவேரியாரின் வருகையை ஒட்டி கத்தோலிக்க கிறிஸ்தவர்கள் கோட்டாற்றைச் சுற்றிக் குடியேறத் தொடங்கினர். அதை ஒட்டி புரட்டஸ்தானிய கிறிஸ்தவர்களும் வரத்தொடங்கினர். இதன் காரணமாக நகரிய வளர்ச்சிக்கு உந்துதல் ஏற்பட்டது. ஆனால், கோட்டாற்றின் முக்கியத்துவம் பின்னுக்குத் தள்ளப்பட்டு அந்த இடத்தில் நாகர்கோவில் முதல்நிலை நகரமாக உருவெடுக்க ஆரம்பித்தது. காலப்போக்கில் நவீனப் பொருளாதார வளர்ச்சியின் காரணமாகப் பிரபலமான கோட்டாறு வர்த்தக மையம் என்ற தனது முக்கியத்துவத்தை இழந்தது. எழுச்சியுற்ற நாகர்கோவில் அந்த இடத்தைப் பிடித்துக் கொண்டது.

நகரியம்

நகரங்கள் ஒரு சமுதாயத்தின் செயல்பாடுகளான பொருளாதாரம், கலாச்சாரம், நிர்வாகம், இதர நடவடிக்கைகளின் ஒருங்கிணைந்த அடையாளங்களாக விளங்குகின்றன. நகரிய வளர்ச்சி என்பது, காலப்போக்கில் அதற்குரிய கூறுகளைக் குடியேற்றப்பகுதிகளில் வளர்த்துக்கொள்வதால் உருவாவது ஆகும். பண்டைக் காலந் தொட்டு நகரிய வளர்ச்சியில், புவியியல் முக்கியப் பங்கு வகித்துவருகிறது. நகரிய வளர்ச்சி குறித்த ஆய்வுகள் இதை வெளிப்படுத்துகின்றன. வரலாற்றுக்கு முந்தைய காலத்தில் பெரும்பாலான இடங்கள், மதரீதியான, ராணுவ முக்கியத்துவம் வாய்ந்த காரணிகளைக் கொண்டு வளர்ந்துவந்துள்ளன. குடியமர வாய்ப்பான இடங்களைத் தேர்வுசெய்வதில் உணவு, நீராதாரம், பாதுகாப்பு, அவ்விடத்தின் அமைப்பு ஆகிய காரணிகள் முக்கியப் பங்கு வகித்தன. ஒரு நகரம் சிறப்பாக அமைய வேண்டுமெனில் ராணுவ முக்கியத்துவமும் பாதுகாப்பும் அமைதல் நலம்.

விவசாயம் நன்கு வளர்ச்சியடைந்தபோது, உபரி உணவுப் பொருட்களும் உற்பத்தி செய்யப்பட்டன. உபரி உணவை மறு விநியோகம் செய்யச் சந்தைமையங்கள் உருவாயின. முக்கியப் போக்குவரத்து மார்க்கங்களின் மையப்பகுதிகளில் இவ்வாறான சந்தைகள் அமைந்தன. இதையொட்டி வளர்ந்த மக்களின் குடியேற்றப்பகுதிகள் தலைநகரங்களாகவும் மாறின. அரசியல் இவ்வளர்ச்சியை நன்கு மெருகேற்றியது.[2]

நகரங்கள் சமுதாயத்தின் செயல்பாடுகளான பொருளாதார வளர்ச்சி, கலாச்சார, நிர்வாக மேம்பாடு ஆகியவற்றை நமக்கு

---

2. Dynamics of Towns- A Geographical Search -Atmar Malik-Delhi1989 P-11&12

வெளிச்சம் போட்டுக் காட்டுகிறது. சமூக, பொருளாதார வளர்ச்சியில் முக்கியப் பங்கு வகிக்கிறது. காலப்போக்கில் குடியிருப்புகள் நகரியக் குணங்களை உள்ளடக்கியதாக மாற்றம் பெறுகின்றன. தொன்றுதொட்டுப் புவியியல் காரணிகள் நகரிய வளர்ச்சிக்கு உந்துதலாக அமைந்து வந்துள்ளன. நகரிய வளர்ச்சி குறித்த பல ஆய்வுகள் இதை உறுதிப்படுத்துகின்றன. வரலாற்றுக்கு முந்தைய காலந்தொட்டுப் பெரும்பாலான இடங்கள் மதரீதியான, ராணுவரீதியான முக்கியத்துவம் பெற்று வளரத் தொடங்கின. இவற்றுடன் சாதகமான பௌதீக சூழ்நிலையும் இணைந்து கொண்டது. உயர்ந்த கரைகளைக் கொண்ட நதிகளும் அவை பாய்ந்தோடும் வளமிக்க மண்ணும் மக்களைக் கவர்ந்திழுத்தன. ஆகவே, மக்கள் இயல்பாக இவ்விடங்களைத் தேர்வுசெய்து இங்கே குடியேறினார்கள். இவ்வாறான இடங்களைத் தேர்வு செய்யும்போது, உணவு, குடிநீர், பாதுகாப்பு ஆகியவற்றிற்கு அதிக முக்கியத்துவம் கொடுக்கப்பட்டது. ராணுவரீதியாகப் பாதுகாப்பான மையங்களே நகரங்கள் உருவாக வாய்ப்பாக அமைந்தன.

வளமிக்க விவசாய வளர்ச்சியால் உபரி உணவுப் பொருள் உற்பத்திசெய்யப்பட்டது. இவ்வுபரி உற்பத்தியை மறு விநியோகம் செய்யும் நோக்குடன் சந்தை மையங்கள் தோன்ற ஆரம்பித்தன. போக்குவரத்து மையங்களில் இச்சந்தைகள் உருவாயின. இவற்றில் சில காலப்போக்கில் தலைநகரங்களாகவும் நிர்வாக தலைமையகங்களாகவும் மாறின. நகரிய வளர்ச்சியில் இது ஒரு பகுதி என்பது குறிப்பிடத்தக்கது.[3]

நகரிய வளர்ச்சி குறித்து ஆராயும்போது, நகரங்களை வடிவமைப்பதிலும் அவற்றை வளர்ச்சியடையச் செய்வதிலும் பௌதீகக் காரணிகள் பெரும்பங்கு வகிப்பதை நாம் காண முடியும். அதற்கு அடுத்தபடியாகச் சமூக, பொருளாதாரக் காரணிகள் முக்கியப் பங்கு வகிக்கின்றன. ஒரு குறிப்பிட்ட காலகட்டத்தில், ஒரு குறிப்பிட்ட பகுதி நகரமாக வளர்ச்சியுற, அப்பகுதியின் பௌதீக, சமூக, பொருளாதாரக் காரணிகள் உந்து சக்திகளாகப் பயன்படுகின்றன. எனவே, நகரங்கள் சமூக, பொருளாதார, அரசியல் நிலைகளைப் பிரதிபலிக்கும் கண்ணாடிகளாக விளங்குகின்றன என்பதில் ஐயமில்லை. இந்தியாவைப் பொறுத்தவரைக்கும், சிறிய கிராமங்கள் எனும் கருதான் பிற்காலத்தில் பெரும் நகரங்களாக உருவெடுக்க உதவியுள்ளன என்பதை மறுப்பதற்கில்லை.

---

3. Dynamics of Organization -A Geographical Outlook- Atmar Malik -Delhi-1989, P-11

சுருங்கக்கூறின், நகரிய வளர்ச்சியிலும் அதன் மையப்பகுதி அமைவதிலும் ஆரோக்கியத்தைப் பேணும் விடுதிகள், பொழுது போக்கு மையங்கள், பொருட்களைச் சேகரித்து வைக்கும் மையங்கள், பாதுகாப்பு மையங்கள் போன்ற பௌதீகக் காரணிகள் பங்குகொள்கின்றன. புதிய தொழில்நுட்பக் கண்டுபிடிப்புகளும் பொருளாதார மேம்பாட்டுக் காரணிகளின் பயன்பாடுகளும் பெரும் உற்பத்தி மையங்களையும் தொழில் நகரங்களையும் உருவாக்குகின்றன.

நகரிய வளர்ச்சி – வரலாற்றுப் பின்னணி

புராதன இந்தியாவின் பொருளாதாரம் விவசாயம், கால்நடை வளர்ச்சி, சிறிய அளவிலான வர்த்தகம் ஆகியவற்றால் நிறைந் திருந்தது. ஆனால், இடைக்காலத்தில் பொது வாழ்க்கையில் பல மாற்றங்கள் நிகழ்ந்தன. இந்த இரண்டாம் கட்டப் பரிணாம வளர்ச்சியின்போது, ஏராளமான முக்கியத்துவம் வாய்ந்த பகுதிகள் நிர்வாக, வர்த்தக முக்கியத்துவம் வாய்ந்த பகுதிகளாக உருவெடுத்தன. கடந்த காலங்களைப் போலல்லாமல் இடைக்காலம் தொழில்நுட்ப வளர்ச்சியில் அபரிமிதமான முன்னேற்றம் பெற்றது. இதன் காரணமாகப் பெரும்பாலான இடங்கள் பொருளாதார மேம்பாடடையத் தொடங்கின. போக்குவரத்தில் முன்னேற்றம் ஏற்பட்டதால் புதிய சாலைகள் அமைக்கப்பட்டன. நிதி விநியோகத்தில் அது மேலும் முக்கியத்துவம் பெற்றது. வியாபார, வர்த்தகப் பெருக்கத்தின் காரணமாகப் பல புதிய இடங்களும் முக்கியத்துவம் பெற்றன.

இந்தியாவின் நவீன காலம் கி.பி. 1818ஆம் ஆண்டு தொடங்கியது எனலாம். இக்காலகட்டத்தில் நுகர்வுக் கலாச்சாரம் உட்படப் பல புதிய கலாச்சாரங்கள் தோன்ற ஆரம்பித்தன. புதிய சாலைகள் கட்டுமானம், ரயில் போக்குவரத்து, ஆற்றுநீர்வழிப் போக்குவரத்து ஆகிய புதிய வரவுகள் இந்தியப் பொருளாதாரத்துக்குப் புதிய தெம்பை ஊட்டின. விவசாய வளர்ச்சி, நீர்ப்பாசன மேம்பாடு ஆகியவை மக்கள் மத்தியில் புதிய பொலிவை ஏற்படுத்தின. இதன் காரணமாகப் பல இடங்களில் புதிய குடியிருப்புகள் உருவாக ஆரம்பித்தன.

பெரும்பாலான புராதனக் குடியிருப்புகள் அங்குள்ள மக்கள்தொகையின் எண்ணிக்கை, அவர்களின் தன்மை, அப் பகுதியின் பரப்பு ஆகிய காரணிகளைப் பொறுத்து வளரத் தொடங்கின.

பரிணாம வளர்ச்சியின் அடிப்படையில் நகர வளர்ச்சியை உற்று நோக்கும்போது, அவை நிர்வாக மையங்களாகவும், மத

அடிப்படையிலான மையங்களாகவும், ராணுவப் பாதுகாப்பு மையங்களாகவும் வளர்ந்திருப்பதை நாம் காண முடியும். இடைக்காலத்தில் நகரங்கள் வர்த்தக மையங்கள், போக்குவரத்து முக்கியத்துவம் பெற்ற மையங்கள், கலாச்சார முக்கியத்துவம் பெற்ற மையங்கள், வியாபார முக்கியத்துவம் பெற்றவை என்ற அடிப்படையில் வளரத் தொடங்கின. ஆங்கிலேயரின் ஆட்சியின்போது பல நகரங்கள் வியாபாரம், வர்த்தக மையங் களாகவும், கல்வி மேம்பாடு சார்ந்த மையங்களாகவும், கலாச்சாரப் பரிவர்த்தனை மையங்களாகவும் உருவெடுத்தன. மொத்தத்தில் சமூக, பொருளாதார வளர்ச்சியில் நகரங்கள் பொருளாதார, கலாச்சார, நிர்வாக, சமுதாயத்தின் இதர செயல்பாடுகளை முன்னிறுத்தும் அங்கமாக இருந்துவருகின்றன.

1965ஆம் ஆண்டு வெளியிடப்பட்ட ஐக்கிய நாட்டு அமைப்பின் கிளை அமைப்பான UNESCOவின் கையேட்டில் ஹாசர் என்னும் அறிஞர் பின்வருமாறு குறிப்பிட்டுள்ளார்: "மக்கள்தொகை ஆய்வு அடிப்படையில் நகரிய வளர்ச்சியை உற்று நோக்கும்போது, அது ஒரு குறிப்பிட்ட இடத்தில் மக்கள்தொகை பெருக்கத்தைப் பற்றிய வழிமுறையாகவே நமக்குத் தெரிகிறது. தனிப்பட்ட குடிமக்களின் எண்ணிக்கை ஒரு குறிப்பிட்ட இடத்தில் பல காரணங்களால் குவிவதால் அவர்கள் வசிக்கும் எல்லையும் அமைப்பும் எண்ணிக்கையும் விரிவடைகிறது. அங்கு வசிக்கும் மக்களின் விகிதாச்சாரமும் உயர்கிறது."

தொழில்நுட்பம் வளர்ச்சியுற்ற காலத்தில் உபரி உணவு உற்பத்தியில் ஏராளமான விவசாயிகளை விவசாயப் பணிகளி லிருந்து விடுவித்தது. இதன் காரணமாகக் கலை, கலாச்சார மையங்கள் தோன்றலாயின. பழங்காலத்தைப் போலல்லாமல் நாணயங்களின் அறிமுகமும் சாலைப் போக்குவரத்தும் வியாபார, வர்த்தகப் பெருக்கத்தை ஏற்படுத்தின. புதிதாக அறிமுகப் படுத்தப்பட்ட பொருளாதார மேம்பாட்டுக் காரணிகளால் புராதனக் குடியிருப்புகள் வியாபார மையங்களாக உருவெடுத்தன.

மேற்குறிப்பிட்டுள்ள பரிணாம வளர்ச்சியின் மற்றுமொரு கட்டமாகக் குடியிருப்புப் பகுதிகளில் ஒருபகுதி சார்ந்த பாதுகாப்பு, நாட்டுப் பாதுகாப்பு ஆகிய அம்சங்கள் முக்கியமாக கருதப்பட்டன.[4]

நகரங்களில் மக்கள்தொகையின் எண்ணிக்கை பல்கிப் பெருகும்போது, சட்டபூர்வமாகப் பாதுகாப்புத் தேவைப்படுகிறது.

---

4. Report on the Administration of Travancore for the year M.E 1056 A.D. 1880-81 TVM -1882

அதற்கென *M.E. 1058*இல் திருவிதாங்கூர் அரசாங்கம், காவல்துறை ஒழுங்கமைப்புச் சட்டம் ஒன்றை *(Regulation II of M.E. 1058 Section 23 of Regulation IV of M.E.1058)* நிறைவேற்றியது.

இதனடிப்படையில் சட்டம் ஒழுங்கைக் காக்கும் நோக்குடன், நாட்டின் தகுதியான மக்கள்தொகை கொண்ட பகுதியை நகரமாகத் *(Town)* தரம் உயர்த்த முடிவுசெய்யப்பட்டது. ஆகவே, *M.E-1054*இல் திருவிதாங்கூரிலுள்ள திருவனந்தபுரம், கொல்லம், ஆலப்புழை, கோட்டயம், கோட்டாறு, பத்பனாபபுரம் ஆகிய ஊர்கள் நகரங்களாகத் தரம் உயர்த்தப்பட்டன.[5]

நகரங்கள் வளர்ந்த வரலாறு

நகரங்கள் குறித்து அரிஸ்டாட்டில், "ஒரு நகரம் என்பது மக்களை உள்ளடக்கியதும், கட்டுமானங்களின் பயன்பாடுகளை உள்ளடக்கியதும் ஆகும். மேலும், ஒரு நகரம் தனி மனிதர்கள் சேர்ந்த ஒரு சமூக அங்கமாக விளங்குகிறது" எனக் குறிப்பிடுகிறார்.

உலகெங்கிலும் நகரங்களும் மாநகரங்களும் அபரிதமான மாற்றங்களைப் பெற்று வருகின்றன. நகரம், நாட்டைத் திட்டமிடும் பணி அறிவியலின் ஒரு அங்கமாக மாறிவிட்டது. அது தற்போதுள்ள, வருங்காலத் தலைமுறை மட்டுமல்லாமல் ஒவ்வொரு குடிமகனின் அன்றாட வாழ்க்கையிலும் மாற்றங்களை ஏற்படுத்திவருகிறது. உண்மையில், ஒரு நகரத்தின் வளர்ச்சியையும் அதன் தன்மையையும் அந்நகரில் வாழும் மக்களின் அபரிமிதமான தீர்மானங்களும், அவர்கள் சார்பாக அவர்களால் அங்கீகரிக்கப்பட்ட பிரதிநிதிகள் எடுக்கும் தீர்மானங்களும் முடிவுசெய்கின்றன.

சில வருடங்களுக்கு முன்புவரையில் தொழிலாளர்கள் பணிசெய்யும் மையங்கள், சந்தைகள், மத சம்பந்தமான மையங்களைச் சுற்றிலும் குறைந்த மக்கள்தொகை கொண்ட குடியிருப்புகளைக் கொண்ட நகரங்கள் உருவாகியிருந்தன. தற்போது மனிதக் குடியிருப்புகள் என்பது அதிக முக்கியத்துவம் பெற்றதாகவும், ஒட்டுமொத்த மனிதகுலமே அதன்மீது அக்கரை கொள்ளும் அளவிற்கும் உயர்ந்து காணப்படுகிறது.

'கடவுள் நாட்டை உருவாக்கினார். மனிதன் நகரத்தை உருவாக்கினான்' என்று ஒரு பழமொழி உண்டு. மனிதர்களைப் போன்று ஒவ்வொரு நகரத்திற்கும் தோற்றமும் குணாதிசயங்களும் உண்டு. மனிதனின் சமூகத் தேவைகளான பரஸ்பர உதவிகள்,

---

5. Report on the Administration of Travancore for the year M.E.1058. Trivandrum -1884 P-45.

பாதுகாப்பு, குடியிருப்பு ஆகியவற்றால் நகரங்கள் பிறந்தன. மனிதன் தோன்றிய நாள்தொட்டே சேர்ந்து வாழும் பண்பைக் கொண்டிருந்தான். அவ்வாறு சேர்ந்து வாழும் பண்பிற்காகப் பொழுதுபோக்கு அம்சங்கள், விளையாட்டுப் போட்டிகள் ஆகியவற்றை அன்றாட வாழ்வில் சேர்த்துக்கொண்டான். குடும்பங்கள் குழுக்களாக மாறிக் கிராமங்களாக உருவெடுத்தன. விவசாயம் அவர்களது பிரதானத் தொழிலாக இருந்து வந்தது. பரஸ்பர உதவியையும் அதன்மூலம் பாதுகாப்பையும் தேடிக்கொண்டான். மத சம்பந்தமான அமைப்புகளும் மதமும் சமுதாய மக்கள் மத்தியில் நட்புறவையும் சகோதரத்துவத்தையும் வளர்த்தன. பௌதீக, பொருளாதாரச் சமூகக் காரணங்களலும் அவை அளித்த நன்மைகளாலும் சில கிராமங்கள் நகரங்களாகவும், மாநகரங்களாகவும் உருவெடுத்தன. நீர் வசதியும், போக்குவரத்து வசதியும் தொடர்பு கொண்ட பல கிராமங்கள் சந்தைகளாக உருவெடுத்தன. எனவே, பொருளாதாரத்தை முன்னிறுத்தி நகரங்கள் வளரத் தொடங்கின. பல புராதன நகரங்கள் வழிபாட்டுத் தலங்களை மையமாகக் கொண்டு வளர்ந்தன. அவை ஆரம்ப காலங்களில் பொதுச்சபை கூடுவதற்கும் வழிபாட்டிற்கும் வியாபாரம், வர்த்தகத்திற்கும் வசதியாக அமைந்திருந்தன. காலப்போக்கில் கல்வி, கலாச்சாரம், மத வளர்ச்சி மையங்களாக அவை உருவெடுத்தன.

மேற்குறிப்பிடப்பட்டுள்ள வளர்ச்சிக்கு நாம் பல உதாரணங் களைப் பார்க்க முடியும். திருவிதாங்கூரை ஆண்ட மன்னர்களின் குடும்பங்களால் ஆதரிக்கப்பட்ட பத்பனாபசாமி கோயிலால் திருவனந்தபுரம் நகரம் வளர்ந்தது. அதைப்போன்று மதுரை, காஞ்சிபுரம், மைசூர், வாரணாசி, கல்கத்தா, அலகாபாத் ஆகிய நகரங்களும் வளர்ந்துள்ளன. இங்கு குறிப்பிடப்பட்டுள்ள பெரும்பாலான நகரங்கள் நீர் வளமும் நில வளமும் நல்ல சாலை இணைப்புகளையும் கொண்டு காணப்படுகின்றன. மேலும், பல நகரங்கள் கடற்கரையை ஒட்டியோ நதிகளின் முகத்துவாரத்திலேயோ அமைந்துள்ளன. இதனால் நீர்வழிப் போக்குவரத்து சுலபமாகிறது. பெரும்பாலான நகரங்கள் கோட்டைகளாலும் அகழிகளாலும் சூழப்பட்டிருந்ததால் பாதுகாப்பு உறுதிசெய்யப்பட்டது.

பல நகரங்கள் அதை ஆண்ட தலைவர்களாலோ மன்னர் களாலோ அதன் அழகு நிர்மாணத்தில் அக்கறை கொண்டு ஆலோசனை வழங்கியவர்களாலோ சிறந்த பாதுகாப்புடன் விளங்கியது. ஒரு சிறந்த நகரத்தின் தோற்றத்தில் அதை ஆண்ட மன்னர்களின் கரிசனையும் அக்கறையும் நிர்வாகத் திறமையும் வெளிப்படுவதை நாம் காண முடியும். எளிமையாகச் சொன்னால்

நகரத்தில் இயற்கையான அம்சங்களைக் காட்டிலும் மனிதன் உருவாக்கிய அம்சங்களான கட்டுமானங்கள், சாலைகள் மேலோங்கி மிளிர்வதை நாம் காணமுடியும். பரஸ்பர உதவி, நட்பு, அறிவியல் அம்சங்களிடையேயுள்ள கூட்டுறவு, கலாச்சாரம், மத வேற்றுமை ஆகியவற்றின் அடையாளமாக நகரம் விளங்குகிறது.

நகரிய வளர்ச்சி என்பது தொடர்ந்து நடைபெற்று வருகிற இயக்கமாகும். ஆனால், மக்கள்தொகையால் மட்டும் நகரங்கள் வளர்வதில்லை. அதில் பெரும்பகுதி இடங்களும் அடங்கும். நாம் விரும்பினாலும் விரும்பாவிட்டாலும் நகரிய வளர்ச்சிக்குள் தொழில் வளர்ச்சி, வர்த்தகச் செயல்பாடுகள் இன்னும் பல காரணிகள் மூலம் ஏற்படும் பொருளாதார மேம்பாடு ஆகியவை அடங்குகின்றன. பல ஆண்டுகளாக மனிதர்களால் உருவாக்கப் பட்டுவரும் செயல்பாடுகள் அவற்றின் முடிவுகள் ஆகியவை நகரிய வளர்ச்சியில் சேர்த்துக்கொள்ளப்படுகின்றன. மனிதனின் சிறிய குடியிருப்புகளை கிராமங்கள் எனவும் பெரிய குடியிருப்புகளை நகரங்கள் எனவும் அழைக்கிறோம். உலகக் கலாச்சாரத்தின் அடையாளமாகக் கிராமங்கள் விளங்குகின்றன.[6]

கிராமங்களையும் நகரங்களையும் குறித்து ஆய்வுசெய்த மெல்வெர் *(Melver)* "5000க்கு மேல் குடிமக்கள் வாழும் பகுதியைக் கிராமம் என அழைக்க முடியாது, நகரம் என அழைக்க வேண்டும்" எனக் குறிப்பிடுகிறார். 1881ஆம் ஆண்டு வெளியிடப்பட்ட *Madras Census Report* 'நகரம்' என்பதற்குக் கீழ்க்கண்டவாறு விளக்கமளிக்கிறது: "நகர அமைப்பு, மக்கள்நெருக்கம், வர்த்தகம் அல்லது தொழில் வள அம்சங்கள், கட்டிடக்கலையின் சில குறிப்பிட்ட அம்சங்களை நகரம் குறித்து விளக்குவதற்கான முக்கியக் காரணிகளாக எடுத்துக்கொள்ள வேண்டும். குறிப்பிட்ட எல்லைக்குள்ளாக நெருக்கமான கட்டிடங்கள் அமைந்திருத்தல், ஒருங்கிணைந்த சாலை வசதி, உற்பத்தி செய்யப்பட்ட பொருட் களைத் தங்கு தடையின்றி வெளியிடங்களுக்கு விநியோகம் செய்ய ஏதுவான கட்டுமானங்கள், கடைகள் ஆகியவை நகரத்தின் அடையாளங்களாகக் காணப்படுகின்றன".[7]

நகரிய வளர்ச்சியில் சந்தைகளின் பங்கு

நகரிய வளர்ச்சியில் உட்கருவாகச் செயல்படுவது சந்தையாகும். இதை நகரின் இதயப்பகுதி எனக் கூறலாம். நகருக்குப் பொருளாதார

---

6. Experiences and experiments in Town and Country Planning-K.Thomas Poulose. Page No: 1-30, Also See BIBLIOGRAPHY: Cities in Evolution. Sir Petrick Geddes. Williams and Norgate

7. Definition of Town. Report on the Census of Cochin. 1891. C.Achyuta Menon.P. The Review Cochin -1893 Page.41

ஊக்கம் கொடுக்கும் துடிப்பைச் சந்தை வழங்குகிறது. நகரிய வளர்ச்சியின் தலைவிதியை நிர்ணயிப்பதும் சந்தைதான். சுருங்கக் கூறின், ஒரு நாட்டு நாகரிகத்தின் அடையாளம் சந்தை. சந்தை தோன்றியது குறித்தும் அதன் பன்முகத் தன்மை குறித்தும் கீழே காணலாம்.

பழங்காலத்தில் விவசாயக் குடும்பங்கள் ஆற்றுப்படுகைகளை ஒட்டி தங்க முற்பட்டன.[8]

நேர்த்தியான முறையில் ஒரு சமுதாயம் உருவாக்கப்பட வேண்டுமெனில், உற்பத்தியுடன் தொடர்புடைய ஒரு குழுவினர் அங்கே துடிப்புடன் செயல்பட்டாக வேண்டும். உற்பத்தி யைப் பெருக்குதலும் உபரி வருமானத்தைக் கொண்டு இதர தேவைகளைப் பூர்த்திசெய்தலும் அவர்களது பணிகளில் முக்கியமானதாகும்.[9]

பற்றாக்குறை, உபரிப் பொருட்களின் உற்பத்தி ஆகிய இரண்டு காரணிகளும் சேர்ந்து வியாபாரம், சந்தை என நாகரிகத்தின் கருவைக்கூட உருவாக்குகின்றன. மனித குலத்தின் தேவையிலிருந்துதான் விநியோகத் தட்டுப்பாடுகளும் பற்றாக் குறையும் ஏற்படுகிறது எனலாம். நாட்டை ஆளும் தலைமை அல்லது கோயில்கள் அல்லது சந்தை அமைப்புகள் மூலமாகப் பற்றாக்குறை உள்ள இடங்களின் தேவைகள் உற்பத்தியாளர்களால் தீர்த்துவைக்கப்படுகின்றன. கப்பல்களில் சரக்குகளை ஏற்றிப் புதிய பகுதிகளில் கொண்டுசென்று விற்பனை செய்வதின் மூலம் சில குறிப்பிட்ட பொருட்களின் மதிப்பை உயர்த்திக் காட்ட முடியும்.[10]

சிறந்த சந்தை அமைப்பு என்பது சிறந்த விநியோகத்தை அடிப்படையாகக் கொண்டதாகக் காணப்பட வேண்டும். எனவே, சிறந்த சந்தை அமைப்பு என்பது தேவை, விநியோகக் கொள்கைகள் ஆகியவற்றை அடிப்படையாகக் கொண்ட பொருளாதார ஒப்பந்தம் மட்டுமல்லாமல், சமுதாயத்தின் முக்கியத் தேவையாகவும் காணப்படுகிறது. இதன் பரிணாம வளர்ச்சி மெதுவாக உருவானதாகும். இதைப்போன்று வர்த்தகம் என்பது பண்டமாற்றின் எளிமையான வடிவத்தில் உருவானதாகும். இது மனிதகுலத்தைப் போன்று பழமையானதாகும்.[11]

---

8. The Culture and Civilization of Ancient India. D.D. Kosambi. Page- 34
9. Ibid P-1
10. History and Culture -Dr.B.P.Sinha.Felicitation Volume. Ed.Dr.Bhagwat Sahei, Delhi -1989 Page-307
11. History of Mankind, Sir Loonsrd Woolley, 1965. Vol I-Page-59

வர்த்தகம் குறித்து சுருங்கக்கூறின், சமூக மிருகம் என அழைக்கப்படும் மனிதன் தோன்றிய நாள்தொட்டு வர்த்தகமும் வளரத் தொடங்கிவிட்டது. சந்தை அமைப்பும் மனிதனைப் போன்று மெதுவாக வளரத் தொடங்கியது. மனிதனின் வளர்ந்து வரும் சராசரித் தேவைகளான சமூக, கலாச்சாரத் தேவைகளை அவை பூர்த்திசெய்தன. மனிதனின் சமூகத் தேவைகளுக்கு எதிரான எதிர்வினை, அவர்களின் ஒருங்கிணைந்த உணர்வு, அதைத் தொடர்ந்த அவர்களின் ஒருங்கிணைந்த அணுகுமுறை, நடவடிக்கைகள் ஆகியவை சந்தை முறை வளர்ச்சியுற பெரிதும் உதவின.

சந்தை வர்த்தக அமைப்பில் விநியோக முறையானது சமுதாயத்தில் ஒன்றுக்கொன்று இணைப்பை ஏற்படுத்திக் கொடுத்தது. பொதுவாகச் சந்தை அமைப்பின் வளர்ச்சியில் கைவினைஞர்களின் பங்கு மிகைப்படுத்திக் கூறப்படுகிறது. ஆனால், உற்பத்தியில் விவசாயத்தின் பெரும்பங்கைப் போன்று மாவட்ட – நகரியக் கைவினைஞர்களின் பங்களிப்பை எளிதாக ஒதுக்கிவிட முடியாது.

சந்தை அமைப்பின் வளர்ச்சிக்குத் தொழிலாளி குழுமத்தினர் ஆற்றிய பங்கையும் தவிர்க்க முடியாது. வளம்பெற்ற விவசாயம் உணவிற்காக மேலும் மேலும் உற்பத்தியைப் பெருக்கியது. விவசாய வளர்ச்சியில்லாமல் பொருளாதார வளர்ச்சியில்லை எனலாம். பெரும் தொழிற்சாலைகள் உருவாக வேண்டிய கட்டாயத்தை அவை உருவாக்கின.[12]

உணவு உற்பத்தியைப் பெருக்கும் நோக்கத்துடன் நிலம் பெருமளவில் விளைநிலமாக மாற்றப்பட்டது. இதன் தொடர்ச்சி யாகத் தற்காலச் சமூகத் தேவையான ஆடை உற்பத்தியிலும் தொழிலாளர்களின் கவனம் செல்ல ஆரம்பித்தது. உற்பத்தி செய்த பொருட்களைச் சேமித்துவைக்க மண்பாண்டங்களையும் கூடைகளையும் தயாரிக்கத் தொடங்கினர். உபரி உற்பத்தியின் காரணமாக கொல்லர், பொற்கொல்லர், தச்சர், தோல் பதனிடுவோர் ஆகிய தொழிலாளர்களின் வாழ்க்கையும் வளம் கொழிக்க ஆரம்பித்தது. உபரிப் பொருட்களின் வருகையால் சந்தை அமைப்பில் அவ்வப்போது பண்டமாற்றும் நடைபெற்றது.

வரலாற்று ஆய்வுகளை மேற்கொள்வதற்குச் சான்றாதாரங்கள் அடித்தளமாக அமைகின்றன. அத்தளங்களின் மீது வரலாறு எனும் மாபெரும் கட்டுமானம் எழுப்பப்படுகிறது. சாரமற்ற, பலமற்ற சான்றாதாரங்கள்மீது அக்கட்டுமானம் எழுப்பப்பட்டால்

---

12. Peter F.Drucker, The Age of Discontinuity 1960 P-37

காலப்போக்கில் அட்டையால் எழுப்பப்பட்ட வீட்டைப் போன்று அது சரிந்து வீழ்ந்துவிடும். தரமான சான்றுகளின் அடிப்படையில் எழுப்பப்படும் கோட்பாடுகளே காலத்தை வெல்லுமளவிற்கு வல்லமையுள்ளது. எனவே, வரலாற்று ஆய்விற்குச் சான்றாதாரங்கள் அளப்பரிய உதவிசெய்கிறது.

கோட்டாறு பற்றிய ஆய்விற்கு உள்ளூர், அயல் இலக்கியங்களைப் போன்று கல்வெட்டுகளும் நாணயங்களும் மிகுந்த உதவிபுரிந்திருக்கின்றன. அயல் இலக்கியங்களைப் பொறுத்தவரையில் மாலுமிகள், வர்த்தகர்கள், யாத்ரீகர்கள், கிறிஸ்தவ மதத்தைப் பரப்ப வந்தோர் ஆகியோரது குறிப்புகளும் வீரதீரச் செயல்புரிய வந்தோரின் பயணக்குறிப்புகளும் மிகுந்த கவனத்துடனும் எச்சரிக்கையுடனும் கையாளப்பட்டுள்ளன. வரலாற்று அடிப்படையிலான அவற்றின் மதிப்பு சிறப்பாகவே கருதப்பட்டுள்ளது.

தென்னிந்திய அரசர்களில் குறிப்பாகப் பாண்டியர்கள், சோழர்கள், பெருமாள் மன்னர்கள், ஆய்மன்னர்கள், விஜயநகர நாயக்க மன்னர்கள், திருவிதாங்கூரை ஆண்ட மன்னர்கள் ஆகியோர் கோட்டாற்றை ஒரு விறுவிறுப்பான வர்த்தக மையம் எனக் குறிப்பிட்டுள்ளனர். மேற்குறிப்பிட்டுள்ள மன்னர்களின் அரவணைப்பும் ஆதரவும் கோட்டாறுக்கு எப்போதுமே இருந்து வந்துள்ளது. அவர்களைப் பற்றிய வரலாற்றுச் சான்றுகள் மூலம் இவை தெரியவருகின்றன. இவை தவிர வெளியிடப்படாத ஆய்வுக் கட்டுரைகள், கருத்தரங்கங்கள், மாநாடுகளில் சமர்ப்பிக்கப்பட்ட கட்டுரைகள் ஆகியவை கோட்டாற்றைப் பற்றி அறிந்துகொள்ள உதவுகின்றன.

அணுகு முறை (Method of Approach)

கோட்டாறு பற்றிய ஆய்வு ஏழு அதிகாரங்களைக் கொண்டுள்ளது. முதல் பகுதி ஆய்வு பற்றிய நோக்கம் சம்பந்தமாகவும், (அதுபற்றிய விளக்கம் வழிமுறை உட்பட) இரண்டாம் பாகம் வர்த்தகத்தில் கோட்டாற்றின் பங்கு பற்றியும் (குறிப்பாக வியாபாரத்திற்காகக் கோட்டாற்றிற்குக் கொண்டுவரப்பட்ட பொருட்கள், வெளி வர்த்தகத்திற்குக் கொண்டுசெல்லப்பட்ட பொருட்கள்) விரிவாக விளக்கப்பட்டுள்ளது. விவசாய உற்பத்திப் பொருட்கள், விவசாயம் சாரா உற்பத்திப் பொருட்கள் ஆகியவற்றிற்கு முக்கியத்துவம் கொடுக்கும் அதே வேளையில் கைவினைப் பொருட்கள், கலையம்சப் பொருட்கள், நெசவு உற்பத்தி ஆடைகள், பருத்தி ஆடைகள், பட்டு நெசவு, ஆடைகளுக்குச் சாயம் ஊட்டுதல், அதைச் சார்ந்த தொழில், மண்பாண்டம் வனைதல், உப்பு உற்பத்தி, உலோக வார்ப்புத் தொழில் ஆகியவையும் விளக்கப்பட்டுள்ளன.

மூன்றாம் பகுதியில் கோட்டாற்றிற்கு வடக்கு, கிழக்கு, மேற்கு ஆகிய பகுதிகளிலிருந்து வந்து குடியேறிய கைவினைஞர்கள் பற்றிக் குறிப்பிடப்பட்டுள்ளது. மேலும், இப்பகுதியில் நகரின் மக்கள்தொகை குறித்தும் நகர அமைப்பு குறித்தும் விளக்கப் பட்டுள்ளது.

அடுத்த பகுதி காலப்போக்கில் கோட்டாற்றைச் சுற்றியுள்ள பகுதிகள் கோட்டாற்றின் நகரிய வளர்ச்சிக்கு எவ்வாறு உதவின என்பது குறித்து விளக்குகிறது. ஐந்தாம் பகுதி, கோட்டாற்றின் உள்ளேயும் வெளியேயும் உள்ள போக்குவரத்து கட்டமைப்பு குறித்து விளக்குகிறது. கடல், தரை மார்க்கங்கள் இதில் அடங்கும்.

ஆறாம் பகுதி கோட்டாற்றுக்கு இடம்பெயர்ந்து வந்த பலதரப்பட்ட மக்கள் குறித்தும் அவர்கள் மேற்கொண்டிருந்த பலதரப்பட்ட தொழில்கள் குறித்தும் கோட்டாறு எவ்வாறு ஒரு நகரமாக உருவெடுத்தது என்பது குறித்தும் விளக்குகிறது.

இறுதியாக மேற்குறிப்பிட்டுள்ள ஆய்விலிருந்து சில பொதுவான, சிறப்பான கருத்துருவாக்கம் குறித்து விளக்கப் படுகிறது. ஆய்வுக்கு உதவிகரமாக இருந்த முதல்நிலை, இரண்டாம் நிலைச் சான்றாதாரங்கள் குறித்த பட்டியல், நூல்பட்டியல் (புள்ளி விவரங்கள் உட்பட) ஆகியவையும் இதில் அடங்கும்.

நகர அமைப்பும் வளர்ச்சியும்

நகரங்களுக்கெனச் சில பொதுவான அம்சங்கள் காணப்படுகின்றன. இவை அனைத்து நகரங்களுக்கும் பொருந்தும். நகரத்தின் மத்தியில் ஒரு நிரந்தரமான சந்தை காணப்படும். இங்கு வசிக்கும் குடிமக்கள் பெரும்பாலும் விவசாயிகளாக இருப்பர். இந்நகரம் வர்த்தக மையமாகவும், கைவினைப் பொருட்களின் உற்பத்தி மையமாகவும் இருக்கும். செயற்கையாக உருவாக்கப்பட்ட நீர்த்தேக்கம் அல்லது ஆறுகளிலிருந்து அந்நகருக்குத் தேவையான குடிநீர் விநியோகிக்கப்படும்.

நியாயமான மக்கள்தொகை கொண்ட குடியிருப்பை நகரம் எனப் பெயரிட்டு அழைக்கும்போது, அது அரண்மனையை உள்ளடக்கியதாகவும், மண் அல்லது செங்கல்லால் கட்டப்பட்ட சுற்றுச்சுவரைக் கொண்டதாகவும் காணப்படும்.[13] அதைச் சுற்றிலும் ஆழமான அகழி வெட்டப்பட்டிருக்கும். இறுதியாக, நகரம் நிர்வாகத் தலைநகரமாக மாறும். பெரிய துறைமுகங்களைப்

---

13. கி.பி.1096ஆம் ஆண்டு முதலாம் குலோத்துங்கனின் படைகள் கோட்டாற்றைக் கைப்பற்றும்போது, அங்கு கோட்டைச் சுவர்களால் சூழப்பட்டிருந்ததைப் பாண்டிநாட்டு வரலாற்றுச் சான்றுகள் குறிப்பிட்டுள்ளன.

பொறுத்தவரைக்கும் மேற்குறிப்பிட்டுள்ள வசதிகளுடன் கடலுடன் உள்ள நெருக்கம் (துறைமுகம் அல்லது கழிமுகம் மூலமாக) இன்றியமையாதது ஆகும். ஏனெனில், கரையைத் தொட்டு நிற்கும் கப்பல் நங்கூரமிட்டு நிற்க வசதியாக இருக்கும்.

நகரின் அடிப்படை செயல்பாடுகளாகக் கீழ்க்கண்ட அம்சங்களை எடுத்துக் கொள்ளலாம்:

ஒரு நகரம் மத்திய அரசாங்கத்தின் நிர்வாகத் தலைநகர மாகவோ மாநில அரசின் நிர்வாகத் தலைநகரமாகவோ செயல்படலாம். முதல் வகையான தலைநகரங்கள் இயல்பாகவே நிர்வாகத்தை நடத்துவதற்கென மட்டும் உருவாக்கப்பட்டிருக்கும். காலப்போக்கில் அவை வர்த்தக, கைவினைப் பொருட்களை உற்பத்தி செய்யும் மையங்களாக மாறியிருக்கும். மத்தியிலுள்ள அரசவையின் வளர்ச்சி, பிரபுக்களையும் அவர்கள் சார்ந்த பரிவாரங்களையும், ராணுவம், நிர்வாக அலுவலர்களையும் ஏராளமான கைவினைஞர்களையும் வியாபாரிகளையும் கவர்ந்திழுத்தது. அவ்வாறு வர்த்தகம் மற்றும் தொழிற்சாலைகளால் முன்னுக்கு வந்த நகரங்கள் நிர்வாகத் தலைநகரம் என்ற அந்தஸ்தை இழந்தபோதிலும் நல்ல வளமை பெற்றிருந்தன என்பது குறிப்பிடத்தக்கது.

வர்த்தகரீதியாகவும், தொழில் வளர்ச்சியிலும் முக்கியத்துவம் பெற்று பின்நாட்களில் நிர்வாகத் தலைநகரங்களாக மாறிய நகரங்களை இரண்டாம் வகையாகக் கொள்ளலாம்.

மூன்றாம் வகையாக உற்பத்தி நகரங்களைக் கூறலாம். சில நகரங்கள், சில குறிப்பிட்ட பொருட்களை உற்பத்தி செய்வதில் தனித்தேர்ச்சி பெற்றுப் புகழ்பெற்றிருக்கும். ஐரோப்பிய வர்த்தக கம்பெனிகள் இந்தியாவிற்கு வந்தபிறகு இங்குள்ள உற்பத்தியாளர்களின் தேவை அதிகரித்தது. உதாரணமாகப் பருத்தித் துணிகள், காடா பட்டுத் துணிகள், பட்டுத் துணிகள் ஆகியவற்றின் தேவை ஐரோப்பிய, ஆசிய நாடுகளின் சந்தைகளில் அதிகரிக்கத் தொடங்கியது. சில நகரங்களின் வளர்ச்சிக்கு இதுவே புதிய காரணியாக அமைந்தது. ஏனெனில், பருத்தி ஜவுளித் தொழிலை ஊக்குவிக்கும் மையங்களாக அந்நகரங்கள் மாறியிருந்தன என்பது குறிப்பிடத்தக்கது.

சில குறிப்பிட்ட பகுதிகள் விவசாயப் பொருட்களின் உற்பத்திக்குப் புகழ்பெற்றதால் அங்கு நகரங்கள் தோன்றத் தொடங்கின. இது நான்காம் வகையாகும்.

ஐந்தாம் வகை நகரங்கள் கப்பல் போக்குவரத்துள்ள நதிக் கரைகள் அல்லது தேசிய நெடுஞ்சாலைகளின் ஓரங்களில்

உருவாகத் தொடங்கின. நீர், நிலவழியில் அடிக்கடி சாரை சாரையாகச் சென்றுவரும் வியாபாரிகளால் இம்மாதிரியான நகரங்கள் வளர்ச்சியுற்றன. இந்நகரங்களில் கடல்வழியாகவும் நிலம் வழியாகவும் கொண்டு வரப்படும் பன்னாட்டுப் பொருட்கள் விற்பனைக்குக் குவித்துவைக்கப்பட்டன. இவை வர்த்தகப் போக்குவரத்துச் சாலைகளின் அருகில் அமைந்திருந்ததால், உற்பத்தியாளர்களை ஊக்கப்படுத்துவதற்கு அதுவே போதுமானதாகக் காணப்பட்டது. அவர்கள் தாங்கள் உற்பத்தி செய்த பொருட்களை இந்நகரச் சந்தைகளில் எளிதாக விற்பனைக்குக் கொண்டுவந்தனர். அங்கு வரும் பொருட்கள் அனைத்தையும் பெரிய வியாபாரி ஒருவரே வாங்கிக்கொள்வார். இரண்டாவதாக, இவ்வாறு ஏராளமான வியாபாரிகள் வாங்க வரும்போது, பொருட்களுக்கு நல்லவிலை கிடைத்தன. நகர வளர்ச்சிக்கான மற்ற காரணிகளுடன் ஒப்பிடும்போது, பெரும்பாலான நகரங்களின் எழுச்சிக்கும் வளர்ச்சிக்கும் வர்த்தகப் போக்குவரத்துச் சாலைகள் அருகில் அமைவதே வளர்ச்சியின் முன்னோடிக் காரணியாக உள்ளது.

ஆறாம் வகை மேற்குக் கடற்கரையிலுள்ள துறைமுக நகரங்கள் பற்றியது ஆகும். பதினாறாம் நூற்றாண்டில் இங்குள்ள சில நகரங்கள் கடல்சார் முக்கிய வர்த்தக மையங்களாக மாறியிருந்தன.

புனித யாத்ரீக மையங்களாகத் திகழ்ந்தவை ஏழாம் வகை. இவற்றில் பெரும்பாலானவை புனித நதிகளாகக் கருதப்படும் நதிகளின் கரையோரமாக அமைந்திருந்தன. நதிகளின் புனிதமும் அவை நகரங்களின் அருகில் அமைந்திருந்த தன்மையும் வர்த்தக வளமையை ஊக்கப்படுத்தியது. இப்புனிதத் தலத்திற்குப் புனித யாத்ரீகர்கள் நிரந்தரமாக வந்துகொண்டிருந்த காரணத்தால் தொலைதூரத்திலும் அருகிலும் உள்ள கைவினைஞர்களும் வியாபாரிகளும் தொழிலாளர்களும் புனித தலத்தால் கவரப்பட்டார்கள். வர்த்தகத்தின் தன்மையைப் பொறுத்து அவர்கள் எண்ணிக்கையும் பெருக ஆரம்பித்தது.

எட்டாவது வகை நகரங்கள். அவை அமைந்திருந்த பகுதி ராணுவ முக்கியத்துவம் வாய்ந்ததால் புகழ்பெற்றன. இதையொட்டி வர்த்தகரீதியாகவும் முக்கியத்துவம் பெறத் தொடங்கியது.

பெரும்பாலான நகரங்கள் ஆற்றங்கரைகளை ஒட்டியே வளர்ச்சி பெற்றிருந்தன. ஏனெனில், ஆறுகளால் அபரிமிதமான தண்ணீர் வசதியும் பாதுகாப்பு வசதியும் போக்குவரத்து வசதியும் கோடைக் காலங்களில் வாழ்வதற்கேற்ற காலநிலையையும் அங்கு வாழ்பவர்களால் பெற முடிந்திருந்தது.

ஆறுகள் பாயாத இடங்களில் தோன்றும் நகரங்களில் மனிதர்களும் கன்றுகாலிகளும் பல்கிப் பெருகும்போது, மழையால் மட்டுமே நீர் வசதிபெறும் கிணறுகளாலும் குளங்களாலும் அவற்றின் நீர்த் தேவையை வருடம் முழுவதும் பூர்த்திசெய்ய இயலாது. இதன் காரணமாகத்தான் பழம்பெரும் நகரங்களான மொகஞ்சதாரோ, ஹரப்பா போன்றவை சிந்து, ரவி ஆகிய நதிகளின் கரைகளில் தோன்றின. மொகலாயர்களின் காலத்தில் சில நகரங்கள் தவிர பல முக்கிய நகரங்கள் நதிகளின் கரையோரத்தில் அமைந்தன. தண்ணீர் வசதிக்கு அப்பாற்பட்டு, கப்பல் போக்குவரத்து வசதியுள்ள நதிகளால் போக்குவரத்து வளம் பெற்றது. நதிநீர்ப் போக்குவரத்து வேகம் குறைந்ததாக இருந்தாலும் மலிவாகவும், ஆபத்து குறைந்ததாகவும், இடவசதி நிறைந்ததாகவும் காணப்பட்டது.[14]

ஒரு நகரம் தோன்றுவதற்கான பல காரணங்கள் மேலே விளக்கப்பட்டுள்ளன. அவற்றில் பெரும்பாலானவை கோட்டாறு நகரம் உருவாவதற்கான காரணங்களுக்குச் சந்தேகமின்றி பொருந்தும். இவ்வாராய்ச்சியின் தலைப்பே அந்த அடிப்படையில்தான் தேர்வுசெய்யப்பட்டுள்ளது என்பது கவனத்தில் கொள்ளத்தக்கது.

நகரிய வளர்ச்சியின் பின்னணி

சமூக, பொருளாதார நிலை நகரிய வளர்ச்சியின் பின்னணிக் கூறுகளாகக் காணப்படுகிறது. இவை ஒரு பகுதி சார்ந்த பொருளாதாரக் கட்டமைப்புடனும் தொழில்நுட்ப வளர்ச்சியுடனும் தொடர்புடையவை ஆகும். சமூகநிலை என்பது பாரம்பரியம், மரபு, மதம், அரசியல் சித்தாந்தங்களுடன் சம்பந்தப்பட்டவை ஆகும். ஒரு நகரத்தின் நிர்வாகம், மதம், கலாச்சாரம் ஆகியவற்றால் ஊட்டி வளர்க்கப்படுவது சமூக நிலையாகும். ஒரு பகுதியின் அரசியல் சூழ்நிலை மாறும்போது, அப்பகுதியின் இருப்பிட முக்கியத்துவம் மாறுகிறது. இதனால் அந்நகரின் நிர்வாகத்திலும் பாதுகாப்பிலும் மாற்றங்கள் ஏற்படுகின்றன.

ஒருபகுதி சார்ந்த செல்வவளம் என்பது நகர வளர்ச்சியை ஊக்குவிக்கும் மற்றொரு சாதகக் காரணியாகும். இக்காரணி அறிவு வளர்ச்சியுடன் இணைந்து வளர்கிறது. இவ்வளம் மக்களைத் தன்பால் இழுப்பது மட்டுமல்லாமல், நகர வளர்ச்சிக்கு இன்றியமையாத மக்கள்தொகை உயர்வையும் அளிக்கிறது.

---

14. Town, Market, Mint and Port in Mughal Empire. 1556 -1707, M.P. Singh, New Delhi-1985. Page -1,3,4,6,7,8,11,12 and 13

'மானசரா', 'மாயமதா' ஆகிய நூல்களில் நேர்த்தியான நகரங்களின் அமைப்பு குறித்து விளக்கப்பட்டுள்ளது. மண் பரிசோதனை, இடத்தேர்வு, வீடுகள் அமையவிருக்கும் திசைகள், கட்டடங்கள் அடிப்படையில் நில சமவெளியைப் பிரித்தல், தெய்வங்களுக்கு வழிபாடு நடத்துதல், கிராமங்களையும் நகரங்களையும் திட்டமிடல், கட்டுமானங்களின் பல்வகைப் பிரிவுகள், வீட்டுமுன்பு வாசல்களை அமைக்கும் முறை, கோயில், அரண்மனைகளைக் கட்டும் முறை எனப் பல்வேறு தலைப்புகளில் எழுதப்பட்டுள்ளது.

பெரும்பான்மையான நகரங்கள் சந்தைகளைச் சுற்றி நெருக்கமாக அமைந்திருந்த குடியிருப்புகளிலிருந்துதான் தோன்றியது என்பது குறிப்பிடத்தக்கது.

இயற்கைத் தாதுவளத்தின் தன்மைபெற்ற, தாதுக்கள் நிறைந்த, சுரங்கவளம் பெற்ற, கடினப்பாறைகள் நிறைந்த, களிமண் அடுக்கு நிறைந்த சில குறிப்பிட்ட கலைகளில் தனித் தேர்ச்சிபெற்ற கிராமங்கள் தனி முக்கியத்துவம் பெற்றிருந்தன. பெரும்பாலும் வர்த்தகம் நடைபெறும் பகுதிகளை இணைக்கும் சாலை ஓரங்களில் அமைந்துள்ள கிராமங்கள் வேகமாக வளம்பெற்ற நகரங்களாக மாறத் தொடங்கின.

ஆற்றுப்படுகை சார்ந்த நகரங்கள், ராணுவ அமைப்பு, சுகாதாரத்தின் பார்வையில் சிறந்த நன்மைகளைப் பெற்றிருந்தன. நிலம் வழியாக இருபகுதிகளை இணைக்கும் சாலைகள் ஏராளமான வர்த்தக வசதிகளைப் பெற்றிருந்தன. எனவே, குறுக்கும் நெடுக்குமாகச் செல்லும் சாலைகள், வழிகளை ஒட்டி கிராமங்களும் நகரங்களும் அமைந்திருந்தன.

இம்மாதிரியாக நகரங்கள் கடற்கரையையொட்டி அமைந்திருந்ததால் அவை பட்டினங்கள் அல்லது துறைமுக நகரங்கள் என அழைக்கப்பட்டன. இம்மாதிரியான நகரங்களில், இதரத் தீவுகளிலிருந்து பொருட்கள் அபரிமிதமாக இறக்குமதி செய்யப்பட்டன. இங்கு பலதரப்பட்ட மக்கள் வாழ்ந்த காரணத்தால் பொருட்களை வாங்குதல், விற்றல் என்ற வகையில் ஏராளமான வர்த்தகப் பரிமாற்றங்கள் நடைபெற்றன. இந்நகரில் தங்கநகைகள், விலையுயர்ந்த கற்கள், நாணயங்கள், பட்டுத்துணிகள், வாசனைத் திரவியங்கள் ஆகியவை நிரம்பி வழிந்தன.[15]

---

15. Mayanmatam Page 55, 57

நகரக் குடியிருப்பின் உட்கருவாகப் புனிதச் சரணாலயமோ அல்லது துறவியின் இருப்பிடமோ திகழ்ந்தது. புனித யாத்ரீகர்கள், மாணவர்களின் வருகையால் ஒய்வு விடுதிகளுக்கும் கடைகளுக்குமான தேவை அதிகரிக்கத் தொடங்கியது. விரைவில் இந்நகரம் பிரமாண்டமான புனித நகரமாகவோ அல்லது பல்கலைக்கழக நகராகவோ உருவெடுத்தது. பிற்காலத்தில் மதச்சார்பற்ற நிர்வாகத்தால் அரசாங்கத்தின் தலைநகரமாக உருவாக்கப்பட்டது.

நகரங்களின் வகைகள்

பட்டணங்களும் துறைமுக நகரங்களும் *Nigamas* அல்லது சந்தையை அடிப்படையாகக் கொண்ட நகரங்களும் நகர வர்த்தக மையங்களை இணைக்கும் பெருவழிகளை ஒட்டி அமைந்திருந்தன. இலக்கியரீதியில் *Nagama* என்பதற்கு வர்த்தகப் பெருவழிகள் எனப்பெயர். விகாரங்கள் அல்லது பல்கலைக்கழக நகரங்கள், கோயில் நிறைந்த நகரங்கள் என நகரங்கள் பல வகைப்படும்.

இவை தவிர உள்நாட்டு நகரங்களில் துறைமுக நகரங்கள் வர்த்தகரீதியில் அதிக முக்கியத்துவம் பெறுகின்றன. இம்மாதிரியான நகரங்கள் இந்தியாவின் கடல்சார் வர்த்தகத்திற்குத் திறவுகோலாக அமைந்தன.[16]

இந்தியாவின் மேற்குக் கடற்கரையோரமாக முதன்முதலில் வந்திறங்கியவர்கள் அரேபியர்களும் ஆப்பிரிக்கர்களும் ஆவர். இவர்களைக் கடலுக்கு அப்பாலிருந்து வந்தவர்கள் *(From beyond the sea* அதாவது *Mu-Abbar)* என அழைத்தனர். இபின்பாதுஷாவின் பயணக்குறிப்புகளை மொழிபெயர்த்த டாக்டர் லீ, அதை முயாபர் *(Muabbar)* எனக் குறிப்பிட்டுள்ளார். மலபார் என்ற வார்த்தையின் பொருள் தெரியாமலேயே அவ்வாறு அழைக்கப்பட்டது. தங்கள் நாட்டிற்கும் தாங்கள் பேசிய மொழிக்கும் பொருத்தமான ஐரோப்பிய மொழியில் அவ்வாறு அழைக்கப்பட்டதாக மலபார்வாழ் மக்கள் எண்ணியிருந்தனர். இதைப்போன்று கடல்கடந்து வந்தவர்கள் இந்தியாவின் கிழக்குக் கடற்கரையிலும் வந்திறங்கினர். தவறாகக் கிழக்குக் கடற்கரைக்கும் மலபார் எனப் பெயர்சூட்டி அழைக்க ஆரம்பித்தனர்.

காலப்போக்கில் மலபார் என்ற சொல் பெரும் மாற்றத்திற்கு உள்ளாகியது. கிரேக்கக் கடற்கரைவாழ் தமிழர்களுக்கு *A* அல்லது

16. Journal of Indian History AP. May -1942 .Ed.S.Krishnaswamy Ayyankar -Oldest Indo- Aryan Cities Page - 61 - 64

B என்ற சொல்லைச் சரியாக உச்சரிக்க இயலவில்லை. எனவே, *Muabbar* என்ற சொல் எளிதாக *Mapila* என அழைக்கப்பட்டது. அவ்வாறு மருவியதன் காரணமாக ஆப்பிரிக்க இனமக்களின் வாரிசுகள் (வம்சாவளியினர்) *Moplas* என அழைக்கப்படுகின்றனர். இவ்வாறான அந்நியருக்கும் இந்துக் குடும்பப் பெண்களுக்கும் திருமண உறவின் காரணமாகப் பிறந்த குழந்தைகளை இந்தி மொழியில் *Dobhashi* அல்லது *Two Languaged* (துபாசி அல்லது இரட்டை மொழி பேசுபவர்கள்) என அழைக்கப்பட்டனர். எனவே *Dobhash* என்றசொல் மொழிபெயர்ப்பாளர் எனப் பதப்பட்டது. இதை அறிஞர் விர்ஜில் *(Virgil) Bilingues* அதாவது இருமொழி பேசுபவர் என்ற பதத்தில் பயன்படுத்தியுள்ளார். அக்காலத்தில் இச்சொல்லையும் தமிழ் பேசுபவர்களால் சரியாக உச்சரிக்க இயலவில்லை. அதாவது *D or Bh* ஆகிய எழுத்துக்களை உச்சரிக்கச் சிரமப்பட்டனர். எனவே, அந்தச் சொல்லை *Pasi* என மாற்றி அழைத்தனர். அதிலிருந்து *Topass* என்ற சொல் பிறந்தது. தற்போது கலப்பின ரத்த உறவில் *(Mixed Blood)* பிறந்தவர்கள் அப்பெயரால் அழைக்கப்படுகிறார்கள்.

மார்க்கோ போலோவின் கடற்பயணங்கள் *(Marco Polo's Voyages)* என்ற நூலை ஆங்கிலத்தில் ரைட்ஸ் *(Wrights)* பதிப்பித்துள்ளார். *In BohnsLibrary 12 mo. Page - 395* பக்கத்தில் *Maaba* என்ற சொல்லின் பொருள் சரியாக விளக்கப்பட்டுள்ளது. ஆனால், இதன் மூலக்கட்டுரை அரேபிய மொழியிலிருந்து மொழிபெயர்க்கப்பட்டுள்ளது *[Prinsaps Journal or the Asiatic Society (Aug. 1836 Page-458)]*. இதன்படி மேற்குக் கடற்கரைக்கு *Monibar* எனப்பெயர். இது தவறாக *Monembar* என அச்சிடப்பட்டுள்ளது. அரேபியர்கள் இந்நாட்டை *Bilid- Ul-Falfal* அதாவது நல்ல மிளகு விளையும் நாடு *(The land of Pepper)* என அழைத்தனர். *(See Sir W.M. JONNERSS Description of India Chapter iii which is in his works xii Page- 387)* இந்துக்கள் *Western Revu or Coast* (கரை)யை *Korchi Reve* என அழைத்தனர். அதை நாம் *Cochin* அல்லது கொச்சி என அழைக்கிறோம். *Calicut*-ஐச் சரியாக அழைக்க வேண்டுமெனில் *Kallee Kota* எனவும் *Aulay-Polay*-ஐ *Alleppie* எனவும் அழைக்க வேண்டும். *Kollam* என்ற சொல் நவீனப்படுத்தப்பட்டு *Quilon* ஆயிற்று. மேலே குறிப்பிட்டுள்ளது போன்று இந்தியாவின் கிழக்குக் கடற்கரையில், சென்னை மாநகரத்திற்கு வடதிசையில் ஓரிரு மைல்களில் *Kuru Manil* குரு ம்ண்ணில் அல்லது *Black Sand* (கருமண்) கிராமம் உள்ளது. ஆரம்ப காலங்களில் கிழக்குக் கடற்கரையில் வந்திறங்கிய போர்த்துக்கீசிய மாலுமிகள் இக்கிராமத்தை *Coromandel* என உச்சரித்தனர். காலப்போக்கில் அக்கடற்கரை முழுவதையும் அப்பெயராலேயே

அழைத்தனர். இந்துக்களுக்கு இந்தச் சொல் தெரிந்திருக்கவில்லை. பிற்காலத்தில் இப்பகுதி *Shazha Mandal* என அழைக்கப்பட்டது. இதற்கு மக்காச்சோளம் விளையும் பூமி *(The Land of the grain called Maize)* எனப் பொருள். ஆனால், மக்காச்சோளம் குறிப்பிட்ட மாவட்டத்தில் விளையும் தானியம் என்றில்லாமல் பரவலாக விளையும் தானியம் என்பது குறிப்பிடத்தக்கது. சிலர் இப்பகுதியை *Kuru-Mandal* என அழைத்தனர். ஆனால், குரு இனமக்கள் *Kuru Race* வட இந்தியாவில் அல்லாமல் தென் இந்தியாவில் வாழவில்லை என்பது இங்கு குறிப்பிடத்தக்கது.[17]

பம்பாய் துறைமுகம், நகரம் குறித்து பெரிபுளூஸ் கீழ்க் கண்டவாறு எடுத்துரைக்கிறார்: "சர்கேன்ஸ் *(Sarsganes)* காலத்தில் சட்டப்பூர்வமான, வழக்கமான சந்தையாக இருந்த பம்பாய் துறைமுகமும் அதைச் சுற்றியுள்ள பகுதிகளும் மாபெரும் நகரமாக உருவெடுத்துள்ளன."[18]

கோட்டாறு – அமைப்பிடம்

தென் திருவிதாங்கூர் பகுதியில்அமைந்துள்ள இம்முக்கிய வர்த்தக நகரம் குமரிமுனைக்கு வடக்கில் *(14^0 N.W இல்) Lat 8^0 13^1 N Long 77^0 41 E* இல் அமைந்துள்ளது.[19]

நாகர்கோவில் – அமைப்பிடம்

Lat 8^0 11, N Long 770 28^1 41^{11} E[20]

Cottate is Kottar: இது திருவிதாங்கூரின் பழையதலைநகரமாகும். தற்போது பரந்துபட்ட நாகர்கோவில் நகரத்தின் ஒருபகுதியாக விளங்குகிறது. மொத்த மக்கள்தொகை 26,000 ஆகும். கடற்கரையிலிருந்து *8^1 10^1 Long 77^0 29^0:5 1/2* மைல் தொலைவில் உள்ளது.

கி.பி.1730ஆம் ஆண்டு வேன் இன்ஹாஃப் *(Van Inhoff) (Journal in MS No:261)* கீழ்க்கண்டவாறு பதிவுசெய்துள்ளார்:

---

17. Journal of the Royal Asiatic Society. Vol V Part I II Article VII -On Malabar. Coromandal, Quilon etc. By. C.P. Brown. P-147
18. The Journal and Royal Asiatic Society of Great Brita and Ireland. For the first half year of 1912. London the periplus of Erythreen sea Translated from the Greek and annotated by Wilfred H. SCHOFF P-783&789.
19. Description of Hindustan and the Adjacent Countries. The Provinces of Travancore Walter Hamilton Esq Vol II London -1820 P -314.
20. Census of India. 1901 Vol XXVI Travancore. Report By .N. Subramanya Ayyar TVM.1903 P-22

"தேங்காய்ப்பட்டணத்திலிருந்து தூத்துக்குடிக்குக் கிளம்பும்போது, குளச்சலில் தங்கிச் செல்வது வழக்கம் (ஆங்கிலேயக் கணக்குப்படி 12 மைல்) அங்கிருந்து சரியாக 12 மைல் தூரத்தில் புள்ளைத்தோப்பு (கோட்டாறிலிருந்தும் 12 மைல்) உள்ளது. தேங்காய்ப் பட்டணத் திற்கும் கோட்டாற்றுக்கும் (கடற்கரை வழியாக) சரிபாதி தூரத்தில் ராஜாக்கமங்கலம் உள்ளது. கோட்டாறிலிருந்து கன்னியாகுமரிக்கு 16 மைல் தரைவழிப் பயணிகள் சந்தேகமின்றி Cottatte தான் Kottar என அடையாளம் கண்டுள்ளார்கள். மேலே குறிப்பிடப்பட்டுள்ள இடங்களில் எல்லாம் போர்த்துக்கீசிய ஆலயங்கள் காணப்படுகின்றன. கோட்டாற்றில் ஒரு புராதன ஆலயம் காணப்படுகிறது. இந்நகரம் இரண்டாயிரம் ஆண்டு பழமைவாய்ந்த ஒரு வர்த்தக நகரமாகும். கிரேக்கர்கள் இப்புராதன நகரத்தை Cottiara Metropolis என ஆங்கிலத்தில் அழைத்துள்ளார்கள். Pentingerian Tables இந்நகரத்தை Cottara எனக் குறிப்பிடுகிறது. 1739ஆம் ஆண்டு இங்குள்ள நிலையான வர்த்தகம் துணியாகும்".[21]

இந்தியாவின் தென்கோடியில் அமைந்துள்ளதாலும் நீர் நிலைகள் நிறைந்த வளமிக்க மண்வளத்தைக் கொண்டதாலும் இந்தியப் பெருங்கடல், அரபிக்கடல் ஆகியவற்றின் வர்த்தக முனையமாகக் கோட்டாறு விளங்கியதில் ஆச்சரியமில்லை. பிற்காலத்தில் ஐரோப்பிய, அரேபியக் கடலோடிகளுக்குக் கோட்டாறு ஒரு கம்பெனிச் சந்தையாக மாறியது. ஐரோப்பியர்கள் குறிப்பாக டச்சுக்காரர்கள், பாண்டியர்கள் கோட்டாற்றை நன்கு அறிந்திருந்தனர்.

கோட்டாறு குறித்து பிரபல வரலாற்றாசிரியர் திரு. நாகமய்யா, கீழ்க்கண்ட குறிப்பைப் பதிவுசெய்துள்ளார்: "கோட்டாறு அகஸ்தீஸ்வரம் தாலுகாவிலுள்ள வளமிக்க நகரப்பகுதி ஆகும். இது திருவனந்தபுரத்தையும் கன்னியாகுமரியையும் இணைக்கும் தேசிய நெடுஞ்சாலையில் அமைந்துள்ளது. இங்கு சுறுசுறுப்பாக இயங்கும் வணிக மையமொன்று அமைந்துள்ளது என்பது குறிப்பிடத்தக்கது. தொன்றுதொட்டு சர்வதேச வர்த்தக மையமாகவும் இது திகழ்ந்துள்ளது. இங்கு புராதனக் (நாகராஜா கோயில்) கோயிலொன்றும் புனித சவேரியாரால் நிறுவப்பட்ட கிறிஸ்தவ ஆலயமும் பழமைக்குப் பறைசாற்றுவதாகக் காணப்படுகிறது".[22]

---

21. JOURNAL IN M.S No:281 P-53
22. Travancore State Manual Nagamaiya Vol III P-587

கோட்டாறின் வர்த்தக முக்கியத்துவத்தின் காரணமாக குப்கா *(Kupagas)* மன்னனுக்கும் பாண்டிய மன்னன் இராஜ சிம்மனுக்கும் பரளியாற்றின் குறுக்கே கட்டப்பட்டுள்ள பாண்டியன் அணையில் வைத்துப் பெரும் போர் நடைபெற்றது. *11.1. 292 M.E. (A.D) 1107*இல் பாண்டிய மன்னன் இராஜசிம்மன் தோற்கடிக்கப்பட்டான். கோட்டாற்றை மையமாகக் கொண்ட நாஞ்சில் நாட்டின் முழுப்பகுதியும் எதிரியின் கைக்கு மாறியது. அப்போது (12ஆம் நூற்றாண்டின் முற்பகுதி) வடசேரி, வேணாட்டின் கிழக்கெல்லையாக விளங்கியது என்பது இங்கு குறிப்பிடத்தக்கது. கோட்டாறும் அதைச் சார்ந்த பகுதிகளும் சோழமன்னர்களின் காலத்தில் 'மும்முடிச் சோழ தேசம்' என அழைக்கப்பட்டது. இராஜேந்திரச் சோழன் கோட்டாற்றுக்கு மும்முடிச் சோழ நல்லூர் எனப் பெயர் சூட்டினான்.[23]

பெயர்க் காரணம்

Erymology அல்லது பெயர்க்காரணம் என்பது, காலப்போக்கில் ஒரு சொல், வடிவத்திலும் அதன் பதத்திலும் எப்படி மாற்றம் பெற்றது என்பன பற்றிய ஆராய்ச்சி எனப் பொருள்படும். இது மொழியியல் விஞ்ஞானத்தின் ஒரு பிரிவு ஆகும். மேலும், மொழியின் ஒரு சொல் எப்படித் தெரிவு செய்யப்பட்டது என்பது குறித்தும் விளக்குகிறது. *Erymology* அல்லது பெயர்க் காரணம் எனும் சொல் கி.பி. 1646ஆம் ஆண்டு தொட்டே பழக்கத்தில் இருந்துவருகிறது. சுருங்கக்கூறின், வரலாற்றுப் பின்னணியில், மொழியியலில் தனிஒரு சொல் என்னென்ன மாற்றங்களைப் பெற்றது என்பதைப் பெயர்க்காரண ஆராய்ச்சி நமக்கு விளக்குகிறது. இதனடிப்படையில் கோட்டாறு எனப் பெயர்வரக் காரணம் என்ன என்பது குறித்துக் காணலாம்.

கோட்டாறு: பெயர்க்காரணம்

ஒரு பகுதியில் வீடுகளின் எண்ணிக்கை கூடும்போது அங்கு குடியிருப்புகள் *(Colonies)* தோன்ற ஆரம்பிக்கின்றன. காலப் போக்கில் குடியிருப்புகள் நகரங்களாக மாறுகின்றன. நாகரிகங்கள் உருவாக ஆரம்பித்த காலம் தொடங்கி இந்த மாற்றங்கள் நடந்து கொண்டேயிருக்கின்றன. ஒரு இடத்தில் நிரந்தரமாகத் தங்க ஆரம்பித்த மனிதன் விவசாயத்தைத் தங்கள் வாழ்க்கைக்கு உகந்த தொழிலாகத் தேர்வுசெய்துகொண்டான். எனவே, நகர

23. Travancore State Manual Vol, I Nagamaiyya. P-251

வளர்ச்சிக்கு நாகரிகம், வரலாறு, அரசியல், பொருளாதாரம் ஆகிய காரணிகள் ஊக்கம் கொடுத்தன. பல நகரங்களின் வளர்ச்சிக்கு அப்பகுதியின் மண்வளமும் வற்றாத ஜீவ நதிகளும் ஆக்கமும் ஊக்கமும் கொடுத்துள்ளன. எனவேதான் உலக நாகரிகங்கள் பல ஆற்றங்கரைகளில் வளர்ந்து செழித்தோங்கி இருந்தன.[24]

கோட்டாற்றைப் பொறுத்தவரைக்கும் இது ஒரு காலத்தில் ஜீவ நதியாகப் பாய்ந்த பழையாற்றங்கரையில் அமைந்துள்ள நகரமாகும். பிற்காலத்தில் கோட்டாற்றின் ஒரு அங்கமாக நாகர்கோவில் நகரம் தோன்றியது. கோட்டாறு என்ற பெயர் அந்நகரின் கிழக்குப் பக்கம் பாயும் பழையாறு எனும் நதியுடன் தொடர்புடையது. பழையாறு கோட்டாறு நகருக்குள் நுழைவதற்கு முன்னால் நகரைவிட்டு விலகிச் சிறிது வளைந்து ஓடுகிறது. இந்த வளைவின் மேற்குக் கரையில் மக்கள் குடியேறி வாழ்ந்தனர். எனவே, அந்நகருக்கு கோட்டாறு (வளைந்த ஆறு) எனப் பெயர் வந்தது. தமிழில் கோட்டம் என்பதற்கு வளைவு (Bent) எனப் பொருள் உண்டு.[25]

கோட்டாறு பெயர்க் காரணத்திற்கான பழையாறு சங்க இலக்கியத்தில் பஃறுளி ஆறு எனக் குறிப்பிடப்படுகிறது. இதன் உற்பத்தி இடம் இன்னும் பரளியாறு என்று அழைக்கப்படுகிறது. இதன் முதல் அணை தலையணை என்று சொல்லப்படுகிறது. இதைப் பாண்டிய மன்னன் கட்டினான், ஆதலால் பாண்டியன் அணை என்றும் கூறுவர். இதற்குக் கோட்டாறு என்றொரு பெயருமுண்டு. புராணங்களில் இதைத் 'தந்த நதி' என அழைக்கின்றனர்.[26] பழையாறு என்ற பெயர் பிற்காலத்தில் ஏற்பட்டதுதான். நாஞ்சில் நாட்டுப் புத்தனாறு என்ற சிற்றாறு பிற்காலத்தில் வெட்டப்படவே தாய் நதியான இது பழையாறு எனப் பெயர்பெற்றது. இதை நாஞ்சில்நாட்டுக் காவிரி என்று கூறினாலும் பொருந்தும். கோடையிலும் பல்துளி நிறைந்து நீர்வளம் காக்கும் காரணத்தால் பஃறுளி எனப்பட்ட ஆறே

---

24. The shorter Oxford English Dictionary on Historical principles. Vol. I. Calcutta,1933.P-638 See also: The Random House Dictionary of the English Language, Bombay,1966, P- 490

25. Bectons Dictionary of Universel Information- Geography, Biography and History - Edited by George R. Emarson P-128

26. தமிழ் இடப்பெயராய்வு, டாக்டர் கி. நாச்சிமுத்து. 1983 பக்கம்– 21 Also See: திருத்தலம் கோட்டாறு (கோட்டாறு புனித சவேரியார் பேராலய ஆரம்ப வரலாறு) பாங்களூர் – 1988

நாஞ்சில் நாட்டுச் செழுமைக்குக் காரணமான பழையாறு என்பதை நாம் தெரிந்துகொள்ள வேண்டும்.[27]

கோட்டாறு எனப் பெயர்வரக் காரணமாக இருந்த பழையாறு தோற்றுவாயில் பரளியாறு எனவும், கோட்டாற்றைக் கடந்து செல்லும்போது பழையாறு எனவும், மணக்குடியில் கடலுடன் கலக்குமிடத்தில் பஃறுளி ஆறு எனவும் தற்போதும் அழைக்கப்பட்டு வருகிறது.[28]

கல்வெட்டளிக்கும் தகவல்

கி.பி. 1442ஆம் ஆண்டுவாக்கில், உத்தேசமாக 614 M.E.இல் 64 பிராமணக் குடும்பங்களுக்கு அகஸ்தீஸ்வரத்தில் நிவந்தங்கள், தானங்கள் அளித்தது குறித்துக் களக்காடு மன்னர் உதய மார்த்தாண்ட வர்மாவின் இரண்டு கல்வெட்டுகள் கீழ்க்கண்ட தகவல்களைத் தருகின்றன:

அம்மன்னர் தனது பிறந்தநாள் பரிசாக சுமார் 75 ¾ மா விவசாய நிலங்களைத் தானமாகக் கொடுத்துள்ளார். அதன் எல்லைகளைக் கூறும் கல்வெட்டு கீழ்க்கண்டவாறு குறிப்பிடுகின்றது.

“...மேல் பெருங்காலுக்கு மேற்கு, தென் எல்லை உதிரப்பட்டி யைச் சுற்றியோடும் கோட்டாற்றுக்கு வடக்கு ...”

இதில் சுற்றியோடும் கோட்டாற்றுக்கு வடக்கு என்பது சுற்றியோடக்கூடிய ஆறு எனப்பொருள் படுகிறது. இதுவே கோட்டாறு ஊருக்கு ஆகிவந்தது என்பது தெளிவு. மேலும் உதிரப்பட்டி எனக் குறிப்பிடப்பட்டுள்ள கிராமம் அகஸ்தீஸ்வரம் தாலுகா அலுவலகத்திற்கு (கச்சேரி) ஐந்து பர்லாங்கு தூரத்தில், பழையாற்றின் மறுகரையில் அமைந்துள்ளது என்பது குறிப்பிடத் தக்கது.[29]

---

27. முனிவரால் சாபத்திற்கு உள்ளாக்கப்பட்ட இந்திரன் சாப விமோசனத்திற்காக சுசீந்திரத்தில் தவம் இருக்க முற்பட்டான். வறட்சியின் காரணமாகத் தனது யானை ஐராவதத்திற்குக் கட்டளையிட்டு சுசீந்திரத்திற்கு ஆறு மூலம் நீர் வரவழைத்தான். இந்திரனின் ஐராவதம் யானை தன் கொம்பால் பூமியைக் கிளறி பழையாற்றை உருவாக்கியது. எனவே, அந்நதிக்கு ‘தந்த’ நதி என ஒரு பெயரும் உண்டு. See Also - Folk Song Vanniyari Maravankottai Dr.R. Natarajan. (Lines- 160-168)

28. செந்தமிழ்ச் செல்வி The South India Saiva Siddhanta works Thirunelveli P-46 திருவிதாங்கூர் தமிழ்நாட்டின் பகுதியே (கவிமணி தேசிக விநாயகம் பிள்ளை)

29. Kalakkadu Raja, The Ancient Travancore Prince (614.M.E) R. Chidambhara Krishna Aiyar. Appendix I Agasteeswaran Rock. Inscription (Western side) P- 262& 266

இலக்கியம், கல்வெட்டு ஆகியவற்றின் சான்றாதாரங்கள் அடிப்படையில் கோட்டாறு: ஒரு பார்வை

டாக்டர் K.K. பிள்ளையால் அடிக்கடி சண்டை நடக்கும் இடம் (Cock-Pit of South Travancore) எனக் குறிப்பிடப்பட்ட கோட்டாறுக்கென ஒரு தனித்துவம் உண்டு. சுமார் இரண்டாயிரமாண்டு வரலாறு இதன் பின்னணியில் உள்ளது. வெளிநாட்டுப் பயணிகளின் குறிப்புகளும் இலக்கியச் சான்றுகளும் கல்வெட்டாதாரங்களும் இதை உறுதிசெய்கின்றன. சங்க இலக்கியங்களில் குறிப்பிடப்பட்டுள்ள ஐவகை நிலங்கள் கோட்டாற்றைச் சுற்றியுள்ளன. வளமிக்க நாஞ்சில் நாட்டின் உட்கருவாகக் கோட்டாறு இருந்துவந்துள்ளது. எனவேதான் வர்த்தகரீதியாக இந்தியாவிற்கு வந்த வெளிநாட்டினரை இது ஈர்த்துள்ளது.

முதலாம் நூற்றாண்டில் இந்தியா வந்த பிளினி (Pliny) கோட்டாற்றை Kottara எனக் குறிப்பிடு கிறார். தென் இந்தியாவின் குறிப்பாகத் தெற்கு மலபாரின் மேற்குக் கடற்கரையிலுள்ள பல முக்கிய இடங்களைப்பற்றிக் குறிப்பிடும்போது, கோட்டாற்றையும் குறிப்பிட்டுள்ளார். அப்போது வர்த்தகரீதியிலுள்ள முக்கியத்துவத்தைத் தவிர வேறு செய்திகள் கோட்டாற்றைப்பற்றி இல்லை எனலாம்.

கிரேக்க எழுத்தாளர்கள் கன்னியாகுமரி பற்றிக் குறிப்பிடும் போது, கன்னியாகுமரியில் வடதுருவ நட்சத்திரத்தைக் காணலாம் எனக் குறிப்பிட்டுள்ளனர். திருநெல்வேலியில் ஓடும் தாமிரபரணி ஆற்றைச் சம்ஸ்கிருத எழுத்தாளர்கள் 'பொருணி' எனக் குறிப்பிட்டுள்ளனர். இதற்குக் 'கள் ஓடும் ஆறு' (Toddy River) எனப்பெயர். கிரேக்கர்கள் சங்குஆறு (Chunk River) என அழைத்துள்ளனர்.¹

இலங்கையின் மகாவம்சம் பாண்டியர்களின் தலைநகரம் 'கொற்கை' எனக் குறிப்பிடுகிறது. ஆனால், கிரேக்கர்கள், தாமிரபரணியைத் தம்பபுண்ணி (Tambapunny) எனக் குறிப்பிட்டுள்ளனர் (தாமிர தாதுக்கள் நிறைந்த ஆறு).

சம்ஸ்கிருத வானசாஸ்திர இயலாளரான வராக மிகிரா (Varauha Mihira) பாண்டிய, சோழ, கேரள நகரங்களை 'நவண்காண்டு' (Nava Khand) எனவும், மற்றுமோர் அறிஞர் (Paraushara) பரசுராவும் அதை அறுதிசெய்துள்ளார். இவர் காஞ்சிபுரத்தை 'Canjy' எனவும் கொல்லத்தை Collagherru (Quilon) எனவும் இலங்கையை 'Lunk' எனவும் காவிரியை 'Cauvery' எனவும், தாமிரபரணியை 'Tambrapunny' எனவும் குறிப்பிட்டுள்ளார்.²

பரவுசாரா எழுதிய Poornaas (பூர்ணாஸ்) என்ற புத்தகத்தில் மலபாரில் வாழ்ந்து வந்த தமிழர்கள், கேரள வம்சத்தவர் பற்றிக் குறிப்பிட்டுள்ளார். அதில் திராவிட தேசம் என்பது சேர, சோழ, பாண்டிய, கேரள நாட்டை உட்படுத்தியது ஆகும் எனக் குறிப்பிட்டுள்ளார்.³

கிரேக்க ரோம பூகோள அறிஞர்களின் குறிப்புகள்

மிலிட்டஸில் (Militus) வாழ்ந்த யஹகாராக்கஸ் (Hecaracus) என்பவர்டாறியஸ் (Darius) என்ற கிரேக்க மன்னன் காலத்தவர் (549–466 கி.மு.) இவர். வட இந்தியா, சிந்து நதியின் மேற்கு பாகம் ஆகியவை பாரசீகப் பேரரசுடன் இணைக்கப்பட்டது பற்றிக் குறிப்பிட்டுள்ளார். ஆனால், இவர் காலத்திற்கு முன்னரே எகிப்துடனும் அரேபியாவுடனும் இந்திய வர்த்தகம் நடைபெற்றுவந்துள்ளது. யஹரோடோட்டஸ் (Herodotus) (484–405கி.மு.) இந்தியாவின் மேற்குக் கடற்கரை தொடங்கி

---
1. Manual of Administration of the Madras Presidency. Vol. I Madras -1885
2. Ibid - Page -2
3. Ibid - Page-3

செங்கடல் வரைக்கும் கிரேக்க நாட்டுடன் நடைபெற்ற வர்த்தகம் பற்றிக் குறிப்பிட்டுள்ளார். கி.மு. 302இல் வாழ்ந்த மெகஸ்தனிஸ் *(Megasthanes)* திராவிட பாண்டியப் பேரரசு குறித்தும், இந்தியாவிலுள்ள 118 நாடுகள் குறித்தும் ஏராளமான நகரங்கள் குறித்தும் குறிப்பிட்டுள்ளார். உலகப் புகழ்பெற்ற அலெக்ஸாண்டரிய நூலகத்தின் தலைவரான எராட்டோஸ்தேன்ஸ் *(Erotosthenes)* (276–196 கி.மு.) என்பவர்தான் உலகின் முதல் நிலத்தியல் நிபுணராவார். இவர் கன்னியாகுமரி குறித்துக் குறிப்பிட்டுள்ளார். மேலும், தாமிரபரணி (திருநெல்வேலி மாவட்டத்தில் ஓடுவது), கொற்கை பற்றியும் குறிப்பிட்டுள்ளார். கி.மு. 150ஆம் ஆண்டு இந்தியாவின் மேற்குக் கடற்கரை, செங்கடல் இடையே நடைபெற்ற வர்த்தகம் குறித்து ஸ்டிராபோ *(Strabo)* குறிப்பிட்டுள்ளார்.

ஆனால், மூத்த பிளினி *(Pliny, The Elder 27-70A.D)* மதுரை பற்றி விவரமாகக் குறிப்பிட்டுள்ளார். இவர் கன்னியாகுமரியை *Colliacum -Cape Comorins* என அழைத்துக் குறிப்பெழுதியுள்ளார்.[4] இவர் காலத்தில் கப்பல் மாலுமிகளுக்கும் வர்த்தகர்களுக்கும் அறிவுரைகளாக இறக்குமதி, ஏற்றுமதி குறித்து எழுதப்பட்ட செங்கடல் செலவு *(PRIPLUS of the ERYTHRAEAN Sea)* என்னும் கையேட்டில் கோட்டாற்றை *(Kottiara)* ஆய் அரசர்களின் ஆட்சிக்குட்பட்ட பகுதி எனக் குறிப்பிட்டுள்ளனர். தென்மேற்குப் பருவக்காற்றுக் காலங்களில் பாய்மரக் கப்பலில் பயணம் செய்தால் இந்தியாவின் மேற்குக் கடற்கரையை எளிதாக அடையலாம் என்பதை நன்கு அறிந்தவர் ஹிப்பாலஸ் *(Hippalos)* எனும் மாலுமி ஆவார்[5]. இவர் எகிப்தின் தென்பகுதியில் வாழ்ந்தவர். இப்போதுகூட இப்பகுதியில் தென்மேற்குப் பருவக்காற்றை *'Hippalos'* என அழைக்கிறார்கள்.

கி.பி. 2ஆம் நூற்றாண்டைச் சார்ந்த அலெக்ஸாண்டிரியாவில் *(Alexandria)* வாழ்ந்த தாலமி *(Ptolmey)* இந்தியாவின் தென்பகுதியில் உள்ள பொதிகை மலை அல்லது அகஸ்தியர் மலைபற்றிக் குறிப்பிட்டுள்ளார். இவர் கன்னியாகுமரியை **Komeri** எனக் குறிப்பிட்டுள்ளார்[6].

---

4. Ibid - Page -4
5. Ibid - Page -6
6. Ibid - Page - 7

6A. Hippalos discovered the South-West Monsoon in Indian Ocean in 47 A.D which was very congenial to the circumnavigation.

தென்னிந்தியாவைப் பற்றி கி.பி.9ஆம் நூற்றாண்டில் அரேபிய எழுத்தாளர்கள் கொடுத்துள்ள குறிப்புகள்

சிந்துபாத் எனும் அரேபிய நாட்டு மாலுமி கன்னியாகுமரி பற்றியும், மலபார் தீபகற்பம் பற்றியும், மன்னார் வளைகுடாவில் நடைபெற்ற முத்துக் குளித்தல் பற்றியும் குறிப்பிட்டுள்ளார். கி.பி.851ஆம் ஆண்டு இந்தியா வந்த *Sooliman* எனும் அரேபிய வியாபாரி இலங்கையை *Sarandeep* எனவும் கன்னியாகுமரியை *Comarin* எனவும் குறிப்பிடுகிறார். கி.பி.1330ஆம் ஆண்டு தான் எழுதிய குறிப்பில் கொல்லத்தை *Coulam* எனவும் அது இந்தியாவின் தலைசிறந்த துறைமுகம் எனவும் இபின்பதுதா *(Ibin Batuta)* குறிப்பிடுகிறார்[7]. இவைதவிர, கி.பி. 12ஆம் நூற்றாண்டில் வாழ்ந்த டமஸ்கஸ்ஸின் அபோஃபெடாவும் *(Aboalfeda)* அலிட்ரெஸ்ஸுும் *(Alidresse)* சோழமண்டலக் கடற்கரையின் பருத்தி இழை பற்றியும் மலபாரின் ஏலக்காய் பற்றியும் குறிப்பிட்டுள்ளனர்.

வெளிநாட்டு யாத்ரீகர்களின் குறிப்புகள் தவிர, திராவிட மக்கள் பேசிய ஆரம்பகாலத் தமிழ்ச் சொற்கள் கிரேக்க, லத்தீன், பூகோள ஆசிரியர்களுக்கு நன்கு தெரிந்திருக்கிறது. அரிசி, கருவா, நல்லமிளகு ஆகியவற்றுக்குச் சமமான பதங்களை தங்கள் மொழியில் பயன்படுத்தியுள்ளனர்[8]. விவிலியத்தில், இராஜாக்கள் பகுதியில் கி.மு.100ஆம் நூற்றாண்டில் டார்சிஷ் *(Tarsish)* அல்லது ஒபிரிலிருந்து *(Ophir)* சாலமன் அரசனின் கப்பலில் கொண்டுவரப்பட்ட மயில் தோகை, அகில் பற்றிக் குறிப்பிடப்பட்டுள்ளது. இக்குறிப்பு, 'ஹுப்ரு' மொழியில் *(Hebrew)* எழுதப்பட்டுள்ளது. இம்மொழியில் *Ophir, Tarsish* எனவும், மயில் தோகை *Tooki* எனவும், அகில் *Ahilim* எனவும் குறிப்பிடப்பட்டுள்ளது.[9]

இவைபற்றி புதிய ஆய்வு மேற்கொண்டுள்ள வரலாற்றாசிரியர்கள் *Ophir* என்ற பகுதி நெல்லை மாவட்டத்தின் கிழக்குக் கடற்கரையிலுள்ள உவரி எனச் சுட்டிக்காட்டுகின்றனர். இவற்றுக்கெல்லாம் முன்பாக கி.மு.1000ஆம் ஆண்டில் தென் இந்தியாவின் கடற்கரைக்கு *(Phoenicions)* போனிசியர்கள் எபிரேய மன்னர்களின் உதவியுடன் கடற்பயணம் மேற்கொண்டிருந்தனர் எனக் குறிப்புகள் உள்ளன.[10]

---

7. Ibid - Page - 12
8. Ibid - Page - 13
9. Ibid - Page - 44
10. Ibid - Page - 46

Ophir எனக் குறிப்பிடப்படும் பகுதி எது?

விவிலியத்தின் பழைய ஏற்பாட்டில் சாலமன் அரசனின் காவலர்கள் இறக்குமதி செய்த தங்கம் பற்றி ஆறு இடங்களில் குறிப்புகள் காணப்படுகின்றன. இவைதவிர விலையுயர்ந்த மரங்கள், மயிலிறகுகள், தந்தம் ஆகியவையும் இறக்குமதி செய்யப்பட்டன. இப்பொருட்கள்மீது எபிரேய மொழியின் அடையாளங்கள் காணப்பட்டன. ஆய்வாளர் *P.* ஜோசப் *(1966)* ***Ophir*** – ஐ உவரி என அடையாளம் கண்டுள்ளார். இப்பகுதி தாமிரபரணி ஆற்றின் முகத்துவாரத்திற்கு அருகில் அமைந்துள்ளது.[11] இதைப்போன்று பாண்டிச்சேரியின் அருகிலுள்ள அரிக்கமேட்டில் நடைபெற்ற அகழ்வாராய்ச்சியில் ரோம் நாட்டினர் கிழக்குக் கடற்கரையில் மேற்கொண்டிருந்த வர்த்தகத் தொடர்பு குறித்த உண்மைகள் தெரியவந்துள்ளன.[12] எனவே, *Ophir* தற்போதுள்ள உவரி அல்லாமல் வேறல்ல என்ற உண்மை பல குறிப்புகள் மூலம் தெரியவருகிறது.[13]

மேலைநாட்டுடன் நடைபெற்ற வர்த்தகம் வளம்பெற மேலைநாட்டு மன்னர்களும் தென்னிந்தியாவை ஆண்ட மன்னர்களும் தெய்வங்களை வழிபட்டுள்ளனர். ஈ.எச். வாமிங்டன் *(E.H. Wamington)* கருத்துப்படி ரோமநாட்டு மன்னன் அகஸ்டஸ் முசிறி துறைமுகத்தில் வர்த்தக மேம்பாட்டிற்கென ஒரு பெண் தெய்வத்திற்குக் கோயில் கட்டி வழிபட்டுள்ளான்.[14] ரோம நாட்டினர் தங்கள் போர்ப்படை வீரர்களையும், தென் இந்தியாவில் தாங்கள் மேற்கொண்டுவரும் வர்த்தகத்தையும் பாதுகாக்க முசிறி பெண்தெய்வத்தை வழிபட்டுள்ளனர்.[15] யவன மரத்தச்சர்கள் கடல்கொண்ட காவிரிப்பூம்பட்டினத்தில் வாழ்ந்த சோழ மன்னர் களுக்கு அரண்மனை கட்ட உதவியுள்ளனர். அதற்குக் கைமாறாக யவனர்களின் வர்த்தகம் பெருக வியாபாரிகளுக்கு உதவிட சோழர்களின் கட்டுப்பாட்டில் உள்ள கடற்கரையில் கலங்கரை விளக்கங்கள் அமைக்க உதவியுள்ளனர். அகஸ்டஸ் மன்னனின்

---

11. Ibid - Page -48
12. Encyclopeedia of Trade and Commarce contact of the Ancient Tamils with Foreign Countries P-57
13. Ibid P - 60
14. Clark W.F. The Sandal wood and Peacocks to OPHIR - American Journal of Semitic Languages. XXXVI (1919) P -103-104 and OPHIR of the Bible Identification, Tamil Culture X-3 (1963, P -48-70)
15. Ibid P-55

அலெக்ஸாண்ட்ரியா பட்டணக் கலங்கரை விளக்கச் சாயலில் இவை கட்டப்பட்டன.[16]

புராதன இந்தியாவில் 'Architectoni' அல்லது கட்டடக்கலை விஞ்ஞானம் (Science of Architecture) என்பது பரவலாக அனைத்துத் தரப்பு மக்களாலும் பின்பற்றப்பட்டு வந்தது. 64 அறிவியல் வகைகளில் இதுவும் ஒன்றாக அங்கீகரிக்கப்பட்டது. பண்டைக் காலத்தில் இதை இந்துக்கள் பின்பற்றி வந்தனர். புனிதமானக் கட்டுமானங்களையும் விகாரங்கள், அரண்மனைகள் ஆகியவற்றைக் கட்டும்போதும் இதன் கொள்கைகளை நெறி பிசகாமல் பின்பற்றினர். அக்காலத்தில் இதன் வளர்ச்சி உச்சத்தை எட்டியிருந்தது.

பண்டைய மன்னர்கள், மேற்குறிப்பிட்டுள்ளது போன்று கடல் கடந்து வணிகம் செய்தனர். தூரத்து நாடுகளில் குடியேறினர். காட்டைத் திருத்தி வீடுகட்டினர். இவையாவும் அவர்களது 64 கலைகளில் உட்படுத்தப்பட்டிருந்தன. அக்கலைகள் பற்றி *Ksiravamin* என்ற புத்தகம் விளக்குகிறது. அவற்றில் சில கீழே கொடுக்கப்பட்டுள்ளன:

1. தேர், போக்குவரத்துச் சாதனங்கள், படகுகள், கப்பல்கள், இதர கடல் போக்குவரத்து சாதனங்களைத் தயாரிப்பது.

2. தங்கம், வெள்ளி, இதர உலோகங்களை நகைகளுக்குப் பயன்படுத்துதல்.

3. தங்கம், வெள்ளியில் கல் பதித்தல்.

4. பல நிறத்திலான கண்ணாடித் துண்டுகளைக் கொண்டு அணிகலன்கள் செய்தல்.

5. நீர் இறைக்கும் பம்புகளையும் உறிஞ்சு பம்புகளையும் நீரூற்றிற்கான பம்புகளையும் தயாரித்தல்.

6. தையல் வேலைகள், துணிகளில் பூ வேலைகளைப் பதித்தல்.

7. நூல் நூற்றல், நெசவுத் தொழில் செய்தல்.

8. நீர்நிலைகளையும் கால்வாய்களையும் இணைத்தல். பாலக் காலையும் சாலைகளையும் அமைத்தல் போன்றவையாகும்.

---

16. A History of world Literature vol -13 Krishna Chaitanya.

The Indian Histrorical Quaterly Vol-III

Ed. Narendra Nath ToWN, Meaning and House building in Ancient India according to Silpasarma. -K. Rangachari P- 813,815.

கோட்டாறு பற்றிய முந்தைய இலக்கியச் சான்றுகள்

கோட்டாறு பற்றிய வரலாற்றுரீதியான முழு ஆய்வு இதுவரைக்கும் எவராலும் மேற்கொள்ளப்படவில்லை. அங்கொன்றும் இங்கொன்றுமான ஆய்வுக் குறிப்புகளை ஆரம்பகால வரலாற்று ஆய்வாளர்கள் பதிவுசெய்துள்ளனர் என்பதை மறுப்பதற்கில்லை. எந்தவொரு வரலாற்று ஆய்வும் நமக்குக் கிடைக்கும் சான்றாதாரங் களை அடிப்படையாகக் கொண்டு மேற்கொள்ளப்பட வேண்டும். அந்த வகையில் கோட்டாறு பற்றிய இவ்வாராய்ச்சி நூல் முதல் தரமான (Primary), இரண்டாம் தரமான (Secondary) சான்றாதாரங்களை அடிப்படையாகக் கொண்டு எழுதப்பட்டது.

முதல் தரமான சான்றாதாரங்களை வழங்குவதில் சங்க இலக்கியங்கள் முன்னிலை வகிக்கின்றன. அவற்றில் சிலப்பதிகாரம், மணிமேகலை, கலிங்கத்துப்பரணி ஆகிய இலக்கியங்கள் மிக முக்கியமானவை. இவை மூலம் வரலாற்றின் ஆரம்பகாலத்தில் கோட்டாறு எவ்வாறு இருந்தது என நாம் அறியமுடிகிறது. இரண்டாம் நூற்றாண்டில் எழுதப்பட்ட தாலமி (Ptolemy) யின் குறிப்பில் கோட்டாறு ஒருவர்த்தக மையம் (Metropolis) எனப் பதிவுசெய்யப்பட்டுள்ளது. வரலாற்றுச் சான்றோர்களான திரு. V. கனகசபை பிள்ளை, திரு. K.N. சிவராஜ பிள்ளை ஆகியோர் கோட்டாறு பற்றி, தாலமியைப் போன்று குறிப்புகள் எழுதியுள்ளனர். பிற்கால வரலாற்று ஆசிரியர்களான பேராசிரியர் நீலகண்ட சாஸ்திரி தனது 'பாண்டியப் பேரரசு', 'சோழப்பேரரசு' என்ற புத்தகங்களிலும் திரு. P.T. சீனிவாச அய்யங்கார் தனது 'தமிழர்களின் வரலாறு' என்ற புத்தகத்திலும், திரு. V.R. ராமச்சந்திர தீட்சிதர் தனது 'தமிழ்மொழி மற்றும் இலக்கிய வரலாறு' என்ற புத்தகத்திலும் கோட்டாற்றை ஒரு சர்வதேச முக்கியத்துவம் பெற்ற சந்தையாகக் குறிப்பிடுகிறார்கள்.

Dr. K.K. பிள்ளை எழுதிய *'The Sucindrum Temple'* என்ற புத்தகத்தில் கோட்டாற்றை உள்ளடக்கிய வளமான நாஞ்சில் நாடு வளமிக்க பகுதியாகவும் ராணுவ முக்கியத்துவம் வாய்ந்த இடமாகவும் காணப்பட்டதால் *Cockpit of South India* (அடிக்கடி சண்டை நடக்கும் பகுதி) எனக் குறிப்பிட்டுள்ளார். அக்காலத்தில் கோட்டாறு கைமாறினால் அரசாங்கமும் கைமாறும் என்பது தெளிவு.

இக்கால எழுத்தாளர்களாகிய *T.P.* மீனாட்சி சுந்தரனார், சதாசிவ பண்டாரத்தார், தேசிக விநாயகம்பிள்ளை, *M.* ராச மாணிக்கனார், *S.* வையாபுரி பிள்ளை ஆகியோரும் கோட்டாறு குறித்து எழுதியுள்ளனர். ஆனால் அவை பொதுப்படையான கருத்துகளாகவே காணப்படுகின்றன.

மேற்குறிப்பிட்டுள்ள வரலாற்று ஆய்வாளர்கள் கோட்டாற்றின் வர்த்தகம் மற்றும் நகரிய வளர்ச்சி குறித்து விரிவான ஆய்வு மேற்கொள்ளவில்லை அல்லது தகவல்களைத் தர இயலவில்லை. இதுவரைக்கும் அவர்களால் சிறுசிறு தகவல்களை மட்டுமே தரமுடிந்துள்ளது. *Dr.S.* பத்மனாபனின் சில கட்டுரைகளில் கோட்டாறு குறித்து பொதுவான விளக்கங்கள் வந்துள்ளன. கோட்டாறு குறித்த ஆய்விற்கு மேற்குறிப்பிட்டுள்ள ஆராய்ச்சி யாளர்கள் தந்துள்ள குறிப்புகள் மிகவும் உதவிகரமாக உள்ளன என்பதை மறுக்க இயலாது.

பழமைவாய்ந்த நகரங்களின் தோற்றுவாய் குறித்து ஆராயும் போது, அவை வழக்கமான தெளிவற்ற தன்மையை உள்ளடக்கிய தாகவே காணப்படுகிறது. குறிப்பாகத் தென்னிந்தியாவின் பழம்பெரும் நகரங்கள் குறித்து ஆராயும்போது, ஒன்றுக்கொன்று தொடர்பற்ற அம்சங்கள் வருவதை அறிய முடிகிறது. அவற்றைக் குறித்த அதிகாரப்பூர்வமான சான்றுகள் குறைந்த அளவே நமக்குக் கிடைத்துள்ளன.

அவையும் பாரம்பரியமாக நம்பப்பட்டு வருகிற வரலாற்றுச் சான்றுகளும், பொதுவாக நமக்குப் புனைதலாகவே காணப் படுகிறது. முதல்தரமான, எல்லோராலும் ஆதாரப்பூர்வமாக நம்பப்படக்கூடிய கல்வெட்டுச் சான்றுகளும் கோட்டாறின் தொடக்ககாலம் குறித்துக் கூறவில்லை. ஆனால், வெளிநாட்டுப் பயணிகளின் பயணக்குறிப்புகள், கோட்டாறு நகரத்தின் தோற்றுவாய் குறித்து அறிந்துகொள்ள உதவுகின்றன.

வெளிநாட்டுப் பயணிகளின் பிற்காலப் பயணக்குறிப்புகளில் கோட்டாற்றை, முதலாம் நூற்றாண்டில் பிளினி *(Pliny) Kottara* எனவும், இரண்டாம் நூற்றாண்டில் தாலமி *(Ptolemy), Kottiara* எனவும் குறிப்பிட்டிருந்தாலும் காலத்தால் முற்பட்ட குறிப்பை *Periplus* தந்துள்ளார். இவர் தனது குறிப்பில் *Kottanarikom* எனக் குறிப்பிட்டுள்ளார். புத்தகத்தின் முழுப்பெயர் *'Theunknown Author of priplus of Erythrean Sea'* என்பதாகும். குறிப்பு எழுதப்பட்ட ஆண்டு கி.பி. 80. (பார்க்க: பிற்சேர்க்கை பக்கம்) அதைப்போன்று

"Extract from Notiria ORBIS ANTIQUI" லும் கோட்டாற்றைப்பற்றிய குறிப்பு காணப்படுகிறது.

APPENDIX No : VII - Extract from the PERIPLUS P -41

See Also: Appendix .VIII - Extract from the Notitia ORBIS AntiQui .P- 43

Appendix No: VIII.

Extract from Book III Chapter XXIII, of the Notitia ORBIS ANTIQUI. By Chellarius CAMSTERDAM, 1706. Refering to Sourthern India.

ஆனால், கோட்டாறு குறித்த கோயில் கல்வெட்டு ஆதாரங் களைப் பொறுத்தவரைக்கும் ஆரம்பகாலக் கல்வெட்டுகள் சிதைந்துபோயுள்ளன அல்லது அவற்றைப் படித்துப் படியெடுக்க முடியவில்லை என்பதே நிதர்சனமான உண்மை.

பிளினி (Pliny), தாலமி (Ptolemy) ஆகிய வெளிநாட்டுப் பயணி களின் முதலாம், இரண்டாம் நூற்றாண்டுகளில் எழுதப்பட்ட பயணக்குறிப்புகளுக்கு அடுத்தபடியாக, நீண்ட இடைவெளிக்குப் பின்னர் கோட்டாற்றைப்பற்றி அறிந்துகொள்ளத் தமிழ் இலக்கியச் சான்றுகள் உதவுகின்றன. இவற்றால் கி.பி. 8ஆம் நூற்றாண்டு தொடங்கி ஓரளவு தெளிவான குறிப்புகள் நமக்குக் கிடைத் துள்ளன. ஆனால், அவற்றில் பெரும்பாலான கருத்துகள் மிகைப் படுத்தப்பட்டவையாகவே காணப்படுகின்றன.

கோட்டாறு வர்த்தகமும் நகரிய வளர்ச்சியும்

உலகின் மேற்கில் வாழ்ந்த குறிப்பாக மத்தியதரைக்கடல் பகுதியைச் சார்ந்த கடலோடிகளுக்குக் கோட்டாறு Metropolis[1] என்றே அறிமுகமாகி யிருந்தது. கோட்டாற்றையும் அதைச் சுற்றியுள்ள பகுதிகளின் பொருளாதார வளர்ச்சி கி.பி. ஒன்றாம் நூற்றாண்டு தொட்டே தொடங்கிவிட்டது. ஆரம்பத்தில் விவசாயப் பெருமக்களின் அயராத உழைப்பால் உற்பத்தியான உணவுப்பொருள் கோட்டாற்றை மையமாகக் கொண்டு உள்நாட்டு, வெளிநாட்டு வியாபாரிகளைக் கவர்ந்திழுத்தது. காஞ்சிப் பல்லவர்களின் வீழ்ச்சிக்குப் பின்பு தஞ்சாவூர், காவிரிப்பூம்பட்டினம் ஆகிய வர்த்தக மையங்களுக்குக் கைவினைஞர்கள் இடம்பெயரத் தொடங்கினர். அதன்பின்பு சோழப்பேரரசின் ஆட்சி தொடங்கியது.

கிறிஸ்தவ சகாப்தம் தொடங்குவதற்கு முன்பாகவே தென் திருவிதாங்கூர் பகுதிகளில் நிறைய லக்சுமி தகடுகள் (Luxmi Plaque) கிடைத்து வந்துள்ளன. பல்லவ, சோழ, சேது நாணயங்களும் அராபிய, போர்த்துக்கீசிய வெளிநாட்டு நாணயங்களும் கிடைத்துள்ளன. இந்த நாணயங்கள், வல்லிபுரம் (மணிபல்லவம்) பகுதியானது தென்னிந்தியாவுடன் வர்த்தக முயற்சிகளில் ஈடுபட்டிருந்தது என்பதை

---

1. தலைநகரம் – நாட்டு தலைமைக் குருவின் பணியிருப்பிடம்– செயல் நிகழிடம் (See. English - Tamil Dictionary, University of Madras. 1965. P-632.

உறுதிப்படுத்துகிறது. அதாவது மணிபல்லவமும் அதன் பின் நிலமும் *(Hinter Land)* தமிழ்ப் பாரம்பரியத்தின் தொடர்ச்சியான வளர்ச்சி மையமாக இருந்து வந்துள்ளது என்பதை அச்சான்றுகள் காட்டுகின்றன.[2]

தென்னிந்தியாவில் தொன்றுதொட்டு பாண்டிய மன்னர்கள் முத்து உற்பத்திக்குப் பெயர்பெற்றவர்களாகக் காணப்பட்டார்கள். ரோமப் பேரரசிற்கும் பாண்டிய மன்னர்களுக்கும் நெருங்கிய வர்த்தகத் தொடர்பு இருந்த காரணத்தால் இவர்கள் ரோமாபுரி பாண்டியர்கள் என அழைக்கப்பட்டனர். சேர, பாண்டிய மன்னர்கள் தமிழகத்தின் விசேஷப் பொருட்களான விலை யுயர்ந்த கற்கள், முத்துக்கள், யானைகளின் வளர்ப்பிடமான இலங்கையிலிருந்து தருவிக்கப்பட்ட யானைகள் ஆகியவற்றைக் கிரேக்க, ரோம நாடுகளுக்கு அனுப்பிவைத்தனர். நீரோ மன்னன் ஆட்சிக் காலம் வரைக்கும் புழக்கத்தில் இருந்த தங்க, வெள்ளி நாணயங்கள் தமிழகத்தின் பல்வேறு பகுதிகளில் கிடைத்து வந்துள்ளன. இது இருநாடுகளிடையேயுள்ள வர்த்தக நெருக்கத்தைக் காட்டுகிறது. இதைப்போன்று அகஸ்டஸ், டைபிரியஸ் *(Tiberious)* ஆகிய மன்னர்களின் இலச்சினைகளும் தமிழ் மன்னர்கள் ஆண்ட பல பகுதிகளில் நிறையக் கிடைத்துள்ளன.

முன்பு பாண்டியப் பேரரசு சேரநாட்டின் *Nelcynda* வரைக்கும் பரவியிருந்தது. ஒருவகையில் நல்லமிளகு வர்த்தகத்தில் சேர மன்னர்களுக்கு இருந்த 'சர்வாதீனம்' பாண்டிய மன்னர்களுக்குப் பொறாமையை ஏற்படுத்தியிருந்தது. வர்த்தக மையமான *Porakad*-ம் சேரர்களின் கட்டுப்பாட்டிலிருந்தது. தென்னிந்தியாவின் குறுக்காக மேற்குக் கடற்கரைக்குக் பொருட்களைக் கொண்டுசெல்ல வேண்டுமெனில் அச்சன் கோயில் வழியாகச் செல்லும் நெடுஞ் சாலை வழியாகச் சென்றாக வேண்டும்.

பொதுவாகப் பாண்டியப் பேரரசு என்பது திருநெல்வேலி, மதுரை மாவட்டங்களையும் திருவிதாங்கூரின் சில பகுதிகளையும் உள்ளடக்கியதாகக் காணப்பட்டது. ஆனால், பெரிபுளூஸ்வின் காலத்தில் மேற்குத் தொடர்ச்சி மலையையும் தாண்டி திருவிதாங்கூரின் மேலும் சில பகுதிகளை உள்ளடக்கியதாகக் காணப்பட்டது. உலகளாவிய வர்த்தகத்தில் பண்டமாற்றுமுறை என்பது தொன்றுதொட்டு நடைபெற்று வந்துள்ளது. உதாரணமாக இமயமலை அடிவாரத்தில் *Besatas* என்னுமிடத்தில் சீன வியாபாரிகள் வருடத்திற்கு ஒருமுறை கூடுவது வழக்கம். அங்கிருந்து சீனர்களின் கட்டுப்பாட்டிலுள்ள *Gangtok* பகுதிக்கு

---

2. South Indian contact: Trade - Journal of Tamil studies. Dec.1990. Pp.83

வரும்போது லவங்க இலையைப் பண்டமாற்று அடிப்படையில் பரிமாறிக்கொண்டதாகச் சான்றுகள் தெரிவிக்கின்றன.[3]

அதைப் போன்று தென்னிந்தியாவிலிருந்து இறக்குமதியாகும் நல்லமிளகு மற்றும் இதர வாசனைத் திரவியங்களை சேமித்து வைப்பதற்கென கி.பி. 95ஆம் ஆண்டு ரோமில் Horrea Piperataria என அழைக்கப்படும் சேமிப்பு நிலையங்கள் கட்டப்பட்டிருந்தன.[4]

கிரேக்க நாட்டினருக்கு இந்தியாவில் நன்கு அறிமுகமாகி இருந்த 14 தீவுகளில், சில தீவுகளில் மரகதக் கற்கள் வெட்டி எடுக்கப்பட்டன. தமிழ்நாட்டில், தமிழ் மன்னர்களின் கட்டுப்பாட் டிலிருந்த கோயம்புத்தூரில் மரகதக் கல் சுரங்கங்கள் இருந்ததற் கான ஆதாரங்கள் உள்ளன. தமிழகத்தின் முப்பேரரசுகளும் கோயம்புத்தூர் அருகிலுள்ள கரூரில் சங்கமித்தன. வரியில்லா மரகதச் சுரங்கங்களைத் தங்கள் கட்டுப்பாட்டுக்குக் கொண்டுவருவதில் இவர்களுக்கிடையே போட்டியிருந்ததாகத் தெரிகிறது. இதனிடையே, தாலமி (Ptolemy) தனது பயணக்குறிப்பில், கோட்டாற்றைப் பிரபல வர்த்தக மையம் எனக் குறிப்பிடுகிறார். இதை Cottiara-Kotaur-Kotar-Kottaru எனப் பலவாறு அழைத் துள்ளனர். இதற்கு அடுத்தபடியாகக் கடற்கரை நகரமான கன்னியாகுமரியை (Cape comorin) Comaria – எனக் குறிப்பிடுகிறார். ஆய் மன்னர்கள் கொல்லத்தையும் கோட்டாற்றையும் தங்கள் கட்டுப்பாட்டின் கீழ் வைத்திருந்தனர். ஆழ்ந்து பார்க்கும்போது, சேர மன்னர்கள் நல்லமிளகையும் பாண்டியர்கள் முத்தையும் சோழ மன்னர்கள் மரகதத்தையும் நேர்த்தியான மஸ்லீன் துணி வர்த்தகத்தையும் தங்கள் கட்டுப்பாட்டில் வைத்திருந்ததாகத் தெரியவருகிறது.[5]

கிறிஸ்தவ சகாப்தத்தின் தொடக்கத்தின் முதல் இரண்டு நூற்றாண்டுகளின்போது, தமிழர்கள் வட இலங்கை முழுவதையும் தங்கள் கட்டுப்பாட்டின் கீழ் வைத்திருந்தனர். அக்காலகட்டத்தில் இலங்கையுடனான வர்த்தகத்தைத் தமிழ் மக்கள் ஆதரிக்கவில்லை.[6]

காலமும் தூரமும் கருதி ரோமநாட்டு வணிகர்கள் இலங்கைக்கு நேரடியாகச் சென்று வர்த்தகம் செய்ய இயல வில்லை. தென்னிந்திய குறிப்பாக, தமிழக வர்த்தகர்கள் இடைத் தரகர்களாகச் செயல்பட்டு உள்ளார்கள்.

3. The Commerce Between the Roman Embire and India. E.H. Warmington and India. Cambridge. 1928 PP.27,39,57,59, 62, 64
4. Ibid P- 81
5. Ibid. P- 114
6. Ibid. P- 120

நாம் வாழும் சகாப்தத்தின் முதல் மூன்று நூற்றாண்டின் தென்னிந்தியா, இலங்கை இடையேயான வர்த்தகத் தொடர்புகள் குறித்து நாணயங்கள் அடிப்படையில் ஆராய்ச்சி மேற்கொண்ட உலகப் புகழ்பெற்ற நாணயவியலாளர் டாக்டர் ஆஸ்மண்ட் பொபேரச்சி *(Dr. Osmund Bopearachchi)* கீழ்க்கண்ட கருத்தைப் பதிவுசெய்துள்ளார். அதாவது தென்மேற்குப் பருவக்காற்றை முன்னிலைப்படுத்தி ரோம நாட்டுக் கப்பல்கள் எகிப்து துறைமுகங்களை விட்டு ஜூலை மாதத்தில் கிளம்பிவிடும். தென்னிந்தியாவை செப்டம்பர் மாதத்தில் வந்தடையும் கப்பல்கள், வடகிழக்குப் பருவக்காற்றை முன்னிறுத்தி நவம்பர் மாதம் திரும்பிச் செல்ல வேண்டும். எனவே, அதுவரையிலும் தென்னிந்தியத் துறைமுகங்களில் நங்கூரமிட்டுக் காத்திருக்க வேண்டும். வடகிழக்குப் பருவக்காற்றைத் தவறவிடவேண்டிவரும். அப்படியெனில் அவர்கள் ஒரு ஆண்டுவரைக்கும் திரும்பிச் செல்லக் காத்திருக்க வேண்டிவரும். எனவே, இலங்கையில் உற்பத்தி செய்யப்பட்ட பொருட்களை ரோமநாட்டு வணிகர் களுக்கு விற்பனை செய்வதில் தென்னிந்திய வர்த்தகர்கள் இடைத்தரகர்களாகச் செயல்பட்டு அவர்கள் தேவையைப் பூர்த்தி செய்தனர்.

இலங்கைக்குத் தமிழக வர்த்தகர்கள் சென்று வந்ததற்குக் கல்வெட்டு, நாணயச் சான்றுகள் உள்ளன. உதாரணமாக, ஐராவதம் மகாதேவன் இலங்கையில் கிடைத்த ஒரு நாணயத்தின் மீது பொறிக்கப்பட்டிருந்த பிரம்மி எழுத்துக்களைப் பொருள் கண்டறிய பொபேரச்சிக்கு *(Bopearachchi)* உதவியுள்ளார் என்பது குறிப்பிடத்தக்கது. அந்த நாணயத்தின் மீது பொறிக்கப்பட்டிருந்த (பதிக்கப்பட்டிருந்த) சொல் *Kapatikatalan* என்பதாகும். திரு. மகாதேவனின் கருத்துப்படி *Gapati* என்ற சொல் *Grihapati* எனும் சம்ஸ்கிருதச் சொல்லிலிருந்து தெரிவுசெய்யப்பட்டதாகும். இதற்குக் குடும்பத் தலைவன் எனப்பொருள். வர்த்தகர்களை இப்பெயரிட்டு அழைப்பதுண்டு. தமிழ் மொழியின் தாக்கத்தால் *GA* என்பது *KA* எனத் திரிந்தது. *Katalan* என்ற தமிழ்ச் சொல் மாங்குளம் கல்வெட்டிலும், சங்க இலக்கியங்களிலும் காணப் படுகிறது. உத்திரன், மல்லன், கட்டன் *(Cattan)* ஆகிய பெயர்கள் இலங்கையில் சாதாரணமாக வழக்கிலுள்ளன. வர்த்தகம், கலாச்சாரப் பரிவர்த்தனைகளையும் கொண்டுவந்து சேர்த்தது என்பது குறிப்பிடத்தக்கது.[7]

ரோமநாட்டு வணிகர்கள் நேரடியாகத் தென்னிந்தியத் துறைமுகங்களுக்கு வந்ததால் இங்குள்ள வர்த்தகம் மேலும்

---

7. The Hindu, Friday Review. Coin crusader. Suganthi Krishna Machari.P-1

வளம்பெற்றது மட்டுமல்லாமல் இலங்கையுடனான வர்த்தகத்தின் மூலம் நல்ல வருமானமும் கிடைத்தது.

இதனிடையே சங்க காலத்தில் தமிழ்நாட்டில் சேரப்பேரரசு இயற்கையாக அமைந்திருந்த நிலத்தியல் முக்கியத்துவத்தின் காரணமாக வர்த்தகத்தில் செழித்தோங்கியிருந்தது. இதற்கான சான்றுகள் சங்க இலக்கியங்களில் காணப்படுகின்றன. சேர நாட்டின் செல்வ வளமும் அதன் முக்கியத்துவமும் அந்நிய நாட்டு வர்த்தகக் கடலோடிகளைத் தன்பால் ஈர்த்தது. இதுகுறித்து அகநானூற்றுப் பாடல்களில், வளமைமிக்க முசிறி முறைமுகம், அங்குள்ள இறக்குமதி குறித்து எருக்கத்தூர் உருத்திரங் கண்ணனார் விளக்கியுள்ளார்.

சேர மன்னர்களுக்குச் சொந்தமான பெரியாறு கடலுடன் கலக்கும் முசிறி துறைமுகத்தின் வெண்திரை அலைகளைத் தாண்டி தங்கத்தைச் சுமந்துவரும் யவனர்களின் அழகான மாபெரும் கப்பல்கள் குறித்தும் விளக்கியுள்ளார். இக்கப்பல்கள் திருப்பிச் செல்லும்போது நிறைய நல்லமிளகை ஏற்றிச் சென்றன. இதைத் தங்கத்திற்கு இணையான நல்லமிளகு பண்டமாற்று என்பர்.

புகழ்பெற்ற பாணர்கள் புறநானூற்றில் இன்னொரு இடத்தில் நெல்லுக்குப் பதிலாக மீன் உணவைப் பண்டமாற்றாகப் பெற்றதாகக் குறிப்பிடப்பட்டுள்ளது. நல்லமிளகை மூட்டைகளாகக் கட்டி சந்தைக்கு விற்பனைக்குக் கொண்டுவந்தனர். தாங்கள் வாங்கிய பொருட்களுக்குப் பண்டமாற்றாகத் தாங்கள் கொண்டு வந்த தங்கத்தைக் கப்பலிலிருந்து இறக்கிச் சிறு தோணிகளில் முசிறி துறைமுகத்திற்குக் கொண்டுவந்தனர். அங்கே கடல் அலைகள் ஒருநாளும் ஓய்வதில்லை. அங்கு வந்திறங்கிய மாலுமிகளுக்குச் சேரநாட்டு மன்னன் கடலின் அரிதான பொருட்களையும் மலையில் விளைந்த வாசனைத் திரவியங்களையும் அன்பளிப் பாகக் கொடுத்தான். சேர மன்னனின் ஆட்சி, அந்நிய நாட்டு வர்த்தகத்தைக் கவர்ந்திழுத்த அதே வேளையில் அவனது அவை அருகிலிருந்த, நெடுந்தூரத்திலிருந்த புலவர்களையும் கவர்ந்திழுத்தது.[8]

திருவிதாங்கூரைப் பொறுத்தவரைக்கும் வளமான மலை உற்பத்திப் பொருட்களான நல்லமிளகு, ஏலம், வெற்றிலை, விலையுயர்ந்த தேக்கு மரங்கள் ஆகியவை அரசாங்கத்திற்கு

---

8. A Royal poet of the Ancient Chera Kingdon. K.G. Shesha Aiyar. P-71

நல்ல லாபத்தை ஈட்டிக்கொடுத்தன. இவ்வர்த்தகத்தில் அரசு சர்வாதீனக் கொள்கையைப் பின்பற்றி வந்தது.[9]

ரோம நாட்டிற்கு ஏற்றுமதியான பொருட்களுள் திருவிதாங்கூர், மலபார், மேற்குத் தொடர்ச்சி மலையின் கிழக்குப்பாகம் அதாவது மதுரை, திருநெல்வேலி, திண்டுக்கல் ஆகியவற்றை நோக்கியிருக்கும் சரிவான உயர் மலைப்பகுதியில் விளையும் ஏலக்காய் பிரதான அங்கம் வகித்தது. பழம்பெரும் தமிழ் இலக்கியப் பாடலொன்று பூ, பூக்களால் தொடுக்கப்பட்ட மாலைகளைக் (ஆரம்) கடல் கொண்ட காவிரிப்பூம்பட்டினத்துத் தெருக்களிலிருந்து கிரேக்க வியாபாரிகள் அடிக்கடி வாங்கிச் சென்றதாகக் குறிப்பிட்டுள்ளது. மற்றொரு சங்க காலப் பாடல் கி.பி. 6ஆம் நூற்றாண்டில் சோழப்பேரரசு ஆட்சிக்காலத்தில் காவிரிப்பூம்பட்டினத் தெருக்களில் விலையுயர்ந்த மரங்கள் விற்பனைக்கு வைக்கப்பட்டிருந்தது பற்றிக் குறிப்பிட்டுள்ளது. கன்னியாகுமரிக்கு அருகில், இந்தியாவின் மேற்குப் பகுதியிலுள்ள மரமண்டிகளிலிருந்து வரவழைக்கப்பட்ட இந்த மரங்களை இலங்கையிலுள்ள மரவியாபாரிகள் வாங்கிச் சென்றதாகக் குறிப்பிடப்பட்டுள்ளது. இச்செய்தியை அதே காலத்தில் வாழ்ந்த காஸ்மாஸ் **(Cosmos)** எனும் வரலாற்றாசிரியர் உறுதி செய்துள்ளார்.[10]

கி.பி. 9ஆம் நூற்றாண்டு வரையிலும் நீடித்த சோழப்பேரரசின் ஆட்சியும் முடிவுக்கு வந்தது. இதன் பின்புதான் கைவினைஞர்கள் சோழப்பேரரசைவிட்டுப் பெருமளவில் வெளியேறித் தெற்கு நோக்கி இடம்பெயர்ந்தார்கள். அவர்களில் பெரும்பாலானவர்கள் காஞ்சிபுரம், மதுரை, கோட்டாறு போன்ற பழம்பெரும் நகரங் களுக்குச் சென்று குடியேறினர். இவர்களில் பெரும்பாலானோர் திறம் பெற்ற கைவினைஞர்கள். இவர்களால் கோட்டாறு போன்ற பகுதிகளில் பல புதிய கைவினைஞர்களின் குடியிருப்புகள் தோன்றத் தொடங்கின. தேர்ச்சிபெற்ற கைவினைஞர்களில் பலர் நெசவுத் தொழிலாளர்கள், இரும்புக் கொல்லர்கள், தச்சு வேலை செய்பவர்கள், தோல் தொழிலாளர்களாகக் காணப்பட்டனர். இவர்களால் கோட்டாற்றைச் சுற்றிலும் விவசாயம் அல்லாத பொருட்களின் உற்பத்தி பலமடங்கு பெருகத் தொடங்கியது.

---

9. Framing of Land Revenue Systems Pre-British Days and Contemporery practices in native Systems. P.T. Publications P- 123
10. The Commerce between the Roman Empire and India. E.H. WARMINGTON. Cambridge .1928. P- 82,113, 120, 184, 185,199, 216.

மேற்குறிப்பிட்டுள்ள வளர்ச்சி கோட்டாற்றின் நகரிய வளர்ச்சிக்குப் பெரிதும் உதவியது. பரஸ்பரத் தேவைகளை நிறைவேற்றிக்கொள்ளும் வியாபார மையமாகக் கோட்டாறு மாறத் தொடங்கியது.

தென் திருவிதாங்கூர் பகுதியின் வர்த்தக மையமாக விளங்கிய கோட்டாற்றைக் கைப்பற்ற பிற்காலப் பாண்டியர்கள், சோழர்கள், ஆய் மன்னர்களிடையே அடிக்கடி சண்டை மூண்டது. இவ்வாறான சண்டையால் வரலாற்று ஆசிரியர்கள் கோட்டாற்றை The Cockpit of South Travancore எனப் பதிவுசெய்துள்ளனர். வேணாட்டு அரசர்களின் வர்த்தக மையமான கோட்டாற்றை அவர்கள் இழக்கத் தயாராக இல்லை. இம்மன்னர்கள் கோட்டாறுமீது கொண்டிருந்த காதலால் நாஞ்சில் நாட்டுப் பொருளாதாரம் அசுர வளர்ச்சி பெற்றது.

கோட்டாற்றைச் சுற்றியுள்ள பகுதிகளில் நெசவுத்தொழில் மையங்கள் உருவாகத் தொடங்கின. கிராமங்களாலான இம் மையத்தின் வளர்ச்சி கோட்டாற்றின் நகரிய வளர்ச்சிக்கு ஊன்றுகோலாக விளங்கியது.

இடைக்காலத்தில் கோட்டாற்றிற்குப் புனித சவேரியாரின் வருகை இதைப் புனித யாத்ரீகர்களின் புனித இடமாக மாற்றியது. காலப்போக்கில் இது சர்வதேச அளவில் கத்தோலிக்கர்களின் புனித இடமானது.

புனித சவேரியாருக்குப்பின், எழுச்சியுற்ற ஐரோப்பியர்கள் இதைராணுவ முக்கியத்துவம் வாய்ந்த இடமாகக் கொண்டனர். விவசாய விளைபொருட்களின் அபரிமிதமான உற்பத்தி, கைவினைஞர்களின் தரமான உற்பத்தி, இயற்கையில் கோட்டாற்றின் பௌதீக அமைப்பு ஆகிய காரணிகள் கோட்டாற்றை முழுமை வாய்ந்த நகரமாக மாற்றியது.

தினசரிச் சந்தை, வாரச்சந்தை, அவ்வப்போது நடைபெறும் பொருள் கண்காட்சி ஆகியவை கோட்டாற்றின் நகரிய வளர்ச்சியை விரைவுபடுத்தின. கோட்டாற்று நகரவாசிகளின், சுற்றியுள்ள கிராமவாசிகளின் அன்றாடத் தேவைகளைப் பூர்த்திசெய்ய பொருள் போக்குவரத்திற்காக, கோட்டாற்றை மையமாகக் கொண்டு நிலம் வழியாகப் பல வர்த்தகச் சாலைகள் தோன்றத் தொடங்கின. இவற்றின் மூலம் கோட்டாற்றின் உற்பத்திப் பொருட்கள் குளச்சல், தேங்காய்ப்பட்டணம், கன்னியாகுமரி ஆகிய துறைமுகங்கள் மூலம் வெளிநாட்டிற்குக் குறிப்பாக மேலை நாடுகளுக்கு ஏற்றுமதி செய்யப்பட்டன. இதன்மூலம்

கோட்டாறு வர்த்தக – உற்பத்திப் பொருட்களின் மையமாக மாறியது. கோட்டாற்றை இணைத்த முக்கியச் சாலைகளில் வர்த்தகச் சாவடிகள், தங்கும் விடுதிகள் ஆகியவற்றை அரசர்களும் வசதி படைத்த வியாபாரிகளும் கட்டினர். இரவு நேரங்களில் வியாபாரிகள் பயமின்றி இவற்றில் தங்கிச் சென்றனர்.

ஐரோப்பிய நாடுகளிலிருந்து இறக்குமதி செய்யப்பட்ட பொருட்களை மறு விநியோகம் செய்யும் வியாபார மையமாகக் கோட்டாறு மாறத் தொடங்கியது. இவ்வாறு மறு விநியோகம் செய்யப்பட்ட பொருள்கள் கொழும்பு போன்ற நாடுகளுக்குக் கடல்வழியாக அனுப்பப்பட்டன. இதன்மூலம் கோட்டாற்றில் உள்ள வர்த்தகர்கள் கொழுத்த லாபம் சம்பாதிக்கத் தொடங்கினர். மேலும், வர்த்தகம் நிமித்தமாக இங்கு முகாமிட்ட ஐரோப்பிய கம்பெனிகள் நெசவாளர்களுக்கு முன்பணம் கொடுத்து அவர்களின் உற்பத்தியைப் பெறத் தொடங்கினர். மேலும் கைவினைஞர்கள் மத்தியில் விசேஷ தேர்ச்சிபெற்ற ஆசான்கள் எழத்தொடங்கினர். பலர் ஐரோப்பிய கம்பெனிகளுடன் வர்த்தகத் தொடர்பு ஏற்படுத்திக்கொண்டதன் மூலம் உற்பத்தியாளர் களுக்கும் கம்பெனிக்குமிடையே வியாபார முகவர்களாகச் செயல்படத் தொடங்கினர்.

காலப்போக்கில் நவீனப் பொருளாதார வளர்ச்சியாலும், நாகர்கோவிலுக்கு புரட்டஸ்தானிய கிறிஸ்தவர்களின் வருகை யாலும் வர்த்தகத்தில் கோட்டாறு முக்கியத்துவத்தை இழக்கத் தொடங்கியது. நவீனத் தொழில்நுட்ப வளர்ச்சி, போக்குவரத்தில் ஏற்பட்ட புரட்சி, சுதந்திர இந்தியாவின் ஜனநாயக வளர்ச்சி, மொழிவாரி மாகாணங்களின் தோற்றம் குறிப்பாக கி.பி. 1956இல் குமரிமாவட்டம் தாய்த் தமிழகத்துடன் இணைந்தது ஆகிய காரணிகளால் கோட்டாறு தன் முக்கியத்துவத்தை இழக்கத் தொடங்கியது.

'கோட்டாறு வர்த்தகமும் நகரிய வளர்ச்சியும்' என்ற தலைப்பில் ஏன் ஆய்வு மேற்கொள்ளப்பட்டது

'வர்த்தகமும் நகரிய வளர்ச்சியும்' என்பது நகர்மயமாதல் என்ற பிரபலமான ஆய்வுக்களத்தின் கீழ்வரும் ஒரு புலமேயாகும். நகரிய வளர்ச்சிக்கு வர்த்தகம் எப்படி ஒரு பிரதான உந்துசக்தியாக இருக்கமுடியும் என்பதற்கு மேற்குறிப்பிட்டுள்ள ஆய்வு ஒரு உதாரணமாக அமையும் என்பதில் சந்தேகமில்லை.

இந்தியாவில் இருவகையான நகரிய வளர்ச்சியை நாம் காணமுடிகிறது. இந்தியாவில் மௌரியப் பேரரசு ஆட்சி செய்யும்போது வர்த்தக வளர்ச்சியுடன் நகரிய வளர்ச்சியும்

கைகோத்துக்கொண்டன. பேரா. *D.D.* கோசாம்பி நகரிய வளர்ச்சி பற்றிக் குறிப்பிடும்போது, இந்தியாவில் குறிப்பாக, வடஇந்தியாவில் முதற்கட்டமாகச் சிந்துசமவெளி நாகரிகக் காலத்திலும், இரண்டாவதாக வேதகாலத்திலும் நகரிய வளர்ச்சிகள் நடந்துள்ளன எனக் குறிப்பிடுகிறார். தென்னிந்தியாவைப் பொறுத்தமட்டில் கி.மு. 3ஆம் நூற்றாண்டு காலத்துடன் தொடர் புடைய பிரம்மி கல்வெட்டிலும், வரலாற்றுக் குறிப்புகளில்கூட மேற்குறிப்பிட்டுள்ள காலத்தைப் போன்று வர்த்தகர்கள், வர்த்தகச் சங்கங்கள், மையங்கள், சாலைவசதிகள், வர்த்தகம் தொடர்புடைய அதிகாரிகள் ஆகிய எவை பற்றியும் குறிப்பிடப்படவில்லை என்பது இங்குக் குறிப்பிடத்தக்கது. ஆனால், வர்த்தகம், வர்த்தகர்கள், வர்த்தகச் சங்கங்கள், வர்த்தக வழிமுறைகள், போக்குவரத்து விவரங்கள், வரிமுறைகள் ஜைனர்கள் அல்லது ‘அஸ்விகாஸ்’ பிரிவினருக்கு வர்த்தகர்கள் அளித்த வரிகள், அன்பளிப்புகள் ஆகியவை குறித்து மதுரை – திருநெல்வேலி – நாகர்கோவில் நெடுஞ்சாலைக் கல்வெட்டுகளில் பரவலாகக் குறிப்பிடப்பட் டிருப்பதாகக் கல்வெட்டியலில் கைதேர்ந்த ஐராவதம் மகாதேவன் கூறியுள்ளார். மேலும், இக்குறிப்புகள் தமிழக எல்லையைத் தாண்டி இலங்கையின் யாழ்ப்பாணம் வரையிலும் உள்ள கல்வெட்டுகளில் காணப்படுகின்றன. இலங்கையின் கல்வெட்டியலாளர்களான சேனாவரத்ரத்தினே, வேலுப்பிள்ளை, பெற்கடனயப் பல்கலைக் கழகப் பேராசிரியர் புஸ்பரத்தினம் ஆகியோரும் கிறிஸ்து பிறப்பதற்கு ஒரு நூற்றாண்டுக்கு முன்னரே தமிழ்நாட்டிற்கும் இலங்கைக்கும் வர்த்தகத் தொடர்பு இருந்துள்ளதை உறுதி செய்துள்ளனர். இவ்வகையான நீண்ட நாளைய வியாபாரத் தொடர்புகள் இந்தியாவின் தென்கோடியில் நகரிய வளர்ச்சிக்கு மிகுந்த ஊக்கம் கொடுத்துள்ளன.

பேரா. செண்பகலெட்சுமி தனது சமீபத்திய ஆய்வில் புகார், காஞ்சிபுரம், மதுரை, தஞ்சாவூர் ஆகிய நகரியங்களின் வளர்ச்சி குறித்து ஆழமான கருத்துகளை வெளியிட்டுள்ளார்.

ஆனால், உள்நாட்டு, சர்வதேச வர்த்தகத் தொடர்புகள் காரணமாக மேல்நாட்டு மாலுமிகளால் *Metropolis* என அழைக்கப் பட்ட கோட்டாறு குறித்து இதுவரையிலும் ஆழமான ஆய்வு மேற்கொள்ளப்படவில்லை.

மேலும் பேரா. *K.A.N.* நீலகண்ட சாஸ்திரி, பேரா. *K.K.* பிள்ளை, இளங்குளம் *P.N.* குஞ்ஞன்பிள்ளை, சிவராஜபிள்ளை, *V.* கனகசபை பிள்ளை போன்றோர் கோட்டாறு குறித்த தங்களது சிறிய ஆய்வுகளைப் பதிவுசெய்துள்ளனர். இவ்வாய்வுக் கட்டுரைகளில் பல வெளியீடுகளாகவும் வந்துள்ளன. கோட்டாறு குறித்த

பத்மனாபனின் ஆய்வுக் குறிப்புகள் ஆழமாக அமையவில்லை என்பது இங்கு குறிப்பிடத்தக்கது. எனவே, கோட்டாறு குறித்து மேலே குறிப்பிடப்பட்டுள்ள குறைகளை நிவர்த்தி செய்யும் வகையில் இக்கட்டுரை அமையும் என உறுதியளிக்கலாம்.

விவசாய விளைபொருட்கள் ஓரிடத்தில் விற்பனைக்காகக் குவிக்கப்படும்போது இயல்பாகவே அவ்விடம் சந்தையாக அல்லது வியாபார மையமாக மாறுகிறது. வர்த்தகர்கள், இடைத்தரகர்கள், விளைபொருட்கள் உற்பத்தியாளர்கள் எனப் பலர் அவ்வியாபார மையத்தைச் சுற்றிலும் குடியேறுவார்கள். இவ்வாறு குடியேறுகிற வர்கள் மூலமாக வியாபார பரிவர்த்தனைகள் எளிதாக நடை பெறுகின்றன. இதன்மூலம் இறுதியாக அங்கே நகரம் உருவாக வாய்ப்பு ஏற்படுகிறது. இவ்வாறு உருவாக்கப்பட்டது தான் நாம் ஆய்வு மேற்கொண்டுள்ள கோட்டாறு நகரமாகும். கோட்டாற்றில் தொன்றுதொட்டு மேற்கொள்ளப்பட்டுவரும் வியாபாரம் உள்நாட்டு, வெளிநாட்டு வியாபாரிகளையும் உற்பத்தியாளர்களையும் கவர்ந்திழுத்துள்ளது. சாதாரணக் கிராமமாக இருந்த கோட்டாறு நகரமாக மாற இதுவே முக்கியக் காரணமாகும். கிறிஸ்து பிறப்பின் காலந்தொட்டு வர்த்தகத்தில் சர்வதேச அளவில் முக்கியத்துவம் பெற்ற கோட்டாறு, பின்வந்த நூற்றாண்டுகளில் தொய்வு இல்லாமல் குறிப்பாக ஆங்கிலேயர் ஆட்சி காலத்தில் உச்சத்தை அடைந்தது. நவீன விஞ்ஞான வளர்ச்சியின் காரணமாகக் கோட்டாறு தனது முக்கியத்துவத்தை இழக்க நேரிட்டது உட்பட அனைத்து அம்சங்களும் இங்கு ஆய்வுக்கு உட்படுத்தப்பட்டுள்ளன.

மேலே குறிப்பிடப்பட்டுள்ள ஆய்வாளர்கள் இந்திய வர்த்தக மையங்களில் ஒன்றாகக் கோட்டாற்றை ஆராய்ந்தார்களே தவிர கோட்டாறு எவ்வாறு எதனால் நகரமாக வளர்ந்தது என்ற கோணத்தில் ஆய்வு மேற்கொள்ளவில்லை. எனவே, மேற்கூறியுள்ள குறைகளை நிறைவுசெய்யும் நோக்கில் கோட்டாறு குறித்த ஆய்வு பரிபூரணமாக அமையும் என்பதை இங்கே உறுதியளிக்கலாம்.

ஆய்வு எல்லை குறித்து . . .

வர்த்தகத் தொடர்புகள் மூலமாகத் தென்னிந்தியாவில் கோட்டாறு முக்கியத்துவம் பெறுவதற்கான காரணங்கள் உட்பட அனைத்தும் ஏற்கெனவே குறிப்பிட்டபடி இங்கு ஆய்வுக்கு உட்படுத்தப்பட்டுள்ளன. புவியியல்ரீதியாக, தென்னிந்தியாவின் தென்கோடியில் இயற்கைத் துறைமுகங்களான குளச்சல்,

மணக்குடி, கன்னியாகுமரிக்கு[11] அருகில் கோட்டாறு அமைந்துள்ளது. தாலமியின் காலந்தொட்டு இராஜாக்கமங்கலம் துறைமுகம் துணைத் துறைமுகமாகச் செயல்பட்டுவந்துள்ளது. இத்துறைமுகங்கள் மூலமாக உலகின் மேலை மற்றும் கீழை நாடுகளுடன் கோட்டாறு வர்த்தகத்தில் நெருக்கமான தொடர்பு கொண்டிருந்ததற்கான சான்றுகள் உள்ளன. வேணாட்டு அரசர்களின் தலைநகரும் முக்கிய நெசவுத்தொழில் மையமுமான இரணியல், திருவிதாங்கூர் மன்னர்களின் தலைநகரமான பத்மனாபபுரம் ஆகிய இடங்கள் கோட்டாற்றின் வர்த்தக வளர்ச்சிக்கு ஊக்கம் கொடுத்துள்ளன.

கோட்டாற்றின் வடக்குபாகத்தில் அமைந்துள்ள ஆரல்வாய்மொழிக் கணவாய் வழியாகப் பாண்டி நாட்டிற்கு வளமான வர்த்தகத் தொடர்பு நடைபெற்றுள்ளது.

இவ்வாய்வுக் கட்டுரை மேற்குறிப்பிட்டுள்ள வர்த்தக மையங்கள் கோட்டாற்றின் நகரிய வளர்ச்சிக்கு எவ்வாறு உதவியுள்ளது என்பது குறித்தும் விளக்குகிறது.

ஆய்வுக்கு உட்படுத்தப்பட்டுள்ள காலம்

மேனாட்டு யாத்ரீகரான தாலமியின் காலந்தொட்டே கோட்டாற்றின் வர்த்தக வளர்ச்சி உலகக் கவனத்தை ஈர்த்துள்ளது. எனவே, பின்வரும் ஆய்வுக்கட்டுரை தாலமியின் காலந்தொட்டு, விடுதலைக்குப்பின் மொழிவாரி மாகாண அமைப்பின் கீழ் குமரிமாவட்டம் (தென் திருவிதாங்கூர்) தாய்த் தமிழகத்துடன் இணைந்த 1956ஆம் ஆண்டு வரைக்கும் கோட்டாற்றின் வர்த்தக, நகரிய வளர்ச்சியை விளக்குவதாக அமைந்துள்ளது. இதன்மூலம் சுமார் 2000ஆண்டுகாலக் கோட்டாற்றின் வர்த்தக வளர்ச்சி குறித்து மட்டுமல்லாமல் அதில் ஏற்பட்டிருந்த ஏற்றத்தாழ்வுகள் குறித்தும் விளக்கப்படுகிறது.

தொன்றுதொட்டு தென்கோடியின் ராணுவ முக்கியத்துவம் வாய்ந்த இடமாகக் கோட்டாறு கருதப்பட்டு வந்ததால் காலப்போக்கில் பல மன்னர்களின் கட்டுப்பாட்டின்கீழ் இது கைமாறியுள்ளது. எனவே இதை 'அடிக்கடி சண்டை நடைபெறும் இடமாக' (Cock-Pit of South Travancore) வரலாற்று ஆசிரியர்கள் பதிவுசெய்துள்ளனர். திருத்தமிழகப் போராட்டத்தின் காரணமாக 1956ஆம் ஆண்டு தாய்த்தமிழகத்துடன் இணைந்தபிறகு

---

11. சங்க இலக்கியங்கள் கன்னியாகுமரியைக்'குமரிப் பெருந்துறை' எனக் குறிப்பிடுகின்றன.

கோட்டாற்றின் முக்கியத்துவம் குறையத் தொடங்கி நாகர்கோவில் எழுச்சியடைய ஆரம்பித்தது.

ஆய்வு குறித்த பொது விளக்கக் கோட்பாடு

நகரிய வளர்ச்சியில் வியாபாரமும் வர்த்தகமும் இந்தியாவில் முக்கியப் பங்கு வகித்துவந்துள்ளன. இதைப்போன்று இந்தியத் துணைக்கண்டத்தில் சமூக – பொருளாதார மாற்றங்களுக்கு உள்நாட்டு, வெளிநாட்டு வர்த்தகங்கள் ஊக்கமளித்துள்ளன.

வரலாற்றைக் கீழ்மட்டத்திலிருந்து அணுகி ஆராயும் Subultern Study (History from Below) கூட நகரிய வளர்ச்சிக்கு வர்த்தகம் சக்தி வாய்ந்த கருவியாகப் பயன்படுத்தப்பட்டுள்ளதைப் பதிவுசெய்துள்ளது.

மேலும் ஒருமையம் உள்நாட்டு, வெளிநாட்டு வர்த்தகத்தில் சிறந்து விளங்க வேண்டுமேயானால் அதன் பூகோள இருப்பிடமும் நிலத்தியலும் சாதகமாக அமைந்திருக்க வேண்டும். இந்த வகையில் கோட்டாறு முதலிடத்தைப் பெறுகிறது. வளமான மண், தவறாது பெய்துவரும் பருவமழை, நாஞ்சில் நாட்டின் வளமான அறுவடை, அருகில் பாயும் பழையாறு ஆகிய காரணிகளால் கோட்டாற்றைச் சுற்றிலும் உபரியாகப் பொருட்கள் உற்பத்திசெய்யப்பட்டுவந்துள்ளன.

ஆரம்பத்தில் தென்னகத்தின் நெற்களஞ்சியம் (Granary of South India) என அழைக்கப்பட்ட கோட்டாற்றைச் சுற்றியுள்ள நாஞ்சில் நாட்டில் விளையும் உபரி விவசாயப் பொருட்களை வாங்கவே வியாபாரிகள் இங்கு வந்து குவிந்துள்ளனர். இதையொட்டி இங்கு வந்த விவசாயக் கூலிகள்தான் கோட்டாற்றின் முதல் கட்ட நகரிய வளர்ச்சியைத் தொடங்கிவைத்தனர் எனலாம். காலப்போக்கில் கோட்டாறு பாண்டிய மன்னர்களுக்கும் வேணாட்டு மன்னர்களுக்கும் தொடர்பை ஏற்படுத்தும் மையமாகச் செயல்படத் தொடங்கியது. விரைவில் காவல் படை, ராணுவ நிலைப்படை காவல் நிலையமாகக் கோட்டாறு மாறத் தொடங்கியது. ராணுவ முக்கியத்துவம் கருதி இருநாட்டு மன்னர்களும் கோட்டாற்றைத் தங்கள் வசம் வைத்துக்கொள்ள மோதிக் கொள்ளும் சூழ்நிலை ஏற்பட்டது. அதாவது அடிக்கடி சண்டை நடந்ததால் கோட்டாறு 'அடிக்கடி சண்டை நடக்கும் களம்' (Cock-Pit of South Travancore) என வரலாற்றில் பதிவு செய்யப்பட்டது.

ஏற்கெனவே கைவினைஞர்கள் ஏராளமானோர் கோட்டாற்றில் குடியேறியிருந்தனர். இவர்களில் பெரும்பாலானோர்

நெசவுத் தொழிலை நம்பி வாழ்ந்து வந்தனர். கோட்டாற்றை மாறி மாறி கைப்பற்றியிருந்த மன்னர்கள் இவர்களுக்கு ஆக்கமும் ஊக்கமும் அளித்து வந்தனர்.

காலப்போக்கில் வடக்கே குஜராத் மாநில கைவினைஞர்கள் கூட இங்கு வந்து குடியேறியதற்கான சான்றாதாரங்கள் உள்ளன. மேலும் அருகில் உள்ள ஆன்மிக நகரமான (Spiritual Town) சுசீந்திரம்வாழ் மக்களின் அன்றாடத் தேவைகளைப் பூர்த்தி செய்யும் வர்த்தக நகரமாகவும் கோட்டாறு மாறத் தொடங்கியது.

குளச்சல், ராஜாக்கமங்கலம், மணக்குடி, கன்னியாகுமரி, லீபுரம் ஆகிய பழந்துறைமுகங்களுக்கு அருகில் அமைந்திருந்ததாலும், வசதியான சாலை வசதிகள் இருந்ததாலும், மேலை, கீழை நாட்டு வர்த்தகர்களைக் கோட்டாறு கவர்ந்திழுத்ததில் சந்தேகமில்லை. குறிப்பாக ஐரோப்பியர்களது வருகைக்குப் பின்பு கோட்டாற்றைச் சுற்றியுள்ள குடியேற்றங்கள் தனி எழுச்சி பெற்றன. கோட்டாற்றில் தாலமி கால (கி.பி.150) நகரிய வளர்ச்சி முதற்கட்டம் என்றால் ஐரோப்பியர்களது வருகைக்குப் பின்புள்ள வளர்ச்சி இரண்டாம் கட்டம் எனக் கொள்ளப்படுதல் வேண்டும். இங்கு வருகை தந்த வர்த்தகர்களின் எண்ணிக்கைப் பெருகப் பெருக நகரிய வளர்ச்சியும் வேகம் காட்டத் தொடங்கியது.

வர்த்தகர்கள், மக்களின் எண்ணிக்கைப் பெருகியபோது, இரவு நேரங்களில் நகர இயக்கம் பயமற்றுக் காணப்பட்டது. மேலும், மேற்குறிப்பிடப்பட்டுள்ள துறைமுகங்கள் மூலம் கோட்டாற்றின் வர்த்தகம் கட்டுப்படுத்தப்பட்டது மட்டுமல் லாமல் சீராக இயங்கவும் செய்தது. வேணாடு, திருவிதாங்கூர், தமிழ்நாட்டு மன்னர்கள் கோட்டாற்றின் வர்த்தகத்தில் மிகுந்த கவனம் செலுத்திவந்தனர். வசதிபடைத்த வியாபாரிகள் கோட்டாற்றைச் சுற்றிலும் சொந்தமாக நெசவுத் தறிகளை அமைத்துக்கொண்டனர். இவற்றில் கைதேர்ந்த கைவினைஞர்களை வேலைக்கு அமர்த்திக்கொண்டனர்.

இவ்வாய்வை ஊன்றிக் கவனிக்கும்போது பல்லவர்களின் ஆட்சிக்குப்பின்பு (கி.பி. 6ஆம் நூற்றாண்டு) அதாவது சோழப் பேரரசின் ஆட்சியின்போது, கோட்டாற்றின் நகரிய வளர்ச்சி உச்சத்தை எட்டியது என்பது புலனாகும். காஞ்சிபுரம், காவிரிப்பூம்பட்டினம் ஆகிய பகுதிகளிலிருந்து கைவினைஞர்கள் கோட்டாற்றில் பாதுகாப்பாக வந்து குடியேறினர். கடல் கடந்து வந்த நாடுகள் பொருட்களின் உற்பத்தியில் அதிக நாட்டம் காட்டியபோது கோட்டாறு இன்னும் வளம்பெற்றது.

மூன்றாம் கட்டமாக 15ஆம் நூற்றாண்டில் புனித சவேரியாரைத் தொடர்ந்து கத்தோலிக்க மத வளர்ச்சியின் காரணமாகக் கோட்டாற்றின் வளர்ச்சி புது உத்வேகம் பெற்றது. புரொட்டஸ்தானியக் கிறிஸ்தவர்களின் வருகைக்குப் பின்பு நாகர்கோவில் நகரம் வளர்ச்சியடையத் தொடங்கியது. இதன் காரணமாகக் கோட்டாற்றின் முக்கியத்துவம் குறையத் தொடங்கியது. புதிய பொருளாதார வளர்ச்சிக்குப் பின்பு கோட்டாற்றின் முக்கியத்துவம் குறைந்து நாகர்கோவில் வளர்ச்சியுற்றது.

பழங்கால இலக்கியச் சான்றுகளும் கோட்டாறும்

இவ்வாய்வுக் கட்டுரையில் பெரும்பாலும் முதன்மையான, இரண்டாம் பட்சமான சான்றுகளே ஆதாரமாகக் கையாளப் பட்டுள்ளன. கோட்டாற்றின் நகரிய வளர்ச்சி, வர்த்தகம் குறித்து சங்க இலக்கியங்கள் சந்தேகத்திற்கு அப்பாற்பட்ட சான்றாதாரங்களை வழங்கியுள்ளன. கோட்டாற்றின் பண்டைய வரலாற்றை அறிந்துகொள்ள சிலப்பதிகாரம், மணிமேகலை, கலிங்கத்துப் பரணி ஆகிய சங்க இலக்கியங்கள் உதவுகின்றன.

சங்க இலக்கிய ஆய்வாளர்களான தெ.பொ. மீனாட்சி சுந்தரனார், சதாசிவ பண்டாரத்தார், கனகசபை பிள்ளை, தேசிய விநாயகம் பிள்ளை, இராசமாணிக்கனார், வையாபுரி பிள்ளை, K.A. நீலகண்ட சாஸ்திரி ஆகியோர் கோட்டாறு குறித்து வழங்கியுள்ளவை சிறு குறிப்புக்களே தவிர அவை ஆழ்ந்த கருத்துகளாக அமையவில்லை என்பது இங்கு குறிப்பிடத்தக்கது.

சான்றாதாரங்களும் வரையறைகளும்

முதன்மை, இரண்டாம்பட்ச சான்றுகள் எனச் சான்றாதாரங் களைப் பிரிக்கலாம். சங்க இலக்கியப் பாடல்கள், இடைக்கால இலக்கியங்கள், தாலமி, பிளினி போன்ற வெளிநாட்டு யாத்ரீகர் களின் பயணக்குறிப்புகள், புனித சவேரியாரின் வாழ்க்கை வரலாறு பற்றிய குறிப்புகள், கிரேக்க ரோம மாலுமிகளின் கடல் பயணக் குறிப்புகள், இங்கிலாந்தின் வர்த்தக கம்பெனிகளின் அஞ்சங்கோ குறிப்புகள், பிரான்சு நாட்டு யாத்ரீகர்களின் தினசரிக் குறிப்புகள், இங்கிலாந்து வர்த்தக கம்பெனிகளின் ஆலோசனை, கடிதத் தொடர்புகள், கேரள வரலாற்று சொசைட்டி கட்டுரைகள் ஆகிய சான்றாதாரங்கள் முதன்மைச் சான்றாதாரங்களாக அமைந்துள்ளன.

இவைதவிர முதன்மைச் சான்றாதாரமாக முன்னணியில் நிற்பது கல்வெட்டுகளேயாகும். தென்னிந்தியக் கல்வெட்டுகள்

குறித்த வெளியீடுகள் திருவிதாங்கூர் தொல்லியல் குறித்த வெளியீடுகள் ஆகியவை முதன்மைச் சான்றுகளில் பெரும்பங்கு வகிக்கின்றன.

இரண்டாம்பட்ச சான்றாக உள்ளவை யாவும் பெரும்பாலும் வெளியீடுகளாகவே உள்ளன. *K.K.* பிள்ளை, இளங்குளம் குஞ்ஞன் பிள்ளை, *T.K.* வேலுப்பிள்ளை, *K.K.* குசுமன், *P.* சுந்தரம் பிள்ளை, *A.* அப்பாத்துரை, சாமுவேல் மட்டீர், *S.* பத்மனாபன், *C.M.* ஆகூர், *K.M.* பணிக்கர், *V.* நாகம் அய்யா ஆகியோரது வெளியீடுகள் நமக்குப் பெரிதும் உதவியுள்ளன. கோட்டாற்றின் வர்த்தகம் குறித்த ஆய்வு ஆழமாகவும் பரிபூரணமாகவும் அமைய மேற்குறிப்பிடப்பட்டுள்ள சான்றாதாரங்கள் நன்கு பயன்படுத்தப்பட்டுள்ளன என்பதற்கு பின்வரும் ஆய்வுக் கட்டுரையே சான்று.

வர்த்தகம் – முகவுரை

உலக வர்த்தகம் முழுவளர்ச்சி அடையாத காலத்திலேயே மத்தியதரைக்கடல் பகுதி துறைமுகங்களுக்கும் இந்தியாவிலுள்ள மேற்குக் கடற்கரைப்பகுதி துறைமுகங்களுக்குமிடையே கடல்வழிப் போக்குவரத்து தொடர்பு இருந்து வந்துள்ளது. செங்கடல் வழியாகப் பாரசீக வளைகுடாவிற்கு பொனிசியர்கள் *(Phonecians)* இத்தொடர்பை தாவீது, சாலமன் மன்னர்களின் கீழ் ஏற்படுத்தியிருந்தனர்.

மகா அலெக்ஸாண்டரின் கீழ் கிரேக்கர்களும், செலுசிடே *(Selucidae)* ஆட்சிக்காலத்தில் சிரியர்களும், தாலமி காலத்தில் எகிப்தியர்களும், எகிப்து, பாரசீகத்தைக் கைப்பற்றிய பின்பு அரேபியர்களும், இத்தாலியர்கள், விசேஷமாக பிளாரன்ஸ், கிரேக்கர்கள், போர்த்துக்கீசியர்கள், டச்சுக்காரர்கள், பிரெஞ்சுக் காரர்கள், ஆங்கிலேயர்கள் ஆகியோரும் தங்கள் பங்கிற்கு இந்தியாவின் மேற்குக் கடற்கரையிலுள்ள துறைமுகங்களுடன் நேரடியாக வர்த்தகத் தொடர்பு வைத்திருந்தனர்.

கி.மு. 327ஆம் ஆண்டு நடைபெற்ற கிரேக்க நாட்டினரின் படையெடுப்புத் தொடங்கி இந்தியாவின் வெளிநாட்டு வர்த்தக வரலாறு தொடங்கிற்று. பிளினியின் இண்டிகாவை *(Indica)* அடிப்படையாகக் கொண்ட சான்றாதாரங்களின்படி நாம் இந்தியாவைப்பற்றி அதிகமாக அறிய முடிகிறது. மலபார் குறித்து இரண்டாயிரம் ஆண்டுகளுக்கு முன்பேயுள்ள விளக்கங்களையும் நாம் தெரிந்துகொள்ள முடிகிறது.

பிளினியின் *Natural History Vol VI-21*இல் சந்தேகமின்றி மலபார் குறித்துக் கீழ்க்கண்ட விளக்கங்கள் கொடுக்கப்பட்டுள்ளன.

மலபாரின் *Horatae* என்ற அழகிய நகரம் போர் வீரர்களால் பாதுகாக்கப்பட்டு வந்தது. *Charmae* மன்னன் ஏழையாக இருந்தாலும் அறுபது யானைகளை சொந்தமாக வைத்திருந்தார். ஆனால், அவர் அவ்வளவு முக்கியத்துவம் பெற்றிருக்கவில்லை. அடுத்து வருவது *Pandae* மன்னர்கள். இந்தியாவிலேயே பெண்களால் ஆட்சிபுரியப்பட்டுவந்த நாடு. இந்நாட்டின் கட்டுப்பாட்டில் *300 நகரங்களும் காலாட் படையும் 500 யானைப்படையும்* இருந்தன.

Horatae, Charmae, Pandae என்பவர்கள் வேறெவருமல்ல எல்லோருக்கும் நன்கு தெரிந்த சேர, சோழ, பாண்டிய மன்னர்களேயாவர். வலுவான சோழப்பேரரசு ஆலப்புழை வரைக்கும், பரப்பளவில் சிறிய சேரப்பேரரசு ஆலப்புழையிலிருந்து அஞ்சுதெங்கு (*Anjengo*) வரைக்கும், பாண்டியப் பேரரசு அஞ்சுதெங்கு தொடங்கி கிழக்குக் கடற்கரையில் வெள்ளாறு வரைக்கும் பரவியிருந்தது. இதற்குச் சான்றாக மூன்றாம் நூற்றாண்டில் *Periplus of the Erythrean sea* இல் தமிழ்பேசும் மக்கள் குறித்து குறிப்பிடப்பட்டுள்ளது.

வெனிஸிய நாட்டுப் பயணியான மார்க்கோ போலோ, கொல்லம், குமரி, மலபார் பற்றி 12, 13ஆம் நூற்றாண்டுகளில் தான் எழுதிய குறிப்பில் குறிப்பிட்டுள்ளார்.[12]

அக்காலத்தில் கொடுங்களூர் துறைமுகம், வர்த்தக நோக்கில் பிரபலமான துறைமுகமாகக் காணப்பட்டது. தெற்கில் கடைக்கோடியில் அமைந்திருந்தது குமரிப் பேரரசு ஆகும். இதனுடன் கொற்கை, காயல் பகுதிகளும் இணைந்திருந்தன. சுமார் ஐந்து நூற்றாண்டுகளுக்குப் பின்பு திருவிதாங்கூர் மன்னர்கள் ஆட்சி புரிந்த பகுதி சுருங்கிப்போய்க் கன்னியாகுமரியிலிருந்து 15 அல்லது 20 மைல்கள் வரைக்கும் மட்டுமே அதன் எல்லை இருந்ததாக *Fre Barthalomea* குறிப்பிட்டுள்ளார்.[13]

மேற்குறிப்பிட்டுள்ள மேலைநாட்டினருடனான வர்த்தகத் தொடர்புகளுக்கு இன்றளவும் சான்றாக விளங்குவது நாணயங்களாகும். திருவிதாங்கூரில் கிடைத்துள்ள அனைத்து ரோமநாட்டு நாணயங்களும் மதிப்புமிக்கவை. அவை ஒவ்வொன்றும் உலகின் நான்கு அதிசயங்களான கலை, அறிவியல், வர்த்தகம், வியாபாரம் ஆகியவற்றின் ஏதாவது ஒரு கூறை நமக்கு வெளிப்படுத்துவதாகக் காணப்படுகிறது. மேலும், புராதனக் காலம் தொட்டுத்

---

12. Manual of the Administration of Madras Presidency. Vol-II Madras -1835. Appendix No:XII . Descriptive Accounts of Districts, Localities -Connected with Presidency.P-100, 101.

13. Ibid .P- 102.

திருவிதாங்கூர் வெளி உலகத்துடன் கொண்டிருந்த நெருக்கமான தொடர்பு குறித்து நமக்குத் தெரிவிக்க உதவுகிறது.[14]

ரோம நாட்டின் வர்த்தக வரலாற்றில் நல்லமிளகிற்கென தனி இடமுண்டு. கி.பி. 408ஆம் ஆண்டு கோத் *(Goth)* மன்னரான அலரிக் *(Alaric)* என்பவர் பெரும்படையுடன் ரோமத் தலைநகரை முற்றுகையிட்டார். முற்றுகையை விலக்கிக் கொள்ள அவர் விதித்த ஒரே நிபந்தனை உடனடியாக 3000 பவுண்ட் நல்லமிளகும் இதர விலை மதிப்பற்ற பரிசுப் பொருட்களும் கொடுப்பது ஆகும். கேட்டபடி கொடுத்தபின்பு முற்றுகை விலக்கிக் கொள்ளப்பட்டதாகச் சான்றுகள் உள்ளன.[15]

மேலும், புராதன காலம் தொட்டு ஐரோப்பாவின் ரோமநாட்டு வர்த்தகத்தில் நல்ல மிளகு சமையலறையில் பயன் படுத்தப்படும் வாசனைப் பொருளாக இருந்து வந்துள்ளது. மாமிசத்தைப் பதப்படுத்த மட்டுமல்லாமல், மருந்தாகவும், தவிர்க்க முடியாத துணைப் பொருளாகவும் இருந்துள்ளது. நல்ல மிளகு பயன் குறித்து ஹிப்போகிரேட்ஸ் *(Hippocrates)* கருத்துத் தெரிவிக்கும்போது, *Indian Remedy* (உபாதைகளுக்கான இந்தியத் தீர்வு) எனக் குறிப்பிடுகிறார். மேலும் *Galen, Pliny. Celsus,* பல எழுத்தாளர்கள் நல்லமிளகின் மருத்துவக்குணம் குறித்துக் குறிப்பிட்டுள்ளார்கள்.[16]

நல்லமிளகைப் போன்று அதற்கிணையான மருத்துவக் குணம், உணவுப்பொருளாகவும் பயன்படுத்தப்பட்டு வந்தது கருப்புக்கட்டியாகும். இடைக்காலங்களில் கோட்டாறு வர்த்தகத் தில் இது நீங்காவிடம் பெற்றிருந்தது. குறிப்பாகத் திருநெல்வேலி, கன்னியாகுமரி மாவட்டக் கருப்புக்கட்டிக்குத் தனி வரவேற்பு இருந்துவந்துள்ளது. கடலோடிகள் *(Seafarers)* அலுப்பு தீர நல்லமிளகையும் கருப்புக்கட்டியையும் சேர்த்து உண்டு வந்தனர்.

கருப்புக்கட்டியின் மருத்துவ மகத்துவம் குறித்து கிறிஸ்தவ மிஷினரி ரிங்கல்தௌபே கீழ்க்கண்ட தகவலைத் தருகிறார். இவர் தஞ்சாவூரைச் சார்ந்த வர்த்தகரான சாயரிடம் பணி நிமித்தமாக வெளியூர் செல்லக் குதிரையைக் கேட்டுப் பெறுவதுண்டு. இல்லாதபட்சத்தில் பல்லக்கிலும் பிரயாணம் செல்வதுண்டு. 11.02.1806 அன்று தூத்துக்குடியிலிருந்து பாளையங்கோட்டைக்குப்

---

14. Aracheological Reports 1104 -1113 M.E. 1926 A.D. Administrative Report of the Department of Archaeology for 1104 M.E. P- 8
15. (SCHOFF PERIPLUS .P- 214)
    See Also: Roman Trade Centres in Malabar . P.J. THOMAS .P-260
16. Roman Trade with India warmington. PP 181-183, Also See Schilf, PERIPLUS. P-21

பல்லக்கில் பயணிக்க வேண்டியிருந்தது. பல்லக்கைச் சுமந்து சென்றவர்கள் குறுக்கு வழியில் 30 மைல் தூரத்தைக் கடந்து பெப்ரவரி 12 அன்று பாளையங்கோட்டையை அடைந்தனர். இம்முழுப் பயண நேரத்தில் உணவு எதுவும் சாப்பிடாமல் சிறிதளவு கருப்புக்கட்டியை மட்டுமே சாப்பிட்டுப் பசியாற்றிக் கொண்டதைப் பார்த்த ரிங்கல்தௌபே மிகவும் வியப்படைந்த தாகக் குறிப்பிட்டுள்ளார். அக்காலத்தில் இழந்த சக்தியை மீட்டுத் தருவதில் கருப்புக்கட்டிக்கு இணையானது வேறெதுவுமில்லை என்பது குறிப்பிடத்தக்கது.[17]

கிறிஸ்து பிறப்பை ஒட்டியுள்ள வரலாற்றுக் காலத்தில் தென் இந்தியாவிற்கும், ரோமப் பேரரசிற்கும் நடைபெற்றுவந்த வர்த்தகத் தொடர்புகள், பொருள் போக்குவரத்து குறித்துக் கீழ்க்கண்ட தகவல்கள் நமக்கு வியப்பளிப்பதாக உள்ளன. தமிழகத்தின் பழங்கால பாண்டியப் பேரரசு முத்துக்களுக்குப் பெயர்பெற்றதாகக் காணப்பட்டது. கிரேக்க நாட்டுடன் இவர்கள் நெருங்கிய வியாபாரத் தொடர்பு கொண்ட காரணத்தால் இவர்கள் 'கிரேக்கப் பாண்டியர்கள்' என அழைக்கப்பட்டனர். சேரர்களும் பாண்டிய மன்னர்களும் விலையுயர்ந்த ஆபரணக் கற்களையும் முத்துக்களையும் தமிழ்நாட்டில் உற்பத்தி செய்யப் பட்ட வித்தியாசமான பொருட்களையும் யானைகளையும் கிரேக்க நாட்டில் இறக்குமதி செய்தனர். இவற்றில் யானைகள் இலங்கையிலிருந்து கொண்டு வரப்பட்டவையாகும். தமிழகத்தின் பல பகுதிகளில் நீரோ மன்னன் வரையிலான பல மன்னர்கள் வழங்கியிருந்த தங்கம், வெள்ளியிலான நாணயங்கள் ஏராளமாகக் கிடைக்கப் பெற்றுள்ளதே இதற்குச் சான்று. டைபீரியஸ், அகஸ்டஸ் மன்னர்கள் வழங்கியிருந்த இலச்சினைகள் தமிழகமெங்கிலும் கிடைத்துள்ளன. இவற்றில் பெரும்பான்மையானவை அகஸ்டஸ் மன்னன் வழங்கியவையாகும்.

மேற்குக் கடற்கரையிலுள்ள நெல்சிண்டா *(Nelsynda)* வரைக்கும் பாண்டிய மன்னர்களின் கட்டுப்பாட்டில் இருந்தது. பொறக்காடு *(Porakad)* சேர மன்னர்களின் கட்டுப்பாட்டில் இருந்ததால் நல்லமிளகு வர்த்தகத்தில் அவர்கள் சிறந்து விளங்கினர். மேலும், அச்சன்கோவில் வழியாகச் செல்லும் நெடுஞ்சாலை பொறக்காட்டில் முடிவடைந்தது. இச்சாலை தென்னிந்தியாவையும் மேற்குக் கடற்கரையையும் இணைக்கும் முக்கியச் சாலையாகத் திகழ்ந்தது. இப்பிரதான சாலை வழியாக தென்னிந்தியாவிற்கும் மேற்குக் கடற்கரைக்கும் உரித்தான

---

17. Church Histry of Travancore. C.M. AUGUR. Part II Asian Educational Services NewDelhi P- 491

பொருள் போக்குவரத்து நடைபெற்று வந்தது என்பது குறிப்பிடத்தக்கது. பாண்டியப் பேரரசு என்பது, பொதுவாக திருநெல்வேலி, மதுரை, திருவிதாங்கூரின் சில பகுதிகளை உள்ளடக்கியதாகக் காணப்பட்டது; ஆனால், பெரிப்புளூசின் காலத்தில், மேற்குத் தொடர்ச்சி மலையைத் தாண்டி உள்ள திருவிதாங்கூர் பகுதிகளையும் உள்ளடக்கியதாகக் காணப்பட்டது. ஆரம்ப காலங்களில் இப்பகுதிக்கு *Sopatmaor Soppdinamor Madras* எனப்பெயர். சீனாவிலிருந்து குறைந்த அளவில் வியாபாரிகள் இமயமலை அடிவாரப் பகுதியான *Gangtok* வரைக்கும் வந்து இலவங்கத்தையும் அதன் இலைகளையும் அமைதியான பண்ட மாற்று முறைகளில் விற்பனை செய்துள்ளனர். இமயமலை அடிவாரத்தின் சில பகுதிகள் சீனர்களின் கட்டுப்பாட்டின்கீழ் இருந்துள்ளது என்பது இங்கு குறிப்பிடத்தக்கது.[18]

திருவிதாங்கூர் – திருநெல்வேலி இடையேயான வர்த்தக உறவில் கோட்டாற்றின் பங்கு

நிலத்தியல் பார்வையில் திருவிதாங்கூரும் ஆங்கிலேயக் கிழக்கிந்திய கம்பெனியும் அருகருகே அமைந்திருந்ததால் இருநாட்டு உபரிப் பொருட்களும் பண்டமாற்றாகப் பரிமாறிக்கொள்ளப்பட்டும், விலை கொடுத்து வாங்கி விற்கப்பட்டும் வந்தன. இருநாடுகளும் இலங்கையுடன் வர்த்தகத் தொடர்பும் வைத்திருந்தன.

சென்னை மாகாணத்தையும் திருவிதாங்கூரையும் இணைக்கும் பிரதானச் சாலை திருநெல்வேலி மாவட்டம் வழியாக வருவதால் வர்த்தகம் நன்கு வளர்ச்சியடைந்தது. அச்சாலை தென் திருவிதாங்கூரில் நுழைந்ததும் வர்த்தக நகரமாகிய கோட்டாற்றைக் கடந்துசென்று முக்கியத் துறைமுக மாகிய குளச்சலையும் இணைக்கிறது. இந்த இணைப்பு இரு மாவட்டங்களுக்கு இடையேயான வர்த்தக உறவை மேம்படுத்து வதாக அமைந்துள்ளது.[19]

இடைக்காலங்களில் ஆங்கிலேயக் கிழக்கிந்திய கம்பெனி யின் மேல்மட்ட நிர்வாகக்குழு, தங்களின் கீழ் உள்ள திருவிதாங்கூர், கொச்சிப் பகுதிகளுடனான வர்த்தக உறவுகள் குறித்து விளக்கங்களை அவ்வப்போது கேட்டுப் பெற்றது. வாங்கவிருக்கும் உத்தேசவிலை குறித்தும் விளக்கங்களைப் பெற்றது. உப்பு வியாபாரமும் இதில் அடங்கும். இவைதவிர வெற்றிலை, இலங்கை யாழ்ப்பாணம் வழியாக விற்பனைக்கு

18. The Commerce Between the Roman Empire and India, E.H. WARMINGTEN. PP 37, 39, 57, 59, 62 and 64.

19. In Kerala .A.B. Clerke P- 100

வரும் யாழ்ப்பாணப் புகையிலை, கஞ்சா போன்ற லாகிரிப் பொருட்களும் அடங்கும்.[20]

இலங்கை யாழ்ப்பாணம் பட்டணத்திலிருந்து இறக்குமதி செய்யப்படும் உயர்தரப் புகையிலை, இதரப் பொருட்கள் மீது திருவாங்கூர் மன்னர்கள் அதிகபட்ச இறக்குமதி வரி விதித்த தால், ஆங்கிலேயக் கிழக்கிந்திய கம்பெனியின் வருமானம் பாதித்தது. இருப்பினும் புகையிலை வியாபாரிகள் திருவிதாங்கூரின் உள் மாவட்டங்களுக்கு வழக்கமான பொருட்களை அனுப்பிக் கொண்டே இருந்தார்கள். ஆனால், வெற்றிலை வியாபாரத்தைப் பொறுத்தவரைக்கும் திருநெல்வேலி மாவட்டத்தைக் காட்டிலும் மதுரை மாவட்டத்தில் விற்பனைவரி குறைவாக இருந்ததால், அங்கு விற்பனை அமோகமாக இருந்தது. ஆங்கிலேயக் கிழக்கிந்திய கம்பெனி மூலம் விற்பனைக்கு வரும் பொருட்கள் தெற்கே கோட்டாறு வர்த்தக மையம் மூலமாக வருபவை என்பது குறிப்பிடத்தக்கது. திருநெல்வேலி, மதுரை மாவட்டங்களில் ஒரே மாதிரியான வரிவிதிப்பு இருக்க வேண்டுமென திருவிதாங்கூர் அரசு விரும்பியது.[21]

நிலம் வழியாக நடைபெற்ற ஏற்றுமதி, இறக்குமதி அளவு குறையத் தொடங்கியபோது, ஆங்கிலேயக் கிழக்கிந்திய கம்பெனியின் வர்த்தக மேல்மட்டக் குழு, தானியங்கள், புகையிலை மீதான வரியை முற்றிலும் நீக்கியது. இதன் காரணமாக வழக்கமான பொருட்கள் திருவிதாங்கூருக்கு அனுப்பப்பட்டன. இதன் காரணமாகக் கொழும்பு, தென் திருவிதாங்கூர் மாவட்டங ்களிடையேயான துறைமுகம் வழியாக நடைபெறும் ஏற்றுமதியும் இறக்குமதியும் பெருக ஆரம்பித்தன.[22]

இதனிடையே 1809ஆம் ஆண்டு உள்நாட்டு நெருக்கடி காரணமாகப் போர் ஏற்பட ஏதுவாயிற்று. இதுகுறித்து கிழக்கிந்திய கம்பெனியின் பிரதமச் செயலாளர் திருவிதாங்கூர் அரசிற்குக் கடிதம் எழுதினார். முதல் நடவடிக்கையாகத் திருநெல்வேலிக்கும் கொல்லத்திற்கும் இடையேயான போக்குவரத்து நிறுத்தப்பட்டது. ஆரல்வாய்மொழிச் சோதனைச் சாவடியில், தபால் கொண்டு செல்வோர் அங்கு பணியில் இருக்கும் காவலரால் தடுத்து நிறுத்தப்பட்டுக் கைதுசெய்யப்பட்டதுடன் அவர்கள் கொண்டு வந்த தபால்களும் பறிமுதல் செய்யப்பட்டன. கொல்லத்தில் தங்கியிருக்கும் ஆங்கிலேயக் கிழக்கிந்திய கம்பெனியின்

---

20. Military Consultations Vol.3576 P-110. Letters sent to the Board-1806.
21. Ibid
22. Ibid. Vol. 3581.P-111

ராணுவப் படைக்கு அனுப்பப்பட்ட ஆயிரம் ஆடுகளும் வழியி லேயே நிறுத்தப்பட்டன. இவ்வாடுகள் Lt.Col. சாமர்ஸின் (Lt. Col. Chamers) விண்ணப்பத்தின் பேரிலேயே அனுப்பப்பட்டிருந்தது. இதையொட்டி திருவிதாங்கூர் படைகள் தங்களைப் பாதுகாத்துக் கொள்ளும் நிலைக்குத் தள்ளப்பட்டன. அண்டைநாடுகள் என்னதான் வர்த்தக உறவுகள் மூலம் நேசநாடுகளாக இருந்தாலும் நெருக்கடி என வந்துவிட்டால் பரஸ்பர நம்பிக்கையை இழந்து விடுகின்றன என்பதை இச்சம்பவம் காட்டுவதாக அமைந்துள்ளது.[23]

மேலும் கம்பெனி, ராணுவ வீரர்கள் உயரமான இடங்களை அடைவதற்கு பயன்படுத்தும் மூங்கிலால் உருவாக்கப்பட்ட ஏணிகளனைத்தும் தென்காசியைச் சுற்றியுள்ள திருவிதாங்கூர் எல்லைக்குள் வெட்டி தயாரிக்கப்பட்டதாகும். ஏணிகள் தயார் செய்வதில் சிங்கம் புணரி ஒரு முக்கிய மையமாகத் திகழ்ந்தது.[24]

நெருக்கடி நிலையிலும் கொல்லத்தில் நிலைகொண்டிருந்த கம்பெனிப் படைவீரர்களின் அத்தியாவசியத் தேவை, Lt.Col. சாமர்ஸின் விண்ணப்பம் ஆகியவற்றின் அடிப்படையில் பத்தாயிரம் ஆடுகள் கடல்வழியாகக் கொல்லத்திற்கு அனுப்பி வைக்கப்பட்டன. இவைதவிர 1,500 ராணுவ வண்டிகளில் கால்நடைகளும் ஒரு மாதத்திற்குப் போதுமான மளிகைச் சாமான்களும் அனுப்பிவைக்கப்பட்டன.[25]

ஆங்கிலேயக் கிழக்கிந்தியப் படைகள் தெற்கு நோக்கி அதாவது திருச்சிராப்பள்ளியிலிருந்து திருவிதாங்கூர் செல்லும் வழியில் என்னென்ன முன்னேற்பாடுகள் செய்யப்பட்டன என்பதற்கான கூடுதல் சான்றுகள் கீழே கொடுக்கப்பட்டுள்ளன.

கி.பி. 1809ஆம் ஆண்டு பெப்ரவரி 9 அன்று படைகள் கிளம்புவதற்கு முன்னால் பாளையங்கோட்டை முகவர்களுக்கு, உணவு சம்பந்தமான முன்னேற்பாடுகளுக்குக் கடிதம் எழுதப் பட்டுள்ளது. 1877 கோட்டை நெல்லை அவித்து, குற்றி, அதிலிருந்து 804 கோட்டை அரிசி தயாரிக்கப்பட்டது. இயந்திரங்கள் அறிமுகப்படுத்தப்படாத அக்காலத்தில் இவ்வளவு கைக்குத்தல் அரிசியைத் தயாரிப்பது என்பது எவ்வளவு சிரமமான காரியம் என்பதைப் புரிந்துகொள்ளவேண்டும். எவ்வளவு தொழிலாளிகளை அப்பணிக்கு அமர்த்த முடியுமோ அவ்வளவு தொழிலாளிகளை அமர்த்தி விரைந்து வேலையை முடிக்கக் கட்டளை பிறப்பிக்கப்பட்டது. எனவே, வேலைப்பளுவைப்

---

23. Ibid. Vol. 3584- Letters sent to the Board. Travancore P-134
24. Ibid. Vol.3584 Military Supplies Bamboo. PP-29-31.
25. Ibid.Vol. 3584 -Military Supplies -Sheep. P-45

பிரித்து அளிக்கப் பணப்பட்டுவாடா அதிகாரி பணிக்கப்பட்டார். நெல் அவிப்பதற்கென மரக்கரியும் வழங்கப்பட்டது. இவ்வாறு தயாரிக்கப்பட்டவை, படைவீரர்களுக்கு 60 நாட்கள் சாப்பிடப் போதுமானதாகும். சுமார் 1,450 கோட்டை அரிசி பாளையங் கோட்டையிலுள்ள பண்டசாலையில் சேமித்துவைக்கப்பட்டது. சாப்பிட்டதுபோக எஞ்சிய அரிசியைப் படைவீரர்கள் தங்களுடன் எடுத்துச்செல்வது வழக்கமாகக் காணப்பட்டது.

மேலும், படைகளுக்கான அசைவ உணவைப் பொறுத்த வரையில் முதற்கட்டமாகப் பாளையங்கோட்டைக்கு வந்து சேரும் அன்றைக்கு வழங்கப்பட்டது. அடுத்தகட்டமாக ஆங்கிலேயப் படைகளுடன் ஐரோப்பியப் படைகளும் சேர்ந்து வரும்போது 10,133 ஆடுகள் வழங்கப்பட்டன. இவை ஒரு நாளைக்கு 200 ஆடுகள் என்ற கணக்கில் வழங்கப்பட்டன.

நெல், அரிசி, ஆடுகள் ஆகியவற்றைக் கொண்டுசெல்லக் காளை வண்டிகள் பயன்படுத்தப்பட்டன. இதற்காகப் பொருட் களை வினியோகம் செய்ய ஒப்பந்தம் செய்த முகவர்கள் காளைவண்டியின் உரிமையாளர்களுடன் தனியாக ஒப்பந்தம் செய்து கொண்டனர்.

மேலே கொடுக்கப்பட்டுள்ளது சம்பந்தமான கடிதப் போக்குவரத்துகளில் திருநெல்வேலி மாவட்ட கலெக்டர் கையெழுத்திட்டுள்ளார் என்பது இங்கு குறிப்பிடத்தக்கது.[26]

மேலே குறிப்பிட்டுள்ள எண்ணிக்கையிலான ஆடுகள் உணவிற்காகப் படைவீரர்களுக்கு அனுப்பப்படும்போது உணவு தயாரிப்பதற்கு எவ்வளவு மனிதசக்தியும் பணமும் தேவைப் பட்டிருக்க வேண்டும் என்பது கணக்கில் கொள்ளப்பட வேண்டும். தொன்றுதொட்டு மளிகை, அரிசி வகைகள் கொள்முதல் செய்வதற்குத் திருநெல்வேலி மாவட்டம் உகந்த இடமாக இருந்து வந்துள்ளது. கோட்டாறு வியாபாரிகள் மூலம் இவை யாவும் கைமாறியிருக்க வேண்டுமென்பது குறிப்பிடத்தக்கது.

மேற்குறிப்பிட்டுள்ள வியாபாரப் பரிவர்த்தனைகளின்போது, திருவிதாங்கூர்ப் பகுதியில் புழக்கத்திலிருந்த நட்சத்திரக் குறியீட்டுடன் கூடிய *(Porto Novo Pagoda)* (பரங்கிப்பேட்டை நாணயம்) மூலமே கணக்குவழக்குகள் பைசல் செய்யப்பட்டன. படைவீரர்களுக்குச் சம்பளமாகவும் *Cully Fanam* (கூலி பணம்) வழங்கப்பட்டன.[27]

---

26. Travancore to the Chief Secretary, to Govt. Fort St.George 9-2- 1809

27. Ibid. Vol. 3585, Currency, PP-138-140

திருவிதாங்கூருக்குத் தேவையான பொருட்களை விநியோகிப்பது குறித்து திருவிதாங்கூர் அரசாங்கத்திற்கும் வியாபாரிகளுக்கும் இடையே அவ்வப்போது ஒப்பந்தங்கள் செய்துகொள்ளப்பட்டன. 1863இல் குறிப்பாகத் தென் திருவிதாங்கூரின் கிழக்குப் பகுதிக்கு நல்ல தரமான புகையிலை விநியோகம் செய்ய வியாபாரிகளுடன் ஒப்பந்தம் கோரப்பட்டது. முதற்கட்டமாக 1,800 காளை வண்டி நிறைய தரமான புகையிலை திருவிதாங்கூருக்கு விநியோகம் செய்ய வேண்டுமென்று வியாபாரிகளிடம் கோரப்பட்டது. இதில் பாதியளவு பணத்திற்கும் மீதி பாக்காகவும் *(Betal-nut)* வழங்கும்படி வேண்டப்பட்டது. இவை பெரும்பாலும் திருவிதாங்கூர் பகுதியில் விளைவிக்கப்பட்டவையாகும். இவற்றைச் சேமித்து, பக்குவப்படுத்துவது வியாபாரிகளின் பொறுப்பாகும். அதன்பின்பு சில்லறை விலை நிர்ணயம் செய்யப்பட்டது. இறக்குமதி செய்பவர்களுக்கு எந்தவிதக் கூடுதல் தொகையும் கொடுக்காமல், பெறப்படும் பணம் முழுவதும் கருவூலத்தில் செலுத்தப்பட்டது. புகையிலையை விநியோகம் செய்யும்போது பெறப்பட்ட அசல் விலை, சில்லறை விற்பனை விலை வித்தியாசத்தில் வியாபாரியின் லாபம் அடங்கும்.

கடத்தலைத் தடுக்கும் நோக்குடன் திருவிதாங்கூர் அரசாங்கம் பொருட்கள்மீது கணிசமான மானியங்களை வழங்கியிருந்தது. ஆனால், புகையிலை விற்பனை செய்ய அரசாங்க உரிமம் பெற்ற வியாபாரிகளுக்கு மட்டுமே இம்மானியங்கள் வழங்கப்பட்டன. புகையிலையைக் கடத்தும்போது அவை அரசாங்கத்தாரால் கைப்பற்றப்பட்டால் அவை அரசாங்கத்துக்கே சொந்தம்.[28]

மேற்குறிப்பிட்டுள்ள வர்த்தகத் தொடர்புகளுக்கு அப்பாற்பட்டு ஆங்கிலேயக் கிழக்கிந்திய கம்பெனிக்குத் திருநெல்வேலி மாவட்டத்தில் குற்றாலத்தில் மூன்று லவங்கத் தோட்டங்களும் தென்காசி தாலுகா கும்பளப் பாட்டத்தில் இரண்டு தோட்டங்களும் பாளையங்கோட்டைப் பகுதியில் இரண்டு தோட்டங்களும் சொந்தமாக இருந்தன. இவை வர்த்தக உறவுகளை மேம்படுத்துவதாகக் காணப்பட்டன.[29]

மேலும், ஆங்கிலேயத் தளபதி ஹியூக்ஸ் *(Hughes)* மேலை நாட்டின் தரமான பருத்தியான *(Bourbon)* போர்பன் எனும் இனத்தைத் திருநெல்வேலி மாவட்டத்தில் விவசாயம் செய்ய அறிமுகப்படுத்தினார். இதற்கு அம்மாவட்டத்தின் தென்பகுதி உகந்ததாக அமையும் என அவர் கண்டார். அங்குள்ள

---

28. Ibid.Vol. 3500 PP-60-63. TOBACCO Letters sent to the Board.

29. Ibid. Letters sent to the Board 1816 Cinnamon. Plantations. PP -33-34. Sales Report.

விவசாயப் பெருங்குடி மக்களும் பருத்தி விவசாயத்தில் கடின உழைப்புடன் ஈடுபட்டனர். பொதுவாகத் திருநெல்வேலி மாவட்டத்தின் காலநிலையும் அதற்கு உகந்ததாகக் காணப் பட்டது. வருடத்தில் முக்கால்வாசிக் காலநிலை வறட்சியாகவும், மாவட்டம் கடல் அருகில் அமைந்திருந்ததால் புதுரகப் பருத்தி உற்பத்திக்கு உகந்ததாகவும் காணப்பட்டது. ஆனால், களக்காடு போன்ற பகுதியில் பருத்தி சாகுபடியில் ஈடுபட்ட விவசாயிகள் அதிக உழைப்பையும் பொருளையும் செலவழிக்க வேண்டியிருந்தது. இவ்வாறு உற்பத்தி செய்யப்பட்ட பருத்தி யிலிருந்து உருவாக்கப்பட்ட நூல்கள் கோட்டாற்றைச் சுற்றி வாழ்ந்த நெசவாளப் பெருங்குடி மக்களுக்கு ஒரு வரப்பிரசாத மாக அமைந்தது.[30]

தென் திருவிதாங்கூருடன் உள்ள வியாபாரத் தொடர்பு, குறிப்பாகத் தானிய வர்த்தகத்தை மேம்படுத்தவும், சீரான விநியோகத்தை உருவாக்கவும் பாளையங்கோட்டைக்கு அருகில் எண்பது வகையான வியாபாரிகள் தங்கியிருந்தனர். இவர்களில் பலர் பிரபலமான வியாபாரிகளாவர். தென் திருவிதாங்கூருடன் தங்குதடையின்றித் தானிய விநியோகம் செய்வதற்குத் தேவையான நடவடிக்கைகளை இவர்கள் எடுத்து வந்தனர்.[31]

செங்கோட்டைப் பகுதியில் உள்ள கிராமப் பகுதிகளில் ஆங்கிலேய கம்பெனியின் தனிப் பயன்பாட்டிற்காகப் புகை யிலைப் பயிரிடப்பட்டு வந்தன. இதை கம்பெனி ஊழியர்கள் தனிப்பட்ட முறையில் பயிரிட்டு வந்தனர். இப்புகையிலையின் மீது பதினான்கரை சதவிகிதம் வரி விதிக்கப்பட்டது. இதற்கு எதிர்ப்புத் தெரிவித்துப் புகையிலை விநியோகம் நிறுத்தப்பட்டது. திருவிதாங்கூர் திவானின் தலையீட்டின் பேரில் புதிய வரிவிதிப்பு இல்லாமலேயே வர்த்தகம் புத்துயிர் பெற்றது. இதன் காரணமாகக் கோட்டாறு புகையிலை வர்த்தகம் மேம்பாடடைந்தது.[32]

பொதுவாக வறட்சிப் பகுதிகள் அதிகமடங்கிய பஞ்சாப் மாநிலத்தில் பருத்தி பயிரிடப்பட்டு வந்தது. ஆனால், அதிக லாபம் தரும் அமெரிக்கப் பருத்தி திருநெல்வேலி மாவட்டத்தில் சோதனை அடிப்படையில் பயிரிடப்பட்டது. இதைப்பற்றித் திருநெல்வேலி மாவட்ட விவசாயிகளுக்கு அவ்வளவாகத் தெரியாவிட்டாலும் காலப்போக்கில் அதை நல்ல தரமான

---

30. Letters sent to the Board. Volume 3596. Pp-308-12. Bourbon cotton Cultivation. Mr. Hughe's Proposals. Remark.
31. Correspondence Letters (Miscellaneous) Vil.3599. PP-238-40. Military Banger.
32. Correspondence Letters sent (miscellaneous) Vol. 3601 . Tobacco. PP-52-55. 1813-20

மகசூலை அளிக்கும் பருத்தி எனக் கண்டனர். கி.பி. 1808–09ஆம் ஆண்டுகளில் திருநெல்வேலி மாவட்டத்தில் ஹியூக்ஸ்ஸால் அறிமுகப்படுத்தப்பட்ட போர்பன் இனப் (Bourbon) பருத்தி காலப்போக்கில் இங்கிலாந்திற்கு அனுப்பிவைக்கப்பட்டு அங்கும் பயிரிடப்பட்டது. அங்குள்ள பருத்தி வகைகளைப் போன்று போர்பன் சம அந்தஸ்து பெற்றது என்பது குறிப்பிடத்தக்கது.

இதைப்போன்று இங்கு பயிரிடப்பட்ட புகையிலையும் உயர் தரமாகக் காணப்பட்டது. இவை மதுரைக்கும் கோட்டாறு வழியாகத் திருவிதாங்கூருக்கும் அனுப்பிவைக்கப்பட்டன. பொதுவாக, சாணார்கள் புகையிலைச் சாகுபடியில் ஈடுபட்டு வந்தனர்.

மங்களகரமான வைபவங்களுக்கும், அன்றாடச் சமையலுக்கும் இன்றியமையாதது மஞ்சளாகும். கோட்டாறு சந்தையில் மஞ்சளுக்குத் தனி மவுசு உண்டு. இம்மஞ்சள் திருநெல்வேலி மாவட்டம் தாமிரபரணி ஆற்றங்கரையோரமாக உள்ள தாலுகாக்களில் பயிரிடப்பட்டு, பதப்படுத்தப்பட்டுப் பெரும்பான்மையானவை கோட்டாறு சந்தையில் விற்கப்பட்டன. வாசனைத் திரவியங்களான காப்பி, கிராம்பு, சாதிக்காய் ஆகியவை முதன்முதலாக கி.பி. 1798ஆம் ஆண்டு குற்றாலம் மலைப்பகுதியில் பயிரிடப்பட்டன. வளமிக்க திருநெல்வேலி மலைப்பகுதி இப்பயிரினங்களுக்கு ஏற்றதாக அமைந்தது. ஆங்கிலேயக் கிழக்கிந்திய கம்பெனியும் அதற்கு ஒத்துழைப்பு நல்கித் தோட்டங்களை அமைத்தது. உற்பத்தியில் ஒருபகுதி கோட்டாறு வழியாகத் தென் திருவிதாங்கூருக்கு அனுப்பப்பட்டு வந்தது.[33]

திருநெல்வேலி மாவட்டத்தின் பெரும்பான்மைத் தாலுகாக்களிலுள்ள மண்வளம் பனைமரம் பயிர் செய்ய ஏற்றதாக அமைந்திருந்தது. தொன்றுதொட்டு இங்குப் பனைமரத் தோப்புகள் நிறையக் காணப்பட்டன. பெரும்பான்மையான பகுதிகள் மணற்பாங்கானதாகவும், கடற்கரையை ஒட்டியதாகவும் காணப்பட்டதால் பனையிலிருந்து உற்பத்தி செய்யப்படும் கருப்புக்கட்டியும் தரமானதாகக் காணப்பட்டது. கி.பி. 1215 தொடங்கி, பத்தாண்டுக்கு ஒருமுறை பனைமர எண்ணிக்கை கணக்கிடப்பட்டதாகத் தகவல் தெரிவிக்கிறது. திருநெல்வேலி மாவட்டத்தில் உற்பத்தி செய்யப்படும் கருப்புக்கட்டி கோட்டாறு சந்தை வழியாக திருவிதாங்கூர் முழுவதும் விநியோகம் செய்யப்பட்டது என்பது குறிப்பிடத்தக்கது.[34]

---

33. Cotton, Tobacco etc. Cultivation- Answers to questionnaire. To the Chief Secretary to Govt. Dated 17-10-1835. Pp-164-95
34. Assesment and Classification Report. PP-2-8. Dated 5-1-1822

திருநெல்வேலி மாவட்டத்தின் புன்னக்காயல், மணப்பாடு, கன்னியாகுமரி ஆகிய இடங்களில் வெளிநாட்டினர் குறிப்பாக, நெதர்லாந்து நாட்டைச் சார்ந்தவர்கள் தங்கிப் பணியாற்றி வந்தனர். இவர்கள் தேவைக்காக மாதமொன்றிற்கு சுமார் 30 மரக்கால் உப்பு வழங்கும்படி கம்பெனி கட்டளை பிறப்பித்திருந்தது. வெளிநாட்டினர் விரும்பி உண்ணும் அளவிற்குத் திருநெல்வேலி கடற்கரையோர உப்பு தரமானதாக இருந்தது என்பது இங்கு குறிப்பிடத்தகுந்தது.[35]

மேற்கண்ட குறிப்புகளை ஆராயும்போது, திருநெல்வேலி மாவட்டம் ஆங்கிலேயக் கிழக்கிந்திய கம்பெனியின் கட்டுப்பாட்டில் இருந்து வந்தாலும் தென் திருவிதாங்கூருடனான வர்த்தகப் பந்தம் நீண்டகாலமாக இருந்துவந்ததற்கான சான்றாதாரங்கள் உள்ளன என்பதை நமக்குத் தெரிவிக்கிறது. பண்டமாற்றுக் காலம் தொடங்கி, நாணயப் பரிமாற்றக் காலம்வரை இவ்வுறவு நீடித்துள்ளது. கோட்டாறு, அதைச் சுற்றியுள்ள பகுதி வர்த்தக வளர்ச்சிக்கு அவ்வளவு ஊன்றுகோலாக அமைந்திருந்தது என்பதில் சந்தேகமில்லை.

தென் திருவிதாங்கூரில் ஆங்கிலேயரின் ஏற்றுமதி, இறக்குமதி வர்த்தகம்

திருவிதாங்கூரிலிருந்து ஏற்றுமதியான பொருட்களில் தென்னை மரத்திலிருந்து தயாரிக்கப்பட்ட பலவிதமான துணைப்பொருட்கள் வழக்கம்போல் முக்கியப் பங்கு வகித்தன. பாக்கு, சுக்கு, ஏலம், அரிசி, காப்பி, தேயிலை ஆகிய பொருட்களும் ஏற்றுமதிப் பட்டியலில் அடங்கும்.

அதே நேரத்தில் சில்லறைக் கைத்தறித் துணிவகைகள் பஞ்சு, நூல்வகைகள், அரிசி வகைகள், நெல்வகைகள் புகையிலை ஆகியவை இறக்குமதிப் பட்டியலில் அடங்கின. 1899ஆம் ஆண்டு புள்ளிவிவரப்படி திருவிதாங்கூர் அரசாங்கம் புகையிலைக்கு 31 லட்சமும் துணிவகைகளுக்கு 19 லட்சமும் செலவு செய்திருந்தது என்பது குறிப்பிடத்தக்கது.

உப்பு வர்த்தகம்

உப்பு வர்த்தகம் குறித்து திருவிதாங்கூர், கொச்சி நிர்வாகப் பொறுப்பிலிருந்த எஃப்.ஏ. நிக்கல்சன் (F.A. Nicholson) போதுமான புள்ளிவிவரங்களை அளித்துள்ளார். உப்பு உற்பத்தி குறித்துக் குறிப்பிடும்போது, உள்நாட்டில் உற்பத்தி செய்யும் உப்பையே

---
35. Letters to the Netharlands Residents. Vol.4699. Dated 1822 Punnakayel P-340

ஆங்கிலேயர்கள் விரும்பி வாங்கினர். ஆனால், ஆங்கிலேயரின் கட்டுப்பாட்டிலுள்ள பகுதிகள் போன்று வணிக வரி விதிப்பில் மாற்றம் கொண்டுவருவதைப் பெரிதும் விரும்பினர். தென் திருவிதாங்கூரிலுள்ள தாமரைக்குளம் பகுதியைச் சுற்றியுள்ள உப்பளங்களை நன்கு பண்படுத்தினால் திருவிதாங்கூர் முழுமைக்கும் உப்பை விநியோகிக்க முடியும் என்பது அரசாங்கத்தின் எண்ணமாகும். உள்நாட்டிலுள்ள அளங்களை மேம்படுத்துவதால் உள்நாட்டு உப்பு உற்பத்தி பெருகுவது மட்டுமல்லாமல் அளத்தின் உரிமையாளர்களுக்கு நல்ல வருமானமும் உள்நாட்டு வர்த்தகம் வளம் கொழிக்கவும் செய்யும். இதன்மூலம் அரசாங்க வருமானமும் பெருகும். உப்பு உற்பத்தியைப் பெருக்குவதன் மூலம் கருவாட்டு ஏற்றுமதியும் பெருகியது. தற்போது பின்பற்றப்படும் கருவாடு உற்பத்தி முறையில் சுகாதார வழிமுறை பின்பற்றப்படாத காரணத்தால் சாலையோரங்கள், காயல் கரைகள், சந்தைப் பகுதிகளில் துர்நாற்றமடிக்க வாய்ப்பு உண்டு. ஆனால், தரமான உப்பைப் பயன்படுத்திச் சுகாதாரமான முறையில் கருவாடு தயாரிப்பதன் மூலம் வர்த்தகம் பெருக வாய்ப்பு உண்டாயிற்று.[36]

பதினெட்டாம் நூற்றாண்டில் திருவிதாங்கூரில் உப்பு வியாபாரத்தில் பிரபலமடைந்த வர்த்தகர்களும் உண்டு. அவ்வாறு பிரபலமான உப்பு வணிகர் *Mathon Taragan Nagrani* என்பவராவார். இவர் உப்பு வணிகத்தில் சர்வாதீனமாகச் செயல்பட்டதன் மூலம் பிரபலமடைந்தார். அக்காலத்தில் வியாபாரி அல்லது வர்த்தகர் *'Nagrani'* என அழைக்கப்பட்டார். *(See. eg. Kerololpathi –* கேரளோல்பத்தி)[37]

விவசாயத்திற்கு அடுத்தபடியாகத் தென் திருவிதாங்கூரின் உப்பு உற்பத்தி பருவ மழையை நம்பி இருந்தது. பெரும்பாலும் தென் திருவிதாங்கூரின் கடற்கரைத் தாலுகாக்களில் உப்பு உற்பத்திசெய்யப்பட்டது. கடல்நீர் ஆவியாக்கப்படுவதின் மூலம் உப்பு விளைவிக்கப்பட்டது. வருடத்தில் இரண்டு பருவ காலங்களில் இவ்வாறு விளைவிக்கப்பட்டது. தென்மேற்குப் பருவ மழைக்காலம் முடிந்து, வடகிழக்குப் பருவமழை தொடங்கும் கால இடைவெளியில் உப்பு உற்பத்தி அமோகமாக நடைபெற்றது. இவ்வாறு வருடத்தில் அதிகபட்சமாக ஏழரை மாத காலங்கள் உப்பு விளைச்சல் நடைபெற்றது. இவ்வாறு விளைவிக்கப்பட்ட உப்பை, உப்புத் தொழிற்சாலைகளில் சேகரித்து வைத்தனர். தாமரைக்குளம், கன்னியாகுமரி, ராஜாக்கமங்கலம் ஆகிய

---

36. Report on the Administration of Travancore and Review. 1897-'98- 1899. PP.12&15
37. Keralas Trading Class. E.J. Thomas. Journal of Archaeological Society. Vol. XIV. 1945 Trichur. P-8,11.

இடங்களில் சுமார் *1,380* ஏக்கரில் உப்பு விளைவிக்கப்பட்டு, உப்புத் தொழிற்சாலையில் பாதுகாப்பாகச் சேமித்துவைக்கப்பட்டன. திருவிதாங்கூரிலுள்ள சுமார் *500* உப்புத் தொழிற்சாலைகள் உப்புத் தேவைகளைப் பூர்த்திசெய்தது என்பது குறிப்பிடத்தக்கது.[38]

முத்துப்போன்ற தரமான உப்பு தென் திருவிதாங்கூரில் கிடைத்த காரணத்தால் திருநெல்வேலி மாவட்டம் கூட்டப்புளி யில் சென்னை அரசாங்கம் கருவாடு பதப்படுத்தும் மையத்தைத் தொடங்கியிருந்தது. இதற்குத் தேவையான உப்பு கன்னியாகுமரி அருகேயுள்ள வரியூரிலிருந்து பெறப்பட்டது என்பது குறிப்பிடத் தக்கது. *M.E. 1057–1058* ஆண்டுகளில் உப்பை மையமாகக் கொண்டு பல சட்டமீறல்கள் நடைபெற்றுள்ளன. சென்னை மாகாணத்தின் எல்லை வழியாகத் தென் திருவிதாங்கூருக்கு உப்பு கடத்திவரப்பட்டதாகவும், தேவை அதிகமானதால் சட்டத்திற்குப் புறம்பாக மண்கலந்த உப்பைத் தயாரித்து விற்றதாகவும் இருவழக்குகள் பதிவுசெய்யப்பட்டன. முதல் சம்பவம் தட்பவெப்பத்திலும், இரண்டாம் சம்பவம் வறட்சியான காலத்தில் கன்னியாகுமரிக்கு அருகேயுள்ள கழிமுகக் கடற்கரை யிலும் நடைபெற்றதாகப் பதிவுசெய்யப்பட்டுள்ளன.[39]

உப்பு வர்த்தகப் பெருக்கத்தின் காரணமாகப் பத்தொன்பதாம் நூற்றாண்டின் தொடக்கத்தில் ஏற்கெனவே செயல்பட்டுவந்த தாமரைக்குளம், ராஜாக்கமங்கலம், வரியூர் அளங்கள் நீங்கலாகக் குளச்சல் அளத்திற்கும் புத்துயிர் ஊட்டப்பட்டது. இதன் காரண மாக *M.E. 1079*இல் *2,57,204* மவுண்ட்டாக உள்நாட்டு உப்பு உற்பத்தி உயர்ந்தது.[40]

பல்லாண்டு காலமாகச் செயல்படாமல் கிடந்த குளச்சல் அளத்திற்குப் புத்துயிரூட்டி மறுபடியும் கி.பி. *1905*இல் உப்பு உற்பத்திக்கு உகந்ததாக மாற்றிய காரணத்தால் இச்சாதனையை எட்ட முடிந்தது.[41]

அதே ஆண்டு கோட்டாற்றில் உள்ள உப்புப் பண்டசாலை யைச் சுற்றிலும் ரூபாய் *33* செலவில் சுற்றுச்சுவர் கட்டப்பட்டது. தேங்காய்ப்பட்டணத்தில் ஒருங்கிணைந்த பண்டசாலையும் சோதனைச் சாவடியும் ரூபாய் *16* செலவில் அமைக்கப்பட்டது.[42]

---

38. Census of India -1951 (Travancore, Cochin) District Census Handlook, Trivandrum. 1952.1952- ‘PX’
39. Report on the Administrtion of Travancore for the year M.E. 1058. A.D. 1082-1083
40. Report on the Administration of Travancore and Review. A.D. 1904-1905. Madras.1906. P-33
41. Ibid. P- 4
42. Ibid. Appendix. P-XXX

மேலும் தென் திருவிதாங்கூருக்கும் திருநெல்வேலிக்கும் இடையேயான வர்த்தக உறவுகளை மேம்படுத்துவதில் ஆங்கிலேய ஆட்சியாளர்கள் கண்ணும் கருத்துமாக இருந்தனர்.

17–12–1808 அன்று திருநெல்வேலி மாவட்ட ஆட்சியாளர் லூசிங்டன் *(Lushington)* வர்த்தகத்தைக் கவனிப்பதற்கெனச் சென்னைக்கு ஒரு அதிகாரியை அனுப்பிவைத்தார். வியாபார நிமித்தமாகச் சென்னை மாகாணத்தில் விரும்பிய இடத்திற்குச் சென்றுவர அவருக்கு பாஸ்போர்ட் வழங்கப்பட்டது. மேலும், இவர் பாளையங்கோட்டை, திருநெல்வேலி, டச்சுக்காரர்களின் கட்டுப்பாட்டிலுள்ள இடங்களுக்கு வர்த்தக நிமித்தமாக சுதந்திர மாகச் சென்றுவர முழு அனுமதி வழங்கப்பட்டது.[43]

பாளையங்கோட்டையில் முகாமிட்டிருந்த ஆங்கிலேயப் படைவீரர்களுக்குத் தேவையான உணவுப்பொருட்கள் தங்கு தடையின்றி விநியோகிக்கப்பட வேண்டுமென்ற நோக்குடன் ஆங்கிலேய ராணுவ மேலதிகாரியான மேஜர் ஸ்காட் *(Major Scot)* ஆணை பிறப்பித்திருந்தார். இதன்படி தானியத்தை விளைவிப்போருக்கும் நுகர்வோருக்குமிடையேயான இடைத் தரகர்களின் குறுக்கீடுகள் தடுக்கப்பட்டன. பாளையங்கோட்டை போன்ற பஜார் பகுதிகளில், தடையற்ற இலவசச் சந்தை தானியங்களை விற்கவும் வாங்கவும் செயல்படுவதாக விளம்பரப் படுத்தப்பட்டது.

பஜாருக்குள் நெல்லை விற்க வருபவர்களுக்கு வெளி நபர் களால் எந்தவிதமான தொந்தரவும் இல்லாமல் கண்காணித்துக் கொள்ள கொத்தவால் *(Kotwall)* பணிக்கப்பட்டார். நெல் விற்பனை வெளிப்படையாகவும் நியாயமாகவும் நடைபெற கட்டளையிடப்பட்டது.[44]

ஆங்கிலேயப் படைவீரர்கள் போர், பாதுகாப்புப் பணிகளில் ஈடுபடும்போது, தென் திருவிதாங்கூரில் தானியப் பற்றாக்குறையை நிவர்த்திசெய்ய திருநெல்வேலி மாவட்டத்திலிருந்து தானியம் காளை வண்டிகள் மூலம் அனுப்பப்பட்டன. *18.02.1809* அன்று ராணுவத் தளபதி *Lt. Col. A. SENTLEGAR* திருவிதாங்கூரில் முகாமிட்டிருந்த தனது போர்வீரர்கள் ஐயாயிரம் பேருக்குத் தானியங்களைக் காளை வண்டியில் அனுப்பியிருந்தார். இவ்வாறு அனுப்பப்பட்ட தானியங்கள் ஆங்கிலேயப் படைவீரர்களுக்கு ஒருமாத காலத்திற்குப் போதுமானதாகும்.

---

43. Guide to the Records of the Tinnevelly District (1976-1834) Madras. 1914.P-30 Vol.3063

44. Ibid. P-41 Vol. 3566

இதைப்போன்று நாட்டுச் சாராயமும் கைக்குத்தல் அரிசியும் ஆங்கிலேயப் படைவீரர்களுக்கு அனுப்பிவைக்கப்பட்டன. எஞ்சியவற்றைப் பாளையங்கோட்டையிலுள்ள பண்டசாலைகளில் சேமித்துவைத்தனர். இதில் ஒருபகுதி கிழக்குக் கடற்கரையிலுள்ள மணப்பாடு துறைமுகத்திலிருந்து இலங்கையில் முகாமிட்டிருந்த ஆங்கிலேயப் படைவீரர்களுக்குக் கடல்வழியாக அனுப்பி வைக்கப்பட்டது.[45]

கொள்ளையர்களின் அட்டகாசம்

பதினெட்டாம் நூற்றாண்டின் தொடக்கத்தில் திருவிதாங்கூர்-திருநெல்வேலி மாவட்டத்திற்கு இடையேயான வர்த்தக உறவுகள் மேம்பட்டிருந்த காலத்தில் கொள்ளை, திருட்டிற்கும் பஞ்ச மில்லாதிருந்தது.

உதாரணமாக, 10-05-1802 அன்று நடந்த கொள்ளை குறித்து ஆங்கிலேயப் படைத்தளபதி Jos Knowles கீழ்க்கண்ட தகவலைத் தருகிறார். அதாவது கொள்ளை நடந்த இரவில் நாங்குநேரிக்கு வடக்கில் இரண்டு மைல் தொலைவிலுள்ள தாமரைக்குளம் கிராமத்தில் ஆறுபேர் கொண்ட நாடோடி மறவர் கூட்டம் புகுந்து தானியங்கள், இரண்டு டிரங் பெட்டி நிறையத் துணிமணிகள், பஞ்சு மூட்டைகள் ஆகியவற்றைக் கொள்ளையடித்தது. இவற்றை நாங்குநேரிக்குத் தென்மேற்கில் சுமார் இரண்டு மைல் தொலை விலுள்ள கோறசேரி என்ற கிராமத்திலுள்ள காவல்காரர் வீட்டிற்கு எடுத்துச்சென்றது. கொள்ளையர்களை 50 சாணார்கள் விரட்டிச் சென்று அக்கிராமத்தை முற்றுகையிட்டனர். வீட்டிற்கு உள்ளே சென்ற ஒருவர் கொல்லப்பட்டார். மறவர்கள் தரப்பில் ஒருவர் கொல்லப்பட்டார். எஞ்சியவர்கள் சாணார்களின் தாக்குதலைத் தாக்குப்பிடிக்க முடியாமல் பின்வாங்கி ஓடினர். கொள்ளையர்களின் குடும்பத்தைச் சேர்ந்த ஒரு குழந்தை உட்பட 11 பெண்களையும் பலரையும் போலீசார் கைதுசெய்தனர்.[46]

இதே போன்று 6.2.1804 அன்று திருவிதாங்கூரைச் சார்ந்த வசதிமிக்க செட்டியார் தன் குடும்பத்தினருடன் திருநெல்வேலி நோக்கி நெடுஞ்சாலையில் பிரயாணப்பட்டு வந்துகொண்டிருந்தார். கொள்ளையர்கள் அவர் உடைமைகளையும் கைவசமிருந்த ரொக்கத் தொகையையும் கொள்ளையடித்துச் சென்றனர்.

---

45. Ibid. P-56
46. Guide to the Records of the Tinnevelly District (A.D. 1796-1835) Madras. 1914. Vol. 3561. P-26

அவர்கள்மீது நெடுஞ்சாலைக் கொள்ளையில் ஈடுபட்டதாக வழக்குப்பதிவு செய்யப்பட்டது.[47]

நல்லமிளகு வர்த்தகம் – கடத்தல்

திருவிதாங்கூரின் இடைக்கால வர்த்தகத்தில் வாசனைத் திரவியங்கள் முக்கிய இடம்பெற்றிருந்தன. அதிலும் குறிப்பாக நல்லமிளகு வியாபாரம் சிறப்பான இடம் பெற்றிருந்தது. மலபாரில் இதை மலப்பத்திரம் என அழைத்தனர். சர்வதேசச் சந்தை அளவில் இதற்கு முக்கியத்துவம் இருந்த காரணத்தால் அதன் வர்த்தகத்தின் மீது பல கட்டுப்பாடுகள் விதிக்கப்பட்டன. உள்நாட்டு வர்த்தகத்தைப் பொறுத்தவரையில் அண்டை நாடான தமிழகத்திற்கு இடைக்காலத்தில் நல்லமிளகு பல மாதிரிகளில் கடத்திவரப்பட்டது.

குறிப்பாக இடைக்கால வரலாற்றில் திருவிதாங்கூரிலிருந்து விஜயநகரப் பேரரசிற்கு உட்பட்ட பகுதிகளுக்கு நல்லமிளகு கடத்திவரப்பட்டிருக்கிறது. இதைப்போன்று கொச்சியை மையமாகக் கொண்ட முகமதிய வியாபாரி ஒருவர் நல்லமிளகு கடத்தி வந்துள்ளார்.[48]

புனித சவேரியாரின் சமகாலத்தவரான திருநெல்வேலி மாவட்டம் கயத்தாறை ஆண்ட வெட்டும் பெருமான், கழுதை களில் நல்லமிளகுப் பொதியைக் கடத்தி வந்ததாகக் கல்வெட்டுச் சான்றுகள் குறிப்பிட்டுள்ளன என்பது குறிப்பிடத்தக்கது. வேளாங்கண்ணியிலுள்ள அவரது கல்வெட்டுகள் மொழி பெயர்க்கப்படவில்லை.[49]

---

47. Ibid. P-32. Vol. 3563
48. Kerala Society Papers. Letters of D.Joan De Crug in the National. Archives of Lisbon Rev. G. Sehurhammer. S.J. P-306
49. The Identification. Rev. S. Sehurhammer. S.J. P-221

ஆரல்வாய்மொழி – பெயர்க்காரணம் – ஓர் ஆய்வு

'ஆரல்வாய்மொழி' என்ற பெயரைக் கேட்ட மாத்திரத்தில் சற்று வித்தியாசமான பெயராகத் தோன்றும். ஆனால், அதன் பெயர்குறித்த ஆய்வில் பலவகையான விளக்கங்கள் தரப்பட்டுள்ளன. ஆயக்கட்டுப் பதிவுகளில் ஆரல்வாய்மொழி எனக் குறிப்பிடப்பட்டுள்ளது. இச்சொல், ஆரைவாய் வழி என்ற சொல்லிலிருந்து தெரிவுசெய்யப்பட்டிருக்க வேண்டும். இதற்கு 'கோட்டை வாயில்' (ஆரை) எனப் பொருளுண்டு.

தாவரவியல் அடிப்படையில் மற்றுமொரு கருத்துத் தெரிவிக்கப்பட்டுள்ளது. அதாவது ஆரல்வாய்மொழி கிராமத்தைச் சுற்றியுள்ள பகுதி களில் ஆரை எனும் ஒருவகையான தாவரம் ஏராள மாகக் காணப்படுகிறது. எனவே, அத்தாவரத்தின் பெயரிலிருந்து ஆரல்வாய்மொழி என்ற பெயர் தோன்றியிருக்க வேண்டும்.

மதரீதியாகக் குறிப்பிடும்போது 'அருகன்' என்ற பெயர் புத்தமதத்தைப் பின்பற்றுபவர்களைக் குறிக்கும். 'அருகன் வழி' என்பதற்குப் புத்த மதத்தினர் செல்லும் வழி எனப்பொருள்படும். புத்தமதத்தினர் இலங்கைக்குச் செல்லும் வழியில் ஆரல்வாய்மொழிக் கணவாயைக் கடந்து சென்றார்கள். எனவே, 'அருகன் வழி' என்பது 'ஆரல்வாய்மொழி' எனவாயிற்று.

ஆனால், கல்வெட்டுகளில் 'ஆரல்வாய்மொழி' 'அருவாய்மொழி' என்றே குறிப்பிடப்பட்டுள்ளது.

இப்பெயர் 'அரண்வாய்வழி' என்ற பெயரிலிருந்து திரிந்திருக்க வேண்டும்.

ஆரல்வாய்மொழி என்ற பெயரில் மொழிக்கு அழுத்தம் தருவதாக இருந்தால் கீழ்க்கண்ட விளக்கம் முக்கியத்துவம் பெறுகிறது. அதாவது சோழப்பேரரசின் பிரபலமான அரச னாகிய முதலாம் இராஜராஜனுக்கு 'அருண்மொழி' என்றொரு இயற்பெயருமுண்டு. தெற்கு நோக்கிய படையெடுப்பின்போது, அவர்தம் பெயரை முன்னிறுத்தியே அனைத்துப் படையெடுப்பு களையும் நடத்தியதாக வரலாறு பதிவுசெய்துள்ளது. 'மொழி' என்ற சொல் 'வாய்மொழி' எனத்திரிந்து 'அருள்வாய்மொழி' என்றாகி இறுதியில் பாமர மக்களால் 'அருவாய்மொழி' என அழைக்கப்பட்டது. திருவாலங்காடு செப்பேடு முதலாம் இராஜராஜனை அருண்மொழி என்ற சிறப்புப் பெயருடன் குறிப்பிடுகிறது என்பது இங்கு குறிப்பிடத்தக்கது.[1]

கோட்டாறு வர்த்தகமும் ஆரல்வாய்மொழிக் கணவாயும்

திருவிதாங்கூரையும் தென்தமிழ் நாட்டையும் இணைக்கும் (சாலை வழியாக) சுமார் பன்னிரண்டுக்கு மேற்பட்ட கணவாய்களில் அச்சன்கோவில், ஆரியங்காவு, ஆரல்வாய்மொழிக் கணவாய்கள் மிக முக்கியமானவை. தொன்றுதொட்டு இக்கணவாய்கள் வழியாகச் சுறுசுறுப்பான வர்த்தகம் நடைபெற்றுவந்துள்ளது. இவற்றில் தென்கோடியில் அமைந்துள்ள ஆரல்வாய்மொழிக் கணவாய் தென் திருவிதாங்கூரின் குறிப்பாகக் கோட்டாறு வர்த்தக வளர்ச்சியின் முதுகெலும்பாக அமைந்திருந்தது. இதன்வழியாக நடைபெற்ற பல படையெடுப்புகளை வரலாறு பதிவுசெய்துள்ளது. படையெடுப்பிற்கான காரணம் பல இருப்பினும் கோட்டாற்றின் அபரிமிதமான செல்வச் செழிப்பு (Fabulos wealth of Kottar) முக்கியமான காரணமாகக் காணப்படுகிறது.

திருவிதாங்கூரின் தெற்கெல்லையாக அமைந்திருந்த ஆரல்வாய்மொழி இயற்கையாக அந்நாட்டின் அரணாகவே அமைந்திருந்தது எனலாம். தங்கள் நாட்டின் எல்லையை விரிவடையச் செய்ய வேண்டுமென்ற நோக்குடன் வடக்கிலிருந்து படையெடுத்து வந்த எதிரிகளை, இப்பகுதியின் இயற்கை அரண்கள் தடுத்து நிறுத்தின.

தொன்றுதொட்டு ஆரல்வாய்மொழிக் கணவாய் வழியாக வர்த்தகம், புனித யாத்திரை மேற்கொள்ளும் நோக்குடன் மக்கள் வந்து சென்றுள்ளனர். இதர கணவாய்களைப் போல் அல்லாமல்

---

1. (i) South Indian Inscription Vol. III P-396.
   Also See, Journel of Indian History. A.P. 1925. Vol. III P-III. The Aruvaymoli Pass or the open Gateway of Travancore P-12.

சுமார் மூன்று மைல் அகலம் கொண்ட ஆரல்வாய்மொழிக் கணவாய் கடந்துசெல்வதற்கு எளிதாகவும் வசதியாகவும் இருந்து வந்துள்ளது. பாண்டிய, சோழ, விஜயநகரப் பேரரசர்கள் கோட்டாறு போன்ற வர்த்தக மையங்களைக் கொள்ளையடிக்கும் நோக்குடனும் திருவிதாங்கூரைக் கைப்பற்றும் நோக்குடனும் பலமுறை படையெடுத்து வந்துள்ளனர் என்பது குறிப்பிடத்தக்கது.

நவீன உத்திகளைப் பயன்படுத்தாமல் பாரம்பரிய முறையில் போர்கள் நடைபெற்றதால், ஆரல்வாய்மொழியில் நடைபெற்ற போர்கள் அனைத்தும் முக்கியத்துவம் பெற்றிருந்தன. காவல் அரண்களும் கற்கோட்டைகளும் மண்ணாலான சுவர்களும் புதர்கள் மண்டிய காடுகளும் தரைப்போரில் நன்கு பயிற்சிபெற்ற தரைப்படைகளும் இருமலைகளும் சந்திக்கும் ஆரல்வாய்மொழிக் கணவாயைக் காத்து நின்றன. இவற்றுள் உந்து விசையைப் பயன்படுத்தி எதிரிகள்மீது கற்களை வீசி எறியும் விசை எறிபடை ஆரல்வாய்மொழிப் போர்களில் பெரும்பங்கு வகித்துள்ளது என்பது குறிப்பிடத்தக்கது.[2]

பாண்டிய மன்னர்களின் படையெடுப்பு

தென் திருவிதாங்கூரை அடுத்து மதுரையைத் தலைநகராகக் கொண்ட பாண்டியர்கள் பூகோளரீதியில் அடுத்து இருந்த காரணத்தால் கோட்டாறு, அதைச் சுற்றியுள்ள இடங்களைக் கைப்பற்றும் நோக்குடன் முதலில் படையெடுத்தனர். பாண்டியர்களின் ஆரம்பகால ஆட்சியின்போது கிடைத்த கல்வெட்டுகளும் இலக்கியச் சான்றுகளும் இதை உறுதிப்படுத்துகின்றன. கன்னியாகுமரி பகவதி அம்மனைத் தங்கள் குலதெய்வம் எனவும், பழையாறு (பஃறுளி அல்லது பறளியாறு) தங்கள் ஆட்சிக்குட்பட்ட பகுதியில் பாய்ந்ததாகவும் பாண்டிய மன்னர்கள் பதிவுசெய்துள்ளனர்.[3]

பாண்டிய மன்னன் அரிகேசரி மாறவர்மன் பெரும்படையுடன் ஆரல்வாய்மொழிக் கணவாய் வழியாகக் கடந்துவந்து வேணாட்டைத் தாக்கியதாகப் பதிவுசெய்யப்பட்டுள்ளது. இவனது காலம் 7ஆம் நூற்றாண்டாகும். இவன் சேரமன்னனின்படையைச் சுமார் எட்டு இடங்களில் வெற்றிகொண்டாலும், அவற்றுள் கோட்டாறு, விழிஞ்ஞம் போர்கள் முக்கியத்துவம் பெற்றுள்ளன. கோட்டாறு, எதிரிகள் வேணாட்டிற்குள் நுழையும்போது, எதிர்கொள்ளும் செல்வ வளமிக்க முதல் வணிகமையம் என்பதால் இதைக் கைப்பற்றுவதில் உள்ள முக்கியத்துவம் எதிரிகளால் நன்கு உணரப்பட்டது.

2. Journel of Indian History Ap. 1925. Vol.III P-III P-4
3. Ibid. 2

மதுரைப் பாண்டிய மன்னர்களின் முதற்கட்ட ஆட்சியில், சுமார் 500 ஆண்டுக்காலம் மேற்குறிப்பிட்டுள்ளது போன்றுள்ள படையெடுப்புகளை வேணாடு சந்தித்துள்ளது. இப்படையெடுப்பு களின்போது கோட்டாறு விடுபடாமல் இருந்ததில்லை என்பது குறிப்பிடத்தக்கது.

சோழ மன்னர்களின் படையெடுப்பு

அடுத்துவரும் சுமார் 400 வருட கால சோழர்களின் ஆட்சியின்போது தென் திருவிதாங்கூர் மாறிமாறி அவர்கள் கட்டுப்பாட்டில் இருந்துவந்துள்ளது. இராஜராஜன், இராஜேந்திரச் சோழன் ஆட்சியின்போது காந்தளூர்ச் சாலை வரைக்கும் சோழர்களின் செல்வாக்குப் பரவியிருந்தது. பெரும்பாலும் சோழப்பேரரசு மன்னர்களின் கல்வெட்டுகள் சுசீந்திரம், அகஸ்தீஸ்வரம், தேரூர், கன்னியாகுமரி, தெரிசனந்தோப்பு, இரணியல், திருநந்திக்கரை, காந்தளூர்ச் சாலை, வடக்கு திருவிதாங்கூரின் பல பகுதிகளில் கிடைத்துள்ளன. இவற்றின் அடிப்படையில் பார்க்கும்போது, அரசியல்ரீதியான வெற்றிக்குப் பின்னால், சேர மன்னர்களுக்கும் சோழர்களுக்கும் இடையே பலமான வர்த்தக உறவுகளும் இருந்து வந்திருக்க வேண்டும் என்பது தெரியவருகிறது. மேலும், விழிஞ்ஞம் குளச்சல், கிழக்குக் கடற்கரையில் அமைந்துள்ள துறைமுகங்களுக்கு இடையே உள்ள வர்த்தகப் பரிவர்த்தனைகளும் உச்சத்தில் இருக்க வேண்டும்.

சோழ மன்னன் குலோத்துங்கனின் ஆட்சிக் காலத்தில் தென் திருவிதாங்கூரில் தான் கைப்பற்றியிருந்த பகுதிகளைத் தொடர்ந்து தன் கட்டுப்பாட்டில் வைத்திருக்கும் நோக்கில் கோட்டாறு உட்படப் பல முக்கிய இடங்களில் ராணுவ மையங்களை உருவாக்கியதாகச் சான்றுகள் தெரிவிக்கின்றன.[4]

ஜெயம்கொண்டாரின் கலிங்கத்துப்பரணி, பழம்பெரும் கோட்டாறு கோட்டையை உடைத்ததையும் விழிஞ்ஞத்தைக் கைப்பற்றிக் காந்தளூர்ச் சாலையில் வைத்து எதிரிகளின் கப்பல்களை அழித்து, பாண்டிய மன்னனைத் தோற்கடித்தது பற்றியும் குறிப்பிட்டுள்ளது. இதைச் சிதம்பரம் கல்வெட்டு உறுதிசெய்துள்ளது.[5]

மேலும், முதலாம் குலோத்துங்கனின் கல்வெட்டு தென் திருவிதாங்கூரில் சோழபுரம், அகஸ்தீஸ்வரம், சுசீந்திரம், கன்னியாகுமரி ஆகிய இடங்களிலும் கிடைத்துள்ளது என்பது இங்கு குறிப்பிடத்தக்கது.

---

4. Travancore Archaeological series. Vol.I. P-287
5. Epigrapia Indica. Vol.V. P-103

அடுத்து ஆட்சிக்கு வந்த விஜயநகரப் பேரரசின் காலம் வரைக்கும் ஆரல்வாய்மொழிக் கணவாய் வழியாக வடக்கி லிருந்து எந்தவொரு படையெடுப்பும் நடைபெறவில்லை. கிருஷ்ணதேவராயரின் ஆட்சியின்போது அவருடைய போர்ப் படைத் தளபதி ஆரல்வாய்மொழிக் கணவாய் வழியாகத் திருவனந்தபுரம் வரைக்கும் படையெடுத்து வந்ததாகச் சான்றுகள் தெரிவிக்கின்றன. இப்படையெடுப்பின்போது தாமிரபரணி ஆற்றங்கரையில் 'வெற்றியின் கோபுரம்' (Tower of Victory) அமைக்கப்பட்டது.

விஜயநகரப் பேரரசின் இடைக்கால ஆட்சியின்போது போர்த்துக்கீசியர்கள் கிழக்கு, மேற்குக் கடற்கரைப் பகுதிகளில் தங்கள் வர்த்தகத்தை விரிவுபடுத்தினர். இவ்வர்த்தக விரிவாக்கத் திற்குக் கடற்கரைவாழ் பரவர்குல மக்கள் பெரிதான ஒத்துழைப்பை நல்கியிருந்தனர்.

தவிர்க்கப்பட்ட பேரிழப்பு

கிறிஸ்தவ மிஷனரிகளின் பணிகளுக்கு எதிராகவும், திருவிதாங்கூர் மன்னர்களுக்குப் பாடம் கற்பிக்கும் நோக்குடனும் விஜயநகரின் துளுவவம்சக் கடைசி அரசனின் ஆட்சிக் காலத்தில் பெரும்படை ஆரல்வாய்மொழி வழியாகக் கோட்டாற்றை வந்தடைந்தது. கோட்டாறு வர்த்தகமையத்திற்குப் பெரும் சேதத்தை ஏற்படுத்துவதன் மூலம் தென் திருவிதாங்கூரைக் கைப்பற்றுவதே விஜயநகரப் பேரரசின் நோக்கமாகும். இறைப்பணியில் ஆழ்ந்திருந்த புனித சவேரியார் தனக்குத் திருவிதாங்கூர் மன்னரிடமிருந்த தனி செல்வாக்கைப் பயன்படுத்தி இராஜதந்திர உத்தியுடன் செயல்பட்டுக் கோட்டாற்றில் மோதவிருந்த இருபடைகள் முன்புதோன்றி மோதலை விலக்கினார். கோட்டாற்றின் செல்வமும் புகழும் காப்பாற்றப்பட்டது மட்டுமல்லாமல் புனித சவேரியாரின் உதவியால் பெரும்போரும் தவிர்க்கப்பட்டது.

மதுரை நாயக்க மன்னர்களின் ஆட்சியின்போது திருமலை நாயக்கரும் ராணி மங்கம்மாளும் படையெடுத்து வந்துள்ளனர். உண்ணி கேரளவர்மன் இதுவரை செலுத்திவந்த வரியைச் செலுத்தத் தவறியதே காரணம் எனக் கூறப்பட்டாலும், நாஞ்சில்நாட்டின் செல்வவளம்தான் படையெடுப்பிற்கான முக்கியக்காரணம் என ஆய்வின் முடிவில் தெரியவருகிறது. கோட்டாறு வர்த்தக மையத்தின் செல்வ வளர்ச்சியும் நாயக்க மன்னர்களின் கவனத்தை ஈர்த்திருக்க வேண்டும்.

ராணி மங்கம்மாள் ஆட்சிக் காலத்திலும் அதேநிலை நீடித்தது. கேரளவர்மன் கப்பம் கட்டத்தவறியபோதெல்லாம் வடுகர்களின் படை ஆரல்வாய்மொழிக் கணவாய் வழியாக

நுழைந்து கையில் கிடைத்த எல்லாவற்றையும் சுருட்டிச்சென்றனர். இதனால் தென் திருவிதாங்கூரின் பொருளாதாரமே சீர்குலைந்தது எனலாம். இதைப்பற்றிக் கோட்டாறு கிணற்றுக்கரையிலுள்ள கல்வெட்டொன்று விளக்கமாகக் குறிப்பிட்டுள்ளது.[6]

ராணி மீனாட்சிக்குப் பின் சந்தாசாகிப்பின் செல்வாக்கு தெற்கில் ஓங்க ஆரம்பித்தது. தென் திருவிதாங்கூரின் செல்வம் அப்பட்டமாகச் சுரண்டப்பட்டது. கி.பி. 1766இல் தெற்கில் கிழக்கிந்திய கம்பெனியின் செல்வாக்கு உயர்ந்தபோது, இந்நிலை மாறியது. கி.பி. 1799இல் திப்புசுல்தானின் தோல்விக்குப்பிறகு இதுவரைக்கும் திருவிதாங்கூர் மன்னர்களின் திறந்த வாசலாக இருந்த (Open Door of Travancore) ஆரல்வாய்மொழிக் கணவாயின் தலையெழுத்தும் மாற ஆரம்பித்தது.[7]

மேற்குத் தொடர்ச்சி மலையின் கிழக்கு, மேற்குப் பகுதிகளை இணைக்கும் ராணுவ முக்கியத்துவம் வாய்ந்த பகுதியாகச் சுமார் 500 ஆண்டுக்காலம் விளங்கிவந்த ஆரல்வாய்மொழிக் கணவாய் திருவிதாங்கூர் வரலாற்றில் முக்கியப் பங்கு வகித்து வந்துள்ளது. பாண்டிய, சோழ, விஜயநகர, நாயக்க மன்னர்களின் தேர்ச்சிபெற்ற படைகள் இக்கணவாயைக் கடந்துவந்து திரும்பிச் சென்றுள்ளன. சிலவேளைகளில் இப்படைகள் வெற்றி ஈட்டியதுண்டு. பலவேளைகளில் தோல்வி கண்டதுமுண்டு. இவ்வாறு பல்நோக்குடன் திருவிதாங்கூருக்குள் நுழையும் எதிரிப் படைகளை எதிர்கொண்டழைத்தது செல்வவளமிக்க வர்த்தக நகரமான கோட்டாறாகும். உலக வர்த்தக அரங்கில் தொன்றுதொட்டு *Emporium* எனப்பெயர்பெற்ற கோட்டாறு சுமார் 2000 ஆண்டு பழமைபெற்ற புராதன நகரம் என்பதில் எந்தவிதச் சந்தேகமும் இல்லை என்பது குறிப்பிடத்தக்கது.

திருவிதாங்கூரில் தங்கச் சுரங்கம்

தொன்றுதொட்டு திருவிதாங்கூர், தமிழகத்தின் பலபகுதிகளில் புராதன தங்கச் சுரங்கங்கள் இருந்துவந்ததாக அனுமானிக்கப்பட்டு வந்தது. தென்னிந்தியாவை ஆண்ட பலமன்னர்கள் சொந்தமாகத் தங்கத்தைச் சேர்த்து வைத்திருந்தனர். இச்செய்தி தொன்றுதொட்டு நிலவிவந்ததாகும். ஆனால், 14ஆம் நூற்றாண்டில் படையெடுத்து வந்த மொகலாயப் படைகள் அவ்வாறு சேமித்துவைத்த தங்கக் கட்டிகளைக் கொள்ளையடித்துச் சென்றதாகக் கூறப்பட்டு வந்தது. ஆனால், இக்கூற்றைக் கீழ்த்திசை நாட்டவரின் மிகைப்படுத்தப்பட்ட கூற்று எனப் பெரும்பாலானவர்கள்

---

6. Travancore State Manual Vol. PP-316.'18
7. The Aruvaymoli Pass or the open Gateway of Travancore. A.S. Ramanatha Ayyar. Journal of Indian History. Ap.1925. Vol.III P-III.

நம்பத்தயாராக இல்லை. கி.மு. 392இல் இந்தியாவிற்கு வந்த மெகஸ்தனிஸ் இந்தியாவில் தங்கச்சுரங்கம் இருந்ததாகவும், பெரிய அளவிலான எறும்புகள் பூமிக்குள்ளிருந்து தங்கத்தைத் தோண்டி வெளிக்கொணர்ந்தன எனவும் குறிப்பிட்டுள்ளார். கி.பி. 77ஆம் ஆண்டு பிளினிதான் எழுதிய குறிப்பில், நாயர்களின் கட்டுப்பாட்டிலிருந்த மலபார் மலையடிவாரத்தில் தங்கம், வெள்ளிச் சுரங்கங்கள் இருந்ததைக் குறிப்பிட்டுள்ளார். மேலும், தஞ்சாவூர் கோவில் கல்வெட்டை மொழிபெயர்த்த டாக்டர்பர்னல் *(DrBurnell)* கி.பி. 11ஆம் நூற்றாண்டில் தென்னிந்தியாவில் அபரிமிதமான தங்கம் இருந்ததாகக் குறிப்பிட்டுள்ளார்.

சாலமன் அரசன் குறிப்பிட்டுள்ள ஓபிர் *(Ophir)* மேற்குக் கடற்கரைப் பகுதியைச் சார்ந்துள்ளது. (திருச்செந்தூருக்கு அருகில் (கிழக்குக் கடற்கரை) இருக்கும் உவரியை *Ophir* என அழைப்பாரும் உண்டு) இங்கிருந்து தந்தம், மனிதக்குரங்குகள், மயில், தங்கம் ஏற்றுமதிசெய்யப்பட்டதாகக் குறிப்பிட்டுள்ளார். இந்தியாவின் மேற்குப்பகுதியில் வேறெங்கும் இவ்வாறான பொருட்கள் கிடைப்பதில்லை என்பது குறிப்பிடத்தக்கது. மேலும், மதுரை, வைகை நதிப்படுகையில் தங்கம் கிடைத்ததாகக் குறிப்புகள் தெரிவிக்கின்றன. பழனி மலைச் சரிவுகளிலுள்ள பாறைப்படிவங்களிலிருந்து மழைக்காலங்களில் தங்கத்தாதுக்கள் அடித்துவரப்பட்டதாகத் தெரிகிறது. இவற்றைப் பிரித்து எடுப்பவர் களுக்கு அரிப்புக்காரர்கள் எனப்பெயர்.

ஹெய்ன் *(Heyne)* என்ற ஆராய்ச்சியாளர், கி.பி. 1802இல் சேலம் மாவட்டம் பூங்கம்பள்ளிக்கு அருகிலுள்ள சித்தர்கோயிலில் செயல்பட்டுவந்த தங்கச் சுரங்கம் பற்றிக் குறிப்பிட்டுள்ளார். அப்போது சிறுபுரட்சி நடைபெற்று வந்ததால் அப்பகுதிகளை நேரில் பார்க்க அவருக்கு அனுமதி கிடைக்கவில்லை. இப்பகுதிகள் ராயக்கோட்டைக்கு மிக அருகிலிருந்தன. இவை கல்வராயன் மலைப்பகுதியைச் சார்ந்ததாகும். இங்கு கிடைத்த தங்கத்தாதுக்களை, ஏராளமான பொதுமக்கள் மழைபெய்த பின்பு நீரோடைகளில் அலசிச் சுத்தப்படுத்திச் சேமித்தனர்.

மலபாரும் வயநாடும்

கி.பி. 1792–1793இல் வங்காளம், பம்பாய் இணைந்து வெளியிட்ட ஆய்வுக்குழு அறிக்கையில் கீழ்க்கண்ட தகவல்கள் வெளியாகி யுள்ளன. பிளினி, தங்கம் குறித்து குறிப்பிட்டபின்பு நிலம்பூர் மன்னன் (மலபார்) தன் வரம்புக்குட்பட்ட பகுதிகளில் கிடைக்கும் தங்கத்திற்குச் சிறப்பு அரசுரிமை கோரத்தொடங்கினார். *(Royalty)* 1793ஆம் ஆண்டு தங்கத்தின் மீதுள்ள மதிப்பீடு உறுதி செய்யப்பட்டது. *Dr. Buchanan*இன் *Journey* என்ற புத்தகத்தில்

கி.பி. 1801ஆம் ஆண்டு மலபாரில் தங்கம் இருந்ததாக உறுதி செய்யப்பட்டுள்ளது. 1827ஆம் ஆண்டு நீலகிரிக்கு மேற்கில் ஆறுகளின் படுகையில் தங்கத்தின் மாதிரிகள் கிடைத்துள்ளதாகப் பதிவுசெய்யப்பட்டுள்ளது.

மேலும், 1830ஆம் ஆண்டு கோயம்புத்தூர், நீலகிரியைச் சுற்றியுள்ள கூண்டா (Coondah) மலைகளில் சுமார் 200 சதுரமைல் பரப்பளவில் தங்கத் தாதுக்கள்கிடைத்ததாகக் குறிப்பிட்டுள்ளார்.

1831ஆம் ஆண்டு மலபார் கலெக்டர், தங்கம் பற்றிக் குறிப்பெழுதியுள்ளார்.[8]

மடங்கள் அல்லது வேத பாடசாலைகள்

ஊட்டுப்புரைகள் அல்லது கஞ்சி நிலையங்கள் அல்லது யாத்ரீகர்கள் உணவகங்கள் எனப் பல பெயர்களில் திருவிதாங்கூர் மன்னர்களால் பாமர மக்களின் பசிப்பிணி அகற்றப்பட்டது. அதைப்போன்று ஆன்மிகப் பணிக்காகவும் தாராளமாகச் செலவுசெய்தனர். இதன் காரணமாக ஆன்மிகத் தாகம் தணிக்கப்பட்டது. மடங்களை அமைத்து, அங்கு தங்கி, வேதம் பயில்வோருக்கு உணவளித்து ஆன்மிகப் பணியை தழைக்கச் செய்தனர். தற்போதுகூட ஊட்டு வாழ் மடம், நாக்கால் மடம் (நான்கு கால் மடம்) என்ற பெயரில் தென் திருவிதாங்கூரில் ஊர்கள் இருப்பதை நாம் கண்கூடாகக் காணலாம்.

திருவிதாங்கூர் வரலாற்றை ஊன்றி ஆராயும்போது மடங்கள் அல்லது வேத வகுப்புகள் நடத்திய கல்லூரிகள் குறித்து நமக்குப் போதுமானஅளவு குறிப்புகள் கிடைத்துள்ளன. பொதுமக்களாலும் இளவரசர்களாலும் அவ்வப்போது வளமான நிவந்தங்கள் (Endowments) பெற்ற இம்மடங்கள் ஒரு காலத்தில் புராதன அதிகார மையமாகத் திகழ்ந்தன. திருவிதாங்கூர் மக்களின் பொதுவாழ்க்கை, மதரீதியான வாழ்க்கையில் இவை அதீத சக்தி படைத்தவையாக விளங்கின. புராதனக் காலத்தில் வேதம், வேதாந்த சாஸ்திரம், தத்துவம் ஆகியவற்றைக் கற்பதில் ஆற்றல் மிகு தன்மையையும் நிலையான வழியையும் ஏற்படுத்தித் தந்தன. ஒவ்வொரு மடத்திற்கும் வேதம் பற்றிய ஒவ்வொரு படிப்பு ஒதுக்கப்பட்டது.

இதில் முதல்வகை சன்னியாசி சபா மடமாகும். இம்மடம் முக்கியமாக வேதாந்த தத்துவங்களைப் பரப்பும் பணியைச் செய்துவந்தது. அவ்வப்போது வேதங்களையும் வேதாந்தங்களையும் பரப்பிவந்தது. திருச்சூரிலுள்ள நடுவில் மடம், தெக்கே

8. Manual of the Administration of the Madras Presidency Vol. II Madras.1885.P-33

மடம், மலபாரிலுள்ள திருக்கைகட் மடம், எல்லாவிதமான சன்னியாசி மடங்களையும் சந்நியாசிகளே தலைமை ஏற்று நடத்தினார்கள். இவற்றுள் திருவிதாங்கூரிலுள்ள முஞ்சிறை மடம் முக்கியமானதாகும். வேதாந்தக் கல்வியை முன்னெடுத்துச் சென்று பரப்பிய காரணத்தால் இம்மடங்கள் உண்மையில் இந்து மத இறைமைக் கோட்பாட்டைப் போதிப்பிக்கும் கல்லூரிகளாக விளங்கின.[9]

மேற்குறிப்பிட்டுள்ள மடங்களும் வேத பாடசாலைகளும் மதம், தத்துவங்கள், அறிவியல், மனிதப் பண்புகள் ஆகியவற்றைப் போதிப்பதில் விடா முயற்சியுடன் செயல்பட்டன. சுருங்கக்கூறின் திருவிதாங்கூரின் மெய்யான கலாச்சாரத்தையும் அதன் உட்பொருளையும் முன்னெடுத்துச் சென்றன.

மேற்குறிப்பிட்டுள்ள மடங்கள், வேத பாடசாலைகளுக்கு ஆகும் செலவுகளை மன்னர்களே கவனித்துக்கொண்டார்கள். ஊட்டுப்புரைகளைப் போன்று இவையும் பாமர மக்களுக்கும் நலிந்தோர்க்கும் பசியாறவும் கல்வி கற்கவும் வழிவகை செய்தன.

அரசாங்க வேலை நிமித்தமாகத் திருவிதாங்கூர் மன்னர்கள் தாங்கள் செல்லும் இடங்களிலுள்ள மடங்களுக்கும் கோயில்களுக்கும் தாராளமாகப் பொருளுதவியும் நிவந்தங்களும் வழங்கியதற்குச் சான்றாதாரங்கள் உள்ளன. உதாரணமாக மன்னர் சங்கரநாராயண வென்றுமன் கொண்ட பூதல வீர உதய மார்த்தாண்ட வர்மா (திருப்பாப்பூர்) வள்ளியூரில் தங்கியிருக்கும்போது, வீர மார்த்தாண்டம் சன்னிதியில் கோயில் கொண்டு இருந்த பெண் தெய்வத்திற்குப் பூஜைகள் செய்வதற்கு நிலங்களை அன்பளிப்பாகக் கொடுத்தது மட்டுமல்லாமல் அங்குள்ள வீர மார்த்தாண்டன் மடம் எனும் திருவேங்கடதாசன் மடத்தில் தங்கியிருக்கும் பிராமணர்க்கு அன்றாடம் உணவளிக்கவும் கட்டளையிட்டார். மன்னர் சார்பில் ஒவ்வொரு மாதமும் சுவாதி நட்சத்திரத்தன்று விஷேச பூஜைகள் செய்யப்பட்டன. *(706 M.E. ஆடி 16)*

இச்செய்தி பற்றிய கல்வெட்டு தமிழில் எழுதப்பட்டிருந்தது. திருவில்லிபுத்தூர், திருநெல்வேலியிலிருந்து *(Vide Government Letter D.D.s No 1405 of 30/30 Edn)* இக்கல்வெட்டுகள் கொண்டு வரப்பட்டன.[10]

---

9. Archaeological Reports 1104-1113 M.E. 1926 A.D. Administration Report of the Department Archaeology for 1104 M.E. P-2-3
10. Archaeological Reports 1104-1113. M.E. 1028 A.D.
Administrative Report of the Department of Archaeology from 1104 M.E. P-2. Ottu for Charity -Valliyoor Letter No:542/31.

ஊட்டுப்புரைகள்

'உண்டி கொடுத்தோர் உயிர்கொடுத்தோர்' என்பது காலங்காலமாகத் தமிழ் மண்ணில் வழங்கி வரும் பழமொழி. தமிழ் மன்னர்களும் பிற்காலங்களில் தென் திருவிதாங்கூரை ஆண்ட மன்னர்களும் ஏழைகளுக்கு உணவளிப்பதை ஆன்மிகப் பணியாகக் கொண்டிருந்தனர். புகழ்பெற்ற கன்னியாகுமரி பகவதியம்மன் கோவிலின் வடமேற்கு மூலையில் அமைந்துள்ளது கோட்டையம்மன் ஆலயம். இதன் சுவரில் தமிழில் பொறிக்கப்பட்ட கல்வெட்டொன்று காணப்படுகிறது. பாண்டிய மன்னன் ஜாதிலவர்ம குலசேகரன், பிச்சைக்காரர்களுக்கும் புனிதயாத்திரை மேற்கொள்பவர்களுக்கும் பரதேசியாகத் திரிவோருக்கும் குமரி அம்மனுக்குத் தைப்பூசத் திருவிழா நடைபெறும் அன்று வழங்கவேண்டிய உணவு குறித்து இக்கல்வெட்டு விளக்குகிறது. (கி.பி. 1190ஆம் ஆண்டு முதல் 1216ஆம் ஆண்டு வரை ஆண்ட பாண்டிய மன்னனான முதலாம் ஜாதிலவர்ம குலசேகர மன்னராவர்) இம்மன்னர் கட்டளைப்படி பகவதியம்மன் கோவில் வளாகத்தில் 'மடம்' அல்லது 'பெரிய அறை' ஒன்று வறியவர்களுக்கு உணவளிப்பதற்கென்றே ஒதுக்கப்பட்டது.[1]

அக்கல்வெட்டின் உரை வருமாறு:

Text. Line.4

குமரி மங்கலத்து சட்டர்கள் செய்யத்
திருவாய் பொழிந்தருளினபடி குமரி பிராட்டி

---

1. A New Inscription of Jatilavarma Kulashekara S.Desiavinayagam PillaiP-270

கோயிலிலே நம்பேரால் மடமெடுத்து தேவி
தைப்பூசத் திருநாளில் வந்த பரதேசிகளை
யூட்டுவிதாக உள

மேற்குறிப்பிட்டுள்ள பாண்டிய மன்னன் முதலாம் குலசேகர னாவார். இவர் கி.பி. 1190–1216ஆம் ஆண்டுகளில் பாண்டி மண்டலத்தை ஆண்டுள்ளார். பொதுவாக இவரது கல்வெட்டு கள் ‘பூவின் கிழத்தி ... பூதல மடந்தெ மற்றும் பூதன வனிதை’ என்பதில் ஏதாவதொரு அணிந்துரையுடன் தொடங்குகிறது. இக்கல்வெட்டின் சுருக்கமாவது:

கன்னியாகுமரிப் பகவதி அம்மன் (குமரி மங்கலம்) கோயிலை நிர்வகிக்கும் சட்டர்கள் எனும் பெருமக்கள் இக்கோயிலுக்கு வழிபட வரும் புனித யாத்ரீகர்களை, கோயில் வளாகத்தில் மடம் எழுப்பி உணவருந்தச் செய்ய வேண்டும். அதற்கான நெல்லை ராஜராஜேஸ்வரத்துச் சட்டப் பெருமக்கள் *(Travancore Archaeological Series. Vol.VI P-150)* சந்தை விலை நிலவரப்படி வாங்கிக்கொள்ளவேண்டும்.

எனவே, புனித யாத்திரை மேற்கொள்பவர்களுக்கு உணவளிப்பது என்பது கோயில் சார்ந்த புனிதப் பணியாகவே கருதப்பட்டுவந்துள்ளது.

ஏழைகள், பிரயாணிகளின் பசிபோக்குவதில் கோயில்களின் பங்கு

நெடும்பயணம் செல்வோர், வழிப்போக்கர்கள், வறியவர்கள் ஆகியோரின் பசியைப் போக்குவதில் கோயில்கள் முகவர்களாகச் செயல்பட்டுவந்துள்ளன. அந்தவகையில் வர்த்தக வளர்ச்சிக்கு மறைமுகமாக அவைள் ஊக்கம் கொடுத்துள்ளன எனலாம். வாகன வசதியற்ற அக்காலத்தில் (கி.பி. 1000) பிராமணரொருவர் காஷ்மீரிலிருந்து கன்னியாகுமரிக்குக் கால்நடையாக வந்ததாகச் சான்றுகள் உள்ளன. இவ்வாறு களைத்து வரும் புனித யாத்ரீகர் களுக்குப் பசியாற என்னென்ன வழங்கப்பட வேண்டும் என்பதைத் தோவாளை, குழித்துறை ஆற்றங்கரையிலுள்ள கல்வெட்டுகள் சான்று பகர்கின்றன.

கடந்த காலங்களில் வறியவர்களின் பசியைப் போக்குவதில் பிராமணர்களுக்கு முன்னுரிமை வழங்கப்பட்டது என்ற உண்மையை எவரும் மறுப்பதற்கில்லை. கோயில்களுக்கும் இவர்களுக்கும் இருந்த தொடர்பு சமுதாயத்தில் உயர்ந்த அந்தஸ்தை அளித்திருந்தது. ஏராளமான குடிமக்களுக்கு வேலைவாய்ப்பு வழங்குவதிலும், அவர்களின் வாழ்க்கைத் தரத்தை உயர்த்துவதிலும் கோயில்கள் முக்கியமாகப் பங்காற்றி

வந்துள்ளன. இதன்மூலம் பொருளாதாரத்தில் முக்கியமான மாற்றங்கள் நிகழ்ந்துள்ளன.

திருவிதாங்கூர் மன்னர்கள் ஊட்டுப்புரைகள் அல்லது பாமர மக்களுக்கு உணவு வழங்கும் மடங்களுக்கு நிவந்தங்கள் வழங்கியுள்ளதற்கான சான்றுகள் ஏராளம் கிடைத்துள்ளன. நாகர்கோவில், ராமவர்மபுரம் சேதுலட்சுமிபாய் ஆங்கில உயர்நிலைப் பள்ளிக்கு அருகில் சகா 1619 கி.பி. (கொல்லம் ஆண்டு 873 – தைமாதம்) தேதியிட்ட கல்வெட்டொன்று கிடைத்துள்ளது. அதில், சாலையோரத்திலுள்ள ஏழைகளுக்கு உணவளிக்கும் நிலையத்திற்கு நெல்வயல் நிவந்தமாக வழங்கப்பட்ட தகவல் கொடுக்கப்பட்டுள்ளது.

பத்மனாபபுரத்திற்கு அருகிலுள்ள சாரோடு என்ற கிராமத்தில் நிலையில் நிறுத்தப்பட்டுள்ள கி.பி. 1544 (கொல்லம் ஆண்டு 798) தேதியிட்ட கல்வெட்டில் மன்னர் ராமவர்மா சிறவாய் மூத்தவர் ஊட்டுப்புரைகளுக்குத் தானம் வழங்கிய தகவல் தரப்பட்டுள்ளது.[2]

இன்னொரு தகவல்படி திருவிதாங்கூரில் மூன்று நேரக் கஞ்சி வழங்கும் நிலையங்கள் உட்பட 45 ஊட்டுப்புரைகள் இருந்துள்ளன. இவற்றை நிர்வகித்த தலைவர் அக்ரசாலா (Agrashaula) என அழைக்கப்பட்டார். இவருடைய தலைமையகம் தலைநகரமாகும். இம்மையங்களுக்குத் தேவையான பொருட்கள் வசதிக்கேற்றாற்போல் படிப்படியாக வழங்கப்பட்டன. இம் மையங்கள் தெற்கே ஆரல்வாய்மொழி தொடங்கி வடக்கே பரவூர் வரைக்கும் பரவலாகக் காணப்பட்டது. முதல்வகை உணவளிக்கும் மையங்கள் அனைவருக்கும் உணவளிக்கும் பொறுப்பையும், இரண்டாம் வகை யாத்ரீகர்களுக்கு மட்டும் உணவளிக்கும் பொறுப்பையும் ஏற்றுக்கொண்டன. பிரதான மாகப் பிராமணர்கள் மட்டுமே இவ்வூட்டுப்புரைகளால் நன்மையடைந்தார்கள். தோவாளை, அதன் அருகிலுள்ள ஆரல்வாய்மொழிக் கணவாயில் அமைந்துள்ள கஞ்சி வழங்கும் நிலையங்கள் அனைத்து வகுப்பு யாத்ரீகர்களுக்கும் கஞ்சி வழங்கிவந்தன. செங்கோட்டை, ஆரியங்காவுக் கணவாய், திருவிதாங்கூர் தலைநகரில் அமைந்திருந்த ஊட்டுப்புரைகள் வர்க்கப் பாகுபாடின்றி அனைத்துத் தரப்பைச் சார்ந்த பாமர மக்களுக்கும் குறிப்பாகச் செவிடர்கள், ஊமைகள், குருடர்கள், அநாதைகள், நோயுற்றோர் ஆகியோருக்கு உணவளித்துக் காப்பாற்றின. பாமர மக்கள், யாத்ரீகர்களின் நிவாரணத்தைப்

---

2. Archaeological Report- 1104-1113. 1928.
   See Also Administration Report of the Department of Archaeology for 1104 M.E.

பிரதானமாக முன்னிறுத்தியே இம்மாதிரியான ஊட்டுப்புரைகள் நிறுவப்பட்டிருந்தன. ஆனால், நிரந்தரமாகத் தங்கியிருப்போரும் இங்கு வந்து உணவருந்தினார்கள் என்ற உண்மையை மறுப்பதற்கில்லை. இங்குவந்து பசியாறிச் செல்வோரில் 75 சதவீதத்தினர் சென்னை மாகாணம், மலபார், இடப்பெயர்ச்சி காரணமாக வந்தவர்கள் என்பது குறிப்பிடத்தக்கது.[3]

சமுதாய மக்களுக்கு உணவளிக்கும் மையங்கள்

The Community Feeding Centres அல்லது சமூக உணவளிக்கும் மையங்கள் திருவிதாங்கூர் வரலாற்றின் நாகரிக அடையாள மையங்களாகத் திகழ்ந்து வந்துள்ளன. மன்னராட்சிக் காலம் தொடங்கி அவர்களால் அரவணைத்து ஆதரிக்கப்பட்டு அவ்வப்போது நிவந்தங்களும் அன்பளிப்புகளும் வழங்கப்பட்டு வந்துள்ளன. மகாத்மா காந்தியால் பின்பற்றி வரப்பட்ட ஜான்ருஸ்கினுடைய *(JohnRuskin)* 'கடையனுக்கும் கடைத்தேற்றம்' எனும் கொள்கை திருவிதாங்கூர் மன்னர்களின் மன்னராட்சித் தத்துவமாக இதன்மூலம் விளங்கிற்று. தென் திருவிதாங்கூரைப் பொறுத்தவரைக்கும் புனிதத் தலங்களும் வர்த்தக மையங்களும் நிறைந்து காணப்பட்டதால் புனித யாத்ரீகர்களும் வழிப் போக்கர்களும் பயணிகளும் வியாபாரிகளும் சாலை ஓரமாக அமைக்கப்பட்டிருந்த ஊட்டு அல்லது ஊட்டுப்புரைகளில் மொய்த்த வண்ணமாக இருந்தனர்.

மேற்குறிப்பிட்டுள்ள இலவச உணவு வழங்கும் சமுதாய மையங்கள் நேரடியாகவும், மறைமுகமாகவும் கோட்டாறு நகரிய, வர்த்தக வளர்ச்சிக்கு உதவிவந்துள்ளன. திருவிதாங்கூரில் மொத்தம் 45 ஊட்டுப்புரைகள் இருந்ததாகச் சான்றுகள் கூறுகின்றன.[4] இவற்றில் மூன்று கஞ்சி வழங்கும் மையங்களாகச் செயல்பட்டுவந்துள்ளன. இவற்றில் தலைநகரில் செயல்பட்டுவந்த பிரதம ஊட்டுப்புரைக்கு அக்ரசாலா *(Agrasala)* எனப்பெயர். தெற்கில் ஆரல்வாய்மொழி தொடங்கி வடக்கில் பரவூர் வரையிலும் வசதிக்கேற்றாற்போல் சாலையின் இருமருங்கிலும் ஊட்டுப் புரைகள் அமைக்கப்பட்டிருந்தன. இவற்றுள் கன்னியாகுமரி, குழித்துறை, தோவாளை, ஆரல்வாய்மொழி ஆகிய இடங்களில் அமைக்கப்பட்டிருந்த ஊட்டுப்புரைகள் புனிதப்பயணிகளுக்கும் வழிப்போக்கர்களுக்கும் குறிப்பாக வியாபாரப் பெருங்குடி மக்களுக்கும் மிகவும் உதவிகரமாக இருந்தன.

---

3. Manual of the administration of Presidency. Vol.II Madras.P-291.
4. C.D. Macleen, official Administration of the Madras Presidency. Madras, 1879. P-49

வடக்கிலிருந்து கால்நடையாகக் கன்னியாகுமரிக்குப் புனிதப் பயணமாக வரும் யாத்ரீகர்களுக்குக் குழித்துறை, தோவாளை ஊட்டுப்புரைகள் வரப்பிரசாதமாக அமைந்தன.

வடக்கிலிருந்து பெரும்பாலும் தலைச்சுமடாகவும் காளை வண்டிகளிலும் ஏற்றப்பட்டுக் கோட்டாறு சந்தைக்குக் கொண்டு வரப்படும் பொருட்களின் சொந்தக்காரர்கள் இரவுநேரங்களில் கள்ளர் பயமின்றிப் பாதுகாப்பாக ஊட்டுப்புரைகளில் தங்கிச் செல்வதை வழக்கமாகக் கொண்டிருந்தனர். ஏழைகளுக்கு நிவாரணம் வழங்கி அவர்களின் பசியைப் போக்குமுகமாகவே ஊட்டுப்புரைகள் செயல்பட்டுவந்தன. ஒரு பகுதியைச் சார்ந்த வறியவர்களின் பசியைப் போக்குவதிலும் ஊட்டுப்புரைகள் தவறியதில்லை. ஆரல்வாய்மொழி ஊட்டுப்புரைக்கு வந்து சென்றவர்களில் 75 சதவீதத்தினர் கிழக்குப் பகுதியிலுள்ளவர்கள் என்பது இங்கு குறிப்பிடத்தக்கது[5].

பிற்பகல் 12 மணிக்கு மேல் ஊட்டுப்புரைக்கு வரும் ஏழைமக்கள் அனைவருக்கும் இலவசக் கஞ்சி வழங்கப்பட்டன. ஆங்கிலேயரின் கட்டுப்பாட்டின்கீழ் இருந்த பகுதியிலிருந்து வந்த பிராமண சமூகத்தினருக்குக்கூட இந்த விருந்தோம்பல் வழங்கப்பட்டது[6]. மலையாள சகாப்தம் 930இலிருந்து, 950-க்குள்ளாகத் திருவிதாங்கூரின் ராமையன் தளவாயால் ஊட்டுப்புரைகள் ஆரம்பிக்கப்பட்டதாகச் சான்றுகள் குறிப்பிடுகின்றன[7]. இதே காலகட்டத்தில் கோட்டாறு வர்த்தகமும் மேம்பாடடைந்துள்ளது எனலாம். வலியமேலெழுத்துப்பிள்ளை எனும் தனிஅதிகாரி ஊட்டுப்புரைச் செலவினங்களுக்குப் பொறுப்பாளராக நியமிக்கப்பட்டார்[8].

ஊட்டுப்புரையின் வகைகள்

ஊட்டுப்புரைகள் கீழ்க்கண்ட ஆறுவகைகளாகப் பிரிக்கப் பட்டன. அவற்றின் தரத்திற்கேற்றாற்போல் உள்ள செலவினங்களை அரசாங்கம் ஏற்றுக்கொண்டது. அவையாவன:

1. தலைநகரத்தில் செயல்பட்டுவந்த ஊட்டுப்புரை அக்ரசாலா *(Agrasala)* என அழைக்கப்பட்டது.

2. சாலையோரங்களில் செயல்பட்டுவந்த ஊட்டுப்புரைகள் வழி ஊட்டுப்புரைகள் *Wayside Ootoos* எனப் பெயர்பெற்றிருந்தது.

---

5. Ibid
6. Samuel Mareer, Native Life in South Travancore, London, 1883. P-369
7. V. Krishna Reo, A Description of the Administrative System of Travancore in 1844, Selection from the Records of Travancore, No: III. P-23
8. V. Nagam Aiya, Vol. III, P-526

அநேகமாக இவ்வகையான ஊட்டுப்புரைகளுக்கு அரசாங்கம் அதிகபட்சமான செலவுகளைச் செய்தது.

3. கஞ்சி வழங்கும் ஊட்டுப்புரைகள் *(Conjee Houses)*

4. ஜெபதக்ஷிண ஊட்டுப்புரைகள் *(Japadakshina Ootoos)*

5. சத்திரங்கள் *(Chattrams)*. இவை பொதுவாக நாட்டு எல்லைக்கு வெளியே செயல்பட்டு வந்தன.

6. சிறிய அளவிலான ஊட்டுப்புரைகள் *(Minor Ootoos)*[9]

ஒவ்வோர் ஊட்டுப்புரையிலும் ஒரு பாரிப்புகாரன், ஒரு மண்டபபிள்ளை, ஒரு பேரெழுத்து என மூவர் பொறுப்பிலிருந்தனர். பாரிப்புகாரர் என்பவர் ஊட்டுப்புரையின் கண்காணிப்பாளர். சமையல், பந்தி விளம்புதல், சமையலுக்குரிய சாதனங்களைப் பெறுதல், பயணிகளைக் கண்காணித்தல் இவரது பொறுப்பாகும். இவருக்குப் பறைநெல் அல்லது மூன்று ரூபாய் மாதமொன்றிற்குச் சம்பளமாக வழங்கப்பட்டது. மண்டபபிள்ளை என்பவர் ஊட்டுப்புரை கணக்கர். தினசரி உணவூட்டப் பெறும் பிராமணர்களின் எண்ணிக்கை, அரிசியின் அளவு, மளிகைச் சாமான்களின் அளவு ஆகியவை இவர்களால் கணக்கு வைக்கப்படும்[10]. இவருக்கு மாதமொன்றிற்கு 12 பணம் சம்பளமாக வழங்கப்பட்டது. அன்றாடம் ஊட்டுப்புரைக்கு வரும் பிராமணர்கள் பற்றிய கணக்கெடுப்பு, பேரெழுத்து என்ற அதிகாரிக்கு வழங்கப்பட்டது. இவர்கள் தவிர பண்டசாலைப் பொறுப்பாளர்கள், காவலாளிகள், துப்புரவுத் தொழிலாளர்கள் ஆகியோர் சாதாரணத் தொழிலாளர்களாகப் பணிபுரிந்துவந்தனர். இவர்களுக்குப் புழுங்கல் அரிசி சம்பளமாக வழங்கப்பட்டது. நாடு முழுமைக்கும் ஒவ்வோர் ஆண்டும் ஊட்டுப்புரைகளுக்கெனத் தனி வரவுசெலவுக் கணக்கு தயாரிக்கப்பட்டு (பதிவுக் கணக்கு) அவற்றுக்கெனத் தனிநிதியும் ஒதுக்கீடு செய்யப்பட்டன[11].

தென் திருவிதாங்கூரின் வியாபாரத்திற்கும் வர்த்தகத்திற்கும் ஊட்டுப்புரைகள் நேரடியாகவும் மறைமுகமாகவும் உயிரோட்டம் கொடுத்தன என்பதை எவரும் மறுக்க இயலாது. ஊட்டுப்புரைகள், தேவசங்கங்களின் செயல்பாடுகள் குறித்து திரு. *N.* ராஜாராம் *(N. Rajaram)* தலைமையின்கீழ் அமைக்கப்பட்ட குழு கீழ்க்கண்ட கருத்துகளைப் பதிவுசெய்துள்ளது.

---

9. Report of the institutions of Travancore for the year M.E. 1043 (A.D.1867-'68) P-36

10. Ibid. P-528

11. T.K. Velu Pillai, Travancore State Manual, Vol. II, P-347

“இக்குழு சில கோயில்களின் பதிவுகளை உன்னிப்பாகக் கவனிக்கும். விலைவாசி உயர்வுக்கு ஏற்றாற்போல் நிதியைக் கூடுதலாக அதிகாரிகள் வழங்கவில்லை. உதாரணமாகக் கன்னியாகுமரி கோயில் பதிவைப் பார்க்கும்போது ஒருபகுதி யிலுள்ள சோம்பேறிகளுக்காக மட்டும் ஊட்டுப்புரை செயல்பட வேண்டுமா? அல்லது நடந்து களைத்துவரும் (வியாபாரிகள் உட்பட) பயணிகளுக்காகச் செயல்பட வேண்டுமா? என்ற கேள்வி எழுகிறது. இவ்வாறு இலவச உணவு வழங்குதலை நிறுத்தினால் பிராமணர்கள் அழிந்துபோவார்கள் என என்னால் நம்ப முடியவில்லை. தாராளமாகச் செலவுசெய்து நடத்தப்படும் பிராமணக் குடியிருப்புகளுக்கு அருகிலுள்ள ஊட்டுப்புரைகளால் அவர்களுக்கு உடல்ரீதியான பலவீனமும் மனஉளைச்சலும் ஏற்படுகின்றன என்பதை நான் கடந்த காலங்களில் உணர்ந்துள்ளேன்” எனக் கூறியுள்ளார்[12].

கோட்டயம் திவான்பேஸ்கார் “ஒவ்வொரு தேவசத்துடனும் ஒரு ஊட்டுப்புரை இணைக்கப்பட்டிருந்தது. அங்கு தினமும் பகலில் வரும் பயணிகளுக்கு உணவு வழங்கப்பட்டது” என மட்டும் தன் கருத்தைப் பதிவுசெய்துள்ளார்[13].

எட்டுமானூர் சிவசேத்திரம் பற்றிக் குறிப்பிடும்போது, “திருவிதாங்கூரின் பல பாகங்களிலிருந்து மட்டுமல்லாமல் அண்டை மாநிலங்களில் இருந்தும் இக்கோயிலுக்குப் பக்தர்களாகவும், ஆதரவாளர்களாகவும் ஏராளமானோர் வந்து செல்கின்றனர். இவர்களுக்கெல்லாம் இலவச உணவு வழங்கப்படுகிறது” இவ்வாறு பதிவுசெய்யப்பட்டுள்ளது[14].

கோயில் காணிக்கைகளையும் நிதிகளையும் கையாடுதல்

சமீபத்தில் கொடுங்களூர் கோயிலுக்குப் பக்தர் ஒருவர் உட் பிரகாரப் படிக்கல்லுக்கு அடிக்கல், பதக்கத்தைத் தங்கநகையாக வழங்கியிருந்தார். அதைக் கையாடல் பண்ணிவிட்டு அதற்குப் பதிலாகப் போலியான நகையை வைத்துள்ளனர். இவ்வாறான கையாடல்கள் அறவே தவிர்க்கப்பட வேண்டுமெனப் பக்தர்கள் விரும்புகின்றனர். கன்னியாகுமரி, சுசீந்திரம் கோயில்களிலுள்ள ஆபரணங்கள் பாதுகாவலர்களின் பார்வையில் படும்

12. Appendix to the Report on State Charities. Exhibit H. Opinion of Mr. Rajaram Row about the revision of scales for Oottupuras and Devasam Quilon :1907. Divisional Asst. Office. P-179

13. Exhibit H.Opinion of K. Ananthanarayana Iyar. Assistant to the Dewan Peishkar Kottayam about the revision of scales for Devasams and oottupuras. P-182

14. Ibid. P-183

படியாகப் பலமான கம்பிச் சட்டங்களுக்குள்ளே வைத்துப் பாதுகாக்கப்பட்டு வருகின்றன. இதேபோன்ற பாதுகாப்பு ஏற்பாடுகள் இதர கோயில்களிலும் பின்பற்றப்பட வேண்டும். சமீபத்தில் எட்டுமானூர் கோயில் கொடிமரக் கம்பத்தின் அடியிலுள்ள அஷ்டத்திக் பாலகர்களின் மீது இருந்த தங்க முலாம் பூசப்பட்ட தகடுகள் களவுபோயிருந்தன. யார் திருடினார்கள் என்பது கண்டுபிடிக்கப்படவில்லை. போலீஸ் பாதுகாப்பு என்பது அதிகச் செலவினத்தை ஏற்படுத்தும் ஒரு காட்சியே தவிர வேறில்லை. எட்டுமானூர் கோயில், வைக்கம், அகஸ்தீஸ்வரம் போன்று பெரிய கோயிலாக இல்லை என்பது இங்கு குறிப்பிடத்தக்கது. இறுதியாக, ஒரு கோயில் சம்பந்தப்பட்ட புனிதத்தைக் காப்பாற்றுவது என்பது அக்கோயில் சம்பந்தப்பட்ட சட்டதிட்டங்களை வகுப்பதாலோ ஏராளமான பொருட்செலவு செய்வதாலோ ஏற்படப்போவதில்லை. அக்கோயிலை நிர்வகிக்கும் அதிகாரிகள் கோயில் நடவடிக்கைகளைக் கண்ணும் கருத்துமாகப் பேணுவதிலேயே அடங்கியிருக்கிறது.[15]

திரு. N. கிருஷ்ண அய்யங்கார், தேவசம், ஊட்டுப்புரைகளுக்கு வழங்கப்படும் நிதியை மாற்றி அமைப்பது குறித்துக் கீழ்க்கண்டவாறு தன் கருத்தைப் பதிவுசெய்கிறார். சுசீந்திரம், வைக்கம், திருவனந்தபுரம், வர்க்கலா போன்ற கோயில்களில் சாதாரண காலங்களில்கூட ஆங்கிலேயர்களின் கட்டுப்பாட்டிலுள்ள அண்டை மாவட்டங்களிலிருந்து ஏராளமான பக்தர்கள் வந்து தரிசித்துச் செல்லுகின்றனர். இவை முதல்நிலை ஆலயங்களாக வைக்கப்படுகின்றன. அரிபாடு, அம்பலப்புழா போன்ற கோயில் திருவிழாக் காலங்களில் மாநிலத்தின் எல்லைக்குள் வசிக்கும் பக்தர்கள் பெரும்பாலும் வழிபட்டுச் செல்கின்றனர். இவை இரண்டாம்நிலை கோயில்களாகக் கொள்ளப்படுகின்றன. ஒரு தாலுகா, அதன் அண்டையிலுள்ள தாலுகாக்களிலுள்ள பக்தர்கள் வந்துசெல்லும் கோயில்கள் மூன்றாம்நிலை கோயில்களாகும். ஒருபகுதி அல்லது தாலுகா சார்ந்த ஆண்கள் மட்டும் சென்றுவரும் கோயில்கள் நான்காம் நிலைக்குட்பட்டவையாகும்.

சில ஊட்டுப்புரைகளுக்கு மண்டகப்படி வழங்கும் அன்பர்கள், தாங்கள் வழங்கும் நிதிமூலம் அங்கீகரிக்கப்பட்ட பயணிகளுக்கு மட்டுமே உணவு வழங்கப்படுதல் வேண்டுமென விரும்புவதுமுண்டு. வழிப்போக்கர்களுக்கு மட்டுமே உணவு வழங்கப்பட வேண்டுமென்பதில் எந்தவிதமான வெளிப்படையான நியாயமும் இல்லை எனலாம். ஒவ்வொரு நாளும் வந்துசெல்லும்

---

15. Ibid. P-187, 191

பயணிகளின் எண்ணிக்கையை உறுதிசெய்தல் இயலாத காரியம். அன்றாடம் எஞ்சிய சாதத்தை அருகிலுள்ள கிராம மக்களுக்கு இலவசமாக வழங்க வேண்டுமே தவிர விலைக்குக் கொடுப்பது என்பது ஆட்சேபகரமான காரியமாகும். பயணிகளுக்கு நேரத்திற்கு உணவு வழங்கப்படுகிறதா? என்பதையும் கண்காணித்தல் அவசியம். உணவு வழங்கும் நேரத்திற்கு உள்ளாக வருபவர்கள், உணவு வழங்கும்போது வருபவர்கள், காலம் தாழ்த்தி வருபவர்கள் ஆகிய அனைவரையும் கவனிப்பது அவசியம். என் கருத்துப்படி தேவசத்தையும் ஊட்டுப்புரைகளையும் தனித்துறைகளாகக் கவனித்தல் அவசியம் என மற்றுமொருவர் தன் கருத்தைப் பதிவுசெய்துள்ளார்[16].

திரு.A. நாராயணன்தம்பி கீழ்க்கண்டவாறு கருத்து தெரிவிக்கிறார்.

இம்மாநிலத்தின் ஊட்டுப்புரைகளுக்கு வழி ஊட்டுக்கள் அல்லது வழி ஓரங்களில் அமைந்துள்ள உணவகங்கள் எனப்பெயர். சுமார் 150 ஆண்டுகளுக்கு மேலாக மார்த்தாண்டவர்மா மன்னரின் இறவாப்புகழ் கூறும் இவ்வூட்டுப்புரைகள், பாதசாரிகள், வழிப்போக்கர்களின் நலனைக் கருத்தில் கொண்டு அம்மன்னராலேயே தொடங்கப்பட்டதாகும். தெற்கே தோவாளை தொடங்கி வடக்கே பாரூர் வரைக்கும் இவ்வூட்டுப்புரைகள் காணப்படுகின்றன. அக்காலத்தில் வண்டிகளோ வண்டிப் பாதைகளோ கால்வாய்ப் போக்குவரத்துகளோ தடையில்லாப் போக்குவரத்துகளோ இல்லாத காலம். நடந்து நடந்து களைத்துப் போன பயணிகள் வசதியுள்ள இடங்களில் இளைப்பாறிச் செல்ல விரும்புவர். இரவில் தங்குவது என்பது மிகவும் ஆபத்தான ஒன்றாகும். நடைப்பயணத்தில் இருட்டு கவிழ்ந்துவிட்டது என்றால் பாதுகாப்பான இடத்தில் புகலிடம் தேடித்தான் ஆகவேண்டும். இம்மாதிரியான அசௌகரியங்களை முன்னிட்டு வழியில் ஆங்காங்கே இலவச உணவூட்டு மையங்கள் தொடங்கப்பட்டன.

இப்போது தெற்கு நோக்கிப் பயணிக்கும் பயணிகள் திருவனந்தபுரத்திலிருந்து தோவாளைக்கு 24 மணி நேரத்திற்குள்ளாகச் சென்றடைந்துவிடலாம். அதேபோன்று பயமின்றி இரவு நேரத்திலும் பயணிக்கலாம். எனவே, காட்டாத்துறை, பாறசாலை, ஆரியன்காவு ஆகிய இடங்களில் உள்ள ஊட்டுப்புரைகளை ரத்துசெய்துவிட்டுத் தோவாளையிலுள்ள ஊட்டுப்புரையை

---

16. Ibid. P-192,195. Exhibit. 11 Opinion of Mr. N. KrishnaAiyengar about the revision of scales for Devasoms and Oottupuras settlement Deputy Peishars office 10-07-1907.

ஆரல்வாய்மொழிக்கு மாற்றி அமைக்கலாம். கன்னியாகுமரியில் ஏற்கெனவே ஊட்டுப்புரை செயல்பட்டுவருகிறது என்பது இங்கு குறிப்பிடத்தக்கது[17].

திரு. P. சுப்ரமணிய பிள்ளை தன் கருத்தைக் கீழ்க்கண்டவாறு பதிவுசெய்கிறார். ஊட்டுப்புரைகள் பரோபகாரச் சிந்தையுடன் தொடங்கப்பட்டன என்பதில் எந்தவிதச் சந்தேகமுமில்லை. நெடுஞ்சாலைகளிலும், சாலை ஓரங்களிலும் ஊட்டுப்புரைகள் தொடங்கப்பட்டன என்பதிலிருந்து அவை முழுக்க முழுக்கப் பயணிகளின் நலன்கருதி தொடங்கப்பட்டது என்பது தெளிவாகிறது. சில ஊட்டுப்புரைகளில் காலை உணவும் சிலவற்றில் இரவு உணவும் வழங்கப்பட்டன. நாட்டின் உட்பகுதிகளில் (நெடுஞ்சாலைகள் தவிர) இம்மாதிரியான உணவகங்கள் செயல்படவில்லை. இதிலிருந்து பயணிகளைத்தவிர வேறு எவருக்கும் இவ்வசதி செய்து தரப்படவில்லை என்பது தெளிவாகிறது. ராமையன் தளவாயின் பதிவுகள், பயணிகளுக்குப் போதுமான வசதிகளுடன் உணவு வழங்கப்பட்டதாகக் கூறுகிறது. இருப்பினும் மன்னர் நினைத்தால் இவ்விலவச உணவு வழங்குதலை நிறுத்திக்கொள்ளலாம்[18].

மேற்குறிப்பிட்டுள்ள கருத்துப் பதிவுகளை ஆராயும்போது, ஆலயங்களுக்கு மன்னர்கள் நிவந்தங்கள் வழங்குவது போன்று ஊட்டுப்புரைகளுக்கும் தொய்வின்றி நிதி வழங்கியுள்ளனர். பயணம் மேற்கொள்பவர்களில், பெரும்பாலும் புனித யாத்திரை மேற்கொள்பவர்கள் ஊட்டுப்புரைகளால் அதிக நன்மை பெற்றாலும் வியாபாரிகளும் நன்மை பெற்றார்கள் என்பதை மறுக்க இயலாது. இரவு நேரங்களில் பாதுகாப்புடன் தங்கள் பொருட்களுடன் தங்குவதற்கு ஊட்டுப்புரைகள் முன்னிலை வகித்தன. தென் திருவிதாங்கூரின் தெற்குப்பகுதியிலுள்ள கோட்டாறு போன்ற வர்த்தக மையங்கள் ஊட்டுப்புரைகளால் பெற்ற நன்மைகள் ஏராளம். துடிப்பான பொருளாதார மேம்பாடு, கலாச்சார பரிமாற்றம், வாழ்க்கைத் தரம் உயர்தல் போன்ற மறைமுக முன்னேற்றங்களுக்கும் குறைவில்லை.

நிலவருமானத் துறையின் கீழ்உள்ள பதிவுகளைப் பார்க்கும் போது சத்திரங்கள் தென் திருவிதாங்கூர் பகுதியில் பரவலாகக் காணப்பட்டதை அறியமுடிகிறது. தோவாளை சத்திரம்,

---

17. Exhibit 113
    Opinion of Mr. A. Narayanan Thampi about the revision of scales for Ottupuras and Devasoms. Poojapuray, Thiruvananthapuram. P-197,198.
18. Exibit 114
    Opinion of P.Subramanya Pillai, retired Tahisildar about the revision of scales for Devasham and Oottupuras. Thiruvananthapuram 21-1-1907 P-201

பூதப்பாண்டி சத்திரம், கன்னியாகுமரி சத்திரம், சுசீந்திரம் சத்திரம், ஒழுகினசேரி சத்திரம், இரணியல் சத்திரம், திருவட்டாறு சத்திரம், குழித்துறை சத்திரம், நெய்யாற்றின்கரை சத்திரம் எனப் பட்டியல் நீண்டுகொண்டேபோகிறது[19].

காலமாற்றத்தில் ஊட்டுப்புரைகள் பயணியர் மாளிகைகள் எனப் புதுஉரு பெற்றன. பாலமோர், கன்னியாகுமரி, குளச்சல், குலசேகரம், குழித்துறை, நாகர்கோவில், நெய்யாற்றின்கரை, உதயகிரி, சீதப்பால், செங்கோட்டை, தடிக்காரன்கோணம் ஆகிய இடங்களில் பயணியர் மாளிகை நவீன வசதிகளுடன் கட்டடப்பட்டன[20].

இராணி மங்கம்மாள்சாலையும் பயணியர் விடுதிகளும்

"All roads lead to Rome" என்ற பழமொழியைப் போன்று அக்காலத்தில் பெரும்பாலான சாலைகள் மங்கம்மாள் சாலை என்றே தமிழ்நாட்டில் அழைக்கப்பட்டன. சென்னை மாகாணம் ஆங்கிலேயருடைய கட்டுப்பாட்டின்கீழ் வருவதற்கு முன்பே தென் திருவிதாங்கூர் மன்னர்களுக்குத் தான் சற்றும் இளைத்தவரல்ல என அவர்களுக்குச் சமமாகத் தரமான சாலைகள் அமைத்து, ஓரங்களில் அன்னச் சத்திரங்களையும் ராணி மங்கம்மாள் அமைத்திருந்தார். ஏழை மக்கள்மீது அவர் காட்டிய பரிவு அனைவரையும் ஈர்த்தது. ஏராளமான அக்ரகாரங்களையும் கோயில்களையும் குளங்களையும் சோல்ட்டிரி எனப்படும் பயணிகள் விடுதிகளையும் பொது மக்கள் நலன்கருதி அமைத்துக் கொடுத்தார். காசியிலிருந்து ராமேஸ்வரம் வழியாகக் கன்னியாகுமரிக்கும் இதர முக்கிய இடங்களுக்கும் தரமான சாலைகள் அமைத்துக் கொடுத்தார். வழிப்பயணிகள் களைப்பில்லாமல் பயணம் செய்யச் சாலையின் இருமருங்கிலும் நிழல்தரும் மரங்களையும் கிணறுகளையும், தண்ணீர் பந்தல்களையும் அமைத்துக் கொடுத்தார்[21].

மேலும், திரு. *J.H.*நெல்சன் தன் கருத்தைப் பதிவுசெய்யும்போது, "1700ஆம் ஆண்டு வாக்கில் திருநெல்வேலிக் கடற்கரையை ஒட்டிய பகுதிகளில் மக்கள்தொகை குறைவாகவே காணப்படுகிறது. விவசாயம் செய்யப்படாமல் கிடக்கும் தரிசு நிலம் ஏராளமாகக் காணப்படுகிறது. பிரான்ஸ் நாட்டின் அளவையின்படி கன்னியாகுமரி தொடங்கி பாம்பன் வரைக்கும் உள்ள சுமார்

19. Route Book of Travancore -1936. Compiled by P.Narasimha Aiyer from 2-12-1109 to 25-12-1109. M.E. P-7,8
20. Ibid. P-5
21. The Madurai Country -A Manual, J.H. Nelson, Madras 1868. P-216

40 Leagues வரைக்கும் உள்ள பகுதியில் தூத்துக்குடி தவிர வேறு நகரங்களோ பெரிய கிராமங்களோகூட இல்லை எனலாம்” எனக் குறிப்பிடுகிறார்[22]. எனவே, அவற்றைச் சாலைகளுடன் இணைப்பது எளிதான காரியமாகக் காணப்பட்டது.

இராணி மங்கம்மாளின் மேற்குறிப்பிட்டுள்ள சீரியபணி தென் திருவிதாங்கூர் மன்னர்களின் சமுதாயப்பணிக்குக் கிடைத்த தொடர்ச்சியான அங்கீகாரமாக அமைந்தது. சாலைகளால் இணைக்கப்பட்ட திருநெல்வேலி மாவட்டத்தின் பலஊர்கள் தற்போது தெற்கில் வர்த்தக மையமான கோட்டாற்றுடன் வர்த்தகரீதியாக இணைக்கப்பட்டன. மேற்குக்கடற்கரையில் முக்கியமாகத் தேங்காய்ப்பட்டணம் துறைமுகத்தில் இறக்குமதிசெய்யப்படும் பொருட்கள் சாலை வழியாகக் கோட்டாறு வர்த்தக மையத்தை அடைந்து அங்கிருந்து ஆங்கிலேயர்களின் கட்டுப்பாட்டிலுள்ள சென்னை மாகாணத்தின் பலபகுதிகளைச் சென்றடைந்தது. மொத்தத்தில் தென் திருவிதாங்கூரின் துறைமுகங்களும் வர்த்தக மையங்களும் ஒன்றுடன் ஒன்று நெருங்க ஆரம்பித்தன.

ஊட்டுப்புரைகள், வழிஊட்டுக்கள், பயணவழி இலவச உணவகங்கள், வழி அம்பலங்கள், இராணி மங்கம்மாளின் *‘Choultry’* எனப்படும் பயணிகள் தங்கிச் செல்லும் விடுதிகள் ஆகியவை உள்நாட்டுப் பொருளாதாரத்திற்குப் புதுத் தெம்பூட்டின. இதன் ஒருபகுதியாகக் கோட்டாறு வர்த்தக மையமும் விருத்தியடைந்தது. குக்கிராமங்களில் கிடைக்கும் விலைகுறைந்த பொருட்கள்கூடத் தலைச்சுமையாகவும், காளைவண்டிகளிலும் ஏற்றப்பட்டுக் கோட்டாறு சந்தையை வந்தடைந்தன. வியாபாரிகள் தங்கள் பொருட்களுக்கு நல்லவிலையைப் பெற்றனர். வசதியற்றவர்கள் பயணியர் விடுதிகளில் கிடைத்த இலவச வசதிகளைப் பயன் படுத்திக்கொண்டனர். இரவிற்குத் தகுந்த பாதுகாப்பும் பகலில் களைத்து வருபவர்களுக்கு இலவச உணவும் ஓய்வு எடுக்க வசதியும் கிடைத்தால் யார்தான் வேண்டாமென்பர்?

பிற்காலத்திலும் அரசு இலவச உணவளிக்கும் மையங்கள்மீது தனிக்கவனம் செலுத்தியது. அவற்றுக்காகச் செலவழிக்கப்படும் பணத்திற்குச் சரியான கணக்கு வைக்கப்பட்டது. உதாரணமாகக் கீழ்க்கண்டவாறு பட்டியலிட்டுக் கணக்குப் பதிவுசெய்யப்பட்டது. *M.E.1050* (கி.பி. *1874–’75*–க்கான செலவினம் கீழே கொடுக்கப் பட்டுள்ளது.

---

22. Ibid

1. தலைநகர் திருவனந்தபுரத்தில் செயல்பட்டுவந்த அக்ர சாலைக்கு *(Ahrasala)* ரூ.22,180.

2. போக்குவரத்துச் சாலைகளில் அமைந்துள்ள ஊட்டுப்புரை களுக்கு ரூ. 82,195.

3. கஞ்சி மட்டும் வழங்கப்படும் நிலையங்களுக்கு ரூ. 2,229.

4. ஜபதட்சிணா *(Japdakshina)* எனப்படும் நிலையங்களுக்கு ரூ. 71,713.

5. அண்டைப் பகுதியிலுள்ள சத்திரங்களுக்கு ரூ.2,643.

6. சிறிய நிலையங்களுக்கு ரூ. 25,623[23].

18ஆம் நூற்றாண்டில் தொடங்கி, மார்த்தாண்டவர்மா மன்னரின் ஆட்சியின்போது திருவிதாங்கூருக்கும் ஆங்கிலேயக் கிழக்கிந்திய கம்பெனிக்கும் வர்த்தகரீதியாகவும், அரசியல் ரீதியாகவும் நெருங்கிய தொடர்பு இருந்துவந்தது. வளமான வர்த்தகப் பெருக்கத்திற்குச் சாலை போக்குவரத்தைப் பெரிதும் நம்பியிருந்தனர். ராணுவ வாகனங்களும் இவ்வழியே சென்று வந்தன.

இந்நிலையில் சென்னை மாகாணத்தின் தென்பகுதிச் சாலையான மதுரை – கொல்லம் வரைக்கும் செல்லும் சாலை முக்கியத்துவம் பெற ஆரம்பித்தது. மதுரையிலிருந்து பாளையங்கோட்டை வழியாகக் கன்னியாகுமரியை அடைந்து, அங்கிருந்து கொல்லம்வரை செல்லும்சாலை மேம்பாட்டிற்கும், வழியில் பயணிகளின் வசதிக்காக ஆறு பங்களாக்கள் கட்டுவதற் கான திட்டவரைவும் கிழக்கிந்திய கம்பெனியால் 1822 நவம்பர் 22 அன்று அங்கீகரிக்கப்பட்டது.

மன்னர்கால ஊட்டுப்புரைகள் போல இப்பயணிகள் பங்களாக்கள் மறுரூபமெடுத்தன எனலாம். இதைப்போன்று மற்றொரு சாலை, கொல்லத்தையும் மதுரையையும் திருவில்லி புத்தூர் வழியாக இணைத்தது. இச்சாலை ஆரியங்காவுக் கணவாய் வழியாகக்கடந்துசென்றது என்பது குறிப்பிடத்தக்கது. இவ்வழி பயன்பாட்டுக்கு வந்தபின்பு பலமாற்றங்களைப் பெற்றது. ஆரல்வாய்மொழிக் கணவாயையொட்டி கிழக்கு ஓரமாக இக்கணவாய் அமைந்திருந்ததால் இன்னும் அதிக நன்மை களைப் பெற்றிருக்கும்.

---

23. Report on the Administration of Travancore. A.D. 1874-'75. 1876. TVM. P- 36

மேலே குறிப்பிட்டுள்ள ஆறு பயணிகள் பங்களாக்களில் தனித்தனியாக அரசாங்கக் காவலாளிகள் நியமிக்கப்பட்டிருந்தனர். இவர்கள் அங்குவரும் பயணிகளின் அன்றாடத் தேவைகளைக் கவனித்துக்கொண்டனர்.[24]

திருச்சிராப்பள்ளிக்குத் தெற்கே உள்ள சாலை நிர்வாகத்தைக் கவனிக்கும் பொறுப்பைத் திருச்சிராப்பள்ளியைத் தலைமையிடமாகக் கொண்டு புதிதாக உருவாக்கப்பட்ட அலுவலகம் கவனித்துக்கொண்டது. திருநெல்வேலி வட்டாரத்தில் ராணுவத் தேவைகளுக்காக அமைக்கப்படும் சாலைகளை இவ்வலுவலகம் கவனித்துக் கொள்ளும். மேலும், பாளையங்கோட்டையிலிருந்து மதுரை, திண்டுக்கல் வழியாகக் கொல்லம் செல்லும் சாலை, மதுரையிலிருந்து இலங்கைக்குத் தரைவழியாகவும், கடல்வழியாகவும் செல்லும்வழி, பாளையங்கோட்டை, திருநெல்வேலி வழியாக மதுரை செல்லும் சாலை நிர்வாகத்தையும் இவ்வலுவலகம் கவனித்துக்கொண்டது.

மேலும், மதுரையிலிருந்து பாளையங்கோட்டை, ஆரல்வாய் மொழிக் கணவாய் வழியாகக் கொல்லம் செல்ல வேண்டுமெனில் தரைவழி சுமார் 280 மைல்களைக் கடந்தாக வேண்டும். இவ்வழியில் பொதுமக்களைக் காட்டிலும் வழக்கமாகக் கிழக்கிந்திய கம்பெனியின் ராணுவ வண்டிகளும் ராணுவமும் பண்டசாலை வண்டிகளும் அடிக்கடி கடந்து சென்றன. ஆனால், கொல்லத்திலிருந்து மதுரை வழியாக (ஆரியங்காவு மலை அடிவாரத்தையும் கணவாயையும் கடந்து) பாளையங்கோட்டை செல்வது என்பது 280 மைலிலிருந்து சுமார் 60 மைல்கள் குறையும். இவ்வழியில் செல்வது சற்றுஎளிதானது. இவ்வழியையும் ராணுவத்தினர் அதிகம் பயன்படுத்தினர்.[25]

மேலே குறிப்பிடப்பட்டுள்ள ஊட்டுப்புரைகளும் பயணிகள் பங்களாக்களும் ராணுவ வாகனப் பாதைகளும் வர்த்தக மையமான கோட்டாற்றைப் பல திசைகளில் இணைத்ததன் காரணமாக அங்குள்ள உள்நாட்டு, வெளிநாட்டு வர்த்தகங்கள் நன்கு வளர்ச்சியடைந்தன.

---

24. Military Consultations- Vol. 4702.PP-138-140
25. Military Consultations Letters to the Board -1825. Vol. 4699 PP- 323-334 (Military Roads)

கப்பல் போக்குவரத்தும் கோட்டாற்றின் நகரிய வளர்ச்சியும்

தீபகற்ப இந்தியா நீண்டதொரு கடற்கரையை இயற்கையாகக் கொண்டிருந்த போதிலும் பிற்கால வரலாற்றுக் காலம் வரைக்கும் மேலைநாட்டுப் பிரபலக் கடலோடிகளால், மாலுமிகளால் சக்திமிக்க தாக்கத்தை ஏற்படுத்திக்கொள்ள முடியவில்லை. ஒருகாலத்தில், மலபார், சோழமண்டலக் கடற் கரைகளில் குறிப்பிடத்தக்க அளவு தாக்கத்தை ஏற்படுத்தியிருந்த அரேபியர், போர்த்துக்கீசியர், டச்சுக்காரர்களுக்கும் இக்கூற்று பொருந்தும். 18ஆம் நூற்றாண்டின் மத்திவாக்கில் தீபகற்ப இந்தியாவின் விதியின்மீது கடலை அடிப்படையாகக் கொண்ட சக்திகள் முக்கிய தாக்கத்தை ஏற்படுத்தியிருந்தன எனலாம்[1].

கப்பல் கட்டுமானம் குறித்து ஆய்வு மேற் கொண்ட *K.* அச்சுதமேனன் திருவிதாங்கூர் மக்களுக்கு, அதன் நீண்ட மேற்குக் கடற்கரையும் காயலும் கடலோடுவது குறித்த அடிப்படை உணர்வுவையும் எழுச்சியியையயும் ஏற்கெனவே கொடுத்திருந்தது எனக் குறிப்பிட்டுள்ளார். இதன் மூலம் கப்பல் போக்குவரத்து குறித்த ஆரம்ப அறிவு அவர்கள் ரத்தத்துடன் கலந்திருந்தது எனலாம்.

1. Journal of Indian History Vol. III. 1925, Madras. The Influence of Sea power on Indian History. Prof. J.Holland Rose (1746-1802). P. 188.

தென்மேற்குப் பருவகாலத்தின்போது, கடற்கரை நோக்கி வீசும் நிரந்தரப் பருவக்காற்று அம்மக்களுக்கு வலுவான ஊக்கமளித்தது. ஏற்கெனவே காயல்பகுதிகளில் தோணிகள் ஓட்டி தங்கள் முதல் பாடத்தைக் கற்றிருந்த அவர்கள் தற்போது, பரந்துபட்ட கடலில் பயணிப்பதன் மூலம் தங்கள் தீரச்செயலை வெளிக்காட்டினர். திருவிதாங்கூர் கடற்கரையில் இயற்கையாகவே அபரிமிதமாகக் கிடைத்த மீன்வளம் அவர்களை மேலும் ஊக்கப்படுத்தியது[2].

மனித உடம்பிற்கு ரத்த நாளங்கள் எவ்வளவு முக்கியமோ அதைப்போன்று ஒரு நாட்டின் வளர்ச்சிக்கு ஒருங்கிணைந்த சாலைப் போக்குவரத்து விளங்குகிறது. சாலைகள் பொருளாதார மேம்பாட்டை ஏற்படுத்தும் அதே வேளையில் தொலைத் தொடர்புகளையும் எளிதாக்குகிறது[3]. அதைப்போன்று துறை முகம் எனும் பலகணி வழியாக ஒருநாடு உலகின் எஞ்சிய நாடுகளைப் பார்க்க முடிகிறது. கன்னியாகுமரியும் குளச்சலும் கன்னியாகுமரி மாவட்டத்தின் சிறு துறைமுகங்கள். இவற்றில் குளச்சல் தமிழ்நாட்டின் மேற்குக் கடற்கரையிலுள்ள ஒரேயொரு இயற்கைத் துறைமுகம்[4].

இவை தவிர இனையம், கடியப்பட்டணம், முட்டம், தேங்காய்ப்பட்டணம், இராஜாக்கமங்கலம், கோவளம், லீபுரம் ஆகிய சிறிய துறைமுகங்களிலிருந்தும் பொருள் போக்குவரத்து நடைபெற்றுவந்துள்ளது. குறிப்பாகக் கோட்டாற்றில் உற்பத்தியான பொருட்கள் மேலைநாட்டிற்கும், மேலைநாட்டுப் பொருட்கள் தென் திருவிதாங்கூருக்கும் மேற்குறிப்பிட்டுள்ள துறைமுகங்கள் மூலம் கையாளப்பட்டு வந்துள்ளன.

திருவிதாங்கூரை ஆண்ட மன்னர் ராமவர்மா (கி.பி.1758–'98) காலத்தில் திருவிதாங்கூரின் மேற்குக் கடற்கரையில் உள்ள பூந்துறைத் துறைமுகத்தில் உயர்வகைக் கப்பல் வந்திறங்கியதை, அவரைப் பற்றிய பாடலொன்று கீழ்க்கண்டவாறு குறிப்பிடுகிறது:

... ... பூந்துறையதனில்
உயர்ந்த கப்பல் வந்திறங்கு மின் ... ...

எனவும்,

... ... வாட்டமில்லாக்
கப்பல் மிக வர வைத்தாய் ... ...

எனவும் குறிப்பிட்டுள்ளது.

---

2. Ship - Building in Ancient Malabar. K.Achyutha Menon. Bullerin of the Rama Varma Research. Vol. X.P1. 1975.
3. Gazetters of India- Tamil Nadu State Kanyakumari District, Madras-8- 1995 P-504.
4. Ibid.P-517

இவற்றிலிருந்து மன்னர் ராமவர்மா காலத்தில் நடைபெற்ற கப்பல் போக்குவரத்து பற்றியும், அதன்வழியாக நடைபெற்ற வெளிநாட்டு வர்த்தகம் பற்றியும் நாம் புரிந்துகொள்ள முடிகிறது[5].

பாபிலோனிய மன்னர்நேபுகாத் நேசர் (Nebuchadnezzar) ஆட்சிக் காலத்திலேயே இந்தியப் பெருங்கடலில் பரவலாகக் கப்பல் போக்குவரத்து தொடங்கிவிட்டதற்கான சான்றாதாரங்கள் உள்ளன. அதற்கு முன்னால் அசீரிய நாட்டிற்கு பாபிலோனியா அடிமைப்பட்டுக் கிடந்த காலத்திலேயே இந்தியப் பெருங்கடலுக்கு அந்நாட்டுக் கப்பல்கள் வந்துசென்றுள்ளது[6].

புவியியல்ரீதியாக இந்தியா நீண்டதொரு கடற்கரையைக் கொண்டுள்ளது. எனவே, கடல்பயணத்தில் வலுவான நிலையி லிருந்த மேலை நாட்டினருடன் இந்தியாவிற்குத் தொடர்பு ஏற்பட்டிருந்தது என்பதில் ஆச்சரியமில்லை. அரேபியர்கள், போர்த்துக்கீசியர்கள், டச்சுக்காரர்கள், ஆங்கிலேயர்கள் ஆகியோர் மலபார் தொடங்கிச் சோழமண்டலக் கடற்கரை வரைக்கும் கடல் வழியாக வர்த்தகத் தொடர்புகளை ஏற்படுத்திக்கொண்டனர். இத்தொடர்பு கி.பி. 18ஆம் நூற்றாண்டை நெருங்கும்போது தீபகற்ப இந்தியாவில் மேலும் வலுப்பெற்றது எனலாம்[7].

ஏற்கெனவே போர்த்துக்கீசிய மன்னர்களுக்கு உலக அளவில் கப்பல் போக்குவரத்தில் கைதேர்ந்தவர்கள் என்றும் எத்தியோப்பியா, அரேபியா, பாரசீகம், இந்தியா ஆகிய நாடு களுடனான வர்த்தகத்தில் தலைசிறந்தவர்கள் என்றும் சிறப்புப் பெயர்களுமுண்டு[8].

ஆர்மீனியர்கள் கி.பி. 16, 17ஆம் நூற்றாண்டுகளுக்கிடையே வர்த்தகர்களாக இந்தியாவிற்கு வந்ததாகச் சான்றுகள் குறிப்பிட் டுள்ளன. இவர்கள் பெர்ஸியா (பாரசீகம்), ஆப்கானிஸ்தான், திபெத் வழியாகப்பயணப்பட்டு வந்துள்ளனர். இருபதுக்கு மேற்பட்டவர்கள் ஹைதராபாத்திலும், பலர் சென்னையிலும் தங்கி வர்த்தகம் செய்து வந்துள்ளனர். சென்னையில் இவர்கள் பெயரில் ஆர்மீனியன் தெரு உள்ளது என்பதுஇங்கு குறிப்பிடத்தக்கது[9].

கி.பி. 4ஆம் நூற்றாண்டு காலத்திலேயே தனிப்பட்ட முறையில் தாமஸ்கானா என்பவர் சிரியா, மெசபடோமியா

---

5. A Contemporary Tamil song of A.D. 1794 on Raja Kesava Das. S. DesiyaVinayagam Pillai. P-280 Line. 20 To 29.
6. Asiatic Society Journal. Article : 'Ancient Navigation in the Indian Ocean'
7. Journel of Indian History Vol. III. 1925. The Influence of Sea power on Indian History P-188.
8. Medieval Kerala. P.K.S.Raja Annamalai University. 1953. P-84.
9. The Hindu. Oct. 31. 2015. P-8

ஆகிய நாடுகளுடன் முசிறியை மையமாகக் கொண்டு மலபார், திருவிதாங்கூர் விளைபொருட்களைக் கடல்வழி ஏற்றுமதி செய்துள்ளார். இவர் ஆர்மீனிய நாட்டைச் சார்ந்தவராக இருந்தாலும் கிழக்குக் கடற்கரையில் இவருக்கு நல்ல செல்வாக்கு இருந்தது. சொந்தமாகக் கப்பல் வைத்திருந்த இவருடன் பல்வேறு நாட்டைச் சார்ந்த வர்த்தகர்களும் தொடர்பு கொண்டிருந்தனர். கி.பி. 346ஆம் ஆண்டு கொடுங்களூரில் பாக்தாத்தில் இருந்து அழைத்துவரப்பட்ட 400 கிறிஸ்தவர்களைக் கொண்ட குடியிருப்பை உருவாக்கினார். இவர்களது வியாபார உரிமைகளைப் பாதுகாக்க மலபார் அரசன் தாமிரப் பட்டயத்தை வழங்கியிருந்தான்[10].

திருவிதாங்கூரின் தென்பகுதியில் மேலை நாட்டினருடன் வர்த்தகத் தொடர்பு இருந்தாலும் கப்பல் கட்டி கடல் போக்குவரத்தில் ஈடுபடும் அளவிற்கு வசதி இருந்ததில்லை. ஆனால், கப்பல் கட்டும் சாஸ்திரம் இப்பகுதியினருக்கு நன்கு அறிமுகமாகி இருந்துள்ளது.

மேலும், திருவிதாங்கூரைப் பொறுத்தவரைக்கும் துறைமுகங் களுக்குக் குறைவில்லை. முக்கியத் துறைமுகங்களின் பட்டியல் கீழே கொடுக்கப்பட்டுள்ளது.

1. (Nebuchadnezzar) – முல்லாபுரம் – கன்னியாகுமரி அருகில்
2. குமரிப் பெருந்துறை – கன்னியாகுமரி
3. மணக்குடி
4. குளச்சல்
5. பட்டணம் – தேங்காய்ப்பட்டணம்
6. விழிஞ்ஞம்
7. பூந்துறை
8. Anjengo – அஞ்சுதெங்கு
9. பரவூர்
10. கொல்லம்
11. Rayancoalom – ராயன்குளம்
12. Mangolamaratta Pula – மங்கள் மரத்தபுழா
13. Poracaud – பொறக்காடு

10. Magna Charta of the St.Thomas Christians. Rev.J. Monreiro D Aguiar. P-170

14. *Allepey* – ஆலப்புழை

15. *Kattur* – காட்டூர்

16. *Manakodam* – மணக்குடம்

17. *Palliport* – பள்ளிப்போர்ட்[11]

தென் திருவிதாங்கூரிலுள்ள துறைமுகங்களைப் பொறுத்த வரைக்கும் மணக்குடி, குளச்சல், பட்டணம் (தேங்காய்ப்பட்டணம்), பூவார் துறைமுகங்கள் வழியாக ஏற்றுமதி, இறக்குமதி விறுவிறுப்பாக நடைபெற்றுள்ளது. அனைத்துப் புள்ளிவிவரங்களும் கிடைக்காவிட்டாலும் 18ஆம் நூற்றாண்டின் இறுதியில் நடைபெற்ற ஏற்றுமதி பற்றிய புள்ளிவிவரங்கள் கிடைத்துள்ளன. M.E. 1072இல் இத்துறைமுகங்களுக்குக் கப்பல்கள் 522 தடவை வந்து சென்றுள்ளன. ஆனால், M.E.1073இல் இது 623 ஆக அதிகரித்துள்ளது. இவற்றுள் சர்வதேசக் கப்பல்களும் அடங்கும்[12].

மேற்குறிப்பிட்டுள்ள புள்ளிவிவரத்திலிருந்து தென்பகுதியிலுள்ள துறைமுகங்களின் முக்கியத்துவம் தெரியவருகிறது. இதில் இன்னொருதகவல் என்னவெனில் திருவிதாங்கூரின் நெற்களஞ்சியம் என நாஞ்சில் நாடு அழைக்கப்பட்டாலும் வெளிநாட்டிலிருந்து விசேஷமான நெல்வகைகள் குளச்சல் துறைமுகத்தில் இறக்குமதி செய்யப்பட்டன என்பதாகும்[13].

கடலோடிகள் *Seaforers* (கப்பல் மாலுமிகள்) எனக் கூறும்போது மதுரை, திருநெல்வேலியைச் சேர்ந்த பரதவர்கள்தான் இந்தியப் பெருங்கடலின் பழம்பெரும் மாலுமிகளாக இருந்துவந்துள்ளனர். கப்பல் கட்டுவதற்கான மரங்களை அருகிலுள்ள தென்னை, மாந்தோப்புகளிலிருந்து வெட்டியுள்ளனர்.

கடல்வழிப்பயணம்

திருவிதாங்கூர் மக்களின் கடல்வழிப் பயணம், உணவுப் பழக்கங்கள் குறித்து அறிய போர்த்துக்கீசியர்களின் குறிப்புகள் நமக்கு உதவியாக உள்ளன. அரிசி தென்னிந்தியர்களின் சிறந்த உணவாக இருந்துவந்துள்ளது. இருபது வகையான மூலிகைகள் கலந்த உணவு வகைகளையும் விரும்பி உட்கொண்டுள்ளனர். மேலும், கிழங்கு வகைகளையும் விரும்பிச் சாப்பிட்டு வந்துள்ளனர்.

---

11. Collection of Treaties, Engagements andSanads - Relating to India and Neighbouring Countries- Compiled by C.U. Aitehison Vol.X Calcutta- 1909. P-141
12. Report on the Administration of Travancore and Review (1897-1898) -1899. P-63
13. Manual of the Administration of the Madras Presidency. Vol.I, Madras 1885.P-109

போர்த்துக்கீசியர்கள் தென்னை மரத்திலிருந்து தரமான ஒயின், பிரான்டி தயாரிக்கும் நுட்பத்தைத் தெரிந்து வைத்திருந்தனர். இரும்பு ஆணிகளின் உதவியின்றித் தென்னைமரப் பலகைகளைக் கொண்டு சிறியவகைப் படகுகளைத் தயாரித்து அவற்றைப் பொருள் போக்குவரத்திற்குப் பயன்படுத்தினர். தென்னை மரத்திலிருந்து படகுகளுக்கான பாய்களையும் கயிறுகளையும் தயாரித்தனர். மழைக்காலங்களில் தங்களைக் காத்துக்கொள்ள தென்னை ஓலைகளில் தயாரிக்கப்பட்ட தொப்பிகளைத் தலையில் அணிந்துகொண்டார்கள். பெண்கள் பயணிக்கும் பல்லக்குகளின் மேற்கூரை தென்னை ஓலையால் தயாரிக்கப்பட்ட பாயால் மூடப்பட்டிருந்தது என்பது குறிப்பிடத்தக்கது[14].

போக்குவரத்து முறை என்பது நாட்டுக்கு நாடு வேறுபடு கிறது. பொருட்களை ஒரிடத்திலிருந்து இன்னொரு இடத்திற்குக் கொண்டுசெல்லுதல் என்பது எளிமையான காரியமன்று. ஆரம்பத்தில் சக்கரம் பொருத்தப்பட்ட வண்டிகளில் பொருட் களை ஏற்றி அவற்றை மனிதன் தன் சக்தியால் தள்ளிச் சென்றான். பின் விலங்குகளைப் பயன்படுத்தி வண்டிகளை இழுத்துச் சென்றான். கடந்த இருநூறு ஆண்டுகளில் தரையிலும், தண்ணீரிலும் உள்ள போக்குவரத்தில் பெரும் புரட்சியே ஏற்பட்டுள்ளது. கடல்வழிப் போக்குவரத்தில் மனிதன் புதிய கண்டுபிடிப்புச் சாதனைகளை நிகழ்த்தியுள்ளான்.

கடல்வழிப் போக்குவரத்தில் ஏராளமான நன்மைகளைக் கண்ட மனிதன் அதைப் பிரதான போக்குவரத்தாகத் தேர்வு செய்து கொண்டான். குறைந்த இழுவை சக்தி, வேகம், எல்லாத் திசைகளிலும் சென்றுவரும் வசதி, வசதிக்கேற்றவாறு மரக்கலங்களை வடிவமைத்தல் போன்ற நிறைந்த வசதிகள் காணப்பட்டதால் கடல்வழிப் போக்குவரத்து வசதியாக அமைந்தது[15].

இந்தியப் பெருங்கடலில் முதன்முதலாகக் கப்பல் விட்ட பெருமை பாபிலோனிய அரசனான நேபுகாத் நேசரையே சாரும்[16].

இந்தியப் பெருங்கடலைப் பொறுத்தவரைக்கும், மதுரை, திருநெல்வேலி மாவட்டங்களின் கிழக்குக் கடற்கரையைச்

---

14. Bibliography - Indian 1500 A.D. Fr.Antony Vallavan thara (M) Mannanam, The Indian. Also the Narratives of Joseph the Indian -Dutch Text and Translations PP-243,245&289.

15. Chisholm's Hand Book of Commerciel Geography. Sir dudley Stamp. London - 1889. P-79, 87&90.

16. Journal of the Royal Asiatic Society. Vol.V Part II. P-149

சார்ந்த மீன்பிடித் தொழிலாளர்களான பரவர்கள்தான் பழமை யான கடலோடிகள் ஆவர். அவர்கள் தங்கள் படகு கட்டுமானங் களுக்கு அருகிலுள்ள தோப்புகளிலுள்ள தென்னை, மாமரங்களின் பலகைகளைப் பயன்படுத்தினர். எண்ணெயில் பதப்படுத்தப்பட்ட இப்பலகைகளைப் பெரிய அளவில் தீ வளர்த்து, அதில் வாட்டி, வசதிக்கேற்றவாறு வளைத்து, தேங்காய் நாரால் ஒன்றோடு ஒன்றை இறுக்கிக் கட்டி, பலகைகளின் மீது வைக்கோலைப் பரப்பி படகுகளைத் தயாரித்தனர்[17].

தென் தமிழ்நாட்டைப் பொறுத்தவரைக்கும் இங்குள்ள வியாபாரிகள் கடல்கடந்து மேற்குக் கடற்கரைக்கு நேரடியாகச் சென்றதில்லை. ஆனால், கொச்சி வரைக்கும் வரும் வெளிநாட்டுக் கப்பல்களுக்கு இங்கிருந்து பொருட்கள் கொண்டுசென்று ஏற்றுமதி செய்துள்ளனர். தமிழ்நாட்டு வியாபாரிகள் விற்பனை செய்துள்ள பொருட்களை ஏற்றிச் செல்லக் கிரேக்க நாட்டின் பெரிய படகுகளும் வந்து சென்றுள்ளன. கிரேக்க நாட்டினர் வருவதற்கு முன்னரே இலங்கை நாட்டு வியாபாரிகளும் வந்து சென்றுள்ளனர். இவர்கள் அனைவரும் பருவமழைக் காற்றை நன்கு பயன்படுத்தி உள்ளனர். இவர்களின் மரக்கலங்கள் 38 டன் வரைக்கும் கனமான பொருட்களைத் தாங்கிச் செல்லும் வலிமை படைத்திருந்தன. இம்மரக்கலங்களின் முன்பகுதியும் பின்பகுதியும் ஒடுக்கமான கால்வாய்களில்கூட எளிதாகச் சென்று வரக்கூடிய அளவிற்கு வடிவமைக்கப்பட்டிருந்தன. மேலும், இவை கங்கை நதியில் பயணிக்கும்போது எடுத்துக் கொள்ளும் நேரம் இதர மரக்கலங்களைக் காட்டிலும் குறைவாகவே காணப்பட்டது. ஆனால், சோழப் பேரரசர்களின் கட்டுப்பாட்டின்கீழ் சோழ மண்டலக் கடற்கரையில் இயங்கிவந்த கப்பல்கள் பிரமாண்டமாய் இருந்ததாகவும், இந்தியக் கப்பல்களிலேயே சிறந்ததாகக் காணப் பட்டதாகவும் குறிப்புகள் தெரிவிக்கின்றன. இக்கப்பல் போக்கு வரத்தின் வசதிக்காகச் சோழப் பேரரசின் கடற்கரையில் கலங்கரை விளக்கங்கள் அமைக்கப்பட்டிருந்தன என்பது குறிப்பிடத்தக்கது[18].

ஆரம்ப காலங்களில் இந்தியாவில் கப்பல் கட்டுமானம் என்பது கடலை ஒட்டியுள்ள நாடுகளில் இருந்து வந்துள்ளது. மலபார், சோழமண்டலம், பெகு, ஜாவா, சுமத்ரா ஆகிய நாடுகளில் உள்ள காடுகளில் கிடைத்த தரமான மரங்களை வைத்து கப்பல் கட்டியுள்ளனர். இவற்றில் மலபார் தேக்கு

---

17. Manual of the Administration of the Madras presidency. Vol.I Madras. 1885. P-109.
18. The Commerce Between the Roman Empire and India, E.H. WARMINGTON CAMBRIDGE. 1928. P-65

சிறந்த தரமானதாக இருந்து வந்துள்ளது. மலபார் தேக்கைப் பயன்படுத்தி சூரத்தில் கப்பல் கட்டப்பட்டதாகச் சான்றுகள் உள்ளன. மலபாருக்கு அடுத்தபடியாக ஜாவா, சோழமண்டலக் காடுகளில் கிடைக்கும் தேக்குமரம் பயன்படுத்தப்பட்டுள்ளது. ஆனால், இவை தேவைக்குப் போதுமானதாக இல்லை. எனவே, போக்குவரத்து சிரமம் கருதி வடஇந்தியக் காடுகளில் கிடைக்கும் மரங்களைத் தவிர்த்து, மலபார், திருவிதாங்கூர் காடுகளில் கிடைக்கும் மரங்களையே கப்பல் கட்ட அதிகமாகப் பயன்படுத்தியுள்ளனர்[19].

பேராசிரியர் A. திருமலையின், 18ஆம் நூற்றாண்டில் இயற்றப் பட்ட 'கப்பல் பாட்டு' என்ற தொகுப்பு தென்னிந்திய வர்த்தகம், கடற்கரை வாணிகம் பற்றி நமக்கு ஏராளமான தகவல்களைத் தருகிறது[20]. 18ஆம் நூற்றாண்டில் மேலைக் கடற்கரை வர்த்தகத்தைப் பெரும்பாலும் பிரெஞ்சுக்காரர்கள் தங்கள் கட்டுப்பாட்டிற்குள் வைத்திருந்தனர். சமூக, பொருளாதார அடிப்படையில் இவ் வர்த்தகம் முக்கியத்துவம் பெற்றிருந்தது. உலகின் கிழக்கு, மேற்குப் பகுதியிலுள்ள ஐரோப்பிய வியாபாரிகள் மூலமாக இந்திய உற்பத்தியாளர்கள் குறிப்பாகக் கைவினைஞர்களின் பொருட்கள் பிரபலமாகி இருந்தன. அவ்வர்த்தகர்களிடையே காணப்பட்ட பணப்புழக்கம் சாதியத் தடைகளை உடைத்தெறிந்தது. தென்னிந்தியாவின் கடற்கரைகளில் பிராமண வியாபாரிகள் முன்பணம் கொடுத்துப் பொருட்களைப் பெற்றுச் சென்றனர். அவ்வாறு வாங்கப்பட்ட வாசனைத் திரவியங்கள், நல்லமிளகு, கைத்தறி ஆடைகள் (கோட்டாற்றிலிருந்து வாங்கப்பட்டவை) ஐரோப்பிய வியாபாரிகளுக்கு மறுவிலைக்கு விற்கப்பட்டன[21].

இங்கு ஒரு கப்பலுக்குச் சொந்தக்காரரைப் பற்றிக் குறிப்பிட்டாக வேண்டும். தென் திருவிதாங்கூரின் கொல்லம் என்ற இடத்தைச் சார்ந்த கொல்லிமலை அருகிலுள்ள குளத்தூரைச் சொந்த இடமாகக் கொண்ட அவர் பெயர் அச்சன் கோயில் ஐயன் என்பதாகும். அப்பகுதியின் அருகில் அச்சன் கோவில் உள்ளதால் அவர் பெயர் ஊர்ப்பெயருடன் இணைந்து வருதல் சிறப்பாகும். இவர் ஊருக்கு அருகிலுள்ள வடமந்தையைச் சார்ந்த கைதேர்ந்த தொழிலாளர்கள் இவருக்குக் கப்பல் கட்டிக் கொடுத்ததாகச் சான்றுகள் உள்ளன.

---

19. Trade and the Eastern Seas. 1793-1813. PARKINSON Cambridge. 1937. P-24-25
20. A Ship song of 18th Century in Tamil. A.Thirumalai. International symposoum on Maritime History 3-6Feb.1989. Pondichery University.
21. On this subject Please Sea: Arasaratnam.S. Indian commercial Groups and European Traders (1600-1800) (National Conferance of the Asian studies Association of Australia, Sydney May 1978)

இயல்பாகவே திருவிதாங்கூர் வளமான காடுகளை உள்ளடக்கிய பகுதியாகக் காணப்பட்டது. இதில் அரசு, தனியாருக்குச் சொந்தமான தோட்டங்கள் அடங்கும். இவற்றைத் தென்பகுதித் தோட்டங்கள், வடபகுதித் தோட்டங்கள் என இரண்டாகப் பிரிக்கலாம். தென்பகுதித் தோட்டங்களில் விளையும் காப்பி போன்ற பணப்பயிர்கள் குளச்சல் துறைமுகம் வழியாகவும், ஆலப்புழை, ஆங்கிலேயரின் கட்டுப்பாட்டிலுள்ள கொச்சிப் பகுதியிலுள்ள தோட்டப் பயிர்கள் வட பகுதியிலுள்ள துறைமுகங்கள் வழியாகவும் வெளிநாட்டிற்கு ஏற்றுமதி செய்யப் பட்டன. இவற்றில் சர்வதேச அளவில் தரமான விலையுயர்ந்த மரங்களும் அடங்கும். இம்மரங்கள் உள்நாட்டில் கப்பல் கட்டுவதற்கு உகந்ததாகக் காணப்பட்டது[22].

மேற்குறிப்பிட்டுள்ளவை தவிர தென்பகுதித் தோட்டங்களை அசம்பு அல்லது மகேந்திரகிரித் தோட்டங்கள் என அழைப்பர். மேலும், ஆதரவல்லி, செங்கோட்டைத் தோட்டம் எனவும், பீர்மேடுத் தோட்டம் எனவும் அழைப்பர். இத்தோட்டங்களிலும் விலையுயர்ந்த மரங்கள் காணப்பட்டன. இங்கெல்லாம் தோட்டச் சொந்தக்காரர்களின் தனிப்பட்ட உபயோகத்திற்கெனக் காளை வண்டிகள் சென்றுவர வழித்தடங்கள் காணப்பட்டன[23].

தென்பகுதியில் தோவாளை, செங்கோட்டையில் அரசு மரமண்டிகள் காணப்பட்டன. இங்குத் தேக்குத் தடிகள், *Jaldoms,* (கோலா தேக்கு) கறுப்பு ஈட்டி, சிகப்பு தேவதாரு, *Anjelly* மரம், வாகை மரங்கள் விற்பனைக்குக் கிடைத்தன[24].

கப்பல் கட்டும் விதம்

கப்பலுக்கான மரத்தைத் தேர்வு செய்வதற்கு முன்பு அம்மரம் வளரும் காட்டை முதலில் தேர்வு செய்கின்றனர். மேற்குத் தொடர்ச்சி மலைப்பகுதியிலுள்ள சந்தனக்காடு கப்பல் கட்டுவதற்கான சிறந்த மரங்களை அளித்துள்ளது. அதைப் போன்று பவளமலையும் சிறந்த மரங்களுக்குப் பெயர்பெற்றது. வேம்பு, *(Margosa)* இலுப்பை, புன்னை, நாவல் ஆகியவை கப்பல் கட்டுவதற்குப் பயன்படுத்தப்படும் முக்கிய மரங்களாகும். கப்பலின் நீரில் மிதக்கும் அடிப்பாகங்களுக்கு இவை பயன் படுத்தப்படுகின்றன. வெண்தேக்கு, தேக்கு ஆகிய மரங்கள் கப்பலின் பக்கவாட்டிலும் உறுதி கொடுக்கும் சட்டங்களுக்காகவும் பயன்படுத்தப்பட்டுள்ளன.

22. Report on the Administration of Travancore for the year M.E. 1045. (A.D. 1869-'70)
23. Ibid
24. Report on the Administration of Travancore for the year M.E. 1043.(A.D. 1867-'68) P-47.

பொதுவாகக் கப்பல்கள் இயற்கையான காற்றின் உதவியுடன் இயக்கப்படுகின்றன. அவை இயக்கப்படும் தன்மையைப் பொறுத்து பலவிதமான தேங்காய் நாராலான கயிறுகள் சட்டங்களை இணைத்துக் கட்டப் பயன்படுத்தப்படுகின்றன. பலகைகளைத் தளங்களாகப் பரப்பி அவற்றைத் தங்கத்தால் உருவாக்கப்பட்ட தகட்டால் பலப்படுத்துவர். சில இடங்களில் மாணிக்கத்தால் ஆன ஆணியைப் பயன்படுத்தி இறுக்குவர் காற்றினால் திசை மாறாமல் இருக்க சில இணைப்புகளுக்கு இறுக்கமான பசையைப் பயன்படுத்துவர். ஐரோப்பியக் கப்பல் மாலுமிகளின் பார்வையில் பிரமிப்பாகத் தோற்றமளிப்பதற்காக, தங்கள் கப்பலின் முகப்பில் தங்கக் குஞ்ஞரங்களையும் தொங்க விடுவர். இந்தக் கப்பல்களில் துப்பாக்கிகளும் பீரங்கிகளும் பொருத்தப்பட்டிருக்கும். அவற்றுக்குத் தேவையான வெடி மருந்துகளைச் சேமித்துவைக்கக் கப்பலில் தனி அறைகள் ஒதுக்கப் பட்டிருந்தன.

கப்பல் மூலம் ஏற்றுமதியான பொருட்களின் பட்டியல்

மேற்குறிப்பிட்டுள்ள 'கப்பல் பாட்'டில் மேலும் பல தகவல்கள் தரப்பட்டுள்ளன. இந்தக் கப்பல் மூலம் தென் திருவிதாங்கூரிலிருந்து மருந்துகள், மஞ்சள், கஸ்தூரிமானின் நறுமணப்பொடி, அரவைப் பொடி, வாசனைத் திரவியம், செண்பகமலரின் இதழ்கள், கோரோசனை, மருத்துவக்குணம் கொண்ட ஜீரகம், கரடப்பக்கை, கசகசா, சீயக்காய் *(Soapnut Powder)* ஆகியவை ஏற்றுமதி செய்யப்பட்டன. இவையாவும் தலைச்சுமையாகக் கொண்டுவந்து வள்ளங்களில் ஏற்றப்பட்டுக் கப்பல்களில் அடுக்கப்பட்டன.

இதரப் பொருட்களான ஜாதிலிங்கம், துத்தம், கந்தகம், சாம்பிராணி, அதிமதுரம், இலவங்கப்பட்டை, திரிகடுகு, கடுகு *(Mustard)* இஞ்சி, கருஞ்சீரகம், உப்பு (உவர் உப்பு – துணிகளைச் சலவை செய்யப் பயன்படுத்துவது), பாஸ்பேட் உப்பு (இந்துப்பு), மணத்துடன் உண்பதற்கு ஏதுவான எலுமிச்சை, நிலக்கடலை, கருஞ்சீரகம், ஜாதிக்காய், பரங்கிக்காய், விசத்தன்மை கொண்ட பாஷாணம், வெற்றிலை, பலவகைப்பட்ட போர்த்துக்கீசியர்களால் அறிமுகப்படுத்தப்பட்ட முந்திரிக் கொட்டை, தேன், நெய்,ஒன்பது வகையான விலையுயர்ந்த கற்கள் ஆகியவையும் வள்ளங்களில் முதலில் ஏற்றப்பட்டுப் பின் கப்பல்களில் பாரம் வைக்கப்பட்டன. இப்பொருட்கள் ஏற்றப்பட்ட பின்பு கப்பல் காவலாளிகளின் கைவசம் உள்ள சான்றாதாரங்களில் (கைசாத்துகளில்) கப்பல் சொந்தக்காரரின் இலச்சினை பொறிக்கப்பட்டது. இதைத் தூங்காமல் கண்ணும் கருத்துமாகப் பார்ப்பது அக்காவலாளிகளின் பொறுப்பாகும்.

கப்பலின் பாதுகாப்பான இன்னொரு பகுதியில் பலவகைப் பட்ட முத்துக்கள் வைக்கப்பட்டிருந்தன. இவற்றுடன் தங்கத் துகள், தகடுகள் வைக்கப்பட்டு அவை வைக்கப்பட்ட அறை கவனமாகப் பூட்டப்பட்டது. நகைகள், இதர விலையுயர்ந்த உலோகங்கள், கற்கள், அடங்கிய பைகள் தோல் பைகளில் வைக்கப்பட்டுப் பாதுகாக்கப்பட்டன. மேலும், துணிவகைகள், பின்னப்பட்ட சில்க் வகைகளும் எடுத்துச் செல்லப்பட்டன. இவற்றுடன் பலவகைப்பட்ட நாணயங்களும் கரன்சி நோட்டுகளும் கொண்டு செல்லப்பட்டன. கண்டியன் வீரராயன் முகரா, பரங்கி பூவராகன், ஆனந்தன் வர்ஸன், சுல்தான்வர்ஸன், இக்கேரி தங்க பட்டக், ரிவுயி கிந்திரை, பெட்டக், புதுச்சேரியில் புழக்கத்தில் இருந்த நாணயங்கள் உட்பட பம்பாய், சூரத், தஞ்சாவூரின் சூலிப்பணம், பெயிஸ்கரி ஆர்காட் குளம்பு, திருவிதாங்கூர் வெள்ளிச்சக்கரம், மைலாப்பூர் கேசரிப்பணம் ஆகியவை கப்பலில் கொண்டுசெல்லப்பட்டன. பல்வேறு வர்த்தக மையங்களில் கிடைக்கும் பொருட்களை அங்குள்ள புழக்கத்திற்கு ஏற்றாற்போல் நாணயங்களைக் கொடுத்து வியாபாரிகள் வாங்கிக் கொண்டனர். கோட்டாற்றில் விற்கப்பட்ட பொருட்களைத் திருவிதாங்கூர் வெள்ளிச் சக்கரம் கொடுத்து வாங்கிக் கொண்டனர். கப்பல் வர்த்தகத்தில் நெல்வகைகள் முக்கியப் பங்குவகித்தன. துப்பாக்கி ஏந்திய கப்பல் பாதுகாப்பாகப் பின் தொடர சரக்குக் கப்பல் கொச்சி துறைமுகத்தை அடைந்ததும், அடைந்ததற்கு அடையாள மாக வானத்தை நோக்கித் துப்பாக்கி சுடப்பட்டது. பின்பு சரக்குகள் வள்ளங்களில் ஏற்றப்பட்டுக் கரையை அடைந்தன.

கப்பல் சந்தித்த துறைமுகங்கள்

கொச்சியைவிட்டுக் கிளம்பிய கப்பல் தலைச்சேரி கோட்டையை அடைந்தது. பின் வங்காளம், கன்னடமச்சிலிப் பட்டணம் வழியாக இலங்கை நோக்கிக் கிளம்பியது. தாங்கள் கொண்டுவந்த மருந்து, மூலிகை வகைகளை விற்ற பின்னர் சென்னைத் துறைமுகத்தில் நங்கூரமிட்டு ஒருநாள் முழுவதும் நிறுத்தப்பட்டது. இங்கு ஆங்கிலேய கவர்னர்கள் கிழக்கிந்திய கம்பெனியின் சென்னை கவர்னர் மெடோஸ் ஆகியோர் கப்பலைப் பார்வையிட்டனர். வியாபாரிகளும் வெளிநாட்டுக்காரர்களும் சீனாவின் கப்பலில் வந்து பார்வையிட்டனர். ஆங்கிலேய வியாபாரிகளுடன் தமிழ்நாட்டு வியாபாரிகளின் தலைவர்களும் (முதலியார்கள்) கொங்கணிஸ், சோணகர் (முஸ்லிம் குதிரை வியாபாரிகள்) ஆந்திராவைச் சேர்ந்த மச்சிலியர், கன்னடிகர்கள் ஆகியோர் கப்பலில் கொண்டுவரப்பட்ட பொருட்களைப் பார்வையிட்டுப் பணம் கொடுத்து வாங்கிச் சென்றனர். மாலைநேரம் நெருங்கு வதற்குள் சென்னைத் துறைமுகத்தைவிட்டுக் கிளம்பி கப்பல்

புதுச்சேரியை வந்தடைந்தது. புதுச்சேரியின் தென்புறத்தில் தங்களைத் தாக்கவந்த கடற்கொள்ளையர்களின் கப்பலைத் துப்பாக்கியால் சுட்டு விரட்டியடித்தனர்.

அதன்பின்பு கடலூர், வீராம்பட்டணம், காரைக்கால், நாகூர், நாகப்பட்டணம், திருப்பூண்டி பொட்டு கழிமுகம், வேதாரண்யம், கோடியக்கரை, துளசியரப்பட்டணம், அதிராமப்பட்டணம், பாவனம் கோட்டை, கன்னியாகுமரி, திருவனந்தபுரம், பூந்துறை ஆகிய துறைமுகங்களைச் சென்றடைந்தது. போர் வீரர்களும் படைத் தளபதிகளும் மன்னர்களும் கப்பலை வரவேற்ற காட்சி கண்கொள்ளாக் காட்சியாகக் காணப்பட்டது. திவான் கேசவதாஸ் நேரடியாக வந்து கப்பலைப் பார்வையிட்டார். விலையுயர்ந்த நகைகள், பட்டுத்துணிகள், நவரத்தினக் கற்கள், சால்வை ஆகியவை அவருக்கு அன்பளிப்பாக வழங்கப்பட்டன. அதன்பின்பு கப்பல் அஞ்சுதெங்கு, வர்க்கலை, கொல்லம், மாவேலிக்கரை, ஆறாட்டுக் கடவு ஆகிய துறைமுகங்களைக் கடந்து சென்றது. கப்பல் பயணம் நிறைவேறிய இடத்தில் மாலுமிகள் பரிசு வழங்கி பாராட்டப்பட்டார்கள்.

கப்பல் பாட்டின் வரலாற்று முக்கியத்துவம்

இந்தக் 'கப்பல் பாட்டு' 18ஆம் நூற்றாண்டைச் சார்ந்த பனை ஓலையில் எழுதப்பட்ட பாட்டாகும். இதைச் சேகரித்தவர் பேரா. திருமலை. கொச்சி தொடங்கி சென்னை புனித ஜார்ஜ் கோட்டை வரைக்கும் உள்ள கப்பலின் போக்குவரத்தை சென்னை கவர்னர் வாலசும், திருவிதாங்கூர் மன்னர் கேசவதாஸ் செண்பகராமனும் திட்டமிட்டிருந்தனர். மழைக்காலங்களில் ஆற்றின் முகத்துவாரங்களைக் கடக்கும்போது மிகக் கவனமாகக் கடந்துள்ளனர். உள்நாட்டுச் சந்தைகளிலும் பொருள் உற்பத்தி மையங்களிலும் கிடைக்கும் பொருட்களை அந்தந்த நாட்டு நாணயங்களைக் கொடுத்து வள்ளங்களில் ஏற்றி ஆழ்கடலில் நங்கூரமிட்டு நிற்கும் கப்பல்களில் சேர்த்துள்ளனர். கோட்டாற்றைப் பொறுத்தவரைக்கும் கைத்தறி ஆடைகள், வார்க்கப்பட்ட உலோகப் பாத்திரங்கள், மன்னர் குடும்பங்களுக்கான ஆடம்பரத் துணிகள், பலவகைப்பட்ட நெல், தானிய வகைகள், விலையுயர்ந்த நகைகள் ஆகியவை மாட்டுவண்டியில் பாதுகாப்பாக ஏற்றப்பட்டுச் சாலை வழியாகக் குளச்சல் துறைமுகம் கொண்டுசெல்லப்பட்டுக் கப்பலில் ஏற்றப்பட்டுள்ளன. பொருட்களுக்கு ஈடாகத் திருவிதாங்கூர் நாட்டில் புழக்கத்தில் இருந்த வெள்ளிப் பணத்தைக் கொடுத்துள்ளனர் என்பது குறிப்பிடத்தக்கது.

உள்நாட்டு நதிநீர்ப் போக்குவரத்தைப் பொறுத்தவரைக்கும் குமரிமாவட்டத்தின் வடக்கு எல்லையில் பாயும் ஆறுக்கும்

தாமிரபரணி என்று பெயர். இது தென்மேற்காக 23 மைல்கள் பாய்ந்தோடி திருவட்டாறு வழியாகப் பாய்ந்து கோதையாற்றுடன் கலந்து குழித்துறை வழியாகத் தேங்காய்ப்பட்டணம் கடற்கரையில் கடலுடன் கலக்கிறது. மழைக்காலங்களில் வெள்ளம் பெருக்கெடுத்து ஓடுவதால் குழித்துறை வரைக்கும் வள்ளம் போக்குவரத்து நடைபெற்றுள்ளது[25]. கோட்டாறு போன்ற வர்த்தக மையங்களிலிருந்து காளை வண்டிகளில் பொருட்கள் ஏற்றப்பட்டுச் சாலை வழியாகக் குழித்துறை கொண்டு வரப்பட்டு மறுபடியும் வள்ளங்களில் ஏற்றித் தேங்காய்ப்பட்டணம் கொண்டுவரப்பட்டுக் கப்பலில் வெளிநாட்டுக்கு அனுப்பப்பட்டது. குழித்துறைக்கு அப்பால் ஆறு, கற்கள் நிறைந்து கரடுமுரடாக இருப்பதால் நீர்வழிப் போக்குவரத்திற்கு உகந்ததாக இல்லை[26].

இதைப்போன்று வெள்ளப்பெருக்குக் காலங்களில் மலையிலிருந்து மரத்தடிகளை வெட்டி மிதக்கவிட்டுத் தேங்காய்ப்பட்டணம் கொண்டுவந்து கப்பல் மூலம் ஏற்றுமதி செய்தனர். பொதுவாக மலபார், சோழமண்டலக் கடற்கரை, பெகு, ஜாவா, சுமத்ரா போன்ற இடங்களில் குழித்துறை ஆறு அல்லது தாமிரபரணி எனப்படும் ஆறு, சுமார் 37 மைல்கள் பாய்ந்து தேங்காய்ப்பட்டணத்தில் கடலுடன் கலந்தாலும் சுமார் 7 மைல்கள் கப்பல் போக்குவரத்திற்கு உகந்ததாகக் காணப்பட்டது என Lt. Ward and Conner குறிப்பிட்டுள்ளார்கள். வள்ளங்கள் இப்பகுதியில் சர்வ சாதாரணமாகக் குழித்துறை வரைக்கும் சென்று வந்ததையும் உறுதிசெய்கின்றனர்[27].

மேற்குத் தொடர்ச்சி மலையில் பரவலாகக் காணப்படும் மகாகனி மரப்பலகைகள் உறுதியான வள்ளங்கள் தயாரிக்கப் பயன்படுத்தப்பட்டன[28].

மத்திய கேரளத்தைப் பொறுத்தவரைக்கும் வள்ளங்கள் பெரும்பாலும் ஒரே மரத்தில் செய்யப்படும். தம்பகம் (Tampakam), அஞ்சலி (Anjaly) போன்ற மரங்கள் வள்ளம் தயாரிக்கப் பயன்படுத்தப்பட்டன. பொதுவாக 20 x 2½ அடி அளவில் செய்யப்படுகின்றன. விசாலமான மேல்தளமும் மேற்கூரையும் உள்ளடக்கியதாக வள்ளம் காணப்படும்[29].

---

25. Memoir of Travancore, Lt. W.M. Horsley, Trivandrum, 1860. P-39
26. Ibid.
27. Geographical and Statistical Memoirs of the survey of the travancore and Cochin States. Lt. Ward and conner from July 1816 To the End of the year 1820. Vol.I. P-29.
28. Geographical and Statistical Memoir of the Travancore and Cochin States. Lt. Ward and Conner from July. 1816 To the End of the year 1820. Vol.I. P-43
29. Descriptive accounts of Localities. Travancore presidency. Vol. I. Appendix. P-130

விளைந்த தேக்குமரங்கள், உறுதியான மரங்கள் கப்பல் கட்டுவதற்குப் பயன்படுத்தப்பட்டு வந்தன. இம்மரங்கள் சூரத் திற்கும் கப்பல் கட்டுவதற்காகக் கொண்டு செல்லப்பட்டன. ஜாவா, சோழ மண்டலத்தில் விளைந்த தேக்குமரங்கள் இரண்டாம் தரமாகக் காணப்பட்டன. ஆனால், இவை போதுமான அளவு கிடைப்பதில்லை. எனவே, வடஇந்தியாவின் காடுகளிலிருந்து மரங்களைத் தருவிப்பதைக் காட்டிலும் மலபார், திருவிதாங்கூர் பகுதிக் காடுகளில் விளையும் மரங்களைக் கொண்டு கப்பல் கட்டுவதையே கப்பல் கட்டுபவர்கள் பெரிதும் நம்பியிருந்தனர்[30].

கி.பி. 1770ஆம் ஆண்டு தொடக்கமே ஆலப்புழையின் கப்பல்கள் பொறக்காட்டுத் துறைமுகத்திற்குச் சென்று வந்தன. இங்குள்ள பட்டன்மார்கள் சொந்தமாகக் கப்பல்கள் வைத்திருந்தது மட்டுமல்லாமல் திருவிதாங்கூர் கடற்கரை முதல் இலங்கை வரைக்கும் வர்த்தகத் தொடர்புகள் கொண்டிருந்தனர்[31].

அச்சன் கோயில் ஐயனைப் போன்று, ஆலப்புழை பட்டன்மார்களும் கோட்டாறு வர்த்தகத்திற்கு நேரடியாகவும் மறைமுகமாகவும் ஊக்கம் கொடுத்து வந்துள்ளனர் என்பது மேற்படி சான்றுகளிலிருந்து தெரியவருகிறது. இவர்களுக்கு அடுத்தபடியாக கர்னல் மன்றோவின் ஆட்சியின் இறுதிக்கட்டத்தில் வர்த்தக மேம்பாட்டிற்கு ஊக்கமளித்ததுடன் புதிய சந்தைகள் திறக்கவும் ஏற்பாடாயிற்று. மன்றோ கப்பல் கட்டுவதில் தனிக்கவனம் செலுத்தினார் என்பது இங்கு குறிப்பிடத்தக்கது[32].

நீராவிக் கப்பல்கள் அறிமுகப்படுத்தப்பட்ட பின்பு, நாட்டுப் படகுகள் உள்நாட்டு நீர்த்தடங்களில் போக்குவரத்திற்குப் பயன் படுத்தப்பட்டன என்பது குறிப்பிடத்தக்கது[33].

---

30. Trade and the Eastern Seas. (1793-1813) South Cote Parkinson. Cambridge -1937 P-324-325
31. Kerala Society Papers. Vol.II Roman Trade Centres in Malabar P.J.Thomas. P-266.
32. Travancore: Hundred years Ago Volume I. Mathew. P-128
33. Keralas Trading Class. E.J.Thomas- Journal of the Ramavarma Archaeological Society. Vol. XIV. 1945. Trichur. P-12

நாஞ்சில் நாட்டு தொடக்ககால வர்த்தகம்

ஆரம்ப காலத்தில் ஐரோப்பியாவின் வர்த்தகத் தொடர்பு தென்னிந்தியாவின் மேற்குக்கடற்கரைப் பகுதிகளுடன் மட்டுமே இருந்து வந்துள்ளது. ரோமர்கள் மேற்கு கடற்கரைத் துறைமுகத்தை ஒட்டியுள்ள நகரங்களுடன் சரளமாக வர்த்தகத் தொடர்புகள் கொண்டிருந்தனர். பெரிய நகரங்களில் பஜார் எனப்படும் கடை வீதிகளும் சந்தைகளும் காணப்பட்டன. இங்கு பொருட்கள் வாங்கவும் விற்கவும் பட்டன. பொதுவாக ஆற்றங்கரைகளிலும் ஏரிக்கரைகளிலும் இவை அமைந்திருந்தன. நாட்டுப்படகுகள் அடிக்கடி வந்துசென்ற காரணத்தால் அக்கரைகள் எப்போமே சுறுசுறுப்பாகக் காணப்பட்டன. சுற்று வட்டாரங்களிலுள்ள பொருட்கள் அருகிலுள்ள பஜார்களில் விற்பனைக்குக் கிடைத்தன. கிராமங்களில் உற்பத்திசெய்யப்படும் அரிசி, தேங்காய், மீன், வீட்டிற்குத் தேவையான தட்டுமுட்டுச் சாமான்கள், மரச்சாதனங்கள், தானிய வகைகள் ஆகியவை வியாபாரப் பொருட்களில் அடங்கும். லெப்பைகள், கண்காணிகள், வாணியர்கள், வெள்ளாளர்கள், செட்டியார்கள் ஆகியோர் பிரதான வியாபாரிகளாகக் காணப்பட்டார்கள்.

திருநெல்வேலி, மதுரை, கோயம்புத்தூர் ஆகிய பகுதிகளிலிருந்த சில்க், காடாத்துணி போன்ற துணிவகைகள், சிலவகை மருந்துகள், பலகாரவகைகள் ஆகியவற்றை நாஞ்சில் நாட்டிற்கு இறக்குமதி செய்தனர். இயற்கையில் உற்பத்தி செய்யப்படும்

தேங்காய், தேங்காய் எண்ணெய், கருவாடு, அரிசி ஆகியவற்றை ஏற்றுமதி செய்தனர். போதுமான அளவிற்கு மலபாரின் தென் பகுதிக்கு வெற்றிலை, பாக்கு போன்ற தாம்பூலப் பொருட்களை ஏற்றுமதி செய்தனர். இராமநாதபுரம், மலபாரிலிருந்து உப்பையும் இலங்கையிலிருந்து புகையிலையையும் (சராசரியாக வருடத்திற்கு 2000 கண்டி அளவிற்கு) இறக்குமதி செய்தனர். திருவிதாங்கூரின் உள்பகுதிகளில் ஐரோப்பிய நாட்டுப் பொருட்கள் விற்பனைக்குக் கிடைப்பதில்லை[1]. திருவிதாங்கூரின் மண்வளமும் நீர்வளமும் இயற்கை இப்பகுதிக்குக் கொடுத்த சீதனமாகும். இங்கு எல்லா வகையான விவசாய உற்பத்தியும் நடைபெறுகிறது. எனவே, திருவிதாங்கூரை *'Epitome of India'* என அழைக்கிறார்கள்[2].

ஆனால், சில ஆய்வாளர்கள் திருவிதாங்கூரின் ஒரு பகுதியான நாஞ்சில் நாட்டை 'கோட்டைகளின் பூமி' எனக் குறிப்பிட்டுள்ளார்கள். அவ்வாறு அழைப்பதைக் காட்டிலும் 'வயல்களின் நாடு' என அழைப்பது பொருத்தமாக இருக்கும். நாஞ்சில் நாட்டை நன் + செய் எனப் பிரிக்கலாம். மேலும், 'நாஞ்சில்' என்பதற்கு 'ஏர்முனை' அல்லது 'கலப்பையின் கொழுமுனை' எனப் பொருளுண்டு[3].

நாஞ்சில் நாட்டின் மண்ணின் தன்மை குறித்து புவியியல் அறிஞர் *Bruce Foote* கீழ்க்கண்டவாறு குறிப்பிட்டுள்ளார். 'பொதுவாக நாஞ்சில் நாடு இரும்புத்தாது வளமுள்ள செம்மண்ணைக் கொண்டதாகும்'. இயற்கையான மழை வளமும் ஆற்றுநீர்ப் பாசனமும் சுற்றிலும் குளம் குட்டைகளைக் கொண்டுள்ளதால், நெல் விளைச்சலுக்கு ஏற்றதாகக் காணப் பட்டது. சுருங்கக் கூறின், நாஞ்சில் நாடு திருவிதாங்கூரின் 'நெற்களஞ்சியமாக'த் திகழ்ந்து வந்துள்ளது.

குறிப்பாக, கோட்டாறு வணிக மையத்தைச் சூழ்ந்திருந்த வளமிக்க வயல்வெளிகள் பார்ப்பதற்கு ரம்மியமாகவும் பச்சைப் பசேலென்றும் காட்சியளித்தன. இப்பகுதி நாஞ்சில் நாட்டிலேயே வளமிக்கப் பகுதி எனக் குறிப்பிடப்பட்டுள்ளது.

பழையாறு நீங்கலாக, சுவிந்தக் குளம், தேர்ப்பற்று, கீழப்பற்று, நல்லூர்ப்பற்று, காக்குமூர், குறிச்சி, பறக்கைப்பற்று ஆகிய பகுதிகள் நாஞ்சில் நாட்டிலேயே உயர்ந்த விலையுள்ள நெல்விளைச்சல் கொண்ட பகுதிகளாக உள்ளன[4].

---

1. Geographical and statistical Memoir of the survey of the Travancore and Cochin States. TT. Ward and Conner, Vol. II Travancore -1863. P-87.
2. Ibid p-80, 90
3. The Suchindrum Temple, K.K. Pillai. P-2
4. Report of the Census of Travancore -1884. Nagamaiya. Trivandrum. 1884. P- 83.

திருவிதாங்கூர் நிலத்தியல் – ஒருபார்வை

திருவிதாங்கூரின் தென்பகுதி வளமிக்கது. இங்கு நெல் அறுவடை செய்யப்படுவதால் இப்பகுதி நன்செய் நிலப்பகுதி எனப் பெயர்பெற்றது. இதிலிருந்து தோன்றியதுதான் 'நாஞ்சில்'. இப்பெயரே பிற்காலத்தில் 'நாஞ்சில் நாடு' என மருவிற்று.

நாஞ்சில் நாட்டுப் பகுதி குளங்களாலும் ஆறுகளாலும் சூழப்பட்டுள்ளதால் இப்பகுதி நிலம் எப்போதுமே ஈரத்தன்மை கொண்டதாகக் காணப்படுகிறது. பொதுவாக இரண்டு போகம் நெல் விளைகிறது. அருகிலுள்ள திருநெல்வேலி மாவட்டத்தைக் காட்டிலும் நாஞ்சில் நாட்டு நெல் விளைச்சல் அமோகமாக உள்ளது. முதல்போக விவசாயம் பிசானம் என அழைக்கப்படுகிறது. இக்காலகட்டத்தில் விதையைப் பாவி அது தேவையான வளர்ச்சியை எட்டியவுடன் வயல் முழுவதும் நடவு செய்கின்றனர். செப்டம்பர் அல்லது அக்டோபர் மாதத்தில் நடவு செய்யப்படும் இப்பயிர் பெப்ரவரி அல்லது மார்ச் மாதத்தில் அறுவடை செய்யப்படுகிறது.

இரண்டாம் போக விவசாயம் கார் பருவம் என அழைக்கப்படுகிறது. முதல் பருவத்தைப் போன்று இப்பருவத்தில் எதிர்பார்த்த மகசூல் கிடைப்பதில்லை. மார்ச் அல்லது ஏப்ரல் மாதம் விதை விதைக்கப்பட்டு ஆகஸ்ட் அல்லது செப்டம்பர் மாதம் அறுவடை செய்யப்படுகிறது. நாஞ்சில்

நாட்டுப் பகுதி முழுவதுமே பரவலாக பனைமரம் செழித்து வளருகிறது. ஆனால், திருவனந்தபுரத்திற்குத் தெற்கில் சற்று அதிகமாகக் காணப்படுகிறது. ஆரம்பத்தில் திராட்சைச் செடி பயிரிட முயற்சி மேற்கொள்ளப்பட்டது. ஆனால், அது தோல்வியில் முடிந்தது. உளுந்து, பாசிப்பயறு (சிறுபயறு) சோளம் ஆகியவையும் நாஞ்சில் நாட்டில் பயிர் செய்யப்படுகிறது. நாஞ்சில் நாட்டில் விளைவிக்கப்படும் உப்பு மூன்று மாதம் மக்களின் தேவைக்குப் போதுமானதாகக் காணப்பட்டது[1].

ஆரம்ப காலந்தொட்டுத் திருவிதாங்கூரில் குட்ட நாடும் நாஞ்சில் நாடும்தான் முக்கியமாக நெல் உற்பத்தி செய்யும் பகுதிகளாகக் காணப்பட்டன. இவற்றுள் நாஞ்சில் நாட்டில் விளைந்த நெல் அரிசி இறக்குமதி செய்யப்பட்ட அரிசி வகைகளைக் காட்டிலும் உயர்ரகமாகக் காணப்பட்டது. திருவனந்தபுரத் திற்குத் தெற்கில் வசித்துவந்த வசதி படைத்தவர்கள் சற்று விலை கூடியதாகக் காணப்பட்டாலும் நாஞ்சில் நாட்டில் உற்பத்தியாகும் அரிசியையே விரும்பி வாங்கினர். அடுத்து, பர்மா அரிசியைக் காட்டிலும் குட்டநாடு அரிசி விற்பனையில் முன்னணியில் இருந்தது[2].

வடக்குப்பகுதியில் பொன்னி, மங்களூர் நீள்வகை அரிசி பிரபலமாகக் காணப்பட்டாலும் பெரும்பாலானவை மங்களூர்த் துறைமுகம் வழியாக ஏற்றுமதி செய்யப்பட்டன[3].

திருவிதாங்கூர், தங்களுக்கான நெல்லைத் தாங்களே உற்பத்தி செய்து சுயதேவையைப் பூர்த்தி செய்தபின்பு உபரியை வெளிநாட்டிற்கு ஏற்றுமதி செய்துவந்த காலம் இருந்தது. இதில் ஏற்றுமதி வரிமூலம் அரசாங்கத்திற்குக் கணிசமான வருவாய் கிடைத்துவந்தது. கி.பி. 1743இல் திருவிதாங்கூரின் நெல் உற்பத்திக் குறித்து கொச்சியிலுள்ள டச்சு கவர்னராகிய *Commander Gollonesse* கீழ்க்கண்டவாறு தன் கருத்தைப் பதிவுசெய்துள்ளார்.

"தன் குடிமக்களுக்குத் தேவையான அரிசியைத் திருவிதாங்கூர் உற்பத்தி செய்து கொள்கிறது. இதில் பெரும்பான்மையான தானியத்தை நாஞ்சில் நாடு உற்பத்தி செய்கிறது. இதன்மீது வரிவிதிப்பு செய்வதன்மூலம் ஒவ்வோர் ஆண்டும் மன்னனுக்கு 300,000 *Gallions* வருமானம் கிடைத்தது. (ஒரு *Kallion* அல்லது *Gallion* என்பது ஒரு ரூபாயில் 1/7 மதிப்புள்ளது.) அரிசியிலிருந்து கிடைத்த உமி பாண்டி நாட்டிற்கு (தமிழ்நாட்டிற்கு) ஏற்றுமதி

1. State Manual, Travancore.
2. Report of the Economic Depression Enquiry Committee Travancore 1931 P-34,40,48, 61
3. Commercial Department Consultancy. P-II.

செய்யப்பட்டது. நெல்லை ஏற்றுமதி செய்வதன் மூலம் ஏற்றுமதி வரியாக மட்டும் ரூ.43,000 அரசாங்கத்திற்கு வருமானம் கிடைத்தது."
(The Dutch Malabar - Galletti, Van Der Burg and Groot.)

காலப்போக்கில் திருவிதாங்கூரின் மக்கள்தொகை பெருகிய போது நெல்லையும் அரிசியையும் இறக்குமதி செய்ய வேண்டிய கட்டாயம் ஏற்பட்டது. பர்மா, இந்தோ-சீனா, பிரிட்டிஷ்-இந்தியாவிலிருந்து அவை இறக்குமதி செய்யப்பட்டன.

கி.பி. 1878இல் கடல் வழியாகவும், தரை வழியாகவும் திருவிதாங்கூரில் இறக்குமதி செய்யப்பட்ட அரிசியின் மதிப்பு ரூ. 10.11 லட்சம், நெல்லின் மதிப்பு ரூ. 10.63 லட்சமாகும். காலப் போக்கில் நிலைமை மாறத் தொடங்கியது. அதாவது பத்தொன்பதாம் நூற்றாண்டின் தொடக்கத்தில் தேவையைக் காட்டிலும் உற்பத்தி குறையத் தொடங்கியது. தேவையைச் சரிக்கட்ட வெளிநாட்டிலிருந்து நெல் இறக்குமதி செய்யப்பட்டது.

கி.பி. 1819ஆம் ஆண்டு மகாராணி கௌரி பார்வதிபாய் திருவிதாங்கூரில் இறக்குமதி செய்யப்படும் அரிசியின் மீதான வரியை ரத்துசெய்வது குறித்து ஒரு சட்டத்தைப் பிறப்பித்தார். அதாவது, திருவிதாங்கூர் மக்களுக்குப் போதுமான அரிசியை உற்பத்தி செய்யும் காலம் வரைக்கும் வரி விதிப்பு வேண்டாமெனவும் தேவைக்குச் சமமான உற்பத்தி பெருகும்போது வரியை மீண்டும் விதிக்கலாம் எனவும் சட்டம் பிறப்பிக்கப்பட்டது. ஆனால், திருவிதாங்கூரின் மக்கள்தொகை அபரிமிதமாக பெருகிய காரணத்தால் அரிசி இறக்குமதியும் உயர ஆரம்பித்தது.

திருவிதாங்கூர் – கொச்சி மாநிலங்களின் மக்கள்தொகை குறித்து ஆய்வு செய்த *Ward and Conner* ஆகியோர் கி.பி. 1816ஆம் ஆண்டு திருவிதாங்கூர் மக்கள்தொகை மட்டும் *906,587* எனப் பதிவுசெய்துள்ளனர். ஆனால், பத்தொன்பதாம் நூற்றாண்டின் தொடக்கத்தில் அது *5,095,973* ஆக உயர்ந்தது. இதே காலகட்டத்தில் நெல் உற்பத்திப் பரப்பு *474,240* ஏக்கரிலிருந்து *662,087* ஏக்கராக மட்டுமே உயர்ந்திருந்தது. அதாவது, நெல் விவசாய உற்பத்தி *40%* அதிகரித்த அதே காலகட்டத்தில் மக்கள்தொகை *46.2%* உயர்ந்திருந்தது. M.E. *1105*ஆம் ஆண்டில் திருவிதாங்கூரில் இறக்குமதி செய்யப்பட்ட அரிசி, நெல்லின் மதிப்பு மட்டும் ரூ.*318.02* லட்சம் என்பது குறிப்பிடத்தக்கது[4].

தொன்றுதொட்டு திருவிதாங்கூரையும் தென்னைப் பயிரையும் பிரிக்க முடியாத அளவிற்குப் பந்தம் உள்ளதாகக் காணப்பட்டது. தென்னையிலிருந்து உப உற்பத்திப் பொருட்களான கொப்பரைத்

---

4. Report of the Economic Depression Enquiry Committee - Travancore. 1931. P- 48.

தேங்காய், சவரிக்கயிறு, சவரியினாலான தலையணைகள், கயிற்றுப் பாய்கள், கயிற்றால் தயாரிக்கப்பட்ட பெரிய விரிப்புகள், முரட்டுக் கயிறு வகைகள், தேங்காய் எண்ணெய், தேங்காய்ச் சவரியிலிருந்து தயாரிக்கப்படும் இயற்கை உரங்கள், தேங்காய் புண்ணாக்கு ஆகியவை பொருளாதாரரீதியாகத் திருவிதாங்கூருக்கு நல்ல வருமானத்தைத் தந்தது[5].

நாஞ்சில் நாடு தென்னை வளத்திற்குக் குறைவில்லா நாடு, தென்னிந்தியாவில், குறிப்பாகத் தென் திருவிதாங்கூரில் தேங்காய்க்கெனத் தனிச் சந்தை மதிப்பு இருந்து வந்துள்ளது. ஆனால், சமீப காலங்களில் தேங்காய் உப உற்பத்திப் பொருட்களின் மதிப்பு பெரிதும் சரிந்துள்ளது. ஒரு காலத்தில் வெளிநாடுகளுக்கு ஏராளமாக ஏற்றுமதியான தேங்காய் உலகப்போருக்குப் பிறகு அறவே நிறுத்தப்பட்டுவிட்டது.

உலக மார்க்கெட்டில், திருவிதாங்கூரில் விளைந்த தேங்காய்க்கு நல்ல விலை கிடைத்தது. கி.பி.1903இல் திருவிதாங்கூரின் முன்னாள் ஆளுநர் G.T. Mackenzie தேங்காய் வர்த்தகம் குறித்துக் கீழ்க்கண்டவாறு தன் கருத்தைப் பதிவுசெய்துள்ளார். இலங்கையில் விளைந்த தேங்காயைக் காட்டிலும்திருவிதாங்கூரில் விளைந்த தேங்காய் உயர்ரகமாகக் காணப்பட்டதன் காரணம் எனக்குத் தெரியவில்லை. ஆனால், லண்டன் சர்வதேசச் சந்தையில், கொச்சி அதாவது திருவிதாங்கூரில் தயாரான ஒரு டன் தேங்காய் எண்ணெய் கொழும்புவில் தயாரான ஒரு டன் தேங்காய் எண்ணெயைக் காட்டிலும் கூடுதல் இங்கிலாந்து நாணயங்களைப் பெற்றுத் தந்தன. இவ்வர்த்தகத்தில், கோட்டாறு வர்த்தக மையத்திற்குப் பெரும்பங்கு உண்டு என்பது இங்கு குறிப்பிடத்தக்கது.

ஆனால், தேங்காய் எண்ணெயைக் காட்டிலும் மலிவான விலையில் சந்தையில் அறிமுகப்படுத்தப்பட்ட பனை எண்ணெய், கடலை எண்ணெய், சுறாமீன் எண்ணெய் ஆகியவற்றுடன் போட்டிபோட முடியாமல் தேங்காய் எண்ணெய் வர்த்தகம் மிகவும் பாதிக்கப்பட்டது. ஆனால், தற்போது வெளிநாட்டுச் சந்தையில் கிடைக்கும் விலையைக் காட்டிலும் உள்நாட்டில் உற்பத்தி செய்யப்படும் கொப்பரைக்கு நல்லவிலை கிடைத்து வருகிறது.

பொதுவாகத் திருவிதாங்கூர் கொப்பராவைக் காட்டிலும் மலபார் கொப்பரா வடிவத்தில் பெரிதாகக் காணப்பட்டது. பம்பாய் போன்ற நகரங்களில் மலபார் கொப்பராவிற்கு நுகர்வு அதிகமாகக் காணப்பட்டது. அங்கெல்லாம் கொப்பரை எடை

5. Ibid - P-49

அடிப்படையில் விற்கப்பட்டது. இந்தியாவின் இதர மையங்களில் விற்கப்பட்ட திருவிதாங்கூர் கொப்பரை எண்ணிக்கை அடிப்படையில் விற்கப்பட்டது என்பது குறிப்பிடத்தக்கது.

திருவிதாங்கூரின் வர்த்தகத்தைச் செம்மைப்படுத்துவதற்கு எனக் கொச்சி நோக்கிச் செல்லும் வழியில் ஆலப்புழை, ஆறுகுட்டியிலும், திருநெல்வேலி செல்லும் வழியில் ஆரல்வாய்மொழியிலும், திருவனந்தபுரம் – திருநெல்வேலி ரயில்வே மார்க்கத்திலும் சுங்கவரி வசூல் செய்யும் மையங்கள் அமைக்கப்பட்டன. இவற்றுள் கோட்டாறு வணிக மையத்தைச் சுற்றியுள்ள வரி நிர்வாகத்தை ஆரல்வாய்மொழி சுங்கவரி மையம் கவனித்துக்கொண்டது.

திருவிதாங்கூரின் நிலத்தியல் தன்மையைப் பொறுத்த வரைக்கும் தேங்காய் விளைச்சலுக்கு ஏற்ற மண்ணாகக் காணப்பட்டது. எனவே, தொன்றுதொட்டு, கயிறு திரிக்கும் தொழில் ஒரு உப தொழிலாகக் கோட்டாற்றைச் சுற்றியுள்ள கிராமங்கள்தோறும் வளர்ச்சியடைந்திருந்தது. திருவிதாங்கூரில் கயிறு திரிக்கும் தொழில் குடிசைக் கைத்தொழிலாகவே மாறியிருந்தது. சென்னை மாகாணத்துடன் திருவிதாங்கூர் ரயில் பாதையால் இணைக்கப்பட்டிருந்ததால் தேங்காய் எண்ணெய், கயிறு வியாபாரம் அமோக வருமானத்தைக் கொடுத்தது.

தேங்காய்ச் சவரியைச் சிறு வியாபாரிகள் சேமித்துக் காளை வண்டிகள், தோணிகள் மூலம் கயிறு திரிக்கும் மையங்களுக்குக் கொண்டு சென்றனர். ஆரம்பகாலங்களில் கடற்கரையில் மட்டுமே பயிரிடப்பட்ட தென்னை காலப்போக்கில் உள்நாட்டிலும் பள்ளத்தாக்குகளிலும் மலை உச்சிகளிலும் பயிரிடப்பட்டன.

திருவிதாங்கூரில் தயாரிக்கப்படும் கயிறு வகைகளுக்குப் பெரும்பாலான வெளிநாட்டுச் சந்தைகளில் பெருத்த வரவேற்பு இருந்தது. உற்பத்திச் செலவு குறைவாகவும் ஐரோப்பிய நாடுகளில் மிகுந்த மவுசும்இருந்த காரணத்தால் வரிவிதிப்பு இல்லாமலே அவற்றைத் தங்கள் சந்தைகளில் விற்க அனுமதித்தனர். ஐரோப்பாவின் வெளியே, இங்கிலாந்து நமது பிரதான வாடிக்கையாளர் நாடாகும். மேலும், அமெரிக்கா, ஆப்பிரிக்கா, ஆஸ்திரேலியா, நியூசிலாந்து ஆகிய நாடுகளும் நமது கயிற்றை இறக்குமதி செய்தன[6].

தென் திருவிதாங்கூரின் நெல் விளைச்சல் குறித்து திவான் சர் மாதவராவ், நாட்டின் நிர்வாகம் குறித்த தனது சிறப்பான அறிக்கையில் தனது எண்ணங்களை கீழ்க்கண்டவாறு பதிவு செய்துள்ளார்.

---

6. Ibid. P.52, 53, 55,57,61

"வளமான பள்ளத்தாக்குகளில் நெல்விளையும் பூமி பரந்து விரிந்து காணப்பட்டது. இப்பூமி தெளிந்த நீரோடைகளால் பாசனம் பெற்றது. இப்பூமியின் மறுசரிவில் நிலச் சொந்தக்காரர் தான் உருவாக்கிய தோட்டத்தில் தன் குடும்பத்தினருடன் வசித்து வந்தார். தன் பாரம்பரியத்தைப் போற்றிப் பாதுகாத்ததன் மூலம் அவர் மிக மகிழ்ச்சிகரமாகக் காணப்பட்டார். சுருங்கக்கூறின் அவரது வாழ்க்கை பலதரப்பட்ட பணிகளை உள்ளடக்கியதால் ஒளி நிறைந்ததும், ஆரோக்கியமானதும், தன்னிறைவு பெற்றதும், மெத்த சுகமானதும், எவ்விதப் போட்டி பொறாமையால் பாதிக்கப்படாததுமான உயர் வாழ்க்கையாகக் காணப்பட்டது"[7].

நெல்லைப் போன்று, திருவிதாங்கூரின் நிலத்தியல் தன்மை, மரச்சீனி சாகுபடிக்கும் ஏற்றதாகக் காணப்பட்டது. மரச்சீனி சாகுபடிக்கு அதிக உழைப்போ அபரிமிதமான திறமையோ தேவையில்லை. இதர பயிர்வகைகளின் சாகுபடியைக் காட்டிலும் மரச்சீனி சாகுபடியால் கிடைத்த மகசூல் அதிகமாக இருந்தது. மேலும், திருவிதாங்கூர் நல்லமிளகு விளையும் நாடு (The Land of Pepper) என அழைக்கப்பட்டது என்பது குறிப்பிடத்தக்கது[8].

---

7. Our Industrial Status. A Lecture delivered by L.H. The Prince of Travancore. Fellow of Madras University to the Trivandrum Debating Society. 20 Sep. 1847. Cottayam. Lecture III - 1874 P-1 to 3

8. Ibid. P-7

தென் திருவிதாங்கூரில் ஐரோப்பியர்களின் வர்த்தக மையங்கள்

திருவிதாங்கூரை ஆண்ட மன்னர்களில் தென் திருவிதாங்கூர் வர்த்தகத்தில் தனிக் கவனம் செலுத்தி இங்குள்ள இயற்கையான நறுமணப் பொருட்களுக்கும் உற்பத்திப் பொருட்களுக்கும் சர்வதேசச் சந்தையில் நல்ல விலை பெற்றுத்தந்த பெருமை மன்னர் மார்த்தாண்டவர்மாவைச் சாரும் (1739 – 1758). இவரை நவீனத் திருவிதாங்கூரின் சிற்பி (The Architect of Modern Travancore) என அழைப்பர்[1]. 18ஆம் நற்றாண்டில் தான் எழுதிய குறிப்பில், தென் திருவிதாங்கூரின் இயற்கைவளம் குறித்து கேப்டன் அலெக்ஸ்சாண்டர் ஹாமில்டன் பதிவுசெய்துள்ளார்.

தென் திருவிதாங்கூரில் துறைமுகங்கள் பல இருந்தாலும் குளச்சலும் தேங்காய்ப்பட்டணமும் கோட்டாறு வர்த்தகத்தை நேரடியாக ஊக்குவிக்கும் மையங்களாகக் காணப்பட்டன. இதில் தேங்காய்ப்பட்டணம் இயற்கையாக அமைந்திருந்த துறைமுகம். இது கன்னியாகுமரிக்கு வடக்கில் குழித்துறையாறு (குமரி மாவட்டத்தின் தாமிரபரணி) கடலுடன் கலக்கும் முகத்துவாரத்தில் அமைந்துள்ளது. பதினெட்டாம் நூற்றாண்டின் தொடக்கத்தில் இங்கு மண்ணால் கட்டப்பட்ட ஒரு கட்டிடம் இருந்துள்ளது[2].

---

1. The History of European Commerce with India. David Macpherson London. 1812. P-45

2. The Dutch Power in Kerala (1729-1758) M.O. Koshy. 1889. P-28

அதுவும் அடிக்கடி எதிரிகளால் தகர்க்கப்பட்டது. இங்கு மன்னர் மார்த்தாண்டவர்மாவின் கட்டளைப்படி இரும்பு, கயிறு, சாக்குப் பைகள், லினன் (துணிவகைகள்) தோல் ஆகியவை இறக்குமதி செய்யப்பட்டுள்ளன. இலங்கை வரலாறு குறித்து கேப்டன் ஜாண் ரிபிரிய்யோ போர்த்துக்கல் மன்னருக்கு கி.பி. 1865ஆம் ஆண்டு எழுதிய குறிப்பில் அத்தகவல் காணப்படுகிறது. இதனிடையே திருவிதாங்கூரின் வர்த்தக முக்கியத்துவம் கருதி கன்னியாகுமரி தொடங்கி கண்ணனூரின் தெற்கெல்லை வரைக்கும் டச்சுக்காரர் கள் கோட்டைகளையும் தொழிற்சாலைகளையும் கட்டுவித்துத் தங்கள் அதிகார எல்லையை விரிவடையச் செய்தனர். அரசியல் ரீதியாக வடக்கில் சந்தாசாகிப் கொடுத்த நெருக்கடியால் வர்த்தக மையமான கோட்டாற்றைக் காக்கும் நோக்குடன் மார்த்தாண்டவர்மா கோட்டாற்றில் தன் படைகளைத் தங்க வைத்தார்[3].

இந்நெருக்கடியைப் பயன்படுத்தி டச்சுக்காரர்கள் குளச்சல் – இரணியல் – கோட்டாறு ஆகியவை அமைந்திருக்கும் இடங்களின் வர்த்தக முக்கியத்துவம் கருதி அவற்றைக் கைப்பற்றும் நோக்குடன் குளச்சல் துறைமுகத்தில் தங்கள் படைகளைக் குவித்தனர். இரணியல் வரைக்குமுள்ள கிராமங்களைக் கைப்பற்றிக் கோட்டாறு வர்த்தக மையத்தைக் கொள்ளையடித்துத் தீயிட்டுக் கொளுத்தினர். மலபார் பகுதியில் மிக அழகு மிளிரும் மாவட்டத்தைக்[4] கைப்பற்றும் நோக்குடன் இத்தாக்குதல் நடத்தப்பட்டது. திருவிதாங்கூர் படைகள் எதிர்த்தாக்குதல் நடத்திய சம்பவம்தான் வரலாற்றில், குளச்சல் போர் (1741) எனப் பதிவுசெய்யப்படுகிறது. குளச்சல் போரில் டச்சுப்படைகள் மீண்டும் எழுச்சியுறாத அளவிற்குத் தோல்வியைச் சந்தித்தன. வர்த்தகர்களாக மட்டுமே செயல்படும் அளவிற்குக் கட்டாயப் படுத்தப்பட்டனர். இதற்கு மன்னரிடம் சம்மதம் பெற்றனர்[5]. திருநெல்வேலியிலிருந்து கூடுதலாகப் படைகள் வரவழைக்கப் பட்டதன் காரணமாகக் கோட்டாற்றைச் சுற்றியுள்ள பகுதிகளின் பாதுகாப்பை மன்னர் வலுப்படுத்திக்கொண்டார்[6].

1742 பெப்ருவரி மாதம் சில நிபந்தனைகளுடன் மலபார் ராணுவத்தளபதிக்கும் மன்னர் மார்த்தாண்டவர்மாவுக்கும் அமைதி ஒப்பந்தம் கையெழுத்தாயிற்று. அதன்படி தனக்குத் தனிப்பட்ட

---

3. Ibid P-66
4. Ibid P-69
5. Marthanda Varma Relations with French. Journal of Indian History EDWIN. 1912. Part III. P-858.
6. Kerala District Gazeteers. TVM. A. Sreedhara Menon. 1962. P-196

முறையில் பாதுகாப்பு அளித்த சில படைவீரர்கள் நீங்கலாகக் குளச்சலில் கைதுசெய்யப்பட்ட அனைத்துப் போர்க்கைதிகளையும் விடுவிப்பதாக மன்னர் ஒப்புக்கொண்டார். ராணுவத் தளபதி தரப்பில், போரின்போதுகொல்லம், குளச்சல், கார்த்திகைப் பள்ளி, தேங்காய்ப்பட்டணம் ஆகிய இடங்களில் கைப்பற்றப்பட்ட துப்பாக்கிகள், போர்த் தளவாடங்கள், போர் வீரர்கள் ஆகியோரை ஒப்படைப்பது என ஒப்புக்கொள்ளப்பட்டது.

டச்சுக்காரர்களுக்குத் திருவிதாங்கூர் அரசுடன் உள்ள வர்த்தக உறவை முறித்துக்கொள்ள மனமில்லை. அவர்களின் பிரதான கோரிக்கையான குளச்சலில் கோட்டை கட்டுவது என்ற கோரிக்கைக்கு மன்னர் சம்மதம் அளித்தார்[7].

மாவேலிக்கரை உடன்படிக்கை

மன்னர் மார்த்தாண்டவர்மாவிற்கும் டச்சு புதிய ராணுவத் தளபதி ரெய்னியஸ் சையர்மாவிற்கும் (Reinieus Sierma) 1743 மேயில் ஒரு புதிய ஒப்பந்தம் கையெழுத்தாயிற்று. இவ்வொப்பந்தம் தென் திருவிதாங்கூர் வர்த்தகத்திற்குப் புத்துயிர் ஊட்டியது எனலாம். இதன்படி 100 கண்டி மதிப்புள்ள நல்லமிளகுக்குச் சமமான அளவிற்கு வெடிமருந்து (துப்பாக்கி மருந்து), ராணுவத் தளவாடங்களைப் பண்டமாற்று அடிப்படையில் வருடந்தோறும் டச்சு அரசாங்கம் திருவிதாங்கூர் அரசாங்கத்திற்கு வழங்கும். திருவிதாங்கூர் அரசின் நிர்வாக எல்லைக்கு உட்பட்ட பகுதி களில் மெல்லிய துணிவகைகள் உட்பட அனைத்துவகைப் பொருட்களையும் வியாபாரம் செய்யும் உரிமை கம்பெனிக்கு வழங்கப்பட்டது. குளச்சலில் ஒரு வலுவான கோட்டையையும் தேங்காய்ப்பட்டணத்தில் தீப்பிடிக்காத தங்குமிடத்தையும் கம்பெனி கட்டிக்கொள்ள அனுமதி அளிக்கப்பட்டது[8]. அதே போன்று இதர ஐரோப்பியர்களின் தாக்குதலிலிருந்து தென் திருவிதாங்கூர் கடற்கரையைக் காப்பதாக அளித்த வாக்குறுதியின் அடிப்படையில் திருவிதாங்கூர் பகுதியில் உற்பத்தியாகும் நல்லமிளகு, கோட்டாறு உட்பட அனைத்து மையங்களில் தயாரிக்கப்படும் துணிவகைகள் ஆகியவற்றையும் ஆங்கிலேயக் கிழக்கிந்திய கம்பெனிக்கு விற்பதாக மன்னர் வாக்களித்தார்[9].

1753 ஆகஸ்ட் 15 அன்று ஏற்பட்ட மற்றுமொரு ஒப்பந்தப்படி கடற்கரைப் பகுதியிலுள்ள இதர அரசுகளுடன் ஏற்கெனவே

---

7. The Dutch Power in Kerala (1729-1758) M.C.Kosy. 1869 P-80
8. Ibid
9. Anjengo Consultations. (1744-'47) Madras. 1925 Vol. I P-28

செய்துகொண்ட அரசியல் ஒப்பந்தங்களை ரத்துசெய்யும் பட்சத்தில் தன் நாடு முழுவதும் வர்த்தகம் செய்துகொள்ளும் உரிமையை டச்சு கம்பெனிக்கு மன்னர் அளித்தார். இவை தவிர ஏராளமான வர்த்தகச் சலுகைகளையும் அளித்தார்[10]. இதனிடையில் திருவிதாங்கூர் பகுதியில் நல்லமிளகு வியாபாரத்தில் அனுமதிபெற்ற டேனிஷ்காரர்கள் (Danish) குளச்சலிலும் எடவாவிலும் குடியேறத் தொடங்கினர்[11]. குளச்சலில் நேரடியாக நல்லமிளகு கொள்முதல் செய்யும் உரிமை அவர்களுக்கு வழங்கப்பட்டது.

திருவிதாங்கூர் கடற்கரைப்பகுதியில் வர்த்தகம் செய்வதில் ஆங்கிலேய கிழக்கிந்திய கம்பெனியும் டச்சு கம்பெனியும் பரஸ்பர ஒத்துழைப்புடன் செயல்பட்டன. ஆனால், கடற்கொள்ளையர்களால் பெருத்த 'தலைவலி' இருந்துவந்தது. இதை ஆங்கிலத்தில் *Anglican Piracy* என அழைத்தனர். கடற்கொள்ளையர்களை *Angrias* என அழைத்தனர். பாரசீக வளைகுடா தொடங்கி கன்னியாகுமரி கடற்கரை வரைக்கும் வியாபித்திருந்த இவர்கள் இந்திய நாட்டவர்கள் அல்ல.

அரபிக்கடல் பகுதியில் கொச்சி டச்சுக்காரர்களின் கைவசம் இருந்ததால் கேரள கடற்கரை வர்த்தகம் முழுமையாக அவர்களின் கட்டுப்பாட்டில் இருந்துவந்ததில் ஆச்சரியமில்லை. அதிக லாபம் தரும் பொருட்களின் வர்த்தகத்தை சர்வாதீனக் கொள்கை அடிப்படையில் தங்கள் கைகளில் வைத்துக்கொண்டார்கள். மதிப்புமிக்க பொருட்களின் விலையை அவர்களே நிர்ணயம் செய்தனர்[12]. டச்சு கம்பெனிப் பொருட்கள் என முத்திரையிடப்பட்ட துணிவகைகள், காரீயம், ஓபியம் (அபின்), சில்க் துணிவகைகள், சீனி ஆகிய பொருட்களின் வர்த்தகத்தை டச்சு கம்பெனி தன்வசம் வைத்துக்கொண்டது. குறைந்த லாபம் கிடைக்கும் பொருட்களின் வியாபாரத்தை அந்தந்தப் பகுதி சார்ந்த வியாபாரிகளிடம் சில கட்டுப்பாடுகளுடன் கம்பெனி ஒப்படைத்திருந்தது. இதனால் கோட்டாறு பகுதி வியாபாரிகள் லாபமடைந்தனர். டச்சு கிழக்கிந்திய கம்பெனி அதிகாரிகளுக்கும் லாபத்தில் பங்கு வழங்கப்பட்டது. ஆனால், வெளிநாட்டு வர்த்தகத்தில் சாதாரண வியாபாரிகளுக்கு டச்சு வர்த்தக அமைப்பு கட்டுப்பாடுகள்

---

10. The Dutch Power in Kerala (1729-1758) M.C. Kosy. 1889. P-103

11. A New Account of the East Indies. Captain Alexander Hamilton. Edinburgh. 1727. P-331

12. Selections from the Records of Madras Government. Dutch Record No: 13 The Dutch in Malabar. A. GALLETI. Madras. 1911 P-34

விதித்திருந்த காரணத்தால் அவர்கள் அவ்வளவு லாபம் அடையவில்லை[13].

கீழ்க்கண்ட பொருட்களின் வர்த்தகத்தில் பெரும்பாலான வற்றைக் கொல்லம், அஞ்சுதெங்கு, தேங்காய்ப்பட்டணம், குளச்சல் ஆகிய துறைமுகங்கள் வழியாக டச்சு கம்பெனி ஏற்றுமதி செய்துகொண்டது. சில்லறைத் துணிவகைகள், ஏலம், பாக்கு, பஞ்சு, சங்குவகைகள், மஞ்சள், அவுரி, அடிமைகள், மரவகைகள், சுண்ணாம்பு, செங்கல், அரிசி, கயிறு, மெல்லிய கம்பி, நறுமணப் பொருட்கள், தேங்காய் எண்ணெய், உப்பு, அடுப்புக்கரி, விலையுயர்ந்த ஈட்டிமரம் போன்றவை அவற்றில் முக்கியப் பொருட்கள் ஆகும். மணப்பாடு, தூத்துக்குடி, கீழக்கரை, யாழ்ப்பாணம், நாகப்பட்டினம் ஆகிய ஊர்களிலிருந்து வந்த வியாபாரிகள் நாட்டுப்படகுகள் மூலம் பொருட்களை வாங்கிச் சென்றனர். டச்சுக் கிழக்கிந்திய கம்பெனியின் வியாபார முகவர்கள் முன்னதாகப் பொருட்களை வாங்கி கிட்டங்கிகளில் சேகரித்து வைத்தனர். பெரும்பாலான வியாபாரங்கள் பண்டமாற்று அடிப்படையில் நடைபெற்றுவந்தன என்பது இங்கு குறிப்பிடத்தக்கது[14].

டச்சுக்காரர்களும் தேங்காய்ப்பட்டண வர்த்தகமும்

ஆரம்பத்தில் டச்சுக்காரர்கள் போர்த்துக்கீசியர்களின் கட்டுப்பாட்டின் கீழ்தான் வர்த்தகப் பணிபுரிந்துவந்தார்கள். பல்லாண்டுகாலமாக மலேசியச் சந்தையின் தேவைகளைப் பூர்த்திசெய்யும் பொருட்டு குஜராத், சோழமண்டலக் கடற் கரையிலுள்ள மையங்களிலிருந்து நெசவுத் துணிகளை வாங்கி விற்பதிலேயே அவர்கள் கவனமிருந்தது.

மேலும், வியாபார வழிமுறைகளைக் குறுநில அரசாங்கங்கள் மத்தியிலும் அறிமுகம் செய்தனர். ஆங்கிலேயர்கள் அதே முறை களைப் பின்பற்றி நல்ல லாபம் ஈட்டினர். இக்கால கட்டத்தில் இந்தியா, மேற்கு ஐரோப்பிய நாடுகளின் நேரடி வர்த்தகத்திற்கு நல்லமிளகு வரலாற்றுச் சிறப்புமிக்க அடித்தளம் அமைத்துக் கொடுத்தது.

கி.பி. 1678இல் டச்சுத் தளபதி *Van Rheede* இன் கையால் எழுதப்பட்ட சுய குறிப்புகள் தென் திருவிதாங்கூரில் டச்சுக்காரர் களின் கைவசம் இருந்த வர்த்தக மையங்கள் குறித்த தகவல்

---

13. Jacob cant Vischer. Letters from Malabar. Major Harbar Drury (Madras 1862) P-153
14. The Dutch Power in Kerala (1729-1758) M.C.Kosy. 1889. P-171

களை நமக்கு அளிக்கின்றன. அவற்றுள் முக்கியமான இடம் தேங்காய்ப்பட்டணம். கன்னியாகுமரிக்கு வடக்கே அமைந்திருந்த தேங்காய்ப்பட்டணம் திருவிதாங்கூர் மன்னரின் கட்டுப்பாட்டின்கீழ் இருந்தது. இங்கு டச்சுக்காரர்கள் தங்குவதற்கென ஒரு விடுதி கட்டப்பட்டிருந்தது. இத்துறைமுகத்தில் இரும்பு, தரமான கயிறு, சாக்குப் பைகள், சரக்குகளைக் கட்டுவதற்குரிய நூல்கண்டுகள், காடாத்துணிகள், பதப்படுத்தப்பட்ட, பதப்படுத்தப்படாத தோல் வகைகள், இனிப்புக் கற்கண்டு, உதிரிக்கற்கள், தரையில் பாவும் கற்கள், இன்னும் பிற பொருட்கள், மளிகைச் சாமான்கள், பாய்மரக்கப்பலுக்குப் பயன்படுத்தும் துணிகள் ஆகியவை இறக்குமதி செய்யப்பட்டன. தேங்காய்ப்பட்டணம் துறைமுகத்தைப் பொறுத்தவரைக்கும் டச்சுக்காரர்கள் சார்பில் ஜோகன்னஸ் ஹேடன்பர்க் *(Johannes Heydenberg)* என்பவர் உதவியாளராகச் செயல்பட்டுவந்தார். இவர் அமைதி, அப்பழுக்கற்ற குணம் கொண்டவர். போதுமான திறமை கொண்ட இவர் தன் பணியில் பூரண திருப்தியுடன் செயல்பட்டார். நேர்த்தியான கயிறு தயாரிப்பதற்கென டச்சுக் குடிமகனொருவர் இவருக்குக் கீழ் நியமனம் செய்யப்பட்டிருந்தார். இக்கயிறு, பொருட்களைப் பொதிந்து கட்டுவதற்குப் பயன்படுத்தப்பட்டது.

சோழமண்டலக் கடற்கரையிலுள்ள நாகப்பட்டணத்திற்கு மலபாரிலிருந்து அதிக அளவில் நல்லமிளகு அனுப்பப்பட்டுவந்தது. எனவே, திருவிதாங்கூர் நல்லமிளகிற்கு நல்ல வரவேற்பு இருந்தது. தேங்காய்ப்பட்டணம் விடுதியை மையமாகக் கொண்டு நடத்தப் பட்டுவந்த டச்சுக்காரர்களின் வர்த்தகம் திருவிதாங்கூர் மன்னரின் நேரடிக் கட்டுப்பாட்டின்கீழ் இருந்தது என்பது குறிப்பிடத்தக்கது.[15]

டச்சு வர்த்தகம்

டச்சுக்காரர்கள் தென்னிந்தியாவில் கைக்கொண்டிருந்த வர்த்தகம் சம்பந்தமான சான்றாதாரங்கள் சோழமண்டலக் கடற்கரையில் ஏராளம் கிடைத்துள்ளன. தென்பகுதியின் கடைக்கோடியில் அதாவது கன்னியாகுமரியில் டச்சுக்காரர்களின் கோட்டையின் சிதைவுகளைத் தற்போதும் காணலாம். அவற்றுள் ஒன்பது அடி உயரம் கொண்ட ஒரு கல்தூண் முக்கியமானது. அத்தூண் தற்போது படிக்கல்லாகப் பயன்படுத்தப்பட்டுவருகிறது. கன்னியாகுமரியில் டச்சுக்காரர்களின் தொழிற்சாலை இருந்ததற்கான ஆதாரங்களில் இதுவும் ஒன்று.

---

15. A Survey of the Rise of the Dutch power in Malabar (1603-1678) T.I. Poonen. P-3,11,210&162

நல்லமிளகு வர்த்தகத்தைப் பொறுத்தவரைக்கும் டச்சு கம்பெனி சிப்பந்திகளின் மூலமாகத் தரைவழியாக மதுரை நாயக்க மன்னர்களுக்கு 1638ஆம் வருடம் நல்லமிளகை அனுப்பி வைத்துள்ளது. *(Writing in 1638 A.D Genarals letter dated July 6th. 1658. Van Goens)*[16].

கி.பி. 1662 வாக்கில் டச்சுக்காரர்கள் தங்கள் செல்வாக்கை இலங்கை, மலபார், தென்தமிழ்நாட்டின் கடற்கரையில் ஆழமாக நிலைநிறுத்திக்கொண்டனர். இப்பகுதிகளை ஆண்ட மன்னர் களுக்கும் வர்த்தகர்களுக்கும் இடையே உறவுப் பாலமாகச் செயல்பட்டனர்.

மேற்குறிப்பிட்டுள்ள பகுதிகளில் கிடைத்த வாசனைத் திரவியமான இலவங்கம் டச்சுக் கப்பல்களில் ஏற்றப்பட்டு ஆசியாவின் பிரபலத் தொழிற்சாலைகளுக்கு விற்கப்பட்டன. இங்கு அவற்றின் தரம், அளவை நிர்ணயம் செய்ய டச்சுக்காரர் களுக்கெனத் தனியான அமைப்புகள் காணப்பட்டன. ஆனால், விலையை நெதர்லாந்திலுள்ள பட்டேவியாவினர் *(Batavia)* நிர்ணயம் செய்தனர்.

மலபாரைப் பொறுத்தவரைக்கும் இயற்கையாகவே நீண்ட கடற்கரைப் பகுதியையும், பரந்துபட்ட உள்நாட்டு நிலப் பகுதியையும் கொண்டு காணப்பட்டது. இதன்காரணமாக வர்த்தகர்கள் விரும்பியபடி போக்குவரத்தை மேற்கொள்வது எளிதாக இருந்தது. ஆனால், தெற்கு, கிழக்கு நோக்கி கடற்கரை வழியாக மலபாரிலிருந்து பாக்கைக் கொண்டுசெல்வது என்பது சற்றுச் சிரமமானதாகக் காணப்பட்டது. மேலும், கி.பி.1670இல் இலங்கையுடன் பாக்கு வியாபாரத்தில் டச்சுக்காரர்கள் சர்வாதீன உரிமைபெற்ற பின்னர், சோழமண்டலக் கடற்கரை, மதுரைப் பகுதிகளில் பாக்குக்கிருந்த தேவைப் பெருக்கத்தின்அடிப்படையில் அதன் வர்த்தகத்தை விரிவடையச் செய்தனர்.

டச்சுக்காரர்கள் தங்களுக்கிருந்த இலங்கையுடனான வர்த்தக நெருக்கத்தைப் பயன்படுத்திக்கொண்டு கன்னியாகுமரி யிலிருந்துபழவேற்காடு *(Point Calimere)* வரையிலும் உள்ளபகுதி களைத் தங்களின் வர்த்தக எல்லைக்குள் கொண்டுவந்தனர். இம்மாதிரியான முயற்சியில் முதன்முதலில் ஈடுபட்டு வெற்றி யடைந்தது டச்சுக்காரர்கள் என்பது குறிப்பிடத்தகுந்தது.

மதுரை, தஞ்சாவூரில் குறைந்த செலவில் உற்பத்திசெய்யப்பட்ட துணிவகைகளுக்கு இந்தியாவின் பல்வேறு துறைமுகங்களில்

16. Malabar and the Dutch. K.M.PANIKKAR. Bombay. 1931 P -XIII &10

பலத்த வரவேற்பிருந்தது. மேலும், மதுரையை ஒட்டிய கடற்கரைப் பகுதிகளில் கிடைத்த சங்கிற்கு ஒரிஸா, வங்காளத்தில் நல்ல தேவையிருந்தது. சங்கு வர்த்தகத்திலும் டச்சுக்காரர்கள் கொடி கட்டிப் பறந்தனர்[17].

டச்சு வர்த்தகத்திற்குப் போட்டியாக கி.பி. *1690*இல் ஆங்கிலேயர்கள் திருவிதாங்கூரிலிருந்து துணியையும் ஏலம் போன்ற வாசனைத் திரவியங்களையும் விலைக்கு வாங்கி அஞ்சங் கோவிலில் (அஞ்சுதெங்கு) குவிக்க ஆரம்பித்தார்கள். இதனால் திருவிதாங்கூர் டச்சுக்காரர்களுக்கும் ஆங்கிலேயர்களுக்கும் போட்டி ஏற்பட்டது. மேலும் டச்சு அரசாங்கம், ராணுவத் தளபதி, அதற்குக் கீழ் உள்ள அதிகாரிகளுக்கு வர்த்தகத்தில் ஈடுபடும் தனிப்பட்ட உரிமையை வழங்கியது. இதன் காரணமாகத் திருவிதாங்கூர் வர்த்தகம் புது எழுச்சி பெற்றது[18].

கோட்டாறு: சில்லறைத் துணி வியாபாரம்

நல்ல மிளகிற்கு அடுத்தபடியாக, டச்சு கம்பெனியின் அடுத்த கவனம் தென் திருவிதாங்கூரில் குறிப்பாகக் கோட்டாற்றில் அமோகமாக நடைபெற்ற பஞ்சிலிருந்து உற்பத்தி செய்யப்பட்ட சில்லறைத்துணி வியாபாரத்தின் மீது விழுந்தது. இரணியலிலும் கோட்டாற்றிலும் நெய்யப்பட்ட தரமான பருத்தி ஆடைகள் பல நூற்றாண்டுகள் புகழ் பெற்றவையாகும். இவ்வியாபாரத்தில் போர்த்துக்கீசியர்கள் வளமான இலாபம் கண்டிருந்தார்கள் இதைக் கண்ணுற்ற டச்சுக்காரர்கள் போர்த்துக்கீசியரை மேற்குக் கடற்கரையிலிருந்து வெளியேற்றினர்.

டச்சுத் தளபதி *Nieuhoff* டச்சுப் படைகளுக்குத் தளபதியாக நியமிக்கப்பட்டார். இவர் கொல்லத்தைத் தலைமை யிடமாகக் கொண்டு செயல்பட்டார் என்பது குறிப்பிடத்தக்கது. அக்காலத்தில் கொல்லம் சுறுசுறுப்பான போக்குவரத்து மையமாகக் காணப்பட்டது. டச்சுகம்பெனி தங்கள் முகவர்கள் வழியாக இரணியல், கோட்டாற்றிலிருந்து துணிகளை விலைக்கு வாங்கி, கொல்லத்தில் சேமித்துவைத்தது. தளபதி *Gollenesse* காலத்தில் *(1734 – 1743)* கம்பெனியின் ஆதரவில் சீட்டித் துணிகளுக்குச் சாயம் போடும் முறை அறிமுகப்படுத்தப்பட்டது. இப்பணிக்காகக் கீழக்கரையிலிருந்து இப்பணியில் தேர்ச்சி பெற்ற நபர்கள் அழைத்துவரப்பட்டுக் கொச்சிக்கு அருகில் குடியமர்த்தப்பட்டார்கள். ஆனால், தளபதியின் இம்முயற்சி

17. Journal of Indian History Vol. LXI. 1983. Univercity of Kerala. T.K. Ravindran The Dutch Trade and Indian Ocean (1650-1740) S. Arasaratnam. P-75,76,83,84,87

18. Ibid. P-57, 134.

போதுமானதாகப் பலனளிக்கவில்லை. ஆனால், டச்சு கம்பெனியின் இந்திய வர்த்தகத்தில் கோட்டாற்றில் நெசவு செய்யப்பட்ட பருத்தித்துணி தொடர்ந்து முக்கியப் பங்கு வகித்தது மட்டுமல்லாமல் இதர குடியேற்ற நாடுகளிலும் மிகுந்த வரவேற்பைப் பெற்றது.

மலபார் டச்சு கம்பெனி இந்தியாவில் துணிவியாபாரம் தவிர, அபின், காபி, சீனப்பட்டு, ஜப்பான் தாமிரம், ஆயுதத் தளவாடங்கள் ஆகியவற்றிலும் ஈடுபட்டுவந்தது. டச்சு கம்பெனி இப்பொருட்களை நேரடியாகவோ வியாபாரிகள் முலமாகவோ இறக்குமதி செய்துவந்தது. பொதுவாக வியாபாரிகள், பண்டமாற்று முறை மூலம் துறைமுகங்கள் வழியாக இப்பொருட்களைப் பெற்றுவந்தனர்.

மொத்தத்தில் டச்சு கம்பெனியின் வர்த்தகத்தால் திருவிதாங்கூர், மலபார் மாபெரும் மாற்றத்தை அடைந்து வந்தது.போர்த்துக்கீசியர்கள் வர்த்தகத்தின் மீதிருந்த தடையை விலக்கிக்கொண்டதால், வர்த்தகப் பரிமாற்றத்திற்கு முழு சுதந்திரம் அளிக்கப்பட்டது. இதன் காரணமாகச் செங்கடல், மோச்சா *(Mocha)*, குஜராத், சீனாவுடனான வர்த்தக உறவு புத்துயிர் பெற்றதுமல்லாமல் அந்நாடுகளின் கப்பல்கள் மலபார் துறைமுகங்களுக்குச் சாதாரணமாகச் சென்றுவந்தன. இதன் விளைவாக ஐரோப்பாவின் இதர நாடுகளின் கம்பெனிகளும் வர்த்தகத்தை மேலும் ஊக்குவிக்கத் தொடங்கின. சாமரின், திருவிதாங்கூர் மன்னரும் ஆர்வத்துடன் தங்கள் பங்கிற்கு, வர்த்தகத்தை ஊக்குவித்தனர். இதன்காரணமாக இயல்பாகவே இந்தியாவின் பல துறைமுகங்கள் குறிப்பாகக் கொச்சி, கள்ளிக்கோட்டை போன்றவையும் கொழும்பு துறைமுகமும் சுறுசுறுப்படையத் தொடங்கின.

டச்சு கம்பெனி விவசாயத்தில் போதுமான சீர்திருத்தங்களை அறிமுகப்படுத்தாவிட்டாலும் பரவலாகத் தென்னை, நெல் சாகுபடிக்குநல்ல ஊக்கமளித்தது. டச்சுக்காரர்கள் தங்கள் ஆட்சியின்போது நூலகங்கள், கல்லூரிகளைத் திறப்பதில் ஆர்வம் காட்டவில்லை. ஏனெனில், வியாபாரம் ஒன்றுதான் அவர்களது பிரதான நோக்கமாகக் காணப்பட்டது. மலபார், திருவிதாங்கூர் பற்றி நாம் நன்கு தெரிந்துகொள்வதற்கு டச்சுக்காரர்கள் எழுதிய கடிதங்கள், குறிப்புகள், கம்பெனி பற்றிய குறிப்புகள் ஆகியவை நமக்கு நன்கு உதவுகின்றன.

மொத்தத்தில் பதினெட்டாம் நூற்றாண்டு மலபார், திருவிதாங்கூரின் வியாபாரம், வர்த்தக வளர்ச்சியில் பல

திசைகளில் வளர்ச்சியைக் கொண்டுவந்தது மட்டுமல்லாமல் அதில் நிலையான தன்மையை ஏற்படுத்தியது. பொதுமக்களின் வாழ்க்கைத்தரமும் உயர்ந்தது[19].

டச்சு வர்த்தகத்தால் ஏற்பட்ட விளைவுகள்

கி.பி. 1663ஆம் ஆண்டு தொடக்கம் திருவிதாங்கூரில் டச்சு அரசாங்கம் வர்த்தகரீதியாகக் காலூன்றத் தொடங்கியது. அவ்வர்த்தகத்தால் கோட்டாறு போன்ற மையங்கள் வெளி உலகிற்கு வர்த்தகரீதியாக நன்கு தெரிய ஆரம்பித்தன. சுமார் 132 ஆண்டுகள் அரசியல், பொருளாதாரம், சமூகம், கலாச்சாரரீதியாகத் திருவிதாங்கூர் மக்களின் வாழ்க்கையில் டச்சு கம்பெனி பெரிய மாற்றத்தைக் கொண்டுவந்தது. அதே மாற்றம் உள்நாட்டு நிர்வாகம், குடியேற்றப் பகுதியிலுள்ள டச்சு ராணுவத்திலும் நிகழ்ந்தது. தென் இந்திய வர்த்தகத்தில் மலபாரும் கொச்சியும் பெரும்பங்கு வகித்தன. இதன் விளைவு தென் திருவிதாங்கூரிலும் எதிரொலித்தது. 'அரபிக்கடலின் ராணி' எனவும் 'தென்னிந்தியாவின் வாசல்' எனவும் கொச்சி சிறப்புப் பெயர் பெற்றது[20].

மேலும், திருவிதாங்கூர் மன்னர்கள் தாமரைக்குளம், கன்னியாகுமரி உட்பட ஏராளமான ஊர்களில் உப்பளங்களை உருவாக்க டச்சு கம்பெனிக்கு அனுமதியளித்தனர். சாயத் தொழிலுக்கு அனுமதி அளித்தது மட்டுமல்லாமல் சாயத் தொழிற்சாலைகளைக் கட்டுவித்து அதில் பணிபுரிய கோவில்பட்டி, தூத்துக்குடியிலிருந்து சாயத் தொழிலாளர்களைத் தருவித்துத் தென் திருவிதாங்கூரில் குடியேற்றினர். இவர்களை அழைத்துவரும் பொறுப்பு கனரா (வர்த்தக மையம்) வியாபாரி பாபு என்பவருக்கு வழங்கப்பட்டது. ஏற்கெனவே சோழமண்டலக் கடற்கரையிலிருந்து அழைத்துவரப்பட்ட சாயத் தொழிலாளர்கள் திருப்திகரமாகப் பணியாற்றாத காரணத்தால் அவர்கள் திருப்பி அனுப்பப்பட்டார்கள். அதேபோன்று கொச்சி ராணுவத் தளபதி ஜேக்கப் டி ஜாங் (*Jacob De Jong*) (1723–1732) காலத்தில் தூத்துக்குடியிலிருந்து காலணி தயாரிக்கும் தொழிலாளர்கள் திருவிதாங்கூருக்கு அழைத்துவரப்பட்டு ஆதரிக்கப்பட்டனர்[21].

தென் இந்தியாவில் பரவலாக வழக்கத்தில் இருக்கும் கக்கூஸ் (கழிவறை) (*Toilet*) என்ற மலையாள வார்த்தையின்

19. Ibid. 137,144, 150, 151, 155.
20. Ibid P-210-211
21. Ibid P-213

மூல வார்த்தை டச்சு மொழியிலிருந்து தெரிவு செய்யப்பட்டது ஆகும். டச்சு மொழியில் இதை *Kaikhuis* என அழைப்பர்[22].

1741ஆம் ஆண்டு நடைபெற்ற டச்சுப் போரில் மன்னர் மார்த்தாண்ட வர்மா தோல்வியடைந்திருந்தால் திருவிதாங்கூர் முழுவதும் டச்சு காலனியாக மாறியிருக்கும். அப்போருக்குப் பின்பு மார்த்தாண்ட வர்மாவின் கை ஓங்கத் தொடங்கியது. பத்மநாபபுரம், உதயகிரிக் கோட்டைகள் பலப்படுத்தப்பட்டு வர்த்தகத் துறைகள் உருவாக்கப்பட்டன. நாட்டின் பல்வேறு பகுதிகளில் பண்டசாலை எனும் பொருள் சேகரிப்பு மையங்கள் கட்டப்பட்டன. சாலைகள், நீர்வழிப் போக்குவரத்துகளுக்கு முக்கியத்துவம் கொடுக்கப்பட்டது. இதனால் தகவல் தொடர்பு களுக்கு ஊக்கம் கிடைத்தது. வர்த்தகம் தங்குதடையின்றி நடைபெற்றது[23].

டச்சுக்காரர்களுடன் ஒப்பிடுகையில் டேனிஷ்காரர்கள் பலம் வாய்ந்தவர்களாகக் காணப்படவில்லை. டச்சுக்காரர்கள் வர்த்தகத்தில் மார்த்தாண்ட வர்மா தங்களுக்குக் காட்டிய சலுகைகளுக்காக ஆயுதங்களை அவருக்குக் கொடுத்து உதவினார்கள். அதே போன்று குளச்சலை மையமாகக் கொண்டு வர்த்தகம் செய்துவந்த இதர ஐரோப்பியர்கள் ராணுவத் தளவாடங்களை மன்னருக்கு வழங்கி அதற்கு ஈடாகப் பண்டமாற்று அடிப்படையில் நல்லமிளகைப் பெற்றுக்கொண்டனர். டேனிஷ்காரர்களுக்கு மலபாரில் ஒரு தொழிற்சாலையும் எடவாவில் ஒன்றும் குளச்சலில் ஒன்றும் என மூன்று தொழிற்சாலைகள் காணப்பட்டன. குளச்சலில் ஒரு சிறிய பண்டசாலை அளவிற்கு மட்டுமே காணப்பட்டது. தரைவழி, கடல்வழிப் போக்குவரத்து மூலம் ஏற்றுமதியான இறக்குமதியான அனைத்து வர்த்தகப் பொருட்கள் மீதும் திருவிதாங்கூர் அரசு சுங்கவரி விதித்திருந்தது. இதன்மூலம் அரசாங்கத்திற்கு ஏராளமான வருமானம் கிடைத்தது[24].

'குறைந்த செலவில் நல்லமிளகு வர்த்தகத்தின் மூலம் அதிக லாபம் ஈட்டுவது' தான் டச்சுக்காரர்களின் நோக்கமாகக் காணப்பட்டது. மேலும், கோட்டாறு துணிகள் வர்த்தகத்தில் டச்சுக்காரர்கள் தனிக் கவனம் செலுத்தினர்[25].

---

22. Rev. H.GUNDERT. A Malayalam and English Dictionary. 1962. P-99. Edited by K.V. Nampudiripad. Lexicon

23. The Dutch in Malabar. Annamalai University Historical series. No:6 P.C. Alexander. 1946 P-50-65.

24. Ibid P-125, 148

25. Ibid P- 187

Gollenesse எனும் டச்சு ராணுவத் தளபதி கீழ்க்கண்ட பொருட்களின் அடிப்படையிலான வர்த்தகம் குறித்துக் குறிப்பிட்டுள்ளார். அவையாவன: கோட்டாறு துணிவகைகளுக்கு அடுத்தபடியாக ஏலம், பஞ்சு, பாக்கு, சந்தனம், குதிரை லாடம், சங்கு வகைகள், மஞ்சள், அவுரி, உயர்ஜாதி மரங்கள், சுண்ணாம்பு, செங்கற்கள், அரிசி வகைகள், கயிறு, மெல்லிய கம்பிகள், பதனிடப்பட்ட விலங்கின் தோல்வகைகள், தேங்காய் என்ணெய், உப்பு, அடுப்புக்கரி, விறகு ஆகியவை ஆகும். அடிமைகளும் வர்த்தக நோக்கில் ஏற்றுமதி செய்யப்பட்டதாக அவர் குறிப்பிடுகிறார். திருவிதாங்கூர் பகுதியில் கோட்டாறிலுள்ள துணிவகைகளுக்குத் தனி மவுசு இருந்துள்ளதாக அவர் குறிப்பிட்டுள்ளார். தென் திருவிதாங்கூர் துறைமுகங்களான குளச்சல், தேங்காய்ப்பட்டணம், அஞ்சுதெங்கு, கொல்லம் ஆகிய பகுதிகளிலுள்ள நாட்டுப் படகுகள் மூலமாகப் பொருட்கள் ஏற்றப்பட்டு கொச்சியுடன் வர்த்தகத் தொடர்பு கொண்டிருந்ததாகவும் குறிப்பிட்டுள்ளார். மணப்பாடு, தூத்துக்குடி, கீழக்கரை, காயல்பட்டணம், யாழ்ப்பாணம், நாகப்பட்டினம் ஆகிய துறைமுகங்களிலிருந்து கொச்சிக்கு நாட்டுப்படகுகள் சென்று வந்தன. சீனாவிலிருந்தும் கொச்சிக்குக் கப்பல்கள் வந்ததாகக் குறிப்பிடுகிறார். மேற் குறிப்பிட்டுள்ள நாட்டுப்படகுகள் அந்தந்தப் பகுதிகளில் உற்பத்தி செய்யப்படும் பொருட்களைக் கொச்சிக்கு ஏற்றிச்சென்றன. கொல்லம், அஞ்சுதெங்கு, தேங்காய்ப்பட்டணம், குளச்சல் ஆகிய பகுதிகளிலிருந்து விசேஷமாகத் துணிவகைகள், புளி, பனைவெல்லம், கயிற்றினாலான மெத்தை ஆகியவை பிரதானமாகக் கொச்சிக்கு ஏற்றுமதி செய்யப்பட்டன. பலதரப்பட்ட பஞ்சால் நெய்யப்பட்ட துணிவகைகளாலான அச்சிடப்பட்ட சீட்டித் துணிகள், குழந்தைகளுக்கான சிறிய உடுப்புகள், காலுறைகள், கைக்குட்டைகள், தலையில் கட்டும் துணிகள், துப்பட்டாக்கள், சேலைகள், புகையிலை, உப்பு, வெங்காயம், எழுது ஓலை, நாட்டுக் கருப்புக்கட்டி, சீனி ஆகிய பொருட்கள் மணப்பாடு, தூத்துக்குடி, கீழக்கரை, காயல்பட்டணம் ஆகிய ஊர்களிலிருந்து இறக்குமதி செய்யப்பட்டன. கொல்லம், அஞ்சுதெங்கு, தேங்காய்ப்பட்டணம், குளச்சல் ஆகிய ஊர்களுக்கு வாசனைத் திரவியங்கள், சீனி, ஜப்பானிய தாமிரம், இரும்பு, காரீயம், வெள்ளீயம், உருக்கு, பஞ்சு ஆகிய பொருட்கள் ஏற்றுமதி செய்யப்பட்டன. பாக்கு, கயிறு, நார் வகைகள், கொப்பரைத் தேங்காய், தேங்காய், மருந்து வகைகள், சந்தனம், புளிச்சிக்காய், சுக்கு, கறிமசால் ஆகிய பொருட்கள் மணப்பாடு, தூத்துக்குடி, கீழக்கரை, காயல்பட்டணம், யாழ்ப்பாணம், நாகப்பட்டினம்

ஆகிய ஊர்களுக்கு அனுப்பப்பட்டன. மேற்கண்ட வர்த்தகம் பெரும்பாலும் பண்டமாற்று முறையில் நடைபெற்று வந்தது[26].

தீபகற்ப இந்தியாவின் தெற்கிலுள்ள கிழக்குக் கடற்கரையைச் சோழமண்டலக் கடற்கரை என அழைப்பர். இப்பகுதி கோட்டாற்றின் கிழக்குப் பகுதியில் அமைந்திருந்தாலும் தரைவழியாகவும் கடல்வழியாகவும் தென் திருவிதாங்கூரில் அமைந்திருக்கும் துறைமுகங்களுக்குத் தொடர்பு இருந்து வந்துள்ளது. இந்தியாவில் ஆங்கிலேயர்கள் தங்கள் வர்த்தக மையங்களைத் தொடங்குவதற்கு ஒரு நூற்றாண்டிற்கு முன்னதாகவே போர்த்துக்கீசியர்கள் வர்த்தகத் தொடர்பு கொண்டிருந்ததாகச் சான்றாதாரங்கள் கூறுகின்றன. ஆங்கிலேயக் கிழக்கிந்திய கம்பெனியின் அதிகாரப்பூர்வ குறிப்பே இதற்குச் சான்று. அவர்களின் ஆலோசனைப் புத்தகங்கள், குறிப்பேடுகள் ஆகியவையும் ஆளுநர்களின், முகவர்களின் குறிப்புகளும் அவர்களின் ஆலோசனைக் குழுக்களின் நடைமுறை, பதிவுக் குறிப்புகளும், வங்காள விரிகுடா தொடங்கி சோழமண்டலக் கடற்கரை வரையுள்ள ஆங்கிலேயக் கிழக்கிந்திய கம்பெனி முகவர்களின் குறிப்புகளும் ஏராளமான தகவல்களைத் தருகின்றன.

இதுவரை எந்த ஐரோப்பிய நாடும் மையங்கொள்ளாததும் பாதுகாப்பானதும் வசதி மிக்கதுமான துறைமுகங்களைக் கொண்டதாகச் சோழமண்டலக் கடற்கரை காணப்பட்டது. உள்நாட்டு வர்த்தகத்திற்கும் கப்பல்களை நங்கூரம் பாய்ச்சி வசதியாக நிறுத்தவும் கிழக்குக் கடற்கரை வாய்ப்பாகக் காணப்பட்டது. சிறிய கப்பல்கள், நாட்டுப் படகுகள் குறைந்த பாதுகாப்புடன் இப்பகுதிக்கு எப்போதும் வந்து செல்லலாம்[27].

ஆங்கிலேயர்களின் ஆரம்பகால வர்த்தகம் குறித்து ஆச்சரியப்படக்கூடிய விஷயம் என்னவென்றால் சீனநாட்டிற்குச் சென்றுவரும் கப்பல்களில் அவர்கள் கைதிகளை வேலைக்கு அமர்த்தினார்கள் என்பதுதான். நெடுஞ்சாலைகளில் ஆங்கிலேயர் களைக் கொள்ளையடித்த குற்றத்திற்காகக் கைதுசெய்யப்பட்டுச் சிறையில் அடைக்கப்பட்டவர்கள்தான் அவர்கள்[28]. அக்காலத்தில் கடல் கடந்து வர்த்தகம் செய்வதற்கு ஆங்கிலேயக் கப்பல்களில் பணியாற்ற திடகாத்திரமான உடற்கட்டுக் கொண்டவர்கள் அரசனுக்குத் தேவையாக இருந்தார்கள். ஆங்கிலேயர்கள்

26. Ibid P-188-190
27. The Coromondal Coast. A. Study. London. 1908- P-1, 21
28. Calender of State Papers in the East Indies. Colonial Series. SAINSBURY, Pappers.I No: 36

கீழ்க்கண்ட பொருட்களை இந்தியாவிலிருந்து இறக்குமதிசெய்தனர். இவற்றில் பெரும்பாலானவை தென் திருவிதாங்கூரைச் சார்ந்தவை என்பது குறிப்பிடத்தக்கது. அவையாவன:

1. Cloth Yearly 150-200 Poppinjays Greens Coiours, Good and perfect and durable least it be dis credited.
2. Lead in Pigs and bars worth 8½ mamoodies
3. Tin 37-38 per mean
4. Elephants teath 2000 means per annum.
5. Quick Silver 200 mamoodies
6. Vermilion 190 mamoodies
7. Mescovy hides 300-359.
8. Sword Blades- Exeedingly Crooked, Frood thick -backsd and of such metal as well stand being bowed.
9. Knives English cast 40-50 per dozen 20-30 dozan well bent.
10. Looking glasses and comb Casses 200 per annum
11. Casses snd bottles of hot waters not vendible except as precent
12. Spanish pike Staves 14-15 mamoodies. 300-350 per annum.

இந்தியாவிலிருந்து ஏற்றுமதிசெய்யப்பட்ட பொருட்கள்

1. Indigo of Serques and Byena
2. Calicoes of all sorts, Symeanoes in great quantities
3. Pintdoes
4. Sashes
5. Green Ginger
6. Opium
7. Solammoniac
8. Gumlock
9. Quilts and Carpets
10. Collon yarn
11. Sugar Candy[29]

---

29. The East India Company. A Study of its Early Trading Organisation and Commerce 1933. J.D.S. PAUL. Madras. 1933. P-57

The Kerala Society என்ற கழகம் 26-9-1927 அன்று நிறுவப்பட்டது. *The Kerala Society Pappers* என்ற வெளியீடு திருவனந்தபுரத்தை மையமாகக் கொண்டு வெளியிடப்படுகிறது. கேரள மாநிலம் குறித்த ஆய்வை ஊக்கப்படுத்தவும், வரலாறு, தொல்லியல் குறித்து விழிப்புணர்வு ஏற்படுத்தவும், மனித இயல், நாட்டுப்புற இயல், கலை, மொழியியல், இலக்கியம் குறித்த சிந்தனையை வளர்க்கும் நோக்கத்துடன் இக்கழகம் உருவாக்கப்பட்டது. தென் திருவிதாங்கூரின் வர்த்தகம் குறித்தும், வர்த்தக மேம்பாட்டிற்கு மேனாட்டவர் வழங்கிய ஆதரவு குறித்தும் பல சான்றாதாரங்களை இதன் வெளியீடுகள் நமக்கு வழங்குகின்றன. புனித தோமாவின் வழிவந்த தாமஸ் கானா ஓர் ஆர்மீனியர் ஆவார். கி.பி. நான்காம் நூற்றாண்டின் இடைப்பகுதியில் இவர் செல்வாக்கு மிகுந்த வர்த்தகராகத் திகழ்ந்தார். சிரியா, மெசபட்டோமியா, இந்தியா குறிப்பாக முசிறி கொடுங்களூர் துறைமுகங்களுடன் நெருங்கிய வர்த்தகத் தொடர்பு வைத்திருந்தார். முசிறி, மலபாரில் கோட்டாற்றைப் போன்று ஒரு *Emporium* ஆகத் திகழ்ந்திருந்தது. பன்னாட்டு வர்த்தகர்களும் அடிக்கடி அங்கு வந்து சென்றுள்ளனர். தாமஸ் கானாவுக்கும், அவருடைய ஆதரவாளர்களுக்கும் பல உரிமைகளை மன்னர் வழங்கியிருந்தார். அவை தாமிரப் பட்டயத்தில் பொறிக்கப்பட்டிருந்தன. தென் திருவிதாங்கூரின் மேற்குக் கடற்கரையில் வசித்த தாமஸ் கானாவின் ஆதரவாளர் களுக்கும் இவ்வுரிமை கிடைத்திருந்தது. கி.பி. 1494ஆம் ஆண்டு கன்னியாகுமரியிலுள்ள கிறிஸ்தவ ஆலயத்திற்கு அங்கு நிறுத்தப் படும் வள்ளங்களுக்கு வரி வசூலிக்கும் உரிமை வழங்கப் பட்டிருந்தது. மைலாப்பூர், கொடுங்களூர், கொல்லம் ஆகிய துறைமுகங்களுக்கு வரும் வர்த்தகப் படகுகளும் கப்பல்களும் அங்கு கட்டப்பட்டிருக்கும் புனித தோமாவின் ஆலயத்திற்கு இதே மாதிரியான வரியைக் கட்ட வேண்டும்[30]. அதேபோன்று கி.பி. 1348ஆம் ஆண்டு மைலாப்பூர் ஆலயத்திற்கு வர்த்தகர்கள் அன்பளிப்பை வழங்கியிருந்தார்கள். கி.பி. 1512-23 போர்த்துக்கீசிய சான்றாதாரப்படி சுங்கவரியாக 10இல் ஒருபங்கு வருமானத்தி லிருந்து கட்ட வேண்டியிருந்தது. தாமஸ் கானாவின் வர்த்தகப் பணியைப் பாராட்டி 62 வீடுகளைக் கட்ட மன்னர் அனுமதியளித்தார். மேலும், யானையின் காலடிகளுக்கு 264 காலடிகள் அளவிற்குச் சமமான நிலமும் அளித்தார். இந்நிலம் ஒரு சாதாரண நகரம் உருவாகப் போதுமானது ஆகும்[31].

---

30. Some Travoncore Dynastic Records (A.D.1544-1677) M. Rajaraja Varma Raja. P-190
31. Ibid

அக்காலத்தில் நகைகள் அணிய வேண்டுமெனில் உரிய பணம் தங்கம் அல்லது மதிப்புமிக்க கற்கள் ஆகியவற்றை மன்னனுக்குத் தானமாகக் கொடுத்து அனுமதி பெற வேண்டும். கி.பி. 1818ஆம் ஆண்டு ராணி பார்வதிபாய், சூத்திரர்கள், ஈழவர்கள், சாணார்கள், முக்குவர்கள் ஆகியோர் அடியரா பணம் (நகைகள் அணிய கொடுக்க வேண்டிய பணம்) கொடுக்காமல் தங்கம், வெள்ளி நகைகள் அணியலாம் என்பதற்கு ஒரு சட்டத்தைப் பிறப்பித்தார். நம்பூதிரிகள் தமிழ்ப் பிராமணர்கள், யூதர்கள், முகமதியர்கள், சிரியன் கிறிஸ்தவர்கள், இதர சாதியினர் ஏற்கெனவே நகைகள் அணிய உரிமைபெற்றிருந்ததால் அவர்கள் மேற்கண்ட பட்டியலில் சேர்க்கப்படவில்லை. திருவனந்தபுரத்தைப் பொறுத்தவரைக்கும் உயர்சாதி இந்துக்களின் வீட்டுப் பசுக்களுக்கு நேரடியாகச் சென்று புல்லை விநியோகித்து வந்தார்கள். தாழ்ந்த சாதியின் தீட்டு என்பதெல்லாம் தமிழ்நாட்டில் குறைவாகவே காணப்பட்டது[32]. தாமஸ் கானா என்ற வர்த்தகருக்கும் அவருடைய ஆதரவாளர்களான கிறிஸ்தவர்களுக்கும் வழங்கப்பட்ட சலுகை களே பின்னர் தென் திருவிதாங்கூரின் இதர மக்களுக்கும் வழங்கப்பட்டன என்பது குறிப்பிடத்தக்கது.

அதேபோன்று வசதிபடைத்த வர்த்தகர்கள் கோயில் கட்டிக் கொடுப்பது, ஏழைகளுக்கு உதவுவது போன்ற பொதுக் காரியங்களிலும் ஈடுபட்டிருந்தனர். கி.பி. 880ஆம் ஆண்டு ஸ்தாணுரவி மன்னன் ஆட்சிக் காலத்தில், வேணாட்டு (தென் திருவிதாங்கூர்) மன்னன் வழங்கிய நிவந்தம் கீழ்க்கண்ட தகவல்களைத் தருகிறது. சபரிசோ *(Sabriso)* என்ற வியாபாரி கி.பி. 825ஆம் ஆண்டு கொல்லம் நகரை மாற்றி நிர்மாணித்தார். ஈழவ சமுதாயத்தைச் சார்ந்த எட்டுக் குழந்தைகளுக்குத் தாயான ஒரு பெண்ணையும், வண்ணார் சமுதாயத்தைச் சார்ந்த ஒரு குடும்பத்தையும் கோயிலில் குற்றேவல் செய்யும் பணியில் அமர்த்தினார். மன்னர் கட்டளைப்படி தாழ்த்தப்பட்ட சமுதாய மக்களுக்குச் சில குறிப்பிட்ட வரி செலுத்துவதிலிருந்து விலக்கு அளிக்கப்பட்டது. வர்த்தகர்கள் பயன்படுத்தும் எடைக்கற்கள், முத்திரைகள் கோயில்களின் கட்டுப்பாட்டில் வைக்கப்பட்டன. இவை முன்னர் வேணாட்டு மன்னரின் கட்டுப்பாட்டின் கீழ் இருந்தன என்பது குறிப்பிடத்தக்கது. மரிக்கோலி *(Marigolli)* என்பவர் கி.பி. 1348இல் எழுதிய குறிப்பில் 'பொதுமக்கள் பயன் படுத்தும் எடைக்கற்கள், அவை சம்பந்தமான அலுவலகங்கள் கொல்லம் கிறிஸ்தவர்களின் கட்டுப்பாட்டில் இருந்துவந்துள்ளன' எனக் குறிப்பிடுகிறார். ஆனால், அல்போன்ஸா டி அல்புகர்க்

32. Ibid P- 197

(Alfonso D Albugurgue) குறிப்பில் கி.பி. 1504 முதல் கொல்லம் கிறிஸ்தவர்கள் இந்த உரிமையை இழந்துவிட்டனர் எனக் குறிப்பிட்டுள்ளார்[33].

கி.பி. 880ஆம் ஆண்டு வேணாட்டு அரசன் கொல்லம் கோயிலுக்கு வழங்கிய தாமிரப்பட்டயம் கீழ்க்கண்ட தகவல்களைத் தருகிறது. அதாவது மன்னரின் கட்டளைப்படி கொல்லத்தில் மர ஆசாரியரில் ஒரு குடும்பத்தையும் சூத்திரர்களில் வேளாண் வேலை செய்யும் வெள்ளாளர்களில் நான்கு பேரையும் குடியேற்றம் செய்வது இவர்கள் தவிர இதர சாதியைச் சேர்ந்த இருவரையும் அழைத்து வரவேண்டும். கொல்லத்தில் வசிக்கும் யூதர்களையும் மணிகிராமத் தலைவர்களையும் பாதுகாக்க வேணாட்டு சார்பில் 600 பேர் கொண்ட ராணுவம் அனுப்பிவைக்கப்படும்.

அதே போன்று கொடுங்களூர் இரவிக்குட்டன் வழங்கியப் பட்டயத்தில் தாமஸ் கானாவிற்கு அடுத்தபடியாக தன்னை 'Lord of the City' என்றும் 'The Chera King's Great Merchant' Supreme in the whole World' எனக் குறிப்பிடப்பட்டுள்ளது. கொடுங்களூரில் இரவிக்குட்டனின் வர்த்தகப் பணியினைப் பாராட்டி அங்குள்ள வியாபாரிகளின் தலைவன் என்ற பட்டம் வழங்கி மணிகிராமம் அலுவலகமும் அவர் பொறுப்பில் விடப்பட்டது. கடல்வழி, நிலவழி வர்த்தகம் சர்வாதீனமாக நடத்தும் பொறுப்பும் இரவிக் குட்டனுக்கு வழங்கப்பட்டது. இதர வியாபாரிகளும், மர ஆசாரிகள் (தச்சர்கள்), கொல்லர்கள் உட்பட ஐந்து பிரிவுக் கைவினைஞர்களும் அவரின் கட்டுப்பாட்டின்கீழ் இயங்க வேண்டும். சுங்கவரி, அனைத்துப் பொருட்கள் விற்பனையில் அவர் இடைத்தரகு பெற்றுக் கொள்ளலாம். அவருடைய வாரிசுகளுக்கும் அதே உரிமைகள் வழங்கப்பட்டன[34].

---

33. Ibid P- 203
34. Ibid P- 204

கோட்டாறின் கதை

உருக்கு ஆலை

இயற்கையாகவே திருவிதாங்கூர், குறிப்பாகத் தென் திருவிதாங்கூர் தாது வளங்களுக்குப் பெயர் பெற்றதாகும்.

கன்னியாகுமரியிலும் மணவாளக்குறிச்சியிலும் உள்ள கடற்கரையில் படிந்துள்ள கனரக இயற்கைத் தாதுக்களாகிய மானோசைட் *(Manosite)*, இல்மெனைட் *(Ilmenite)*, ரூட்டில் *(Rutile)*, சிற்கோம்ப் *(Zircomb)*, சில்லிமனைட் *(Sillimanite)*, கார்னட் *(Garnet)* ஆகியவை உலகப் புகழ்பெற்றவையாகும். கன்னியாகுமரிக்கு அருகில் கிடைக்கும் சிப்பி வகைகள் பொதுவாக வீடு கட்டுவதற்கு முக்கியமாகப் பயன்படுத்தப்படும் சுண்ணாம்பு தயாரிப்பதற்குப் பயன்படுத்தப்படுகிறது[1].

தென் திருவிதாங்கூரில் கிடைத்துவந்த இரும்புத் தாதுவிலிருந்து மரக்கலப்பைக்குப் பயன்படுத்தப்படும் இரும்பு உபகரணங்கள், விவசாயக் கருவிகள் கைத்தொழிலாக உருவாக்கப்பட்டுவந்தன. ஆனால், ஏற்றம் இறைப்பதற்குப் பயன்படுத்தப்படும் உபகரணங்கள் முற்றிலும் பயன்பாட்டில் இல்லாம லிருந்தது[2].

---

1. Census of India. 1951 (Travancore- Cochin) District Census and Book. Trivandrum. O.SivaramanNair. Trivandrum. 1952. P-11
2. Ibid. P-VII

வீட்டு உபயோகப் பொருட்களைப் பொறுத்தவரைக்கும் வளைந்து கொடுக்கும் தன்மையில்லாத வெண்கலத்திலான எண்ணெய் விளக்குகள், வீட்டு உபயோகத்திற்கான உணவருந்தும் தட்டு வகைகள் ஆகியவை கைத்தொழிலாகத் தயாரிக்கப்பட்டன. ஆனால், வெளி மார்க்கெட்டில் விலை குறைந்த பொருட்கள் இவற்றுக்குப் பதிலாகக் கிடைத்ததால் இத்தொழிலும் பாதிக்கப் பட்டது. இருப்பினும் நாகர்கோவில், கோட்டாறில் பித்தளை, வெண்கலத்தால் உருவாக்கப்பட்ட வீட்டு உபயோகப் பொருட்கள் ஏராளமாகக் கிடைத்தன[3].

கோட்டாறு வர்த்தக மையம் எந்த அளவிற்கு மஸ்லீன் துணி நெசவிற்குப் பேர் பெற்றதோ அந்த அளவிற்குக் கைத் தொழிலுக்கும் புகழ்பெற்றதாகக் காணப்பட்டது. இந்தியாவில் ஆரம்ப காலந்தொட்டே உருக்குத் தொழிற்சாலை முழுவளர்ச்சி யடைந்திருந்தது. அதைப்போன்று திருவிதாங்கூரிலும் வளர்ச்சி யடைந்திருந்தது. உருக்கினாலான பல பொருட்கள் இங்கு தயாரிக்கப்பட்டன. வாள், குதிரையின் முகத்தில் அணியும் சாதனங்கள், பலவகை வெட்டுக் கருவிகள், விவசாயக் கருவிகள், பீரங்கிகள், மணிவகைகள் ஆகியவை தயாரிக்கப்பட்டதற்கான சான்றாதாரங்கள் உள்ளன. படைவீரர்கள், வாள், வளைந்த குறுவாள், கவசஉடை, துப்பாக்கி ஆகியவற்றைத் தரித்திருந்தனர். இக்கருவிகள் யாவும் கிராமங்களில் உற்பத்திசெய்யப்பட்டன. மார்த்தாண்ட வர்மாவின் ஆட்சிக்கு முன்னரே ஒவ்வொரு மாநிலமும் தங்களுக்குத் தேவையான படைக்கலன்களைத் தாங்களே தயாரித்துக்கொண்டன.

உதாரணமாக அரசு அருங்காட்சியகத்தில் காணப்படும் பல உலோகத்தினாலான சாதனங்கள் திருவனந்தபுரத்திற்கு அருகிலுள்ள வட்டியூர்க்காவு என்னும் கிராமத்திலிருந்து பெறப்பட்ட இரும்புத் தாதுவிலிருந்து பிரித்தெடுக்கப்பட்ட உருக்கினால் செய்யப்பட்டதற்கான சான்றாதாரங்கள் உள்ளன. வட்டியூர்க்காவு ஒருகாலத்தில் உருக்கு உலோகத்திற்குப் புகழ் பெற்ற இடமாகத் திகழ்ந்தது.

தென் திருவிதாங்கூரில் சுசீந்திரத்துக்கு அருகிலுள்ள மருங்கூர் என்னும் சிறிய கிராமம் உலோக உற்பத்தி மையமாகத் திகழ்ந் துள்ளது. இங்கு வாழும் முதியவர்கள், தங்கள் இளமைப்பருவத்தில் இரும்பை உருக்கிப் பல்வகைக் கருவிகள் செய்வதை நேரில்

---
3. Ibid. P-X

பார்த்ததாக நினைவுகூருகிறார்கள். அவர்களிடம் சேகரித்த தகவல்கள் கீழே தரப்பட்டுள்ளன. அருகிலுள்ள பர்வத மலையி லிருந்து சரிந்த பகுதிகளில் ஆழமான குழிகள் தோண்டி அதிலிருந்து மண் கலந்த இரும்புத் தாதுக்கள் பெறப்பட்டுள்ளன. தற்போதுகூட அவ்வாறு தோண்டப்பட்ட குழிகளைக் காணலாம். அவ்வாறு சேகரிக்கப்பட்ட இரும்புத் தாதுக்கள் மருங்கூர் கிராமத்திற்குக் கொண்டுவரப்பட்டு உருக்கப்பட்டன. அக்காலத்தில் மருங்கூர் கிராமத்தில் இரும்புவேலை செய்பவர்கள் ஏராளமானோர் வளமுடன் வசித்துவந்தார்கள். விவசாயக் கருவிகள், ராணுவ வீரர்களுக்கான தளவாடங்கள் ஆகியவற்றைச் செய்வதில் கைதேர்ந்தவர்களாகக் காணப்பட்டார்கள். வீடு களுக்கு அருகிலேயே வார்க்கப்படும் தொழிற்சாலைகள் அமைந்திருந்தன. ஆனால், தற்போது இறக்குமதிசெய்யப்பட்ட உருக்கில் பல்வகைக் கருவிகளைச் செய்துவருகின்றனர். இரும்பு, உருக்கினை ஊதுலையில் பக்குவமாக வாட்டி, பதப்படுத்திக் கருவிகளை வார்ப்பதற்குத் தனித்திறமையும் அனுபவமும் பெற்ற தொழிலாளர்கள் தேவை. தற்போது மருங்கூரில் வசிக்கும் பல தொழிலாளர்கள் அத்திறனைத் தங்கள் முன்னோர்களிடம் பாரம்பரியமாகக் கற்றதாக நினைவுகூருகிறார்கள். இவர்கள் கூர்மையான ஆயுதங்களைத் தயார் செய்வதிலும் வல்லவர்கள்[4].

பௌதீக அடிப்படையில் தென் திருவிதாங்கூர் குறிப்பாக நாஞ்சில் நாடு கனிமவளம் நிறைந்த அடுக்குப் பாறைகளைக் கொண்டதாகக் காணப்படுகிறது. சுமார் ஒரு நூற்றாண்டிற்குப் முன்னால் வரைக்கும் மைலாடி கிராமத்தில் இரும்புத் தாதுக்கள் உருக்கப்பட்டதற்கான சான்றுகள் உள்ளன. அருகிலுள்ள மலைக்குன்றுகளில் கிடைத்த மண்ணுடன் கலந்த இரும்புத் தாதுவைச் சலித்து எடுத்து உருக்கப்பட்ட இரும்பைக் கொல்லர்கள் வாங்கிவந்து அவற்றை விவசாயக் கருவிகளாக உருவாக்கினர். இவ்வாறு மைலாடிக் கொல்லர்களால் உருவாக்கப்பட்ட இரும்பிலான உபகரணங்கள் இறக்குமதி செய்யப்பட்டவற்றைக் காட்டிலும் தரத்திலும் உழைப்பிலும் நீடித்து விளங்கின. மைலாடி போன்று, ஆரல்வாய்மொழியிலும் இரும்பை உருக்கும் ஆலைகள் இருந்ததற்கான சான்றுகள் உள்ளன[5].

நாஞ்சில் நாட்டின் பலபகுதிகளில் குறிப்பிட்ட தொழில் சார்ந்த தொழிலாளர்கள் வாழ்ந்துவந்துள்ளனர். குறிப்பாகச் சுசீந்திரம் கோயிலுக்கு அருகில் உலோகம் சம்பந்தமான

---

4. Census of India. 1931. Volume. XXVIII. Travancore. Part I Report. N. Kunjan Pillai. P-457- 458
5. The Sucindrum Temple. K.K.Pillai. P-6

தொழிலாளர்கள் வாழ்ந்து வந்ததற்கான சான்றுகள் உள்ளன. உதாரணமாக மாறன் சடையன் என்ற மன்னரின் ஆட்சிக்காலத் திலுள்ள ஆரம்பகாலக் கல்வெட்டு, சசீந்திரத்தைச் சுற்றி வாழ்ந்த கொல்லர்கள், பொற்கொல்லர்கள், தச்சர்கள் பற்றிக் குறிப்பிட்டுள்ளது[6].

"மருதகுண வாய்க்காலுக்கும் வடக்கு தைச்சரும் கொல்லரும் குடியிருக்கின்ற கொட்டில்களும்" எனக் குறிப்பிடப்பட்டுள்ளது.

மேலே குறிப்பிடப்பட்டுள்ள தொழிலாளர்கள் அனைவரும் தங்கள் அன்றாடத் தொழிலுக்கான கருவிகளை மைலாடி, மருங்கூர் போன்ற கிராமங்களிலிருந்து பெற்றிருக்க வேண்டும் என்பது உறுதியாகிறது.

மேலும், தென்னிந்தியாவில் பரவலாகப் பூமியின் மேல் பரப்பில் தரமான இரும்புத் தாதுக்கள் கிடைத்துவந்ததாக உலோகவியலாளர்கள் குறிப்பிட்டுள்ளனர். அதே போன்று அவற்றை உருக்குவதற்குத் தகுதியான மண்ணும் கிடைத்துள்ளது. பலவகையான இரும்பு உபகரணங்களும் உருக்குவதற்கு உரித்தான கருவிகளும் ஆதிச்சநல்லூர் அகழ்வாராய்ச்சியின்போது கிடைத் துள்ளன என்பது இங்கு குறிப்பிடத்தக்கது[7].

உலோகங்களிலேயே சிறந்த உலோகக் கலவை என அழைக்கப்படுவது வெண்கலமாகும். இது மற்ற உலோகங்களைக் காட்டிலும் காலத்தால் முற்பட்டதாகும். கட்டமைப்பிற்குரிய சிறந்த உலோகமான வெண்கலம் கி.பி. 15 அல்லது 16ஆம் நூற்றாண்டுகளில் அறிமுகப்படுத்தப்பட்டிருக்க வேண்டும். மேலும், 80% செப்பும் 20% வெள்ளீயமும் கலந்த, மணி செய்ய உதவும் உலோகம் (Bell Metal) முக்கியமானதாகும். இவையாவும் அரிதான உலோகங்கள். இவையனைத்தும் தென்னிந்தியாவில் குறிப்பாகத் திருவிதாங்கூர் பகுதிகளில் தாராளமாகக் கிடைத்தன என்பது குறிப்பிடத்தக்கது[8].

பொதுவாக ஒருநாட்டின் பொருளாதார மேம்பாட்டிற்கு அங்குள்ள இயற்கைவளம் முக்கியமானது. இயற்கை வளங்களில், கனிம வளங்களும் முக்கியப் பங்கு வகிக்கின்றன. கனிம வளங்களால் பொருளாதார வளர்ச்சிக் காரணிகள் உந்துதல் அடைகின்றன.

---

6. The Sucindrum Temple. K.K. Pillai P-244.
7. The Madras Presidency. P-74. Thurstan. E.Cambridge. 1913.
8. A Briof note on vorious kinds of Bronze -Lalan Kumar Prasad. PP-73&75

மதுரை மாவட்டத்தின் வடகிழக்குப் பாகத்தின் மண்ணின் மேற்பரப்பு இரும்புத்தாது கனிமம் நிறைந்ததாகக் காணப்பட்டுள்ளது. ஒரே சீரான கலவை நிறைந்ததாகக் காணப்பட்ட இப்பகுதி இயற்கையின் வரப்பிரசாதமாகும். இவ்வியற்கை வளத்தை அடிப்படையாகக் கொண்டு இவ்வட்டாரத்தைச் சுற்றி இரும்புத் தொழிற்சாலைகள் இருந்துள்ளன. இதன் காரணமாக வைகை நதியின் தென்பகுதியைச் சுற்றியிருந்த காடுகள் அழிக்கப்பட்டன. இரும்புத் தாதுக்கள் வெட்டி எடுக்கப்பட்டதன் காரணமாக இரும்புத்தாது நிறைந்த களிமண் நிலப்பரப்பு மாறி, சரள்மண் நிறைந்த பகுதியாகக் காட்சியளித்தது. இதைப்போன்று தென் திருவிதாங்கூரின் பெரும்பகுதியின் மேற்பரப்பு இரும்புத்தாது நிறைந்ததாகக் காணப்பட்டது[9].

சேலம் மாவட்டம், பரங்கிப்பேட்டை, தென் ஆற்காடு ஆகிய ஊர்களிலுள்ள இரும்புத் தாதுக்களிலிருந்து தயாரிக்கப்பட்ட உருக்கிற்கு இங்கிலாந்தில் நல்ல வரவேற்பிருந்தது. மேலும், 1833ஆம் ஆண்டு இந்தியாவின் உருக்கு, இரும்பு, குரோமியம் கம்பெனிகள் மேற்குறிப்பிட்டுள்ள பகுதிகளிலிருந்து இரும்புத் தாதுவைப் பெற்றுவந்தன என்பது குறிப்பிடத்தக்கது[10].

இரும்புத் தாதுவைப் போன்று திருவிதாங்கூரில் கிராபைட் என்னும் வேதிப்பொருள் கி.பி. 1845ஆம் ஆண்டு கண்டுபிடிக்கப் பட்டது. திருவனந்தபுரத்தின் தெற்கிலும் வடக்கில் கொச்சி வரையிலும் இவ்வேதிப்பொருள் கிடைத்துள்ளது. திருவனந்தபுரத் திற்குத் தெற்கே கிடைத்த கிராபைட்டைப் பரிசோதனை செய்து பார்த்ததில் நல்ல மென்மை படைத்ததாகக் காணப்பட்டது. மேலும், பழைய முறையில் பென்சில் தயாரிப்பதற்கு இது ஏற்றதாகக் காணப்பட்டது[11].

விலையுயர்ந்த ஆபரணக்கற்கள் சுரங்கம் அமைப்பு

மன்னர் மார்த்தாண்டவர்மா ஆட்சிக்காலத்தில் (1720–1758) அரசே முன்வந்து பல்வகைத் தொழில் வளர்ச்சிக்கு முன்னுரிமை அளித்தது. உதாரணமாக திருவனந்தபுரம் மாவட்டம், வட்டியூர்க்காவுப் பகுதியில் உள்ள குலசேகர மங்கலம் என்ற கிராமத்தில் விலையுயர்ந்த கற்கள் அடங்கிய சுரங்கம் கண்டுபிடிக்கப்பட்டது. இச்சுரங்கத்திலிருந்து தரம் குறைந்த மாணிக்க, வைடூரியக்கற்கள் கிடைத்துள்ளன. இக்கற்களைச்

---

9. Manual of the Administration of the madras Presidency Vol. II. Madras. 1885. P-20
10. Ibid. 36
11. Ibid . P-32

சாதாரண மக்கள் தாளும் (Thalum) என அழைப்பர். இதே மாதிரியான சுரங்கங்கள் திருவனந்தபுரம், விளவங்கோடு தாலுகாவில் அருமனை ஆற்றிங்கல் பகுதியில் கொடுமண் சிறையின் கீழ்ப்பகுதியில் கருமண்குன்று ஆகிய இடங்களிலும் காணப்பட்டன[12].

தேங்காய்க் கொப்பரை, கருப்புக்கட்டி உற்பத்தி

தென்னையும் பனையும் தென் திருவிதாங்கூரின் பாரம்பரியச் சொத்துகள். அன்றாடம் இங்கு வாழும் மக்களின் வாழ்வோடு பின்னிப்பிணைந்த இவ்வியற்கைச் சொத்துகள் மக்களின் வாழ்வாதாரமாக மாறிவிட்டதில் ஆச்சரியமில்லை. இவற்றிலிருந்து உற்பத்தியாகும் பொருட்கள் அக்காலந்தொட்டுக் கோட்டாறு வணிக மையத்தை ஆக்கிரமித்து வந்துள்ளன. உள்நாட்டு வியாபாரத்தை மட்டுமல்லாமல் அந்நியச் செலாவணியையும் பெருக்கித் தந்துள்ளது இவற்றின் தனிச்சிறப்பு.

திருவிதாங்கூருக்கு இயற்கை அழகையும் செல்வத்தையும் கொடுப்பது தென்னை மரமாகும். அங்கிங்கெனாதபடி திருவிதாங்கூரெங்கிலும் தென்னை மரத்தைப் பார்க்கமுடியும். தெற்கிலிருந்து வந்த 'காய்' என்பதால் 'தேங்காய்' எனக்கூறுவர். இலங்கையில் யாழ்ப்பாணம் இதன் பிறப்பிடமாகும். செல்வத்தை அள்ளித்தரும் இதன் கொப்பராவிலிருந்து எண்ணெயும் தேங்காயிலிருந்து கயிறும் திரிக்கப்படுகின்றன. அக்காலந்தொட்டே இவற்றுக்கு வெளிநாடுகளில் நல்ல தேவை இருந்துவருகிறது.

அடுத்ததாகப் பனைமரம் முக்கியத்துவம் பெறுகிறது. தென் திருவிதாங்கூரில் நெருக்கமாகவும் வடக்கில் பரவலாகவும் காணப்படும் இம்மரத்தின் சாறிலிருந்து கருப்புக்கட்டி தயாரிக்கப் படுகிறது. இம்மரத்தை அதன் பயன்பாடு கருதி 'கற்பக விருட்சம்' என்பர். உலகெங்கிலும் இது பயன்படுத்தப்படுகிறது. கருப்புக்கட்டிக்கும் பனங்கற்கண்டிற்கும் உள்ளூரிலேயே தேவை அதிகமாக இருப்பதால் அவை குடிசைத் தொழிலாகவே நடைபெற்று வருகின்றன.

தென் திருவிதாங்கூரில் பனை வெல்லம், கருப்புக்கட்டி தயாரிப்பதில் மக்கள் தேர்ச்சி அடைந்தவர்களாகக் காணப்படு கிறார்கள். குழந்தைகள் இவற்றை விரும்பி உண்பர். ஆயுர்வேத, சித்த மருந்து வகைகளில் இவை சேர்க்கப்படுகின்றன. தென் திருவிதாங்கூரில், குறிப்பாக அகஸ்தீஸ்வரம் ராஜாக்கமங்கலம்

---

12. History of Travancore from the Earliest Times. P.Shungoony Menon. New Delhi. 1985. P-175-176

பகுதிகளில் பனங்கற்கண்டு தயாரிப்பு அமோகமாக இருந்து வந்துள்ளது. கோட்டாறு வணிக மையத்தில் விற்கப்பட்டு வந்துள்ள பனைப் பொருட்களுக்குத் தனித்தரம் இருந்துவந்துள்ளது. ஆனால், தற்காலத்தில் அதன் உற்பத்தி நின்றுபோயுள்ளது. ஆனால், அண்டை மாவட்டமான திருநெல்வேலியில் குடிசைத் தொழிலாகத் தயாரிக்கப்படுகிறது. குறைந்த தேவை, விலைவாசி உயர்வு, சம்பள உயர்வு, பனங்கற்கண்டு உற்பத்தி செய்வதற்கான கூடுதல் கால அளவு *(சுமார் 5 மாத காலம்)* போன்ற காரணங்களால் தொழிலாளர்கள் தாமரைக்குளம் போன்ற இடங்களிலுள்ள உப்பளங்களில் வேலைசெய்வதை லாபகரமாகக் கருதுகிறார்கள். எனவே, ஆயிரக்கணக்கான மக்களுக்கு வாழ்வளித்த குடிசைத் தொழில் நசிந்துபோனது[13].

---

13. Ibid P-461-465

இடப்பெயர்ச்சி - 1

Migration அல்லது இடப்பெயர்ச்சி என்ப தற்குக் கூட்டமாக மனிதர்கள் அல்லது பறவைகள் அல்லது காட்டு மிருகங்கள் பல காரணங்களால் ஒரு இடத்திலிருந்து இன்னொரு இடத்திற்குச் செல்லுதல் எனப் பொருள்[1].

மனிதர்களின் இடப்பெயர்ச்சிக்குப் பல காரணங்கள் உள்ளன. இந்தியாவில் மக்கள்தொகை சம்பந்தப்பட்ட அனைத்துக் கேள்விகளுக்கும் 'இடப் பெயர்ச்சி' என்ற காரணி அடிப்படையில் பதில்கூற முடியும். இந்தியாவில் பொதுவாக வடக்கிலிருந்து தெற்கு நோக்கியே மக்களின் இடப்பெயர்ச்சி இருந்துவந்துள்ளதாகச் சான்றுகள் உள்ளன. மேலும் நாடோடித் தன்மை (NOMADISM) என்பது தென் இந்தியாவில் பரவலாகக் காணப்பட்டுள்ளது. உள்நாடு நோக்கிய இடப்பெயர்ச்சி சம்பந்தமாக ஏராளமான பாரம்பரிய காரணிகள் உள்ளன. உதாரணமாக வடக்கு கனரா நாட்டிலிருந்து நாயர் சமுதாயத்தினர் இடம்பெயர்ந்து தென்இந்தியா வின் மேற்குக் கடற்கரையில் குடியேறினார்கள். திருநெல்வேலி சாணார்கள் அல்லது நாடார்கள், இலங்கையிலிருந்து இங்கு வந்து குடியேறியவர்கள் ஆவர். அதைப்போன்று திருநெல்வேலி வெள்ளாளர் கள் வடக்கு கர்நாடகத்திலிருந்து வந்து குடியேறி யுள்ளார்கள்[2].

---

1. New Oxford Advanced Leaner's Dictionary. P-968
2. Manual of the Administration of the Madras Presidency. Vol-I, Madras. 1885. P-33&35

இந்தியாவில் பொதுவாக மக்கள் ஒரு இடத்திலிருந்து இன்னொரு இடத்திற்கு இடம்பெயருவதற்கு பொருளாதார நிலைகள் காரணமாக இருக்க முடியுமா? என்பது சந்தேகமே. வேண்டுமென்றால் இவ்வாறு வைத்துக் கொள்ளலாம்... பொருளாதார வளர்ச்சியினால் ஏற்படும் தாக்கமும் அதன் காரணத்தால் ஏற்படும் அழுத்தமும், மக்களை ஒரு இடத்தை விட்டு சாரை சாரையாக இடம்பெயர அனுமதிக்கின்றன[3].

நவீன வளர்ச்சிக்கு அடையாளமாக ஒரு நகரமும் அதே நேரத்தில் பாரம்பரிய வளர்ச்சிக்கு அடையாளமாக அதைச் சுற்றியுள்ள கிராமங்களும் விளங்குகின்றன. உண்மையில் நகரிய வளர்ச்சிதான் கிராம சமுதாய வளர்ச்சிக்கு ஊன்றுகோலாக விளங்குகின்றன.

தமிழகத்தைப் பொறுத்தவரையில் புலப்பெயர்ச்சி என்பது சங்க காலம் முடிவுக்கு வந்ததிலிருந்தே தொடங்கிவிட்டது எனலாம். இடைக்கால விவசாய அமைப்பின் வளர்ச்சிதொட்டு பெரும்பாலான மக்கள் வடஇந்தியாவிலிருந்து தெற்கு நோக்கி, குறிப்பாகத் தமிழகம் நோக்கிப் புலம்பெயரத் தொடங்கினர். மதத்தின் மீது மக்கள் கொண்டிருந்த நம்பிக்கை தமிழ்க் கலாச்சாரத்தையே மாற்றியமைத்தது. சங்க இலக்கியங்களில் விளக்கப்பட்ட நீர், நிலம், நெற்பயிர் பயிரிடும் மையங்களாக மாறத் தொடங்கின. தென்னிந்தியாவின் ஜீவநதிகளான கிருஷ்ணா, கோதாவரி, தாமிரபரணி ஆகிய நதிகள் உணவு தானிய உற்பத்திக்கு வலுவூட்டின.

சங்க காலத்தில் தாமிரபரணி கடலில் சங்கமித்த கொற்கைத் துறைமுகம் நெல் விளைச்சலுக்கு மட்டுமல்லாமல் முத்து உற்பத்திக்கு உகந்த பகுதியாகவும், கடல் வணிகத்திற்குப் பெயர் பெற்றதாகவும் விளங்கியது. இதற்கான தொல்லியல், இலக்கியச் சான்றுகள் கிடைத்துள்ளன. திருநெல்வேலி பல்வகைக் கலாச்சாரக் கூறுகளைக் கொண்டிருந்தாலும் தொன்றுதொட்டு உள்நாட்டு, வெளிநாட்டு வணிகத்தில் முக்கியப்பங்கு வகித்தது. வணிகத்தில் வடக்கில் மதுரை வழியாகவும் தெற்கில் தென் திருவிதாங்கூர் வழியாகவும் வியாபாரத் தொடர்பு கொண்டிருந்தது என்பது குறிப்பிடத்தக்கது. நெல்லை – குமரி வர்த்தகம், இந்துமகா சமுத்திரம் பகுதியில் (இலங்கை உட்பட) வியாபித்திருந்தது.

சோழர்கள் தெற்கில் உள்ள தங்கள் கைவசம் உள்ள பகுதியைப் பாதுகாக்கும் முகமாக ராணுவ முகாம்களை

---

3. Land and Castein South India- Dharmaraj. Cambridge. 1965. P-128

அமைத்திருந்தனர். கி.பி. 1200க்குப் பிறகு பாண்டிய மன்னர்கள் தங்கள் ராணுவ நிலைகளை வலுப்படுத்திக்கொண்டனர். பாண்டிய மன்னர்களின் வீழ்ச்சியைத் தொடர்ந்து விஜயநகர மன்னர்களின் எழுச்சி தென் திருவிதாங்கூர் வர்த்தக வளர்ச்சிக்கு ஒரு திருப்புமுனையாக அமைந்தது.

மேற்குறிப்பிட்டுள்ள மன்னர்களின் ராணுவ நிலைகள் இடம்பெயரும்போது அவர்கள் தனியாக இடம்பெயருவதில்லை. அவர்களுடன் இடம்பெயர்ந்தவர்கள் பகுதி சார்ந்த இடங்களில் மாற்றங்களைக் கொண்டுவந்தனர். வர்த்தகப் போட்டியின் மூலம் புது உத்திகளையும் நுட்பங்களையும் புகுத்தினர். இதன்மூலம் வியாபார மையங்கள் போட்டி மையங்களாக மாறின.

பாண்டிய மன்னர்களின் வீழ்ச்சிக்கு முன்பே தென் திருவிதாங்கூர் பகுதியின் மேற்குப் பகுதியிலிருந்து பிராமணர்கள் தெற்கில் குடியேறத் தொடங்கிவிட்டனர். இடைக்காலத்தில் சோழமண்டலத்திலிருந்து புலம்பெயர்ந்தவர்களும் திருநெல்வேலி யிலிருந்து இடம்பெயர்ந்தவர்களும் மலையாள மொழியை நன்கு பேசக் கற்றுக்கொண்டார்கள்.

கி.பி. 1700 – 1800ஆம் ஆண்டுகளில் தமிழகத்தின் வடக்குப் பகுதியிலிருந்து தென்பகுதிக்கு முஸ்லிம்கள் இடம்பெயரத் தொடங்கினர். இவர்கள் வர்த்தகர்களாகவும், நெசவுத் தொழி லாளர்களாகவும் காணப்பட்டனர்[4].

ஆனால், கி.பி. 1300 – 1600 ஆண்டுகளுக்கு இடைப்பட்ட அனைத்துச் சான்றுகளையும் ஆராய்ந்தால் சாணார்கள், மறவர்கள், தெலுங்கைத் தாய்மொழியாகக் கொண்ட வடுகர்கள் (வடக்கே உள்ளவர்கள்) ஆகிய மூன்று இனத்தவர்கள் மட்டுமே தெற்கு நோக்கி இடம்பெயர்ந்தவர்களில் பெரும்பான்மையாகக் காணப்பட்டார்கள். இவர்கள் அனைவரும் விவசாயத்தை நம்பியே வாழ்ந்தனர் என்பது குறிப்பிடத்தக்கது.

Hornell என்ற அறிஞர் திருநெல்வேலி மாவட்டத்தின் பரவர்கள், சாணார்கள், பறையர்கள் ஆகியோரின் இடப் பெயர்ச்சிப் பண்புகள் குறித்து ஆய்வுசெய்துள்ளார். இவர்கள் அனைவரும் பாலினேசியாவிலிருந்து *(Polynesia)* தென்னிந்தியா விற்கு வந்து குடியேறியவர்களாவர். இவர்கள் தங்களுடன் பாய்மரக் கப்பலையும் தேங்காய்களையும் கொண்டுவந்தனர். திராவிடர்களின் வருகைக்கு முன்போ பின்போ இவர்கள் வந்திருக்க வேண்டும் என்பது *Hornell* – ன் கருத்தாகும். இவர்கள்

---

4. A History of South India, K.A. Neelakanda Sastri, 1966, See. Chapter -I

பாலினேசியாவில் பழக்கத்திலிருந்த பாய்மரக் கப்பலைத் தென்னிந்தியாவில் அறிமுகப்படுத்தினர்[5].

கேரளாவைப் பொறுத்தவரைக்கும் இடப்பெயர்ச்சி என்பது பெருமாள் மன்னர்களின் ஆட்சிக் காலத்தில் ஏற்பட்டது எனலாம். இவர்கள் திருவஞ்சிக் குளத்தைத் தலைநகராகக் கொண்டு ஆண்டனர். 64 கிராமங்களைச் சார்ந்த நம்பூதிரிப் பிராமணர்கள் இவரைத் தேர்வுசெய்துள்ளனர். இந்த 64 கிராமங்களைச் சார்ந்த பிராமணர்கள் தென் திருவிதாங்கூரிலிருந்து திருவஞ்சிக் குளத்திற்குச் சென்று குடியேறியவர்கள் என்பது குறிப்பிடத்தக்கது[6].

பொதுவாக இடப்பெயர்ச்சி என்பது இரண்டு வகைப்படும். வாழும் கட்டாயம் ஏற்படும்போது இயல்பாகவே குடிமக்கள் ஒரு இடம் விட்டு இன்னொரு இடத்திற்குக் குடும்பமாக இடம்பெயருவது முதல்வகை. அரசாங்கமே முன்வந்து தொழில் நிமித்தமாகக் குடியமர்த்துவது இரண்டாம் வகை.

உதாரணமாக சுமார் நான்கு நூற்றாண்டுகளுக்கு முன்பு திருவிதாங்கூரிலுள்ள உப்பளங்களில் வேலைசெய்வதற்கென அரசாங்கமே முன்வந்து, பாண்டி நாட்டிலிருந்து ஏழு குடும்பங்களை அழைத்துவந்து குடியமர்த்தியது. இவர்கள் தென் திருவிதாங்கூரிலுள்ள தாமரைக்குளம், புத்தளம், இதர அளங்களில் பணிசெய்ய அமர்த்தப்பட்டனர். இவர்கள் இடம் பெயர்ந்து வந்த விவரம் கல்வெட்டில் பொறிக்கப்பட்டு மொழி பெயர்க்கப்பட்டுள்ளது[7].

இவ்வாறான இடப்பெயர்ச்சிக்குக் காரணங்கள் என்ன, எனப் பார்க்கும்போது பல உண்மைகள் நமக்குத் தெரிய வருகின்றன. அதற்கான காரணங்கள் பல இருப்பினும், அதற்கான சான்றாதாரங்கள் குறைவாகவே காணப்படுகின்றன. ஆரம்ப காலங்களில் சில குறிப்பிட்ட இடங்களில் நிகழ்ந்த காலநிலை மாறுபாடுகள், புதிய குடியேற்றங்கள் காரணமாகப் புலம்பெயர்ந்த நாடோடிக் கூட்டங்கள், மக்கள்தொகைப் பெருக்கத்தால் ஏற்பட்ட தாக்கம், அரசியல் நிலவரங்கள் ஆகியவை சில அடிப்படைக் காரணிகளாகும். இவை புலப்பெயர்ச்சிக்கு ஏதுவாகத் தங்கள் தங்கள் பங்கை ஆற்றியுள்ளன. சமீப காலத்தில் பஞ்சம், மதரீதியிலான இம்சைகள், புதிய குடியேற்றங்கள் ஆகியவை

---

5. Census of India. 1931 Vol. I. India A Racial Affinities of the people of India. Simla. 1935. J.H> HUTTON. P-XXVIII

6. Medieval Kerala, P.K.S.Raja Annamalai Univercity. 1953. P-33

7. Census of India. 1901. Vol-XXVI Travancore Report Part- I Trivandrum. 1903. P-258

புலப்பெயர்ச்சியை வேகப்படுத்தியுள்ளது எனலாம். ஆனால், பொதுவாக, அடிப்படையில் உணவு தேடுதல் என்பது புலப் பெயர்ச்சிக்கான அடிப்படைக்காரணியாக அமைந்துள்ளது. மேற்குறிப்பிட்டுள்ள காரணிகளில் ஒன்றிலிருந்து ஒன்றை வேறு படுத்திப் பார்ப்பது என்பது சற்றுச் சிரமமான காரியமாகும். இருப்பினும் அவ்வாறு வேறுபடுத்திப் பார்ப்பதற்கு முன்பு இயல்பான கேள்விக்கான பதிலை நம்முள் உருவாக்கிக்கொள்வது அவசியமாகிறது. ஆரம்ப காலங்களில் மேலே குறிப்பிட்டுள்ள பகுதிகளிலுள்ள மலைகளிலும் காடுகளிலும் மலைநாட்டு மக்கள் சென்று ஏன் வசிக்கத் தொடங்கினார்கள் என்பதே அக்கேள்வி[8].

தென் பகுதியிலிருந்து புலப்பெயர்ச்சி மூலம் உடன் கொண்டு வரப்பட்ட தேங்காய் குறித்து கீழ்க்கண்ட குறிப்பு நமக்கு சில தகவல்களைத் தருகிறது. பர்மாவும் தூரக்கிழக்கு நாடுகளும் இந்தியாவுடனான வர்த்தகப் பாதையின் மையப்பகுதியில் அமைந்துள்ளன. இவ்வர்த்தகப் பாதையிலுள்ள தீவுகள் குறித்துப் பழங்கால வரலாற்றில் பல குறிப்புகள் காணப்படுகின்றன. புத்த பிட்சு ஒருவர் நிக்கோபர் தீவுக் கூட்டங்களை *Nalo-Kio-Chon* அதாவது *Coconut Islands* எனக் குறிப்பிட்டுள்ளார்[9].

இத்தீவுக் கூட்டங்களில் வாழ்ந்த மக்கள் தேங்காய்களைக் கொடுத்து இரும்பைப் பண்டமாற்று அடிப்படையில் பெற்றுக் கொண்டார்கள்[10].

வர்த்தகத்திற்கான போக்குவரத்து மார்க்கங்களும், மக்களின் இடப்பெயர்ச்சி மார்க்கங்களும் ஒன்றாக இருந்திருக்க வேண்டும் என்பது ஆராய்ச்சியாளர்களின் துணிவு. ஏனெனில், இம்மார்க்கங்களில் பொதுமக்கள் மிக எளிதாகச் சென்றுவர முடிந்தது. குறிப்பிட்ட எல்லைக்குள்ளாகப் பழங்குடி மக்கள் தங்களுக்கான உணவு வகைகளை எளிதாகப் பரிமாறிக்கொள்ள முடிந்தது. அபூர்வமான பொருட்கள்மீது வளமான வர்த்தகம் நடைபெற்றது. அணிந்திருப்பவர்களுக்குப் பெருமையும், அழகும் தரும் அபூர்வமான பொருட்கள் மீது வளமான வணிகம் நடைபெற மேற்கண்ட மார்க்கங்கள் ஊக்கமளித்தன. எதிரிகளைத் தாக்கிஅழிக்க உதவும் ஆயுதங்களையும் இதர கருவிகளையும் கூராக்க உதவும் விலையுயர்ந்த கருவிகளுக்கு உயர்ந்த விலை யளிக்கப்பட்டது போன்று இவ்வணிகப் பொருட்களுக்கும் அளிக்கப்பட்டன.

---

8. Ibid. P-61
9. Extracts from the Census Report on the Andamans and Nicobar Islands. 1931. M.C.C. BONINGTON. P-172
10. Pinkerton's Voyages and Travels. Vol-7

பழங்கற்காலத்தில், கடற்சங்குகளைக் கோவையாகக் கோத்துக் கழுத்தில் மாலையாக அணியும் பழக்கம் இருந்து வந்துள்ளது. அக்கால எலும்புக் கூடுகளில் துளையிடப்பட்ட சங்குமாலை கண்டெடுக்கப்பட்டுள்ளது என்பதே அதற்குச் சான்று. மேலும் அவர்கள் ஏற்கெனவே பழகிப்போன பாதை வழியாக இடம் பெயர்ந்துள்ளார்கள் என்பதற்கும் சான்றுகள் உள்ளன. புதிய கற்காலத்தில் மனிதர்கள் வாழ்ந்த ஒவ்வொரு காலகட்டமும் சற்று வித்தியாசமான வரலாற்றைத் தழுவியிருந்தது. புதிய கற்காலத்தில் மனிதர்கள் பயணப்பட்ட வழிகள், வரலாற்றுக்கு முந்தைய காலத்தில் அவர்கள் பயணப்பட்டிருந்த வழிகள் குறித்துத் தெளிவாக விளக்குவதாக நமக்குப் புலப்படுகிறது. கோதுமை, பார்லி, புல்லரிசி, சணல், பன்றி, குதிரை, கன்றுகாலிகளின் பயன்பாடுகளைத் தெரிந்து அவற்றை வீட்டுடமைகளாக ஆக்கிக் கொள்வதற்கு முன்னால், அவற்றை இறக்குமதி செய்துள்ளனர். பின்பு அவற்றை நம் நாட்டிலேயே உற்பத்தி செய்யவும் வளர்க்கவும் பழகிக்கொண்டனர். அன்றாட வாழ்க்கைக்குப் பயன்படும் கூடைகள், பாய்கள், நெசவுத் தொழில் பழக்கத்திற்கு வருவதற்கு முன்பே தங்களுக்கான ஆடைகளை உருவாக்கவும் தெரிந்துகொண்டனர். ஆனால், இவ்வாறு உருவாக்கிய பொருட்கள் யாவுமே தொல்லியல்ரீதியாக அடையாளமின்றி அழிந்துபோயின. எனவேதான் வரலாற்றுக் கால அல்லது வரலாற்றுக்கு முந்தைய கால வர்த்தக வரலாறு, உலோகக் காலம், விலை மதிப்பற்ற கற்கள் கண்டுபிடிக்கப்பட்ட காலத்திலிருந்து தொடங்குகிறது எனலாம்.

புதிய கற்காலத்தின் அரிய கண்டுபிடிப்புகள் பொருளாதாரக் கட்டமைப்புகள் அடங்கிய போக்குவரத்து மார்க்கங்களை நிலைகுலையச் செய்தன. மேலும், இதன் காரணமாகப் பெரும்பான்மையான அளவிற்குப் பண்டமாற்று, வர்த்தகம் நடைபெற வழி வகுத்தது. இறுதியில் பெரும் செல்வம் சேர்ந்ததால் ஒரு குறிப்பிட்ட இன மக்கள் பெரும் செல்வந்தர்களாக மாறினர். மனிதன் உண்ணும் உணவுப் பொருளாக இருந்தாலும் பண்டமாற்றுக்குப் பயன்படுத்தும் சோளியாக இருந்தாலும் மதிப்புமிக்க செல்வமாகக் கருதப்பட்டது. இம்மாதிரியான சிக்கலான பொருளாதார வழிமுறையில் தனித் தேர்ச்சியும் காலம் காலமாக அத்தேர்ச்சிக்கான நுட்பங்களையும் ரகசியங்களையும் கவனமாகப் பாதுகாத்துக்கொள்வதன் மூலம் அந்நுட்பங்கள் பழங்கால சில குறிப்பிட்ட தொழில்நுட்பக் குழுக்களின் சர்வாதீனமாக மாறத் தொடங்கின. ஆரம்ப காலங்களில், சிறிய தோணிகளில் அங்குமிங்கும் அலைந்து திரிந்த மனிதன் எப்போதாவது சக்கரங்கள் பொருத்திய வாகனங்களில் ஒட்டு

மொத்தமாக இடம்பெயர்ந்து செல்லும்போது பழங்கால பண்டமாற்று முறையைப் பின்பற்றத் தொடங்கினான். சாதாரண பிரயாணி சென்றுவந்த சாலை மார்க்கத்தில் இடப்பெயர்ச்சி வெற்றிகரமாக நடைபெற்றுவந்தது. அவ்வாறு சென்று வந்தவர்கள் பண்டமாற்று அடிப்படையில் விலையுயர்ந்த புதிய பொருட்கள், விலை மதிப்பற்ற அன்பளிப்புகளை அந்நிய நாட்டிலிருந்து பெற்று வந்தனர். பழங்காலங்களில் பழக்கத்திலிருந்த மெதுவான போக்குவரத்து போன்று வர்த்தகமும் மெதுவாகவே நடைபெற்று வந்தது[11].

இடப்பெயர்ச்சி – முகவுரை

"கோயில் இல்லா ஊரில் குடியிருக்க வேண்டாம்" என்ற முதுமொழிப்படி, நகரிய வளர்ச்சிக்குப் பொருளாதாரக் காரணம் அடிப்படையான காரணியாக இருப்பினும் அதில் மதரீதியான காரணியின் பங்கை மறுப்பதற்கில்லை. கோயில்கள் சமுதாய அமைப்பில் முக்கிய அங்கம் வகிக்கின்றன. சில இடங்களில் அவை சந்தேகங்களாகவும் (தீட்டுகள் தவிர்க்கப்பட்ட இடம்), ஆளும் அதிகார மையத்திற்கு அப்பாற்பட்ட புனிதம் பெற்ற இடங்களாகவும், போர் நடைபெறும் காலங்கள், இயற்கைப் பேரிடர்க் காலங்களில் சமுதாயத்தின் அனைத்துத் தரப்பு மக்களின் புகலிடங்களாகவும், மதநம்பிக்கையில் வாழ்வோருக்கு அபயம் அளிக்கும் மையங்களாகவும், கலாச்சாரப் பாதுகாவல் மையங்களாகவும், வறியவர்களுக்கு உணவளித்து வாழ்வளிக்கும் முகவர்களாகவும் செயல்பட்டுவருகின்றன.

மேலும் நகரிய வளர்ச்சிக்கான பல இயற்கையான காரணிகள் இருப்பினும், கோயில்களின் பங்கு அவற்றிற்கு மகுடம் வைத்தாற்போல் காணப்படுகிறது.

கோட்டாறின் நகரிய வளர்ச்சியை ஆரம்பகாலத்தில் ஊக்கப்படுத்திய பெருமை வர்த்தக வளர்ச்சியையே சாரும். ஆனால், பிற்காலத்தில் கோட்டாற்றைச் சுற்றிலும் கோயில்கள் தோன்றிய பிறகு, அவற்றைச் சார்ந்து வாழ முற்பட்ட மக்களின் வருகையால் கோட்டாறின் நகரிய வளர்ச்சி முழுமை பெறத் தொடங்கியது எனலாம்.

கோட்டாற்றைச் சுற்றிலும் கோயில்கள் அமைந்திருந்ததால் பிரம்மதேயங்களுக்குக் குறைவில்லை. பிரம்மதேயங்கள் பிராமணர்களின் குடியிருப்புகளாகும். தென்னிந்தியாவில்

---

11. Indian Culture Vol- II July. 1935. AP-1936 Journal of the Indian Research Institute. Culcutta- Pre- Historic Trade, Routs and Commerce PP-77-92

ஏராளமான பிரம்மதேயங்கள் இருந்ததாகக் கல்வெட்டுகள் சான்று பகர்கின்றன. வீரபாண்டிய மன்னனின் 14ஆவது ஆண்டு ஆட்சியின்போது, பிரம்மதேயம் உருவாக்கப்பட்டு அங்கு பிராமணர்கள் குடியமர்த்தப்பட்டதாகச் சான்றுகள் தெரிவிக்கின்றன. அதற்கு அடுத்தபடியாகச் சுந்தர சோழ பாண்டியனின் கல்வெட்டு சுசீந்திரத்தை சதுர்வேதி மங்கலம் எனக் குறிப்பிடுகிறது. பிரம்மதேயத்திற்கு அடுத்தபடியாக சதுர்வேதி மங்கலம் பிராமணர்களின் இரண்டாம்பட்சக் குடியிருப்பாக விளங்கியது. இவை இரண்டிலும் பெயர்களைத் தவிர அமைப்பில் வித்தியாசங்கள் இல்லை. அதைப் போன்று ஆரம்ப காலத்தில் கோட்டாற்றைச் சுற்றியுள்ள பகுதிகளில் பிராமணர்கள் தவிர வேறு எந்தச் சாதியினரின் குடியிருப்பும் இல்லை என்பது இங்கு குறிப்பிடத்தக்கது[12].

பிராமணர்களுக்கு அடுத்தபடியாகப் பல்வேறு பணிகள் நிமித்தமாக வேற்று சாதியினரும் குடியமர்த்தப்பட்டார்கள். இவர்களில் தாங்களாக வந்து குடியமர்ந்தவர்களும் உண்டு. அரசர்களால் குடியமர்த்தப்பட்டவர்களும் உண்டு. மாறன் சடையவர்மனின் கல்வெட்டொன்று உலோகத் தொழில் செய்வோர், மரவேலைச் செய்வோர் பற்றி குறிப்பிடுகிறது. எனவே, அப்போதைய கிராமங்கள் சலவைத் தொழிலாளர்கள், முடிதிருத்துவோர், மண்பாண்டக் கலைஞர்கள் (குலாலர்கள்), உலோகத் தொழிலாளர்கள், விவசாயத் தொழிலாளர்கள் ஆகியோரை உள்ளடக்கியதாகக் காணப்பட்டது. இவர்கள் அனைவரும் கிராமப் பொருளாதாரத்தின் முதுகெலும்பாக விளங்கினர்[13].

இவர்களில் கல்தச்சர்கள் கோயில் கட்டுவதில் முக்கியப் பங்கு வகித்தனர். இவர்கள் பாண்டி நாட்டிலிருந்தும் திருவல்லாவிலிருந்தும் அழைத்து வரப்பட்டவர்களாவர். இவர்களைக் 'கோட்டாற்றுச் சிற்பிகள்' எனக் கவிமணி தேசிய விநாயகம் அவர்கள் குறிப்பிட்டுள்ளார்கள். இவர்களைத் தவிர வேறு இடம்பெயர்ந்து வந்தவர்கள் குறித்தும் கீழே காணலாம்.

---

12. The Suchindrum Temple. K.K. Pillai. P- 243
13. Ibid. P-244

கிறிஸ்தவர்களின் இறைப்பணியும் இடப்பெயர்ச்சியும்

புனித சவேரியாருடைய வருகைக்குப் பிறகு, புரட்டஸ்தானிய கிறிஸ்தவர்களுடைய கவனம் தென் திருவிதாங்கூர் பக்கம் திரும்பியது. Col. மன்றோவின் பேராதரவுடன் ஏற்கெனவே மைலாடி மிஷனரிப் பணியில் தனக்குக் கிடைத்த அனுபவத்துடன் மீட் ஐயரவர்கள் நாகர்கோயிலைச் சுற்றியுள்ள இடங்களில் தனது மிஷனரிப் பணிகளைத் தொடங்கினார். இதையொட்டி கோட்டாறு வணிகமையம் அடுத்தகட்ட இடப்பெயர்ச்சிக்குத் தயாரானது.

ஏற்கெனவே மீட் ஐயரவர்கள் கன்னியாகுமரி தொடங்கிக் கொல்லம் வரையிலும் சுற்றுப்பயணம் மேற்கொண்டிருந்த அனுபவம் அவருக்குக் கைகொடுத்தது. பறையர்கள், சாணார்கள், ஈழவர்கள் மத்தியில் தனது இறைப்பணியை மேற்கொண்டிருந்தார். தனது இறைப்பணியின் தலைமை இடத்தேர்வுக்கு Col. மன்றோ பெரிதும் உதவினார். Col. மன்றோவின் சுற்றுலா பங்களாவின் அருகிலேயே நாகர்கோவில் எனும் அழகிய கிராமம் மிஷன் பணிகளின் தலைமை யிடமாகத் தேர்வுசெய்யப்பட்டது. ஏற்கெனவே வளர்ந்திருந்த வர்த்தக மையமான கோட்டாறுடன் நாகர்கோவிலும் இணைந்து 'இரட்டை நகரங்களாக' (Twin Town) உருவெடுத்தன. இப்புதிய நகரம் வடசேரி, கிருஷ்ணன்கோவில், கோட்டாறு ஆகிய

நகரங்களுக்கு மையப்பகுதியாகக் காணப்பட்டது. அரசு அலுவலகங்கள் நிறைந்து காணப்பட்ட நாகர்கோவில் – திருவனந்தபுரம் – திருநெல்வேலியை இணைக்கும் சாலை அருகில் அமைந்தது இன்னொரு வாய்ப்பாகும். நாகர்கோவில் மிஷன்பணிகளுக்குப் பொறுப்பான மீட் ஐயரவர்கள் தற்போது தனது தலைமையகத்தை மைலாடியிலிருந்து நாகர்கோவிலுக்கு மாற்றினார். இந்நிலையில் அவர் நாகர்கோவில் நீதிமன்றத்தின் நீதிபதியாகவும் நியமிக்கப்பட்டார்[1].

இந்நிலையில் நாகர்கோவில் நோக்கி கிறிஸ்தவர்களின் இடப்பெயர்ச்சி தொடங்கியது. இதற்கு ஆங்கிலேய ராணுவத் தளபதியான *Col.* மன்றோவின் பரிபூரண ஒத்துழைப்பும் கிடைத்தது. அவர் தனது பங்களாவை மீட் ஐயருக்குக் கொடுத்துதவி னார். அனாதை இல்லங்கள், உண்டு உறைவிடப் பள்ளிகள், ஆலயம், அச்சகம், தஞ்சாவூர், மைலாடி ஆகிய ஊர்களிலிருந்து வரவழைக்கப்பட்ட கிறிஸ்தவக் குடும்பங்கள் தங்கவும், இதர மிஷன் பணிகளுக்கும் தேவையான எட்டு நம்பர் நிலத்தை வாங்கினார். நாகர்கோவில் நகருக்குப் புதிதாகக் குடியேற வந்தவர்களுக்கெனச் சிறிய வீடுகள் கட்ட பாவநாசத் தேவர் என்பவரிடம் விலையாகப் பெற்ற இரண்டு ஏக்கர் நிலத்தைக் கொடுத்துதவினார். ஏழை கிறிஸ்தவர்கள் வீடு கட்ட மீட் ஐயரிடமிருந்து நிதியும் பெற்றார்கள். மீட் ஐயரின் உதவியாளர்கள், மிஷன் பணிகளின் முகவர்கள், மாணவர்கள் என நிறையப் பேர் மைலாடியிலிருந்து நாகர்கோவில் வந்து குடியேறினர். இவர்கள் தான் நாகர்கோவில் வந்து குடியேறிய முதல் பகுதியினர் ஆவர். உண்டு உறைவிடப் பள்ளி, அச்சகம் தொடங்கிய பிறகு தஞ்சாவூர், தரங்கம்பாடியிலிருந்து பயிற்சிபெற்ற வேலையாட்களும் ஆசிரியர்களும் வந்து குடியேறினர். இதனிடையே கி.பி. 1819 ஆம் ஆண்டு திருமதி மீட் ஐயரவர்கள் தஞ்சாவூரிலிருந்து கிறிஸ்தவக் குடும்பங்களை அழைத்து வந்தார்[2].

மீட் ஐயரவர்களின் அயராத அருட்பணியின் காரணமாகத் தமிழ்நாட்டின் கிழக்குக் கடற்கரையிலிருந்து கிறிஸ்தவர்கள் தொடர்ந்து நாகர்கோவிலில் வந்து குடியேறிய வண்ணமிருந்தனர்[3]. அதைப்போன்று தஞ்சாவூரிலிருந்து தொடர்ந்து நாகர்கோவிலுக்கு வந்துகொண்டிருந்தனர். தென் திருவிதாங்கூர் கிறிஸ்தவர்களுடன் புதிதாக வந்து குடியேறிய கிறிஸ்தவர்கள் எந்த பேதமுமின்றிப்

1. Church History of Travancore, C.M. Augur. Madras 1990. P-679
2. Ibid. P-681
3. Ibid. P-682

பழகி வந்தனர். இதன் காரணமாக இடப்பெயர்ச்சி முழுமை பெற்றது எனலாம்.

நாகர்கோவில் நகரின் விரிவாக்கத்தின் அடுத்த மைல் கல்லாகக் கல்கோவில் கட்டுமானம் (1819) அமைந்தது. இக்கோயில் இந்தியாவின் மிகப் பெரிய ஆலயங்களில் ஒன்றாகும். இந்த ஆலயக் கட்டுமானத்தில் சிறைக்கைதிகள் பயன்படுத்தப்பட்டனர். இதற்கான கற்கள் அருகிலுள்ள குளக்கரையிலிருந்து எடுக்கப் பட்டன. (சிப்பாய்க்குளம் என்று அழைக்கப்பட்ட குளம் தற்போது சுப்பையா குளம் என அழைக்கப்படுகிறது.) இக்கோயிலில் சுமார் மூவாயிரம் பேர் அமர்ந்து வழிபாடு நடத்தலாம்[4].

இந்துக் கோயில்கள் சார்ந்த இடப்பெயர்ச்சி

கோயில்களில் பூசாரிகளுக்கு அளிக்கப்பட்ட வேலைவாய்ப்பைப் போன்று பூமாலை கட்டுவோர், பால், நெய் விநியோகம் செய்வோரும் கோயில்கள் மூலம் மேம்பட்டனர். கோயில்கள் மூலம் செல்வச் செழிப்பு ஏற்பட்டு, தேவையும் அதிகரிக்கத் தொடங்கியது.

கோயிலுக்குத் தேவையான பொருட்களைப் பெறுவதற்குக் கோயில் நிர்வாகிகள் தனிநபர் அல்லது குழுக்களுடன் குறிப்பிட்ட நாட்களுக்கு ஒப்பந்தம் செய்து கொண்டனர். பக்தர்களின் தாராளமான நிவந்தங்களால் நெய் விளக்குகளின் எண்ணிக்கையும் பெருகத் தொடங்கியது. பூக்கள், மாலைகள், அரிசி காணிக்கை, காய்கறிகள், பழங்கள், சந்தனம், பன்னீர், ஊதுபத்திகள், வாசனைத் திரவியங்கள் ஆகியவற்றைக் கோயிலுக்கு விநியோகம் செய்வதற்கும் ஒப்பந்தங்கள் போடப் பட்டன. இவற்றில் பெரும்பாலானவை கோட்டாறு சந்தையில் வாங்கப்பட்டன என்பது குறிப்பிடத்தக்கது.

கோயிலுக்கான பணியைச் செய்வதற்கு ஏராளமான பணியாளர்கள் நியமிக்கப்பட்டிருந்தனர். பாடகர்கள், நடனம் புரிவோர், குழல் வாசிப்போர், மேளக்காரர்கள், சங்கு ஊதுபவர்கள், கொம்பு ஊதுபவர்கள், விளக்கேற்றுபவர்கள், தோட்டக்காரர்கள், பூமாலை தொடுப்போர், முத்துக்குடை பிடிப்போர், துப்புரவுத் தொழிலாளர்கள், நகைகளைத் துணிகளில் வைத்துத் தைப்போர், தையல்காரர்கள், மட்பாண்டம் மனைவோர், சலவைத் தொழிலாளர்கள், முடிதிருத்துவோர், மரவேலை செய்வோர், ஜோதிடர்கள், சேர்ந்து பாடுவோர், கணக்காளர்கள்,

---
4. Ibid. P-703

பூசாரிகள், புரோகிதர்கள் எனக் கோயில் பணியாளர்களின் வாழ்க்கை கோயில் வருமானத்தைக் கொண்டே சுழன்றது.

அதே நேரத்தில் கோயில்கள் சுறுசுறுப்பானகலைக் கூடங்களாகவும் திகழ்ந்தன. சிறிய தொழிற் கூடங்களையும் கைவினைப் பொருட்களின் உற்பத்திக் கூடங்களையும் கோயில்கள் ஆதரித்து வந்துள்ளன. கோயில்களுக்குத் தேவையான குறிப்பிட்ட கலையம்சம் கொண்ட கைவினைப் பொருட்களைத் தயாரிப்பதில் தேர்ச்சிபெற்ற வல்லுநர்களை அழைத்துக் கோயிலுக்கு அருகிலுள்ள பகுதிகளில் குடியமர்த்தியுள்ளனர். இவர்களுக்குப் பொருத்தமான நிபந்தனைகள் விதிக்கப்பட்டிருந்தன. உதாரணமாக கி.பி.1856இல் சுசீந்திரம் கோயிலுக்கு அருகில் தையல் கலைஞர்களின் குடும்பங்களைக் குடியமர்த்தியதாக அக்கோயில் சான்று தெரிவிக்கிறது. அதைப்போன்று கோயிலுக்கான நகைகளைச் செய்வதற்குப் பொற்கொல்லரின் குடும்பம் ஒன்றை கி.பி.1817இல் குடியமர்த்தியதாக மற்றொரு கோயில் சான்று தெரிவிக்கிறது. இவர் காரன்மை எனும் ஒப்பந்த அடிப்படையில் நியமனம் செய்யப்பட்டார். இதனடிப்படையில் கோயில் பணியில் ஈடுபடுபவர்களுக்கு நிலம் வழங்கப்பட்டு, அதில் வரும் வருமானத்தை அனுபவிக்க அனுமதிக்கப்பட்டிருக்கிறார்கள். இதன்மூலம் பணியாளர்களுக்கும் கோயிலுக்குமிடையேயான பந்தம் பலப்பட்டது. மேலும் சிற்பிகள் கி.பி. 12ஆம் நூற்றாண்டிற்கு முன்னரே கோட்டாற்றைச் சுற்றியுள்ள கிராமங்களில் வாழ்ந்து வந்ததாகச் சான்றுகள் தெரிவிக்கின்றன.

கோயில்களில் தினசரி நடைபெறும் வழிபாட்டிற்கும் குறிப்பாகத் திருவிழாக்காலங்களில் கோயில், சுற்றுப்புறங்கள், மண்டபங்கள் ஆகியவற்றை அலங்கரிக்கவும் ஏராளமான தொழில்நுட்பக் கலைஞர்கள் தேவைப்பட்டனர். கொத்தனார்கள், மரவேலை செய்வோர், கல்தச்சர்கள், வர்ணம் பூசுவோர், தங்கம், வெள்ளி, இரும்பு வேலை செய்வோர் ஆகியோர் கோயில்களின் நிரந்தர ஊழியர்களாகப் பணியாற்றி வந்தனர். மராமத்துப் பணி, குறிப்பிட்ட கட்டுமானங்களுக்காகத் திருவிதாங்கூரின் பல பகுதிகளிலிருந்து கைதேர்ந்த கலைஞர்கள் அழைத்துவரப்பட்டுப் பணியமர்த்தப்பட்டனர் என்பது குறிப்பிடத்தக்கது[5].

---

5. The Suchindrum Temple. K.K. Pillai. PP-275-276

இடப்பெயர்ச்சி - 2

மக்கள்தொகைக் கணக்கெடுப்பு வரலாறு, திருவிதாங்கூர் இடப்பெயர்ச்சி குறித்து 1861இல் எடுக்கப்பட்ட Imperial Census கீழ்க்கண்ட தகவல்களை நமக்கு அளிக்கிறது.

கி.பி. 1849ஆம் ஆண்டு சென்னை அரசாங்கம், வடமேற்கு எல்லைப்புற மாகாணங்களைப் போன்று வருமானத்துறை அதிகாரிகளின் ஒத்துழைப்புடன் மக்கள்தொகைக் கணக்கெடுப்பிற்கு உத்தரவிட்டது. முதலாம் கணக்கெடுப்பு 1851–1852இலும், இரண்டாம் கணக்கெடுப்பு 1856–1857இலும், மூன்றாம் கணக்கெடுப்பு 1861–1862இலும், நான்காம் கணக்கெடுப்பு 1866–1867இலும் நடத்தப்பட்டது. 1871இல் வெளியிடப்பட்ட கணக்கெடுப்பு அறிக்கையில் கொடுக்கப்பட்டுள்ள சட்டதிட்டம், விதிப்படி இந்தக் கணக்கெடுப்புகள் நடத்தப்பட்டன. இதில் வேலை நிமித்தமாக ஒரு இடத்திலிருந்து இன்னொரு இடத்திற்கு இடப்பெயர்ச்சி செய்யும் மக்கள்தொகை மற்றும் வெளியேறும் மக்கள்தொகை குறித்த தகவல்கள் கொடுக்கப்பட்டுள்ளன. இவ்வாறான இடப்பெயர்ச்சி வடக்கு திருவிதாங்கூரான வயநாட்டில் அதிகம் நடைபெறுவதாகக் குறிப்பிடப்பட்டுள்ளது.

பொதுவாக இடப்பெயர்ச்சி என்பது தரை மார்க்கமாக நடைபெறுகிறது. வயநாடு பகுதியில் இவை இரண்டுமே நடைபெற்றுள்ளன. கூலி வேலை செய்பவர்கள் வருடத்தில் ஒன்பது மாதங்களும் இங்கே தங்கிவிடுகின்றனர். ஆனால், இலங்கைக்கு புலம்பெயருபவர்கள் பெரும்பாலும், மதுரை,

தஞ்சாவூர், திருநெல்வேலி மாவட்டங்களைச் சார்ந்தவர்களாக உள்ளனர் என்பது குறிப்பிடத்தக்கது[1].

"நகரங்கள் நவீன மாற்றங்களின் அடையாளங்களாக விளங்கும் அதே வேளையில், நாட்டுப்புறங்கள் பாரம்பரியத்தின் அடையாளங்களாக விளங்குகின்றன"[2].

"......... கிராம சமுதாயங்கள் இயற்கையாகவே செயலற்று உள்ளன. அங்கு ஏதாவது மாற்றங்கள் நிகழ்வதாக இருந்தால் அது நகர வளர்ச்சியின் தாக்கத்திலேயே ஏற்படும் என்ற கருத்து, அறிஞர்களின் சிந்தனையில் ஆழமாகப் பதிந்துள்ளது[3].

உலகெங்கிலும் கிராமங்கள் நகரமயமாவதற்கு இடப்பெயர்ச்சி அல்லது புலப்பெயர்ச்சி முக்கியக் காரணியாக அமைந்துள்ளது. இந்தியாவைப் பொறுத்தவரைக்கும் வடக்கிலிருந்து தெற்கு நோக்கி குறிப்பாகத் தமிழகம் நோக்கி புலப்பெயர்ச்சி நடை பெற்றதற்கான சான்றாதாரங்கள் உள்ளன. சங்க காலம் முடிவுக்கு வந்தது, இடைக்கால விவசாய வகுப்புகளின் எழுச்சி குறித்து, அக்காலகட்டம் நமக்குத் தெளிவாகப் புலப்படுத்துகிறது. வரலாற்றுச் சான்றுகளில், பல நூற்றாண்டுக் காலமாக குழப்பமும் இருளும் சூழ்ந்து காணப்பட்டன என்பதே அக்காலகட்டம் என்பது இங்கு குறிப்பிடத்தக்கது.

மதரீதியான இறக்குமதிகள் தமிழகக் கலாச்சாரத்தை மாற்றியமைத்தன. சங்ககால இலக்கியங்களில் விளக்கப்பட்டுள்ள பள்ளத்தாக்கு, நீர்நிலைப் பகுதிகளை நெல் விளையும் விவசாய மையங்களாகவும், நீர்ப்பாசன வசதிபெற்ற நிலங்களாகவும் தமிழர்கள் மாற்றிக் காட்டினார்கள்.

வணிகவழிப்பாதைகள் (Trade Routes)

தென்தமிழகத்தின் தரைப்பகுதியைப் பொறுத்தவரைக்கும், திருநெல்வேலி மாவட்டம் தொன்றுதொட்டு இயற்கையின் பன்முகத் தன்மையை உள்ளடக்கியிருந்ததால் வணிக வளத்திற்கு உகந்த களமாகக் காணப்பட்டது. இப்பகுதியை மதுரை வழியாக வடக்கு நோக்கிச் செல்லும் பாரம்பரியமிக்க நிலவழிச்சாலையும் கன்னியாகுமரி வழியாக நவீன கேரள மாநிலத்தை இணைக்கும் தெற்கில் செல்லும் நிலவழிச் சாலையும் இணைக்கின்றன. திருநெல்வேலி மாவட்டத்தின் கடற்கரைப்பகுதி இந்துமகா

1. Imperial Census-1881 operation and Results. The Presidency of Madras- By Leuis M.C. Iver. Vol. III -1883. P-1-3
2. The Country and the City Raymond Wiilliam. New York. 1
3 Social Origins of Dictatorship and Democracy- Barington Moore. Boston. 1966.

சமுத்திரத்தின் குறிப்பாக அருகிலுள்ள இலங்கையுடனான பரந்து விரிந்த வர்த்தக உறவுகளை மேம்படுத்துவதாக அமைத்துள்ளது.

கிருஷ்ணா, கோதாவரி, காவேரி ஆகிய தென்னிந்திய நதிகளுடன் ஒப்பிடுகையில் தாமிரபரணி சிறிய நதியாகக் காணப்பட்டாலும் இந்தியாவின் செல்வம் கொழிக்கும் நதிகளில் ஒன்றாகக் காணப்படுகிறது. இலக்கிய, தொல்லியல் சான்றாதாரங்களின் அடிப்படையில் பார்க்கும்போது, இந் நதியின் முகத்துவாரப் பகுதி நெல் விளைச்சலுக்கான கருவூல மாகவும், கொற்கை, முத்து, கடல் வணிகத்தில் வளமான நன்மை பெற்றிருந்ததைக் காணமுடிகிறது. சோழப் பேரரசர்கள் தங்கள் ஆட்சிக் காலத்தில் தாமிரபரணி நதியின் பள்ளத்தாக்கில் உள்ள நகரங்களை ஆயுதமேந்திய ராணுவம் மூலம் பாதுகாத்ததால் தெற்கிலுள்ள தங்கள் செல்வாக்கைப் பலப்படுத்திக் கொண்டார்கள். கி.பி. 1200க்குப் பிறகு ஆட்சிக்கு வந்த பாண்டியப் பேரரசர்களும் தென்பகுதியில் உள்ள தங்கள் பலத்தை நிரூபிக்கும் வகையில், திருநெல்வேலியில் நிரந்தர ராணுவ அணிவகுப்பை ஏற்படுத்திக்கொண்டனர்.

அரசியலில் ஏற்பட்ட மாற்றங்களால், காலப்போக்கில் விஜயநகரப் பேரரசு எழுச்சியுற்ற அதே நேரத்தில் பாண்டியப் பேரரசு வீழ்ச்சியுறத் தொடங்கியது. தெற்கு நோக்கி அதாவது திருநெல்வேலி நோக்கிப் படைவீரர்கள் மட்டுமல்லாமல் ஏராளமான விவசாயிகளும் புலம்பெயரத் தொடங்கினார்கள். இதன் காரணமாக அப்பகுதி மக்கள்தொகையின் ஆக்கமும் மாறத் தொடங்கியது. விவசாயப் பொருட்களின் உற்பத்தியில் புதிய உத்திகளும் தொழில்நுட்பங்களும் புகுத்தப்பட்டன. புதிய இடங்களைக் கைப்பற்றுவதில் போட்டியும் புதிய களங்களும் உருவாக்கப்பட்டன. புலப்பெயர்ச்சி என்பது பாண்டியப் பேரரசு வீழ்ச்சியுற்றுப் பலநூற்றாண்டுகள் வரையிலும் தொடர்ந்து நடைபெற்றுக்கொண்டே இருந்தது. எனவே, இதை ஒரு தொடர் நிகழ்வாகவே கருதலாம். குறைந்த எண்ணிக்கை கொண்ட பிராமண இனத்தவர்கள்கூடப் பல நூற்றாண்டுகளாகத் தெற்கில் நிரந்தரமாகக் குடியேறும் நோக்குடன் புலம்பெயர்ந்துள்ளார்கள். பாண்டியர்களின் ஆட்சிக்காலம் முழுமையும் மேற்குத் தொடர்ச்சி மலைத்தொடருக்கு அப்பாலிருந்து தமிழ்நாடு நோக்கிப் புலப்பெயர்ச்சி நடந்துகொண்டே இருந்தது. கி.பி. 1500ஆம் ஆண்டுக்குப் பின்னாலும் அது நின்றுபோனதாகத் தெரியவில்லை. இடைக்காலத்தில் மேற்குத் தொடர்ச்சி மலைக்கு அப்பாலுள்ள பகுதியைச் சேரமண்டலம் என அழைத்தார்கள். பத்தொன்பதாம் நூற்றாண்டில் அப்பகுதியைத் திருவிதாங்கூர் என அழைத்தனர். இங்கிருந்து மலையாள மொழி பேசும்

எண்ணற்ற மக்கள் திருநெல்வேலி பகுதிக்குப் புலம் பெயர்ந்து வந்துள்ளார்கள்.

கி.பி. 1700, 1800 நூற்றாண்டுகளில் பலதரப்பட்டவர்கள் வடக்குத் தமிழகத்தில் இருந்து தெற்கு நோக்கி வந்து குடியேறி யுள்ளார்கள். இவர்களில் முக்கியமானவர்கள் முஸ்லிம்களாவர். தாமிரபரணி நதிப்பகுதியில் குடியேறிய இவர்கள் நெசவாளர் களாகவும் வர்த்தகர்களாகவும் தொழில் நடத்தி வந்துள்ளனர்[4].

ஆனால், கி.பி. 1300, 1600 நூற்றாண்டுகளுக்கிடையேயான (நமக்குக் கிடைத்துள்ள) சான்றாதாரங்களை ஆராயும்போது மற்றெந்தக் காலங்களைக் காட்டிலும் அக்காலக் கட்டத்தில் பெருமளவில் இடப்பெயர்ச்சியும் குடியேற்றங்களும் நடை பெற்றிருப்பதைக் காணமுடிகிறது. அவ்வாறு இடப்பெயர்ச்சியில் பெருமளவில் ஈடுபட்டவர்கள் சாணார்கள், மறவர்கள், தெலுங்கு மொழி பேசிய வடுகர்கள் (வடக்கிலிருந்து வந்தவர்கள்) ஆவார்கள். இம்மூன்று பிரிவினரும் அடிப்படையில் விவசாயப் பெருங்குடி மக்களாவார்கள்.

இதில் பனை மரத்திலிருந்து பதனீர் இறக்கி, அதை அடிப்படையாகக் கொண்ட தொழில் செய்தவர்கள் சாணார் களாவர். இத்தொழிலில் அவர்கள் தேர்ச்சி பெற்றவர்களாகக் காணப்பட்டனர். பனைஓலையின் மேல்பகுதி புராதனத் தமிழ் ஆவணங்களை எழுதுவதற்குப் பாரம்பரியமாகப் பயன்படுத்தப் பட்டுவந்தது என்பது இங்கு குறிப்பிடத்தக்கது. பல நூற்றாண்டுக் காலமாக வளமான மண் நிறைந்த பகுதிகளில் சாணார்கள் குடியேறிவந்தனர். காலப்போக்கில், தாங்கள் காலம்காலமாகப் பாடுபட்டுவந்த பனைமரப் பொருட்களின் உற்பத்தியைச் சமநிலப் பரப்புகளுக்கு விரிவடையச் செய்தனர். அதாவது சமநிலப் பரப்புகளில் ஏராளமான பனைக் கன்றுகளை நடத் தொடங்கினர். பரந்தவெளிகளில் பனைமரங்கள் செழித்து வளரத் தொடங்கிய பிறகு அவற்றின் ஊடே பனை ஓலைகளால் வேயப்பட்ட குடிசைகளை அமைத்துக்கொண்டார்கள். இடப்பெயர்ச்சி என்பது வர்த்தகத்தைப் போன்று சாணார்களின் தொழிலுடன் இரண்டறக் கலந்துவிட்டது. தாழ்த்தப்பட்ட நிலையிலிருந்த சாணார்கள் பனைமரங்கள் சார்ந்த உற்பத்தியை நம்பியே தங்கள் வாழ்க்கையை நடத்தி வந்தார்கள். மேலும், பனைப் பொருட்களை விற்பனை செய்வதற்காக நாடெங்கிலும் பரந்த பிரயாணங்களை மேற்கொண்டிருந்தனர்[5].

---

4. A History of South India, K.A. Nelakanda Sadtri, Oxford- 1955
5. A.C. Burnell. Elements of South Indian Palengraphy- London 1878 P-94. Cited in A. Appadorai Economic Condition in Southern India (1000-1500 A.D) Madras 1936, 1. 25-26

நீண்ட நெடிய பாரம்பரியத்தைக் கொண்ட வகுப்பினர் என்ற அடிப்படையில் பார்க்கும்போது, சாணார்கள் இடம் விட்டு இடம்பெயர்ந்து விவசாயம் செய்யும் பழக்கத்தைக் கொண்டிருந்தனர் என்பது குறிப்பிடத்தக்கது. எனவே, புதிதாக உருவான விவசாய, வர்த்தக வளர்ச்சியின் சந்தர்ப்பங்களுக்கு ஏற்றாற்போல் தங்கள் தொழில் வளர்ச்சியின் பன்முகத் தன்மையை அமைத்துக்கொண்டார்கள்.

ராபர்ட் கால்டுவெல்லின் கணிப்புப்படி தெற்கு நோக்கி சாணார்கள் இரண்டு சாரார்களாக இடம்பெயர்ந்து வந்துள் ளார்கள். பாண்டிய மன்னர்களின் ஆட்சிக் காலத்தில் இடம் பெயர்ந்து வந்த சாணார்கள் உயர்சாதியினர் அதாவது நாடார்கள் என அழைக்கப்பட்டனர். இரண்டாவது கட்டமாக இடம் பெயர்ந்தவர்கள் கேரளாவின் தென்பகுதி அதாவது தற்போது தமிழ்நாட்டின் ஒருபகுதியான கன்னியாகுமரி மாவட்டம் என அழைக்கப்படும் பகுதியைச் சார்ந்தவர்களாவர். மரம் ஏறிச் சாணார்கள் என அழைக்கப்படும் இவர்கள் சமூக அந்தஸ்தில் தாழ்த்தப்பட்டவர்களாகக் காணப்பட்டனர். நாடார்களின் இடப்பெயர்ச்சி குறித்த முதல் மரபுவழிக்கதை நம்பும்படியாக இல்லை. தீபகற்ப இந்தியாவின் தென்கோடியில் தமிழ், மலையாளம் மொழி பேசும் மக்களிடையே பண்டைக்காலத்தில் ஏற்பட்ட கலந்துணர்வின் ஒரு பகுதிதான் மேற்குறிப்பிட்டுள்ள இடப்பெயர்ச்சி. எனவே, சாணார்கள் தென் திசையிலிருந்து வடக்கு நோக்கி இடம்பெயர்ந்தவர்கள் என்பதில் சந்தேகமில்லை. கி.பி.1300ஆம் ஆண்டிற்குப் பின்பு அவர்களின் இடப்பெயர்ச்சி மேலும் வேகமடைந்தது என்பது இங்கு குறிப்பிடத்தகுந்தது.

ராபர்ட் கால்டுவெல், சாணார்களின் இடப்பெயர்ச்சி குறித்து 14ஆம் நூற்றாண்டுக் கல்வெட்டுகளில் சான்றுகள் உள்ளதாகக் குறிப்பிட்டுள்ளார். சேர மன்னர்களின் படைவீரர் களின் நெருக்குதலின் காரணமாகப் பாண்டியர்கள் வீழ்ச்சியுற்ற காலத்திலும் சாணார்கள் குறித்த குறிப்புகள் காணக் கிடைக் கின்றன. நாடார்களின் ஆரம்பகாலப் பரிவர்த்தனைகள் குறித்த சான்றாதாரங்கள் முதன்முதலாக 16ஆம் நூற்றாண்டில் நடைபெற்றதாகப் பதிவுசெய்யப்பட்டுள்ளது[6].

பத்தொன்பதாம் நூற்றாண்டிலும் சாணார்களின் இடப் பெயர்ச்சி தொடர்ந்து நடைபெற்று வந்துள்ளது. திருநெல்வேலி மாவட்ட அரசாங்க அதிகாரிகள் தென் திருவிதாங்கூர் பகுதி யிலிருந்து சாணார்கள் திருநெல்வேலி மாவட்டத்திற்கு இடம் பெயர்ந்து வந்ததாகப் பதிவுசெய்துள்ளனர்[7].

---

6. (See. ARE. 1940, 271. See also ARE, 1963, 4:306)
7. J. HEPBURN- Settleman Report. 17 Oct 1907. TCR. TNA. Vol. 3582. 1807. P-290

பருவகால இடப்பெயர்ச்சி (Seasonal Migration)

முன்பு சாணார்களால் பயிரிடப்பட்ட பனைமரங்கள் ஓங்கி வளர்ந்ததன் காரணமாகப் பனைப் பொருட்களின் உற்பத்தியும் பெருக ஆரம்பித்தது. இதையொட்டி நிரந்தரக் குடியிருப்புகளும் தோன்ற ஆரம்பித்தன. திருநெல்வேலி மாவட்டத்தின் தென் பகுதியிலுள்ள 1823, 1881ஆம் ஆண்டுகளுக்கு இடையேயான மக்கள் கணக்கெடுப்பை ஒப்பிட்டுப் பார்க்கும்போது 3 சதவீதமாக இருந்த சாணார்கள் 20 சதவீதமாக உயர்ந்திருப்பது தெரியவருகிறது. இடைப்பட்ட அரை நூற்றாண்டில் இடப்பெயர்ச்சியின் காரணமாகச் சாணார் குடியிருப்புகளில் எண்ணிக்கை பெருகி இருப்பதையே இது சுட்டிக்காட்டுகிறது. பிற்காலங்களில் இராமநாதபுரம், மதுரை மாவட்டங்களில் சாணார்கள் வாழ்ந்த பகுதிகள் வர்த்தக வளம் நிறைந்த பகுதிகளாக மாறியிருந்தன என்பது குறிப்பிடத்தக்கது[8].

பின்தங்கிய கிராமங்களில் வாழ்ந்த சாணார்கள் கடற்கரையிலிருந்து பெறப்பட்ட கருவாடு, கருப்புக்கட்டி வியாபாரம் செய்வதற்காகப் பெருமளவில் இடப்பெயர்ச்சியில் ஈடுபட்டிருந்தனர்.

இடப்பெயர்ச்சியும் பஞ்சு வர்த்தகமும்

திருநெல்வேலி மாவட்டத்தின் வர்த்தகப் பயிர்களில் பெரும்பங்கு வகித்தது பருத்திப் பயிராகும். அதாவது பத்தொன்பதாம் நூற்றாண்டின் பிற்பகுதியில் விவசாய நிலங்களில் 15% பருத்தி பயிரிடப்பட்டிருந்தது. இது கி.பி. 1800ஆம் ஆண்டிற்குப் பிந்தைய வர்த்தக மாறுபாட்டு நிலையால் ஏற்பட்டது எனலாம். அண்டை மாவட்டம் அல்லது ஒருபகுதி சார்ந்த வர்த்தக உறவில் குறிப்பாகத் துணி வியாபாரத்தில் (பஞ்சு வியாபாரத்தில்) பருத்தி அடிப்படையாக அமைந்தது. கி.பி. 1900ஆம் ஆண்டிற்குப் பிறகு கம்போடியாவிலிருந்து கொண்டுவரப்பட்ட புதிய வகைப் பருத்தி, பஞ்சு வியாபாரத்தில் புரட்சியை ஏற்படுத்தியது. ஆனால், நம் நாட்டிலேயே உருவாக்கப்பட்ட பருத்தி கடும் வறட்சியிலும் தாக்குப்பிடித்து வளரும் தன்மைக் கொண்டதாகக் காணப்பட்டது. கம்போடிய நாட்டுப் பருத்தி வகைக்கு நீர் தேவையாக இருந்தது. ஆரம்பத்தில் வளமான மண்ணில் பயிரிடத்தக்க குறுகிய இழை கொண்ட இரண்டுவகைப் பருத்திகள் அறிமுகப்படுத்தப்பட்டன. இதில் இரண்டாம் வகைப் பருத்தி திருநெல்வேலி மாவட்டத்தின் கரிசல் மண்ணிற்கு ஏற்ற பயிராகக் காணப்பட்டது. பெரும்பாலும் கி.பி. 1300ஆம் ஆண்டு திருநெல்வேலி மாவட்டத்திற்குக் குடிபெயர்ந்தவர்கள் தங்களுடன்

---

8. PATE GAZETTEER PP-371-374

கொண்டுவந்து அறிமுகப்படுத்தியது இவ்வகைப் பருத்தியாகும். கி.பி. 1800ஆம் ஆண்டிற்கு முன்பு மேற்குறிப்பிட்டுள்ள இரண்டு வகைப் பருத்திகளுமே விவசாயிகளால் விரும்பப்பட்டாலும் ஆங்கிலேயர் ஆட்சிக்காலத்தில் இரண்டாம் வகைப் பருத்தி வர்த்தகரீதியிலும் தரத்திலும் அதிக முக்கியத்துவம் பெற்றிருந்தது. கி.பி. 1840ஆம் ஆண்டிற்குப் பின்பு இவ்வகைப் பருத்தி வளமான மகசூலைத் தந்தது. இவ்வகைப் பருத்தி விளைவிக்கப்பட்ட மண் "பருத்தி விளைவிப்பதற்கேற்ற கரிசல் மண்" என அழைக்கப் பட்டது. பத்தொன்பதாம் நூற்றாண்டின் இறுதியில் திருநெல்வேலி மாவட்டத்தின் பெரும்பாலான பகுதிகளில் இவ்வகைப் பருத்தி விளைவிக்கப்பட்டது.

இடைக்காலத்தில் நாடு எனும் நிர்வாகப்பிரிவு மறைந்துபோய் உபபிரிவுகள் தோன்ற ஆரம்பித்தன. இவை நகரங்களின் பின் நிலப்பகுதிகள் என அழைக்கப்பட்டன. போக்குவரத்து வசதிபெற்ற மையங்களாகவும், வழிபாட்டுத் தலங்களுடன் தகவல் தொடர்பு வசதி கொண்ட மையங்களாகவும், பாதுகாப்பு, கைவினைஞர்கள் நிறைந்த பகுதிகளாகவும் உருவெடுத்து மாபெரும் நகரங்களாக மாற ஆரம்பித்தன. பெரும்பாலும் இப்பிரிவுகள் பெரும் வழித் தடங்களை ஒட்டியே உருவாகியிருந்தன. இவ்வனைத்து வசதி களும் பெற்றிருந்த மையம் மட்டுமல்லாமல், பூகோளரீதி யாக மையப்பகுதியாகவும் திருநெல்வேலி காணப்பட்டது. வளர்ச்சிக்கேதுவான அணைகள், கால்வாய்கள், கட்டுமானங்கள், வயல்வெளிகள் நிறைந்து காணப்பட்டன. இவற்றுக்கு ஏதுவான மக்கள்தொகை வளர்ச்சியும் காணப்பட்டது.

இப்பகுதியில் வாழும் மக்களின் சூழ்நிலைக்கு ஏற்ற விவசாயம் செய்ய ஏதுவான இருவகைப் பயிர்கள் குறித்துச் சங்கப்புலவர்கள் குறிப்பிட்டுள்ளார்கள். இவை தவிர சமவெளிப் பகுதியில் வாழும் மக்களின் வாழ்க்கை மேம்பட மேற்குத் தொடர்ச்சி மலைப்பகுதியில் வாழும் மக்கள் நல்மரங்கள், வாசனைத் திரவியங்கள், கனிவகைகளை வாங்கி வந்தனர். மேலும், சமவெளியில் வாழ்ந்த மக்கள், நவீன கேரளாவிற்குச் சென்றுவர கடினப் பாதைகளை, மலைப்பகுதி மக்களின் உதவியுடன் கண்டுபிடித்துச் சென்று வந்தனர். கடந்த நூற்றாண்டு களில் திருநெல்வேலியும் கேரளமும் வர்த்தகத்தில் பங்காளிகளாக இருந்துவந்துள்ளனர் என்பதுகுறிப்பிடத்தக்கது. திருநெல்வேலி மாவட்டத்தின் கிழக்குக் கடற்கரைவாழ் மக்கள் கடற்கரைத் துறைமுகங்களுக்கு வர்த்தகம் மூலம் உதவிகரமாக இருந்தது மட்டுமல்லாமல் கடற்கரைச் செல்வங்களை அறுவடை செய்து கொண்டார்கள். இவர்கள் கட்டுமரங்களின் மூலம் கடலுக்குச் சென்று வந்தது மட்டுமல்லாமல், முத்துக் குளிப்பதிலும்

வல்லவராக இருந்தார்கள். கடற்கரை, மலைநாட்டு வாழ்க்கை, உலக நாடுகளுக்கு இடையேயான உறவுகள் மேம்பட தொடக்கமாக அமைந்தது. மேலும் சமவெளிப் பகுதியுடனான வர்த்தக வளத்தை நம்பியே அவை காணப்பட்டன.

புதிய குடியேற்றப் பகுதிகளுக்குச் சலவைக்காரர்கள், முடிதிருத்துவோர், தச்சுத் தொழிலாளர்கள், இரும்பு வேலை செய்வோர், மண்பாண்டத் தொழிலாளர்கள், கோயில் சிப்பந்திகள் என ஏராளமானோர் தேவையாக இருந்தார்கள். பரவர்கள், மீனவர்கள், வர்த்தகர்கள் ஆகியோர் கடற்கரை அருகில் குவியத் தொடங்கினார்கள். போர்த்துக்கீசியர்களின் தாக்கத்தால் பெரும்பாலானவர்கள் கத்தோலிக்க மதத்திற்கு மதமாற்றம் செய்யப்பட்டார்கள். பத்தொன்பதாம் நூற்றாண்டில் சிலர் வர்த்தக உலகின் பெரும்புள்ளிகளாக மாறியிருந்தனர்.

பொதுவாக முகமதியர்களும் நெசவாளர்களும் இணையற்ற எண்ணிக்கையில் நீர்வளம் நிறைந்த நகர மையங்களில் கலப்பாகக் குடியேறியிருந்தனர். அதைப்போன்று சிறிய வியாபாரத்தில் ஈடுபட்டிருந்த பலதரப்பட்ட வியாபார வகுப்பினர் தங்கள் முதலீடுகளைச் சில குறிப்பிட்ட வியாபார நகரங்களில் முதலீடு செய்திருந்தனர். எண்ணிக்கையில் குறைந்தவர்களாகப் பிராமண சமூகத்தினர் காணப்பட்டாலும் பலர் நிலச் சொந்தக்காரர்கள் என்ற முறையில் ஓரளவு அதிகாரம் பெற்றவர்களாகக் காணப்பட்டார்கள். தமிழகத்தின் இதர வளமான பகுதிகளைப் போன்று திருநெல்வேலி மாவட்டத்தின் நீர்வளம் நிறைந்த பகுதிகளில் இவர்களின் கை ஓங்கியிருந்தது.

கிராம மக்களும் வியாபாரிகளும் கப்பம் செலுத்துவதன் மூலம் பாதுகாப்பைப் பெற்றுக்கொண்டார்கள். அவர்களின் தலைவர்கள் மத்தியஸ்தர்களாகச் செயல்பட்டனர். உள், வெளி விவகாரங்களைக் கவனித்துக்கொள்ளும் நோக்குடன் அரசாங்க அதிகாரிகள் இவர்களுக்கு முழு சுதந்திரம் அளித்திருந்தனர். கைவினைஞர்கள், ஆட்டிடையோர், மீனவர்கள், சலவைத் தொழிலாளர்கள், இதரப் பிரிவினர் தங்கள் ஜாதித் தலைவர்கள் மூலம் வரி செலுத்தினர். மொத்தத்தில் தமிழகத்தில் நாயக்க மன்னர்களின் ஆட்சிக் காலத்தில் வர்த்தகத்தின் வளர்ச்சியானது ராணுவ பலத்தைப் போன்று வளர்ச்சியுற்றிருந்தது எனலாம். கடல்சார் வர்த்தகமும் நன்கு வளர்ச்சியடைந்து இருந்தது. திருநெல்வேலி மாவட்டக் கடற்கரை, இலங்கை ஆகிய இடங்களில் போர்த்துக்கீசியர்கள், டச்சுக்காரர்கள் ஆகியோர் தங்கள் செல்வாக்கைப் பெருக்கிக் கொண்டதன் விளைவாக ஏற்றுமதி வர்த்தகம் நன்கு வளர்ச்சியடைந்தது. கோட்டாற்றை

மையமாகக் கொண்ட வர்த்தகமும் மறைமுகமாகப் பலன் பெற்றிருந்தது. விலையுயர்ந்த உலோகங்கள் மட்டுமல்லாமல் தங்கள் படைவீரர்கள், கப்பல்களுக்குத் தேவையான பொருட்களை அவர்கள் இறக்குமதி செய்தனர். பதினெட்டாம் நூற்றாண்டில் ஐரோப்பிய வர்த்தகர்களின் கடற்கரை ஓரமான குடியேற்றங்கள் தீபகற்ப இந்தியாவில் பரவலாகக் காணப்பட்டன என்பது குறிப்பிடத்தக்கது. மாட்டு வண்டியில் எளிதாகச் சில நாட்களில் சென்றடைவதற்கு ஏதுவாகக் கடற்கரையை ஒட்டிய பகுதிகளில் பெருமுயற்சி எடுத்து தங்கள் குடியேற்றங்களை அமைத்துக்கொண்டார்கள். கி.பி. 1700ஆம் ஆண்டு நடந்த அரசியல்ரீதியான நிகழ்வுகள் குடியேற்றங்களுக்கு இடையேயான தொடர்புகளுக்கு இன்னும் நெருக்கத்தைக் கொடுத்தன. இந்தியாவின் தென்கோடிமுனை என்ற முறையில் ஏராளமான நீராதார வளங்களைக் கொண்ட திருநெல்வேலி இயற்கையின் பல அனுகூலங்களைப் பெற்றிருந்தது. அதுமட்டுமல்லாமல் ஐரோப்பாவின் கடல்சார் தொழில் முனைவோருக்கு ஒரு வரப்பிரசாதமாகவும், இந்தியப் பெருங்கடலை அடிப்படையாகக் கொண்டு வர்த்தகம் புரிவோர் சந்திக்கும் முக்கிய மையமாகவும் விளங்கியது. அபரிமிதமான நீர்வளத்தைக் கொண்டிருந்ததால் இங்கு விளையும் நெல் பயிரைக் கொண்டு அருகிலுள்ள நகரங்களுக்கு உணவளிக்க முடிந்தது. நாயக்க மன்னர்களின் பேராதரவும் பாதுகாப்பும் விவசாயப் பெருங்குடி மக்களுக்கு எப்போதும் இருந்துவந்தது. பெரும்பாலான மக்களுக்குத் தாமிரபரணி ஆற்றுப்படுகை அனைத்து வகை வாய்ப்புகளையும் உருவாக்கித் தந்தது. உணவுப் பொருட்கள் ஆற்றுப்படுகை வழியாகத் துறைமுகங்களைச் சென்றடைந்தன. கிராமங்கள், நகரங்களுக்கிடையே அரிசி பரிமாறிக்கொள்ளப்பட்டது. ஏற்றுமதியில் ஈடுபட்டிருந்த வியாபாரிகளின் தேவைகளைக் குறிப்பாகத் துணி உற்பத்தியைப் பெருக்க, கைவினைஞர்கள் நெசவு வேலைக்காக முக்கிய மையங்களில் கூட ஆரம்பித்தார்கள். ஒரே நேரத்தில் ஐரோப்பியச் சந்தைகளின் தேவைகளையும் உள்நாட்டு நகரங்களின் தேவைகளையும் இவர்கள் பூர்த்திசெய்தனர். வியாபாரிகள், வட்டிக்கு நிதியுதவி செய்பவர்கள், நிதி முகவர்கள் ஆகியோர் ஐரோப்பியர்கள், அரசாங்கம் சார்ந்த அங்கங்களின் நிதித் தேவைகளைப் பூர்த்தி செய்தனர். மாநில அரசாங்கம், வரிவிதிப்பின் மூலம் வருவாயைப் பெருக்கிக்கொள்வதற்கு வசதியாக வர்த்தகச் செயல்பாடுகள் முடுக்கிவிடப்பட்டன. இதன் காரணமாக 17, 18ஆம் நூற்றாண்டுகளில் திருநெல்வேலியின் நீர்வளம் நிறைந்த பகுதிகளில் சந்தை வாய்ப்புகள், ஒருங்கிணைந்த முன்னேற்றம் ஏற்பட்டது. பல நூற்றாண்டு காலமாக இடப்

பெயர்ச்சி, குடியேற்றங்கள், விவசாய உற்பத்தி பெருகத் தொடங்கியது. கி.பி. 1800ஆம் ஆண்டிற்குப் பின்பு உள்நாடு, கடல் கடந்த சந்தை வாய்ப்புகளின் பெருக்கத்தின் காரணமாகக் கிராம மக்களின் வாழ்க்கை முறையும் வர்த்தகத்தையே நம்பியிருந்த அரசாங்கச் செல்வமும் பெருக ஆரம்பித்தன. மேலும் வர்த்தகச் செயல்பாட்டை நம்பி வாழ்ந்த பொதுமக்கள் அரசாங்கப் பாதுகாப்பை நம்பவேண்டிய நிலை ஏற்பட்டது.

வருமான பரிமாற்றங்கள்

கி.பி. 1800இல் சமூக அங்கங்கள், உற்பத்திக் காரணிகள் வரி விதிப்பு நோக்கில் மதிப்பீடு செய்யப்பட்டன. கி.பி. 1823ஆம் ஆண்டின் மதிப்பீட்டின் படி நிலவரி, இடம்விட்டு இடம் கொண்டுசெல்லப்படும் பொருட்கள் மீதான வரி, பாதுகாப்பு வரி, வீடுகள், தெருக்கள், வயல்கள் மீதான வரிகள் உட்பட முப்பது வகையான வரிகள் விதிக்கப்பட்டதாகப் புள்ளிவிவரங்கள் தெரிவிக்கின்றன[9].

பல நூற்றாண்டுக் காலமாக ஏற்பட்ட பொருளாதார வளர்ச்சியின் காரணமாக நிதிச்சுழற்சியிலும் பெருக்கம் ஏற்பட்டது. இதையொட்டி பல வகையான நாணயங்கள் தயாரிக்கப்பட்டு வெளியிடப்பட்டன. 1800ஆம் ஆண்டில் திருநெல்வேலி மாவட்டத்தில் மட்டும் சுமார் 32 வகையான வெள்ளி, தங்க நாணயங்கள் புழக்கத்தில் இருந்ததாகக் கணக்கிடப்பட்டுள்ளது. நாணயங்கள் புழக்கத்திலிருக்கும் இடம், அதன் மதிப்பிற்குத் தகுந்தாற்போல் அவ்வப்போது அதன் வாங்கும் சக்தி மாற்றியமைக்கப்பட்டது. இந்நாணயங்கள் சூரத், பறங்கிப் பேட்டை, தஞ்சாவூர், திருவிதாங்கூர், ஆர்க்காடு, சென்னை தங்க சாலைகளில் தயாரிக்கப்பட்டுவிநியோகிக்கப்பட்டன. இதைப்போன்று தானிய நிறுவைகள், நில அளவீட்டு முறைகளும் இடத்திற்கு இடம் வேறுபட்டுக் காணப்பட்டன. ஒவ்வொரு கிராமக் குழுக்களும் தங்கள் பாரம்பரியம், வருமானம் குறித்த தகவல்களை விசாரிப்புகாரர்களிடம் அளித்து வந்தன.

உற்பத்திப் பொருட்கள்

மாநிலத்தின் இதர பகுதிகளைப் போன்று திருநெல்வேலி மாவட்டத்திலும் தோட்டப் பயிர்கள், உப்பு, கருவாடு வகைகள், பனைப் பொருட்கள், பருத்தி வகைகள், கால்நடைகள், எண்ணெய் வித்துக்கள், பயறு வகைகள் உற்பத்தி செய்யப்பட்டன.

---

9. See the "1823 Census" "Sources from which Revenue derive"

இவ்வகையான உற்பத்திப் பொருட்கள் கிராம மக்களுக்கு நல்ல வருவாயை ஈட்டித் தந்தன. இவை தவிர மலையோரங்களில் கிடைத்த குறைந்த அளவிலான இரும்புத் தாதுக்களைக் கொண்டு ஊதுலைகள் நிறுவப்பட்டன. கூடை முடைதல், தச்சு வேலை செய்தல், நகைத் தொழில், மண்பாண்டங்கள் மனைதல், சில்லறை வியாபாரம் ஆகியவற்றில் கிராம மக்களுக்குச் சொற்ப அளவிற்கு லாபம் கிடைத்து வந்தது. வர்த்தகம், கைவினைத் தொழில், இதர வகைகளில் கிடைத்த வருமானங்கள் பெரும்பாலும் நகரியத் தொழில் மையங்கள் நிறைந்திருந்த ஆற்றோரங்களில் இருந்துதான் கிடைத்துவந்தன என்பது குறிப்பிடத்தக்கது.

இடைக்காலங்களில் விவசாயம், கைத்தொழில், வர்த்தகங்கள், ஆலயங்கள், பிரம்மதேயங்களைச் சுற்றி வாழும் சமுதாய மக்களிடமே குவிந்திருந்தன. தொலைதூர வர்த்தக மேம்பாட்டிற்காகத் தாமிரபரணி ஆற்றங்கரையோரமாக, இடைக்கால வியாபாரிகள் வியாபார முனையங்களை அமைத்திருந்தனர். பிற்காலப் பாண்டிய மன்னர்களின் ஆட்சிக் காலத்தில், சிறிய துறைமுகமான காயல்பட்டணத்திலிருந்து இந்தியப் பெருங்கடல் வர்த்தகத்தை ஊக்குவிக்கும் நோக்குடன், அரேபிய வியாபாரிகளால் குடியேற்ற மையம் அமைக்கப்பட்டது[10].

நாயக்க மன்னர்களின் ஆட்சி தோற்றுவிக்கப்பட்ட பின்பு (கி.பி. 1800-க்குப் பின்பு) பிரபலமான போக்குவரத்து மார்க்கங்களையொட்டி நகரங்கள் உருவாகத் தொடங்கின. பலதரப்பட்ட விவசாய சமூகங்களும் ஒருபகுதி சார்ந்த வர்த்தக அமைப்பின் கீழ் ஒருங்கிணையத் தொடங்கினார்கள். வர்த்தகம், செல்வ வளர்ச்சி அடிப்படையிலான லாபத்தை மையமாகக் கொண்டு உயர்குடி மக்களின் நுகர்வுக் கலாச்சாரமும் பெருக ஆரம்பித்தது. இதையொட்டி கைவினைஞர்கள் நகரங்களில் குவியத் தொடங்கினார்கள். குறிப்பாக, நகரங்களில் நெசவாளர்கள் வளமான வாழ்வு பெற்றார்கள். அவர்களுக்கு அப்பகுதி சார்ந்த நீர்வளமும் நெற்பயிரும் உந்துதலாக அமைந்தன. திருநெல்வேலியின் நீர்வளப் பகுதியைப் பொறுத்தவரைக்கும், நகரத்தில் வாழ்ந்த நெசவாளர்கள், ஆற்றங்கரையின் வடக்கு, தெற்குப் பகுதியிலுள்ள கிராமங்களில் விளைந்த பருத்தியைப் பெற்றுத் துணிகளை நெய்து வந்தனர். 1823ஆம் ஆண்டு கணக்குப்படி திருநெல்வேலி மாவட்டத்தில் பெரிய சாலைச் சந்திப்புகளில் இரண்டு டஜன் பெரிய சந்தைகளும், தூத்துக்குடி,

---

10. Tools of Empure and wolf Europe and the people without History- Headiek PP-310-84

காயல்பட்டணம், குலசேகரப்பட்டணம் ஆகிய இடங்களில் துறைமுகங்களும் 35-க்கு மேற்பட்ட வாரச் சந்தைகளும் இருந்ததாகக் குறிப்பிடப்பட்டுள்ளது[11].

மேற்குறிப்பிட்டுள்ள திருநெல்வேலி மாவட்டத்தின் இடப் பெயர்ச்சி, சந்தை வளர்ச்சி, அந்நிய நாட்டுடனான வர்த்தக உறவு ஆகியவை குறிப்பாக, கோட்டாறு வர்த்தக வளர்ச்சியை ஊக்கப்படுத்தியது. ஏனெனில், தென் திருவிதாங்கூரையும் திருநெல்வேலி மாவட்டத்தையும் இணைக்கும் வர்த்தக உறவுப் பாலமாகக் கோட்டாறு விளங்கிவந்துள்ளது என்பதில் சந்தேக மில்லை. திருநெல்வேலியை என்னென்ன பொருளாதாரக் காரணிகள் ஊக்கப்படுத்தினவோ அதே காரணிகள் கோட்டாற்றை மையமாகக் கொண்ட தென் திருவிதாங்கூரை வளர்ச்சியின் உச்சிக்குக் கொண்டு சென்றன. நிலத்தின் தன்மை, நீர்வளம், பூகோள அமைப்பு, அரசியல், கலாச்சாரம், வரலாறு ஆகிய காரணிகள் அதற்குச் சாதகமாக அமைந்தன.

கோட்டாற்றை மையமாகக் கொண்ட கைவினைஞர்களின் எண்ணிக்கை உயர மன்னர்களும் அவர்களின் கீழ் பணியாற்றிய திறன்மிக்க திவான்களும் இடப்பெயர்ச்சியும் காரணங்கள்.

உதாரணமாகக் கோட்டாறின் நெசவுத் தொழிலும் நெசவாளர்களின் வாழ்க்கைத் தரமும் முன்னேற திவான் கேசவப் பிள்ளை முக்கியக் காரணமாக இருந்துள்ளார். திருச்சிராப்பள்ளி, மதுரையிலிருந்து நெசவாளர்கள், சாயத்தொழில் செய்வோர் ஆகியோரை முதன்முதலில் கோட்டாற்றிற்கு அழைத்துவந்து குடியேற்றிய பெருமை இவரையே சாரும். அரசாங்கத்தின் சார்பில் நெசவிற்கான தறிகளும் இதர உபகரணங்களும் வழங்கப்பட்டன. திவான் கேசவப்பிள்ளையின் இந்த நடவடிக்கைகளால் வெகு விரைவில் திருவிதாங்கூர் முழுமைக்கும் துணிவகைகளை விநியோகிக்கும் மையமாக கோட்டாறு மாறத் தொடங்கியது[12].

ஏற்கெனவே கோட்டாறின் அபரிமிதமான பொருளாதார வளர்ச்சியைக் கண்டு பொறாமை கொண்ட ஆங்கிலேயர்கள் அதைக் கைப்பற்ற தருணம் பார்த்துக் காத்திருந்தனர். வேலுத்தம்பி தளவாயின் ஆங்கிலேயர்க்கு எதிரான எதிர்ப்பைச் சாதகமாகப் பயன்படுத்திக்கொண்டு ஆங்கிலேயப் படை ஆரல்வாய்மொழி வழியாகத் திருவிதாங்கூருக்குள் நுழைந்தது. திருவிதாங்கூர் படைகளைத் தோற்கடித்தது மட்டுமல்லாமல் ஏராளமான

---

11. Peasant History in South India. David LUDDen United Kingdom- Princeton Univercity Press. P-3-131.

12. History of Travancore, P.SHANGUNNI MENON, State Institute of Languages, Trivandrum. 3 P-193

படைவீரர்களையும் கொன்றுபோட்டது. கோட்டாறு, நாகர்கோவிலைத் தங்கள் முழுக் கட்டுப்பாட்டின் கீழ்க் கொண்டுவந்தனர்[13].

இதேபோன்று சந்தா சாகிப், படாசாகிப் ஆகிய இருவரும் தங்கள் வாரிசுகளுக்கென ஒரு தனி அரசாங்கத்தை உருவாக்கும் நோக்குடன் ஆரல்வாய்மொழி வழியாகத் திருவிதாங்கூருக்குள் படையுடன் நுழைந்தனர். அவர்களும் முதன்முதலாகக் கோட்டாறு, நாகர்கோவிலைக் கைப்பற்றியது மட்டுமல்லாமல் சுசீந்திரம் கோயில் தேரையும் எரித்தனர்[14].

மேற்குறிப்பிட்டுள்ள நிகழ்ச்சி யாவுக்குமே கோட்டாறின் அபரிமிதமான பொருளாதார வளர்ச்சியைத்தான் காரணம் காட்ட வேண்டும். என்னென்ன காரணிகள் கோட்டாற்றை நோக்கி மக்கள் இடப்பெயர்ச்சிக்கு ஊக்கப்படுத்தினவோ அதே காரணிகள் எதிரிகளையும் ஈர்த்ததில் சந்தேகமில்லை.

கி.பி. 1784ஆம் ஆண்டு (M.E. 959) மன்னர் மார்த்தாண்ட வர்மா புனித யாத்திரை மேற்கொண்டபோது மதுரை, திருநெல்வேலி மாவட்ட நீர்ப்பாசனத் திட்டங்களை நேரில் பார்க்கும் வாய்ப்பு கிடைத்தது. அதே மாதிரியான திட்டங்களை நாஞ்சில் நாட்டிலும் அறிமுகம் செய்தார். இத்திட்டங்களுக்கு மேலும் ஒத்துழைப்பு கொடுத்து முழுமையடையச் செய்த பெருமை ராஜா கேசவ தாஸைச் சாரும். இத்துடன் இவர் கோட்டாறு வணிக மையக் கட்டமைப்புப் பணிகளை மேன்மைப்படுத்த வெகுவாகப் பாடுபட்டார்[15].

திருவிதாங்கூரை ஆண்ட மன்னர்களின் நடவடிக்கைகளால் கோட்டாறின் வளர்ச்சி வேகப்பட்டது என்பதில் சந்தேகமில்லை.

---

13. Ibid Col. WELSH. "Military Memoirs" P-271
14. . Ibid. P-271& 107
15. Ibid. P- 164& 193

இடப்பெயர்ச்சி - 3

மலபாரிலிருந்து பெப்ரவரி கி.பி. 1772இல் தெற்கு நோக்கி கன்னியாகுமரி வரைக்கும் பயணம் மேற்கொண்டிருந்த ஜேம்ஸ்போர்ப்ஸ் *(James Forbs)* கோட்டாறு குறித்து கீழ்க்கண்டவாறு குறிப்பிடு கிறார்... "திருவிதாங்கூரின் கடைசி நிர்வாகப்பிரிவு மலபாராகும். இதன் தெற்கெல்லை கன்னியாகுமரி வரைக்கும் நீண்டிருந்தது. இதில் பல தனிநாடுகள் உட்படுத்தப்பட்டிருந்தன. அவற்றுள் கீழ்க்கண்ட நகரங்கள் முக்கியமானவையாகும். அவையாவன:

மங்களூர், கண்ணனூர், தலைச்சேரி, மாகி, கள்ளிக்கோட்டை, பனானா, கொடுங்களூர், கொச்சி, போர்கா, *(Porca)* கொல்லம், அஞ்சங்கோ, குளச்சல் ஆகிய நகரங்களாகும்.

"............ அதிகாலையில் பயணப்பட்ட நாங்கள் தீப்பந்தத்தின் வெளிச்சத்தில் பாறைகளும் குன்றுகளும் நிறைந்த கரடு முரடான வழியாகச் சிரமப்பட்டு நடக்க ஆரம்பித்தோம். சூரிய உதயத்திற்குப் பின்பு சுற்றிலும் மலைகள் நிறைந்த விவசாயம் செய்யப்பட்ட சமவெளியை அடைந்தோம். சுற்றிலும் மலைத்தொடர்களும் வயல்வெளிகளும் சூழப்பட்ட அப்பகுதி காண்பதற்கு ரம்மியமாகக் காட்சியளித்தது. ஆங்காங்கே காணப்பட்ட மேய்ச்சல் நிலங்கள் அக்காட்சிக்கு மேலும் மெருகூட்டின. இங்குள்ள கிராம மக்கள் சுறுசுறுப்பாக விவசாயப் பணிகளில் ஈடுபட்டு வந்தனர். இவ்விளக்கத்திற்குரிய பகுதி கோட்டாற்றைச் சுற்றியுள்ள கிராமப் பகுதியாகும்."

ஆ. மனுவேல்

"வெயில் ஏறத் தொடங்கிவிட்டதால், காலை பத்து மணிக்கெல்லாம் *Choule (பழையாறு)* ஆற்றங்கரையில் அமைந் திருந்த கோட்டாறு என்னும் வரலாற்றுச் சிறப்புமிக்க கிராமத்தில் சற்று இளைப்பாற முற்பட்டோம். எங்களைப் போன்று காளை வண்டிகளில் வந்த யாத்ரீகர்கள் பலர் அங்கு காணப்பட்ட மாந்தோப்புக்குள் இளைப்பாறுவதைக் காண முடிந்தது. அவர்களுடன் எங்களையும் இணைத்துக் கொண்டோம்."

"சற்று இளைப்பாறிய பின்பு, பொழுதும் சாயத்தொடங்கி யதைப் பார்த்தோம். அதன் பின்பு மனதுக்குகந்த காட்சிகளைக் கொண்ட பழையாறு ஆற்றங்கரை வழியாக எங்கள் பயணத்தைத் தொடர்ந்தோம் ...."[1]

சுமார் 250 ஆண்டுகளுக்கு முந்தைய கோட்டாறு பற்றிய அனுபவ வருணனை கோட்டாற்றை நம் கண்முன்னே கொண்டு வந்து நிறுத்துகிறது என்பதில் ஐயமில்லை.

நாஞ்சில் நாட்டின் ஆரம்பகால இடப்பெயர்ச்சி குறித்து, அகஸ்தீஸ்வரத்திலுள்ள அகஸ்தியலிங்க கல்வெட்டொன்று சான்று பகருகிறது. இக்கோயில் அகஸ்திய முனிவரால் கட்டப்பட்டதாக நம்பப்படுகிறது. இக்கோவில் கல்வெட்டுப்படி, கொல்லம் வருடம் 614இல் (கி.பி. 1439) அகஸ்தீஸ்வரம் கிராமத்தில் வெளியூர் மக்கள் வந்து குடியேறினர். திருவிதாங்கூரை ஆண்ட அப்போதைய மன்னனின் கட்டளைப்படி இக்குடியேற்றம் நடந்தேறியது. இங்கு வந்து குடியேறிய மக்களுக்குச் சாதி, மத பேதம் பாராமல் நிலம் வழங்கப்பட்டது. அகஸ்தீஸ்வரம் மட்டுமல்லாமல் அகஸ்தீஸ்வரத்தைச் சுற்றியுள்ள கரியமாணிக்கபுரம், அதன் அருகிலுள்ள இடலாக்குடி ஆகிய கிராமங்களிலும் மக்கள் குடியமர்த்தப்பட்டனர். கன்னியாகுமரிக்கு அருகிலுள்ள வாரியூர் உப்பளத்தில் கிடைத்த இக்கல்வெட்டு வேறொரு செய்தியையும் தெரிவிக்கிறது. அதாவது மன்னர் குலோத்துங்கச் சோழ தேவனின் சிறப்பான ஆட்சிக்காக அகஸ்தீஸ்வரத்தில் எழுந்தருளியுள்ள தெய்வத்திற்கு உப்பளம் நிவந்தமாக கொடுக்கப்பட்டது என்பதுதான் அந்தச் செய்தி[2].

அகஸ்தீஸ்வரத்தில் கொல்லம் வருடம் 614இல் (கி.பி.1739) நடைபெற்ற பிராமண சமூகத்தினரின் குடியேற்றம் குறித்துத் தென் திருவிதாங்கூர் அகஸ்தீஸ்வரம் கிராமத்தில் உள்ள

---

1. Oriental Memoirs. A Narratve of Seventeen Years Residence in India. James Forbes. Vol. I. London. 1834 P-187 & 120

2. Archaeological Reports -1104-1113, 1928 A.D. Administrative Report of the Department of Archaelogy for 1104 M.E. P-2-3

வயல்வெளியில் கண்டெடுக்கப்பட்ட கல்வெட்டொன்று மேலும் தகவல்களைத் தருகிறது.

இக்கல்வெட்டை நிவந்தமாக அளித்தவர் களக்காடு (திருநெல்வேலி மாவட்டம்) மன்னர் சேரன் உதயமார்த்தாண்ட வர்மா என்பவராவார். இதன்படி தேரூரில் (அழகிய சோழ நல்லூர்) சுமார் 120 ஏக்கர் விவசாய நிலம், 24 பிராமணக் குடும்பங்கள் வசிக்க ஏதுவாக அகஸ்தீஸ்வரத்தில் நிலமளிக்க உத்தரவிடப்பட்டுள்ளது. மேலும் புராதன இந்து தர்மப்படி வாழ முற்படும் கிராமத்திற்குத் தேவையான மூன்று வேதங்களைப் பயிற்றுவிக்கும் வேத பாடசாலைகள், சன்னியாசிகள் வாழ மடங்கள், தச்சு வேலை செய்பவர்களுக்கான இடங்கள், மருத்துவர்களுக்கான இடங்கள், மட்பாண்டம் தயாரிப்பவர்களுக்கான இடங்கள் என அனைத்துக் கலைஞர்களுக்கும் இடங்கள் ஒதுக்கப்பட்டன[3].

இவ்வாறு அகஸ்தீஸ்வரத்தில் குடியேறுவதற்கு முன்னரே பிராமண சமூகத்திலுள்ள பலர் கி.பி. 10ஆம் நூற்றாண்டில் இடலாக்குடிக்கு (இடராய்க்குடி) அருகிலுள்ள கரியமாணிக்க புரத்தில் குடியேறினார்கள். இவர்கள் கரியம்பட்டர் என அழைக்கப்படுகின்றனர். அகஸ்தீஸ்வரம் சிவன்கோவில், அதைச் சுற்றியுள்ள விவசாய நிலத்தில் இவர்களுக்கு உரிமையுள்ளது என்பது குறிப்பிடத்தக்கது[4].

நாஞ்சில் நாட்டில் நடைபெற்ற குடியேற்றம் குறித்து திரு. நாகம் அய்யா கீழ்க்கண்ட தகவல்களைப் பதிவுசெய்துள்ளார். நாஞ்சில் நாட்டில் வசித்த வசதிபடைத்த ஆட்டிடையன் ஒருவன் தன் மகள் அவ்வைக்கு விமரிசையாகத் திருமணம் நடத்த உத்தேசித்து சேர, சோழ, பாண்டிய மன்னர்களுக்கு அழைப்பு விடுத்தான். முப்பந்தல் என்ற ஊரில் திருமணம் நடைபெற்றது. திருமணம் முடிந்த பின்பு முப்பந்தலுக்கு மேற்காக உள்ள வளமான பகுதியை மூன்று மன்னர்களும் எடுத்துக் கொள்ளும்படி மணமகள் அவ்வை கேட்டுக்கொண்டார். அவரின் வேண்டுகோளுக்கிணங்க மூவேந்தர்களும் முடிசூட்டிக் கொண்டார்கள். அதையொட்டி பாண்டி நாட்டிலிருந்து பல குடும்பங்கள் இடம்பெயர்ந்து வந்து நாஞ்சில் நாட்டில் குடியேறத் தொடங்கின. படிப்படியாகக் காட்டைத் திருத்தி நாஞ்சில்

---

3. Kalakadu Raja, The Ancient Travancore Prince. 614 M.E. R. Chidambara krishna Aiyar P-260
4. Ibid. P-266
   Appendix -II. Agasteeswaram Roek Inscription (Eastern Side)

நாடு என்ற பெயரில் விரிவாக்கம் செய்தனர். காளியுகத்தில் நடைபெற்ற இந்தக் குடியேற்றம் முதன்முதலில் எப்போது நடைபெற்றது என்பதற்குச் சான்றாதாரங்கள் இல்லை. ஆனால், மூவேந்தர்களும் தாங்கள் வழிபட்டுவந்த தெய்வங்களுக்குத் தனித்தனியாகக் கோயில் கட்டியுள்ளனர். நாஞ்சில் நாட்டில் மலையாள மொழி பேசும் மக்களின் நிரந்தரக் குடியிருப்புகள் எவையும் இல்லாதபட்சத்தில் சோழமண்டலக் கடற்கரை, அதாவது பாண்டி நாட்டிலிருந்து அவ்வப்போது மக்கள் இடம் பெயர்ந்து வந்து குடியேறிய வண்ணமிருந்தனர். நன்செய் நிலங்கள் இப்பகுதியைச் சூழ்ந்திருந்ததால் நாஞ்சில் நாடு எனப்பெயர் பெற்றதாகவும், இயற்கை பசுமை அரண்போல் அமைந்திருந்ததால் அப்பெயர் பெற்றதாகவும் கூறுவர்[5].

பிற்காலச் சோழர்களின் ஆட்சியின்போது (இராஜராஜன், இராஜேந்திரச் சோழன்) தாங்கள் கைப்பற்றியிருந்த வளம் மிக்க விவசாய நிலம், சாலை ஓரங்களில் குடிமக்களைக் குடியமர்த்தியதாகச் சான்றுகள் உள்ளன. குறிப்பாகக் கோட்டாற்றைக் கடந்து செல்லும் சாலையோரங்களில் பொதுமக்களைக் குடியமர்த்தியுள்ளனர். இதன்மூலம் எதிரிகளைத் தங்கள் கட்டுக்குள் கொண்டுவரமுடியும் எனச் சோழ மன்னர்கள் நம்பியுள்ளனர்[6].

இத்தகவலைக் கீழே காண்க:

.... தென் நாட்டலை காட்டி

(ய்)-க் குறுகலர் குலையக்

கெ(ா)ட்ட (ஈறுட்ப்) பட நெறிக.

இக்குடியேற்றம் மூலம் தங்கள் பலம் பெருகி, எதிரியின் பலம் அழிந்ததாகவும் தெரிவிக்கப்பட்டுள்ளது[7].

இதைப்போன்று திருநெல்வேலி மாவட்டம் திருக்குறுங் குடியைச் சார்ந்த வைணவ சகோதரர்களிருவர் கோட்டாறிலுள்ள கோயிலுக்கு நிவந்தங்கள் வழங்கியதாகப் புரவசேரி கல்வெட்டொன்று தெரிவிக்கிறது. இவர்கள் திருக்குறுங்குடியில்

---

5. The Travancore State Manual Vol. Ii. Nagam Aiya. Madras. 1989. P-373
6. South Indian Inscription Vol.II- Part -I Tamil Inscription of Raja Raja, Rajendra and others.

   Raja Rajeshwara Temple at Tanjore. No: 58. P-229-236 P.234-Line 53-57
7. Mr. Sewells list of Antiquities Vol. I P-258

பிறந்தாலும் கோட்டாறில் நீண்ட காலமாக வாழும் வைணவ அன்பர்களாவர். இக்கல்வெட்டின் காலம் M.E.335 ஆகும்[8].

மேற்குறிப்பிட்டுள்ள கல்வெட்டிலிருந்து மதரீதியான காரணங்களுக்காகவும் மக்கள் வடக்கிலிருந்து கோட்டாறில் வந்து குடியேறியுள்ளனர் என்ற உண்மை நமக்குத் தெரிய வருகிறது.

நாஞ்சில் நாடு ஆரம்பகாலம் தொட்டுத் திருவிதாங்கூரின் ஒருங்கிணைந்த பகுதியாக இருந்து வந்துள்ளது. பிற்காலத்தில் இதன் வளமையைக் கண்டு பொறாமையுற்ற பகைவர்கள், குறிப்பாக நாயக்க மன்னர்கள் நாஞ்சில் நாட்டின்மீது படையெடுத்து வந்துள்ளனர். ஆனால், அவர்கள் நிரந்தரமாகத் தங்கவில்லை. மேனாட்டினரைப் பொறுத்தவரைக்கும் Ralph Fitch என்ற ஆங்கிலேயர்தான் முதன்முதலில் கி.பி. 1588ஆம் ஆண்டு மலபார் கரைக்கு வந்துள்ளார். இவர் கொச்சியில் வந்திறங்கிய பின்பு மலபார் வந்துள்ளார் என்பது குறிப்பிடத்தக்கது[9]. ஆனால், அவரும் நிரந்தரமாகத் தங்கவில்லை.

ஆனால், தென் திருவிதாங்கூருக்கு இடம்பெயர்ந்து வந்தவர்களில் முக்கியமானவர்கள் கிறிஸ்தவர்களாவர். கன்னியாகுமரிக்கு அருகில் (Thiruvankatta) திருவிதாங்கோடு என்ற இடத்தில் புனித தோமாவைப் பின்பற்றும் கிறிஸ்தவர்கள் ஒரு ஆலயம் கட்டியுள்ளனர். இவர்களுக்கு Taridaykan Mara எனப்பெயர்[10].

ஆனால், பாலஸ்தீனத்தைச் சார்ந்த யூதர்கள் (மூசிநிறீ) கி.மு.10ஆம் நூற்றாண்டு முதலே இந்தியாவுடன் தொடர்பு வைத்திருந்ததாகச் சான்றுகள் தெரிவிக்கின்றன[11].

இந்த உறவுகளின் தொடர்ச்சியாக முட்டம், கொடுங்களூர், பாரூர், பழையூர், கொல்லம், சென்னட் (Chenat) ஆகிய இடங்களில் மொத்தம் 35 யூதக் (Jew) குடும்பங்கள் வசித்துவந்துள்ளன. இவற்றை யூதக் குடியிருப்புகள் (Jews Colony) என அழைத்தனர்[12].

புனித தோமாவின் சீடர்கள் அடுத்தகட்டமாகக் கொடுங்களூரை விட்டு கொல்லத்தில் தங்கள் பணியைத்

---

8. Miscollaneous travancore Inscriptions, Rao Bahadur P. Sundaram Pillai Indian Antiquary, 1897
9. I Horton Ryly, Ralph Fitch, English Pioneer to India. PP-185-186
10. A History of Christionity in Kerala. C.V.CHERIYAN. Kerala Historical Society. 1973. Kottayam.
11. The Dutch in Malabar, A. Galletti. Madras. 1911. P-30
12. The Dutch in Malabar- A Galletti. Madras. 1911. P-33

தொடர்ந்தனர். அக்காலத்தில் கொல்லத்தில் வசித்த பெரும்பான்மை மக்கள் செட்டியார் சமூகத்தைச் சார்ந்தவர்களாவர். இவர்கள் தங்களை வர்த்தகத்தில் ஈடுபடுத்திக்கொண்டனர். கிறிஸ்தவக் குருமார்களின் போதனைகளாலும் அற்புதங்களாலும் ஈர்க்கப் பட்ட இவர்களில் பலர் கிறிஸ்தவத்திற்கு மதம் மாறினர். ஆனால், புதிய மதத்தைப் பிடிக்காத பலர் கொல்லத்தைவிட்டு இடம்பெயர்ந்து நாஞ்சில் நாட்டில் குடியேறினர்.

கேரளாவின் இந்துக்களின் பாரம்பரிய வரலாற்றில் வைசியர் கள் அல்லது வர்த்தகர்கள் ஏற்படுத்தியிருந்த வெற்றிடத்தை, காலப்போக்கில் கிறிஸ்தவர்கள் நிரப்பினர். கேரளாவை ஆண்ட ஒவ்வோர் அரச குடும்பத்தினரும் இந்தக் கிறிஸ்தவ வர்த்தகர்களை மனமுவந்து வரவேற்று அங்கீகரித்த காரணத்தால் இந்துமதச் சமூகத்தைச் சார்ந்த வைசியர்கள் ஏற்படுத்திய வெற்றிடத்தை கிறிஸ்தவ வர்த்தகர்கள் எளிதாக நிரப்ப முடிந்தது. எனவேதான் திருவிதாங்கூரில், பரவலாகத் திருவிதாங்கோடு, கொல்லம், திருவல்லா, கோட்டயம், முட்டம், பாரூர், பல இடங்களில் உருவாக்கப்பட்டிருந்த கிறிஸ்தவக் குடிருப்புகளுக்கு கம்போளம், அங்காடி, தெருக்கள் எனப் பெயரிட்டு அழைத்தனர் என்பது குறிப்பிடத்தக்கது[13].

தற்போதுகூடக் கோட்டாற்றைச் சுற்றியுள்ள தெருக்கள் கம்போளம் என அழைக்கப்படுகின்றன.

கி.பி.1794ஆம் ஆண்டு (M.E 970) தோவாளையை அடுத்து அமைந்துள்ள செண்பகராமன்புதூரில் வசித்துவந்த திருவானந்தம் என்பவர் திருவிதாங்கூரை ஆண்ட மன்னர் ராமவர்மாவிற்கும் (கி.பி.1758–98) மைசூரை ஆண்ட திப்புசுல்தானுக்கும் இடையே நடைபெற்ற போரைப் பாடலாக எழுதியுள்ளார். இப்பாடல் வரிகள், போரைக் கண்டு அஞ்சிய பாலக்காடுவாழ் பிராமணர்கள் அங்கிருந்து இடம்பெயர்ந்து திருவிதாங்கூர் சென்று குடியேறியதைக் குறிப்பிட்டுள்ளது. (வரிகள் 86–101)[14].

விபூதியறியாச் செட்டிகள்

நாஞ்சில் நாட்டில் வர்த்தகம் நிமித்தமாக இடம்பெயர்ந்த சமூகத்தினரில் செட்டியார்கள் முன்னிலை வகித்தனர். இவ்வாறு இடம்பெயர்ந்தவர்களில் பெரும்பாலானோர் கிறிஸ்தவ மதத்தைத் தழுவியவர்களாகக் காணப்பட்டனர்.

---

13. .Ibid. P-37&83

14. A Contemporary Tamil Song of A.D. 1794 on Raja Kesavadas.-S. Desiavinayagam Pillai. P-279,281.

இதன் பின்னணி பின்வருமாறு: பாரம்பரிய வரலாறுப்படி, கிழக்குக் கடற்கரையை ஒட்டிய பகுதிகளை ஆண்ட மன்னர்கள் புதிதாக கிறிஸ்தவ மதத்தைத் தழுவியவர்களை மிகுந்த துன்பத்திற்குள்ளாக்கினர். இதைக் கண்ணுற்ற புனித தோமா 64 குடும்பங்களைத் தென் திருவிதாங்கூருக்கு அழைத்துவந்து திருவிதாங்கோட்டில் குடியேற்றினார். இவர்களுக்கெனத் திருவிதாங்கோட்டில் ஒரு கிறிஸ்தவக் கோயிலும் புதிதாகக் கட்டப்பட்டது. இவ்வாறு புதிதாக மதம் மாறியவர்களில் பெரும்பாலானோர் செட்டியார் சமூகத்தைச் சேர்ந்தவர்களாவர். இவர்கள் ஆரல்வாய்மொழி கணவாயைத் தாண்டி வந்தவர்களாவர். அக்காலத்தில் வேணாட்டை ஆண்ட மன்னர் இவ்வாறு இடம்பெயர்ந்து வந்த அகதிகளிடம் பரிவு காட்டியது மட்டுமல்லாமல் வேண்டிய பாதுகாப்பும் கொடுத்து, வீடுகட்ட நிலமும் வழங்கி, விவசாயம் செய்ய நிலமும் கொடுத்துதவினார். திருவிதாங்கூரில் கட்டப்பட்ட கிறிஸ்தவக் கோயில் புனித தோமாவால் கட்டப்பட்டது என நம்பப்படுகிறது. திருவிதாங்கோட்டை ஆண்ட மன்னன் வழங்கிய நிலத்தில்தான் 64 குடும்பங்களுக்கான கோயில் கட்டப்பட்டது. மன்னன் அவர்களுக்குப் புனிதமான விபூதி வழங்கியபோது அதைப் பெற்றுக்கொள்ள அவர்கள் மறுத்துவிட்டனர். அக்காரணத்திற்காக, மன்னன் அவர்களை *'Vibuthi Dharia Chettikal'* (விபூதி தரியாச் செட்டிகள்) எனப் பெயரிட்டு அழைத்தான். இதற்கு 'விபூதி தரிக்காத செட்டியார்கள்' எனப் பொருள் எனவே, திருவிதாங்கோட்டைச் சுற்றி வாழும் கிறிஸ்தவச் செட்டியார்களுக்கு *'Dharia Chettiars'* (தரியா செட்டியார்கள்) எனப் பெயர்[15].

---

15. A History of Christians in Kerala (From the Mission of St. Thomas to Arrival of Vascodagama (A.D. 52-1492) P-40

இடப்பெயர்ச்சி – 4

திருவிதாங்கூரின் இடைக்கால வரலாற்றில் இடப்பெயர்ச்சி என்பது சர்வசாதாரணமாக நடந்தேறியுள்ளது. இவ்விடப்பெயர்ச்சி என்பது தொழில், குறிப்பாக வர்த்தகம், வழிபாடு, சுற்றுப்புறச் சூழ்நிலை, அரசியல் காரணங்கள், பொருளாதாரக் காரணங்கள், சமூகக் காரணங்கள் எனப் பல காரணங்களால் நடைபெற்றன எனக் குறிப்பிடலாம்.

குறிப்பாகத் திருவிதாங்கூரின் மத்தியில் அமைந்துள்ள திருவல்லாவில் நடைபெற்ற இடப்பெயர்ச்சிக்கும் தென் திருவிதாங்கூருக்கும் நெருங்கிய தொடர்பு இருப்பதைக் கீழ்வரும் உண்மைகள் வெளிச்சம் போட்டுக் காட்டுகின்றன:

திருவல்லா, முன்னதாகத் திருவிதாங்கூரின் தெக்கும்கூர் நிர்வாகப் பிரிவில் உட்படுத்தப் பட்டிருந்தது. பின்னர் *M.E 925*இல் மார்த்தாண்ட வர்மாவால் சேர்த்துக்கொள்ளப்பட்டுக் கேரளாவின் புகழ்பெற்ற புராதன *64* கிராமங்களில், ஒன்றாக மாறியது. இதுவே கேரளாவின் பழம்பெரும் பிராமணர்கள் குடியிருந்த கிராமமாகும். கேரளாவின் இதர பிராமணர்கள் வசித்த கிராமங்களைப் போன்று திருவல்லாவும், மணிமலா என்ற ஆற்றங்கரையில் அமைந்திருந்தது. சங்கேதாஷி *anketa* என்ற கிராமங்களின் கூட்டமைப்பில் கீழ்க்காணும் சிறிய கிராமங்களும் உட்படுத்தப்பட்டிருந்தன. அவற்றில் ஒன்று கரும்பகம் *(Karumbhagam)* குடியிருப்பாகும். இது கோயில் சார்ந்த குடியிருப்பு என்பது குறிப்பிடத் தக்கது.

1. தமிழ் பேசும் பிராமண வியாபாரிகளுக்கென ஸ்ரீகிருஷ்ணர் கோயில் விட்டுக் கொடுக்கப்பட்டது. கரியமல் காவு–வில் உள்ள துர்க்கைக் கோயில் வளாகத்துள்ளே ஸ்ரீகிருஷ்ணர் ஆலயமும் அமைந்துள்ளது.
2. அடுத்து வாலப்பள்ளி *(Valapalli)* குடியிருப்பாகும். இங்கும் தமிழ் பேசும் பிரபல பிராமணக் குடும்பங்கள் குடியிருந்தன. இதில் திருவிதாங்கூரில் திவான் பதவி வகித்த *V.S.* சுப்ரமணிய அய்யர் பிரபலமானவர் ஆவார். இவர்களனைவரும் தென் திருவிதாங்கூரிலுள்ள (கோட்டாறுக்கு அருகிலுள்ள) பீமநகரி, திருப்பதிசாரம் விஷ்ணு கோயிலைச் சார்ந்தவர்களாவர். இங்கிருந்து இடம்பெயர்ந்து திருவல்லா வாலப்பள்ளியில் குடியேறினர்.
3. அடுத்து வருவது *(Karumbhagam)* கரும்பகம் விஷ்ணுகோயில் குடியிருப்பாகும். இப்பகுதியைச் சுற்றிலும் தெளிந்த ஊற்றுத் தண்ணீரால் சூழப்பட்டிருந்தது. இப்பகுதிக்கு மல்லிகாவனம் என்று பெயர். அடர்த்தியான மல்லிகைச் செடி சூழ்ந் திருந்த இப்பகுதியில் முனிவர்கள் தவம்செய்ததாக ஐதீகம் உண்டு. இங்குள்ள தோட்டங்களைத் திருத்தி, கிழக்குக் கடற்கரையிலுள்ள சோழ நாட்டிலிருந்து வந்த பிராமணர்களும் சூத்திரர்களும் (வெள்ளாளர்கள்) குடியேறி னார்கள் என்றொரு பரம்பரைச் செய்தியுண்டு.

அடுத்து திருவல்லாவைச் சுற்றியுள்ள கிராமங்களில் வாழ்ந்த இதர சமூகத்தினரைப் பற்றி ஆராயும்போது கீழ்க்கண்ட உண்மைகள் நமக்குத் தெரிய வருகிறது:

1. போற்றி நம்பூதிரிகள்: திருவல்லாவிற்கு வந்து முதன்முதலில் குடியேறிய பிராமண அகதிகளின் வம்சவழி வந்தவர்கள்.
2. தமிழ்ப் பிராமணர்கள்: பிராமணர்களின் தலைவனாக இருந்தவர் விளக்கிலி மங்கலம் பிராமணராவார். இவர் தமிழ்நாட்டிலிருந்து இப்பிராமணர்களின் மூதாதையர் களைக் கொண்டுவந்து திருவல்லாவில் குடியேற்றினார். பல நூற்றாண்டுகளுக்கு முன்னால் சுமார் 96 குடிசைகளில் இவர்கள் குடியமர்த்தப்பட்டனர். இக்குடிசைகளுக்கு *(Shop Houses)* மாடத்தின் முறி எனப்பெயர். இவர்கள் குடியேறிய பகுதி கரியநாட்டுக் காவாகும். இவர்கள் துணி வியாபாரம் செய்து வந்தார்கள் என்பது குறிப்பிடத்தக்கது.

கொல்லம் ஆண்டு 900–க்குப் பிறகு பாலக்காட்டிலுள்ள பிராமணர்கள் ஒன்றுசேர்ந்து குடியேறித் தமிழ்ப் பிராமணக்

குடியேற்றத்தை அமைத்தார்கள். கரியநாட்டுக் காவுத் தெருவில் வசிக்கும் சிரியன் கிறிஸ்தவர்கள் பெரும்பாலும் புராதனக் காலத்தில் நிராணம் பகுதியிலிருந்து, வியாபாரத்திற்காக அழைத்து வரப்பட்டுக் குடியேற்றப்பட்டவர்களாவர். இத்தெருவில் கிறிஸ்தவர்களுக்கென இரண்டு ஆலயங்களும் இந்துக் குடும்பங் களுக்கென இரண்டு கோவில்களும் அருகருகே கட்டப்பட்டுள்ளன. பழங்கால இந்துத் தமிழ்ச் செட்டியார் குடும்பங்களில் சில தற்போதுகூடத் திருவல்லாவில் வாழ்ந்து வருவதைக் காணமுடியும். இவர்களில் பலர் இங்கிருந்து அரேபியா, சீனாவிற்கு நல்லமிளகு, இதர வாசனைத் திரவியங்களை ஏற்றுமதி செய்து வந்ததாகத் தெரியவருகிறது. இதற்குப் பதிலாகத் தங்கம், வெள்ளியை விலையாகப் பெற்றனர்.

இலங்கையிலிருந்து திருவல்லாவில் குடியேறிய உத்தமச் செட்டி என்னும் வியாபாரி (வைசியன்) அளித்துள்ள தாமிரப் பட்டயம் மேற்குறிப்பிட்டுள்ள தகவலை உறுதிசெய்கிறது.

திருவல்லாவின் கல்தச்சர்கள் தமிழ்நாட்டிலிருந்து வந்து குடியேறியவர்களாவர். இவர்கள் பெரும்பாலும் தமிழ்ப் பாரம்பரியத்தையும் கலாச்சாரத்தையும் பழக்கவழக்கங்களையும் தவறாது பின்பற்றி நடக்கின்றனர். நீண்டகாலம் திருவல்லாவில் வாழ்ந்தாலும் இவர்கள் பேசும் மொழி கலப்படமற்ற மலையாளமல்ல என்பது குறிப்பிடத்தக்கது. இக்குலப்பெண்கள் தமிழ்நாட்டுப் பெண்களைப் போன்று சேலை, நகைகள் அணிந்து காணப்படுகின்றனர். இவர்கள் கி.பி.1340ஆம் ஆண்டுவாக்கில் கோவில் கட்டுவதற்காக, தமிழ்நாட்டிலிருந்து திருவல்லாவிற்கு அழைத்து வரப்பட்டிருக்கலாம் என நம்பப்படுகிறது.

இவர்களில் பல கல்தச்சர்களைத் திருவல்லாவிலிருந்து திருவனந்தபுரத்திலுள்ள பத்மனாபசாமி கோவில் கட்டுவதற்கென மார்த்தாண்ட வர்மாவின் முகவர்கள் அழைத்து வந்தனர். இவர்கள் ஏற்கெனவே மன்னரின் கட்டளைப்படி திருநெல்வேலி, மதுரையிலிருந்து அழைத்துவரப்பட்ட தச்சர்களுடன் இணைந்து பத்மநாபசாமி கோவிலைக் கட்டினர். இக்கோவில் கொல்லம் ஆண்டு 908இல் கட்டி முடிக்கப்பட்டது. இக்கோவிலிலுள்ள கற்சிற்பங்களை நேர்த்தியாகவும் கலைவண்ணம் மிளிரவும் அமைத்ததற்காக, கல் சிற்பிகளுக்கு மன்னரின் திருக்கரத்தால் விசேஷப் பரிசுப் பொருட்கள் வழங்கப்பட்டன.

இச்சிறப்புக்குக் காரணமாக இருந்தவர்கள் திருவல்லா மாவட்டத்தில் வசித்த பாண்டிதட்டான் எனும் கல்தச்சர்களாவர். திருவல்லாவில் வசித்துவந்த இச்சமூகத்தினர் மலையாளத் தட்டான்களைக் (மலையாளக் கைவினைஞர்கள்) காட்டிலும் வித்தியாசமான சமூகத்தினராவர்.

திருவல்லா கோவிலிலுள்ள செப்புப்பட்டயம் எண் 24, 25 கீழ்க்கண்ட தகவல்களைத் தருகிறது: அதாவது, வெண்பொலி நாட்டு மன்னனான ரவி ஸ்ரீகந்தவர்மா திருவல்லா கோவில் தெய்வமான வேலப்பனுக்கு குடவூர் என்ற நிலத்தையும் 18 பரிஷாஸ் அல்லது 18 வகைக் கைவினைஞர்களையும் நிவந்தமாக அளித்தார் என்பதே அந்தத் தகவல். அவர்கள் பெயர்கள் கீழ்வருமாறு:

வர்த்தகர்கள், மரவேலை செய்யும் கலைஞர்கள், இரும்பு வேலை செய்வோர், தங்க ஆசாரிகள், பூமாலைக் கட்டுவோர். மண்பாண்டக் கலைஞர்கள், பித்தளைக் கலைஞர்கள், வார்ப்படத் தொழிலாளர்கள், பறையறிவிப்போர், பல்லக்குத் தூக்கிகள், வாழை இலை விற்போர், உப்பு, மளிகை, எண்ணெய் வணிகம் செய்வோர் ஆகியோராகும்.[1]

மேற்குறிப்பிட்டுள்ளபடி இடப்பெயர்ச்சியைப் பொறுத்த வரைக்கும், தமிழ்நாட்டிற்கும், திருவிதாங்கூருக்கும் நெருங்கிய தொடர்பு இருந்துவந்துள்ளது என்பதைக் காட்டுகிறது. வர்த்தகம் உட்பட அனைத்துத் துறைகளிலும் தொழில்நுட்பப் பரிமாற்றங்கள் தங்கு தடையின்றி நடைபெற்றுள்ளன. இதைப் போன்று மத ரீதியான உறவுகளும் இடப்பெயர்ச்சி மூலம் நடைபெற்றுள்ளன என்பதற்குக் கீழ்க்கண்ட நிகழ்வுகள் சான்று பகர்கின்றன:

பெரும்பாலும் 7ஆம் நூற்றாண்டில் நம்மாழ்வாரும் 8ஆம் நூற்றாண்டில் திருமங்கை ஆழ்வாரும் திருவல்லா வந்திருக்க வேண்டும் என நம்பப்படுகிறது. இவர்கள் தென் திருவிதாங்கூருக்குப் புராதன வழியான ஆரல்வாய்மொழிக் கணவாய் வழி வந்திருக்க வேண்டும். இவர்களில் நம்மாழ்வாரின் தாய் தென் திருவிதாங்கூரிலுள்ள திருப்பதிசாரத்தைச் சார்ந்தவராவர். திருவிதாங்கூரின் தென்கோடியில் அமைந்துள்ள 13 வைணவத் தலங்களில் திருப்பதிசாரம் மிக முக்கியமானதாகும்.

நம்மாழ்வார் திருப்பதிசாரத்திற்கு வந்தது மட்டுமல்லாமல் திருவல்லாவிற்குத் தெற்கேயுள்ள இதர ஐந்து வைணவக் கோவில் களுக்கும் சென்றுள்ளார். ஆனால், அவர் எல்லாக் கோவில்கள் குறித்தும் பாடவில்லை என்பது குறிப்பிடத்தக்கது.

நம்மாழ்வாரின் காலத்தில் மலபார் முழுமையும் பரந்துபட்ட காடுகளால் நிறைந்திருந்தது. இங்கொன்றும் அங்கொன்றுமாக இருந்த கிராமங்களை, ஆறுகளும் குறுகியகால் நடைப்பாதைகளும் அல்லது காட்டினூடே செல்லும் வண்டித்தடப் பாதைகளும்

---

1. Annals and Antiquities of Tiruvalla- V. Ragavan Nambiyar. Pp-57-81

இணைத்தன. கி.பி. 9ஆம் நூற்றாண்டைச் சார்ந்த கொல்லம் கிறிஸ்தவ ஆலயம் வழங்கிய தாமிரப்பட்டயம், திறந்த பார வண்டிகள் பற்றிக் குறிப்பிட்டுள்ளது. எனவே, அக்காலத்தில் காளைவண்டிகள் செல்லுமளவிற்குப் பாதை இருந்திருக்க வேண்டும் என்ற உண்மை தெரியவருகிறது. ஆனால், இவற்றில் பயணம் செய்வது என்பது மிகச் சிரமமான காரியமாகும். இச்சிரமத்தினூடே சோழ நாட்டிலிருந்து இடம்பெயர்ந்து வந்த பிராமணர்களும் சூத்திரர்களும் திருவல்லாவில் குடியேற்றம் அமைத்தனர் என்பது குறிப்பிடத்தக்கது. ஆனால், திருவல்லாவிற்கு எந்த வழியாக வந்தார்கள் என்பது குறிப்பிடப்படவில்லை.

கேரளாவின் சம்ஸ்கிருத சந்தேசம் *(Sandesas)* உண்ணுநிலி *(Unnunili)* சந்தேசம் *(14th Century)* ஆகியவற்றில் விளக்கியுள்ள மார்க்கம் வழியாக நம்மாழ்வாரும் இதர புனித யாத்ரீகர்களும் திருவல்லாவிற்கு வந்திருக்க வேண்டும். மேலும் இதே மார்க்கத்தில், புனித தோமாவின் மார்க்கத்தைச் சார்ந்த சிரியன் கிறிஸ்தவர்களும் *(Niranam)* நிராணத்திலிருந்து புனித யாத்திரையாகக் கிளம்பி மைலாப்பூர் சென்றடைந்தார்கள். கிறிஸ்துவின் சகாப்தத்திற்கு முன்னால் நம்பூதிரி சமூகத்தைச் சார்ந்த அகதிகளும் இதே மார்க்கத்தைப் பயன்படுத்தினார்கள் என்பது குறிப்பிடத்தக்கது.

பண்டைக்காலத்தில் கேரளாவை ஆண்ட மன்னர்களும் படைவீரர்களைத் தலைமை ஏற்று வழிநடத்திச் சென்ற படைத் தளபதிகளும் மேற்குறிப்பிட்டுள்ள வழியில்தான் சென்று வந்துள்ளனர். அவர்கள் சென்றுவந்ததற்கான அடையாளங்களைத் தற்போதுகூடக் காணமுடிகிறது. மேலும், இதேவழியில் புத்த, ஜைன மதத்தினர் கால்நடையாகச் சென்று வந்துள்ளனர்.

கீழ்க்கண்டவாறு நடைபெற்றிருக்கலாம் என நாம் எண்ணிப் பார்க்கலாம். அதாவது மைலாப்பூருக்குப் புனித யாத்திரை செல்லும் சிரியன் கிறிஸ்தவர்கள் தாங்கள் செல்லும் வழியில் சில வைணவ பக்தர்களைச் சந்தித்திருப்பார்கள். நிச்சயமாக அவர்களுடன், இந்து முறைப்படி ஆடைகளையும் ஆயுதங்களையும் நகைகளையும் குடுமிகளையும் மத அடையாளங்களையும் தரித்த மலபார் இந்துக்கள் சந்தித்து அளவளாவியிருப்பார்கள். இவர்கள் அனைவரும் தாங்கள் செல்லும் வழியில் நின்ற மாமரத்துக்கடியில் உட்கார்ந்து அளவளாவியிருப்பார்கள். தங்களுக்குள் பொதுவில் அறிமுகமான தமிழ்மொழியில்தான் அந்த சம்பாஷணை (விவாதம்) நடைபெற்றிருக்க வேண்டும். பல மத நம்பிக்கையின் சரத்துக்கள் அச்சம்பாஷனையின் உட்கருத்தாக இருந்திருக்க வேண்டும். இலங்கை அல்லது மலபாரின் தெற்கு அல்லது வடக்கிலிருந்து கால்நடையாக

வந்த புத்த, ஜைனமதத்தைச் சார்ந்தவர்களும் ஏதேச்சையாக அங்கு வந்து சேர்ந்திருக்கலாம். அவர்களும் அங்கு நடந்த விவாதத்தில் கலந்திருப்பார்கள்.

இவ்வாறாக யூதர்களும் சீனர்களும் புத்த மதத்தினரும் அரேபியர்களும் சிரியன் கிறிஸ்தவர்களும் வர்த்தகர்களும் கூடி அனைத்து மதங்களைக் குறித்து விவாதித்த மகிழ்ச்சியான காலம் கடந்து போய்விட்டது.

மேற்குறிப்பிட்டுள்ள குறிப்புகளுக்குக் கீழ்க்கண்ட தாமிரச் செப்பேடுகள் (பட்டயங்கள்) சான்றாகும். அவையாவன:

1. திருவனந்தபுரத்திலுள்ள நேப்பியர் அருங்காட்சியகத் திருவல்லா விஷ்ணுகோவில் பட்டயங்கள் (35 எண்ணம்).
2. கி.பி. 880இல் திருவிதாங்கூரை ஆண்ட ஸ்தாணு ரவி மன்னர் தான் பதவிக்கு வந்த 17ஆவது ஆண்டு பொறித்து வழங்கிய பட்டயங்கள். மேலும், அவர் காலத்தில் வாழ்ந்த கல்வெட்டியலாளர்களும் வரலாற்று ஆசிரியர்களும் வழங்கிய குறிப்புகள்.
3. திருச்சூர் கிறிஸ்தவ கோவிலுக்கு வழங்கப்பட்ட கொல்லம் தாமிரப் பட்டயங்கள்.[2]

கோட்டாறின் வர்த்தக வளர்ச்சி அண்டை மாவட்ட மக்களைக் கவர்ந்திழுத்ததில் ஆச்சரியமில்லை. தென் திருவிதாங்கூரில் வாழ்ந்துவந்த மக்கள் பேசிய மொழியும் தமிழ் கலந்த மொழியாகக் காணப்பட்டது. வர்த்தகர்களாக வந்த ஐரோப்பியர்களின் தாக்கத்தால் சிலர் அவர்களது மொழியைப் பேசினர். இடப்பெயர்ச்சி காரணமாகக் கோட்டாற்றைச் சுற்றிக் குடியேறியவர்களின் பட்டியல் கீழே கொடுக்கப்பட்டுள்ளது.

பட்டர்கள்

இவர்களின் பூர்வீகம் திருநெல்வேலி, தஞ்சாவூர், கோயம்புத்தூர் ஆகும். இவர்கள் எண்ணிக்கையில் நிறைந்து காணப்பட்டார்கள். 17 பிரிவுகளாகக் காணப்பட்ட இவர்கள் ஒற்றுமையின் அடையாள மாக 'சண்முகம் மடங்களில்' கூடுவதுண்டு. சேத்ரிய இளவரசர்கள் முதன்முதலாகத் தென் திருவிதாங்கூரில் குடியேறியதைப் பட்டர்கள் நினைவுகூருகிறார்கள். திறமைபெற்ற தம்பிமார்களின் வாரிசான சேரமான் பெருமாளின் வம்சவழித் தோன்றல்களின் வாரிசுகளுடன், சேத்திர மலையாளிகள் இணைத்துப் பேசப் படுகின்றனர்.

---

2. Ibid .Pp-85,86

ஓதுவார்கள்

கி.பி. 1819ஆம் ஆண்டு எழுதப்பட்ட ஓலைச் சான்றுப்படி இவ்வகுப்பினர் வெளியிலிருந்து சுசீந்திரம் பகுதிக்கு வந்து குடியேறியவர்களாவர். ஆரம்பத்தில் பிராமண, வெள்ளாள வகுப்பினர் கோவில்களில் திருப்பதிகம் பாடி வந்த பணியைப் பிற்காலத்தில் ஓதுவார்கள் ஏற்றுக்கொண்டனர்.

காலப்போக்கில் சுசீந்திரத்திலுள்ள ஓதுவார்கள் எண்ணிக்கை குறைய ஆரம்பித்தபோது, சிதம்பரம் கோவிலிலிருந்து தேர்ச்சி பெற்ற ஐந்து பாடகர்களை அனுப்பும்படி கோவில் நிர்வாகம் கேட்டுக்கொண்டது. தற்போது சுசீந்திரத்தில் வாழ்ந்து வரும் ஓதுவார்கள் அவர்களின் வாரிசுகளாவர். இவர்கள் வெள்ளாளர் களின் ஒரு பிரிவினராவர்.

போற்றி அல்லது மலையாளப் பிராமணர்கள்

இவர்கள் கோயில் வழிபாட்டுடன் சம்பந்தப்பட்டவர்களாவர். சுசீந்திரம் கோவில் சம்பந்தப்பட்ட யோகக்காரர்களின் முன்னவர்களாவர். கி.பி.1126ஆம் ஆண்டு வாக்கில் போற்றிகள் திருவிதாங்கூரின் வடபகுதியிலிருந்து சுசீந்திரம் வந்து குடியேறிய தாகச் சான்றுகள் உள்ளன. வேணாட்டையாண்ட மன்னனாகிய வீர கேரளவர்மன் (கி.பி. 1117–1144) சுசீந்திரம் கோவில் பணிகளை நிர்வகிக்கும் நோக்குடன் இவர்களை அழைத்து வந்து குடியமர்த்தி யுள்ளார். கி.பி.1222ஆம் ஆண்டில் கோவில் உரிமையாளர் களாகவும் நிர்வாகிகளாகவும் தங்கள் அந்தஸ்தை இவர்கள் உயர்த்திக்கொண்டனர். தற்போதுகூடத் தென் திருவிதாங்கூரிலுள்ள பல கோவில்களுக்கு அருகில் போற்றி குடும்பங்கள் வசித்து வருவதை நாம் காணலாம்[3].

ஆரியபட்டர்கள்

இவர்கள் பொதுவாக உயர்சாதிப் பிராமணர்கள் என அழைக்கப் பட்டனர். இவர்களது பூர்வீகம் ராமேஸ்வரம் எனக் கருதுகிறார்கள். இங்கு குறிப்பிடப்பட வேண்டிய விஷயம் என்னவெனில், மலையாளப் பிராமணப் பெண்ணை மலபாரிலுள்ள பிராமணருக்கு மணம் செய்து கொடுத்திருத்தலாகாது. திருநெல்வேலி அல்லது மதுரை மாவட்டத்தைச் சார்ந்த வழக்கமான ஆரியபட்டர் குடும்பத்தில் பிறந்த மணமகனுக்கே மணம் செய்து கொடுக்க வேண்டும். 1901ஆம் ஆண்டு மக்கள்தொகைக் கணக்கெடுப்புப்படி தோவாளை தாலுகாவில், 36 ஆரியபட்டர்கள் உள்ளதாகப் பதிவு செய்யப்பட்டுள்ளது[4].

---

3. The Suchindrum Temple. K.K. Pillai. P-120

4. Census of India. 1901. Volume XXVI. Travancore Report. Part.I. P-272.

கொங்கணப் பிராமணர்கள்

இவர்கள் கொங்கணத்திலிருந்து திருவிதாங்கூருக்கு இடம்பெயர்ந்த வர்கள் ஆவர். போர்த்துக்கீசிய ஆட்சியின்போது, அவர்கள் உற்பத்தி செய்த பொருட்களை விற்று வர்த்தகம் செய்து வந்தார்கள். ஆகவே, போர்த்துக்கீசியர்களின் காலந்தொட்டுப் பெரும்பாலானவர்கள் வர்த்தகத்தையே நம்பியிருந்தனர். மேற்குக் கடற்கரை மக்களுடன் நெருங்கிய தொடர்பு வைத்திருந்த இவர்கள் பப்படம் செய்வதில் கைதேர்ந்தவர்கள் உளுந்திலிருந்து தயார் செய்யப்படும் பப்படம் மலபார், தென் திருவிதாங்கூர் பகுதிகளிலுள்ள வீடுகளில் பரவலாகப் பயன்படுத்தப்பட்டு வந்துள்ளது. கோட்டாறு வர்த்தக மையம் மூலமாகவும் ஆங்கிலேயரின் கட்டுப்பாட்டிலுள்ள பகுதிகளுக்கு விநியோகிக்கப் பட்டு வந்தது[5].

பாண்டிச் சூத்திரர்கள்

தென் திருவிதாங்கூர் மக்கள்தொகையில், பாண்டிச் சூத்திரர்கள் எனப் பொதுப்பெயரிட்டு அழைக்கப்படும் சூத்திரர்கள் பெரும்பங்கு வகிக்கிறார்கள். செங்கோட்டை உட்படத் தென் மாவட்டங்களில், நிரந்தரக் குடிமக்களாக வசிப்பவர்களில் பெரும்பான்மையினர் இவர்கள். இவர்கள் அல்லது இவர்களின் வாரிசுகள் தங்களை இந்தியாவின் தென்பகுதியிலுள்ள கடற்கரைப் பகுதியிலிருந்து இடம்பெயர்ந்து வந்ததாகக் கூறுகிறார்கள். பெரும்பான்மையானவர்கள் நிலவுடைமை கொண்டவர்களாகவும் நிரந்தரக் குடியுரிமை வாசிகளாகவும் காணப்படுகிறார்கள். தங்கள் அன்றாட ஜீவனத்திற்கு அனைத்து வகையான வேலைகளையும் செய்கிறார்கள். பெரும்பான்மையானவர்கள் வர்த்தகர்களாகவும், கைவினைஞர்களாகவும் அல்லது சிப்பந்திகளாகவும் வேலை செய்கிறார்கள். இவர்களைப் பற்றி அதிகம் எழுதத் தேவையில்லை. பாரம்பரிய பழக்கவழக்கங்களை விடாமல் கைக்கொண்டுள்ள இவர்கள் தனித்துவம்கொண்டவர்களாகக் காணப்படுகிறார்கள்.

லெப்பைகள்

லெப்பைகளின் இயற்பெயர் அயோனா மாப்பிள்ளை *(Iona Maupulay)* என்பதாகும். இவர்கள் பாண்டி நாட்டிலிருந்து தென் திருவிதாங்கூருக்கு வந்து குடியேறியவர்கள் ஆவர். முகம்மதிய சமுதாயத்தில் லெப்பைகள் தாழ்ந்தவர்களாகக் கருதப்படுகிறார்கள். இவர்கள் தென் திருவிதாங்கூரின் உட்பகுதி யிலேயே அதிகம் காணப்படுகிறார்கள். அடிக்கடி இடம்பெயரும் குணம் கொண்ட இவர்கள் வியாபாரத்தில் அதிக நாட்டம்

---

5. The Travancore State Manual Vol. II V.Nagam Aiya. Madras. 1989. P-387

கொண்டவர்களாகும். இதன் காரணமாக இதர பிரிவு மக்களுடன் அதிகத் தொடர்பு கொண்டவர்களாகக் காணப்படுகிறார்கள்[6].

வியாபாரரீதியாக அரேபிய வர்த்தகர்களுடன் நெருங்கிய தொடர்பு கொண்ட காரணத்தால் இவர்கள் அரேபியர்களின் வழிவந்தவர்கள் என்ற கருத்துமுண்டு[7].

ஓட்டர்கள்

கி.பி.1823ஆம் ஆண்டுவாக்கில் கனமழையின் காரணமாகத் தென் திருவிதாங்கூரிலுள்ள கால்வாய்களும் குளங்களும் உடைப்பெடுத்து ஓடின. கரைகள் உடைந்தன. அவற்றைப் புனரமைக்கும் பணியில் அண்டை மாவட்டங்களிலிருந்து அழைத்துவரப்பட்ட ஓட்டர்கள் என்னும் மக்கள் ஈடுபடுத்தப்பட்டனர். இப்பணி சுமார் 4 ஆண்டுகள் நடைபெற்றன. போதுமான சம்பளம் வழங்கப்பட்டது. இதன் காரணமாக ஆறுகளும் கால்வாய்களும் குளங்களும் மராமத்துப்பணிகளுக்கு உட்படுத்தப்பட்டன. இதற்கான கட்டளையை *Diwan G. Venkittarayar* பிறப்பித்தார். அக்கட்டளை *NITTU* என அழைக்கப்படுகிறது[8].

இதே ஓட்டர்களைப் பயன்படுத்தி நாஞ்சில் நாட்டின் பல பகுதிகளில் புதிதாகக் குளங்கள் வெட்டப்பட்டன. இங்கு அழைத்துவரப்பட்டவர்கள் நிரந்தரமாகத் தங்கி விட்டனர். உதாரணமாகத் தோவாளைத் தாலுகாவில் பொன்னான் குளம் வெட்டப்பட்டு, கரை கல்லால் கட்டப்பட்டது. இப்பணிக்கு மொத்தச் செலவு ரூபாய் 1,150 எனக் கணக்கிடப்பட்டுள்ளது[9].

கி.பி. 1125இல் (கொல்லம் ஆண்டு 301) திருவிதாங்கூரை ஆண்ட கேரளவர்மன் ஆட்சிக்காலத்தில் கோட்டாற்றைச் சுற்றியுள்ள பகுதிகளிலும், திருவனந்தபுரத்திலும் ஓட்டர்கள் *(Oddars)*, செலுப்பர்கள் *(Cheluppers)* என்ற வகுப்பினர் வாழ்ந்துவந்ததாகச் சோழபுரம் கோவில் கல்வெட்டுகள் தெரிவிக்கின்றன. இதில் ஓட்டர்கள் திருச்சூரில் படைவீரர்களின் அணிவகுப்பில் முன்னிலைப் படையாக *(Vanguard)* அணிவகுத்துச் சென்றதாகச் சான்றுகள் உள்ளன[10].

---

6. Geography and Statistical Memoir of Travancore and Cochin States. Lt.Ward and Conner. Vol.II TVM.1863. P-130,132,137,139,144.
7. Damilica. Vol. II Part.I. Nagaswamy Madras. 1973. Arab Trade with Sputh India. P-69.
8. NITTUKAL. Vol.16. P-61. Dated 13-4-998. M.E. (1823)
9. NITTUKAL. Vol.88. P-304. Dated. 13.5.998 (M.E.)
10. Some Early Sovereings of Travancore. P.Sundaram Pillai. S.S.W.P.S. Tirunelveli Ltd. Tirunelveli and Madras. 1894 and 1943. P-11

பஞ்ச திராவிடப் பிராமணர்கள்

இந்தியாவின் பல்வேறு பாகங்களில் இருந்து, பல்வேறு கால கட்டங்களில் நாஞ்சில் நாட்டில் வந்து குடியேறியவர்கள் தென் இந்தியாவை ஆண்ட மன்னர்களும், கங்கைநதி தீரம், காவேரி ஆற்றின் கரை, தாமிரபரணி ஆற்றின் கரைகளிலிருந்து இவர்களை அழைத்து வந்ததாகச் சான்றுகள் உள்ளன. இவர்கள் கோட்டாற்றை மையமாகக் கொண்டு வாழ்க்கையை அமைத்துக் கொண்டார்கள்.

ஆந்திரா அல்லது தெலுங்குப் பிராமணர்கள்

இவர்கள் தென் திருவிதாங்கூரில் குடியேறி வாழ்ந்தவர்கள். விஜயநகரப் பேரரசர்கள் இவர்களுக்கு நிலத்தைத் தானமாக வழங்கியிருந்தார்கள். ஆரம்பகாலங்களில் சோழ, பாண்டிய மன்னர்களின் கட்டுப்பாட்டில் உள்ள இடங்களில் வாழ்ந்த இவர்கள் திருவிதாங்கூர் மன்னர்களின் ஈகை, இரக்க குணம், வர்த்தக மேம்பாட்டிற்கு அவர்கள் காட்டிய தாராளம் ஆகியவற்றால் ஈர்க்கப்பட்டு இங்கு வந்து குடியேறினார்கள்.

குருக்கள்

வெள்ளாளர்களின் அதிகாரப்பூர்வ பூசாரிகளாகப் பணியாற்றிய வர்கள்தான் தமிழ் குருக்கள் ஆவர்.

இலை வாணியர்கள் (சேனாகுல வெள்ளாளர்கள்)

அரசனின் படைவீரர்கள் ஒரு இடத்திலிருந்து இன்னொரு இடத்திற்குப் புறப்படும்போது அவர்களுக்குக் குடைபிடித்தபடி உடன் செல்வர். எனவே, இவர்களை 'சேனை கொடையர்' என அழைப்பர். அகஸ்தீஸ்வரம், தோவாளைப் பகுதிகளில் அதிகமாக வசிப்பதைக் காணலாம்.

கம்மாளர்கள், பிராமணருக்கும் செட்டியார் வம்ச பெண்ணின் வழிவந்தவர்கள் என்ற ஒரு செய்தியும் உண்டு. எனவே, இரு சமூகத்தினரின் இணைந்த வழிவந்தவர்கள் எனக் கொள்ளுதல் வேண்டும். 50,000–க்கு மேல் மக்கள்தொகை கொண்ட இவர்களில் பெரும்பாலானோர் கைவினைஞர்களாவர். தங்கம், வெள்ளிக் கைவினைஞர்கள், மரவேலை செய்வோர், இரும்பு வேலை செய்வோர், விலை மதிப்பற்ற நகைகளில் பதிக்கப்படும் கற்களுக்கும் வடிவம் கொடுப்போர் என நுட்பமான கைவேலைகளில் தங்களை ஈடுபடுத்திக்கொண்டதன் மூலம் சமுதாயத்தில் சிறந்து விளங்கினர்[11].

---

11. The Madura Country Manual J.H.Nelson, New Delhi. 1989. P-70

பாண்டிக் கம்மாளர்கள்

இவர்கள் பாண்டி நாட்டிலிருந்து வந்து குடியேறிய காரணத்தால் 'பாண்டிக் கண்ணாளர்கள்' எனவும் அழைக்கப்படுகிறார்கள். இவர்களைத் 'திருவிதாங்கூர் கம்மாளர்கள்' என அழைப்பதுமுண்டு. கைவினைஞர்கள் சமுதாயத்தைச் சார்ந்த இவர்கள் ஐந்து வகைப்படுவர். கைவினைஞர்களுக்கு 'கர்மக்காரர்கள்' 'கர்ம ஆளன்' எனப் பெயருமுண்டு. இதுவே 'கம்மாளன்' என மருவியது.

கிருஷ்ணவகைக் காரர்கள்

காஞ்சிபுரத்திலிருந்து இங்கு வந்து குடியேறியதாகக் கூறிக்கொள் கிறார்கள். ஸ்ரீகிருஷ்ண பரமாத்மாவின் வம்சவழித் தோன்றல்களாக இருப்பதால் இப்பெயர் பெற்றதாகக் கூறுகிறார்கள்.

ரெட்டியார்கள்

தெலுங்கு மொழி பேசும் இவர்கள் பெரும்பாலும் வர்த்தகத்தில் ஈடுபட்டுள்ளனர். மதுரை, திருநெல்வேலி பகுதியிலிருந்து இங்கு வந்து குடியேறியுள்ளனர். பல கிராமங்களில் இவர்களில் பலர் செல்வந்த விவசாயிகளாகத் திகழ்கின்றனர்.

சௌராஷ்டிரர்கள்

இவர்களைப் பட்டுநூல்காரர்கள் என அழைப்பர். பரம்பரை பரம்பரையாக இவர்கள் நெசவுத் தொழிலைச் செய்து வந்தார்கள். பூணூல் அணிந்திருந்ததால் தங்களைப் பிராமணர்கள் எனக் கூறிக்கொண்டார்கள். குஜராத் இவர்கள் பூர்வீக இடமாகும். சுல்தான் கஜினி முகமதுவின் படையெடுப்பின்போது தேவகிரிக்கு இடம்பெயர்ந்தார்கள். அலாவுதீன் கில்ஜி தக்காணத்தின் மீது படையெடுத்தபோது, இவர்கள் மீண்டும் விஜயநகரத்துக்கு இடம்பெயர்ந்தார்கள். பதினெட்டாம் நூற்றாண்டின் பிற்பகுதி யில் மன்னர் ராமவர்மாவின் ஆட்சிக் காலத்தில், திவான் கேசவதாசால் திருவிதாங்கூருக்கு அழைத்துவரப்பட்டார்கள். பின்னர், மன்னரின் அரவணைப்புடன் கோட்டாறில் குடியமர்த்தி வைக்கப்பட்டார்கள். ஏற்கெனவே, சில்க் துணி நெய்வதில் தேர்ச்சிபெற்ற இவர்கள், திருவிதாங்கூருக்குக் குடிவந்த பிறகு நேர்த்தியான பஞ்சாலான துணிகளை நெய்வதில் நுட்பம் பெற்றார்கள். 1921ஆம் ஆண்டு மக்கள்தொகை கணக்கெடுப்பின் போது இவர்களின் எண்ணிக்கை 1397ஆக இருந்தது. இவர்களின் வருகையால் நெசவுத் தொழில் மேலும் ஏற்றம் பெற்றது.

வாணியர்கள்

இவர்கள் காவிரிப்பூம்பட்டினத்திலிருந்து இடம்பெயர்ந்ததாகத் தங்களைக் கூறிக்கொள்கிறார்கள். மேலும், தங்களை ஆயிரவர், நகரத்தார் என அழைத்துக் கொண்டார்கள்.

வேடர்கள்

தமிழ் பேசும் இவர்கள் பாரம்பரியமாக வேட்டையாடும் தொழிலைக் கைக்கொண்டிருந்தார்கள். அண்டை மாவட்டமான திருநெல்வேலியிலிருந்து இங்கு இடம்பெயர்ந்திருக்க வேண்டும்.

வெள்ளாளர்கள்

இவர்களில் சைவ வெள்ளாளர்கள் எனவும், நாஞ்சில் நாட்டு வெள்ளாளர்கள் எனவும் இரு பிரிவினர் உள்ளனர். தாய்மொழி தமிழ் ஆகும். நாயர்கள், வெள்ளாளர்கள் ஒரே வம்சாவழியைச் சார்ந்தவர்கள் என்றொரு கருத்துமுண்டு[12].

நாஞ்சில் நாட்டு வெள்ளாளர்கள் முதலாம் நூற்றாண்டில் இங்கு வந்து குடியேறியவர்கள். பந்தளம் மன்னரால் அழைத்து வரப்பட்டவர்கள். திருநெல்வேலியும் திருவிதாங்கூரும் ஒருங்கிணைந்து இருந்த காலத்தில் நாங்குநேரியும் நாஞ்சில் நாடும் கலாச்சாரரீதியாகவும் ஒருங்கிணைந்திருந்தன. பெரும்பாலான நாஞ்சில் நாட்டு வெள்ளாளர்கள் நாங்குநேரியிலிருந்து இடம் பெயர்ந்து வந்திருக்க வேண்டுமென்று ஒரு கருத்துமுண்டு.

சட்டர்கள்

கன்னியாகுமரி பகவதியம்மன் கோவில் நிர்வாகிகளுக்கு சட்டர்கள் எனப்பெயர். கன்னியாகுமரி பகவதியம்மன் கல்வெட்டொன்று சட்டப்பெருமக்கள் எனக் கோவில் நிர்வாகிகளைப் பெயரிட்டு அழைக்கிறது. (ராஜராஜேசுவரத்துச் சட்டப்பெருமக்கள்)[13].

ஆனால், மன்னர் கோக்கருந்தடக்கன் வழங்கிய தாமிரப் பட்டயப்படி சட்டர்கள் என்பவர்கள் வேதங்கள் கற்கும் மாணவர்கள் எனவும் குறிப்பிடப்பட்டுள்ளது[14].

வீர சைவர்கள் (பண்டாரம்)

கும்பகோணம் சாரங்கன் மடத்தின் சீடர்களாவர். சுமார் 500 ஆண்டுகளுக்கு முன்பு சுசீந்திரத்திற்கு இடம்பெயர்ந்து வந்தார்கள். அங்கிருந்து தென் திருவிதாங்கூரின் இதர தாலுகாக்களுக்கும் இடம்பெயர்ந்தார்கள்.

---

12. Gopinatha Rao T.A.S. Vol. II. P-83
13. .Travancore Archaeological Series. Vol.VI. P- 150
14. Travancore Archaeological Series. Vol.I. P-1

தாழ்த்தப்பட்ட சமூகத்தினர்

1. அய்யனவர்

சிவனுக்கு அய்யன்னன் என்றொரு பெயரும் உண்டு. சிவனை வழிபட்டதால் அய்யனவர் எனப் பெயர் பெற்றனர். தமிழ்நாட்டின் ஆர்க்காடு மாவட்டத்திலுள்ள அலங்கநாடு இவர்கள் சொந்த ஊராகும். பின்பு ஆம்பூர் கோட்டைக்கு உள்ளேயும் வேலூரிலும் வாழ்ந்தார்கள். இறுதியில் தென் திருவிதாங்கூருக்கு இடம்பெயர்ந்தார்கள். தற்போது ஆரல்வாய்மொழி பண்ணி வாய்க்கால் பகுதியில் வசித்துவருகிறார்கள்.

2. அரையர்கள்

தொழில்ரீதியாகப் பார்க்கும்போது இவர்கள் மீனவர்களாவர். காவிரி ஆற்றங்கரையில் வாழ்ந்து வந்தனர். இவர்களுக்கு மரக்கானர்கள், முக்குவர்கள் என வேறு பெயர்களுமுண்டு.

3. பரவர்

கன்னியாகுமரியில் வசித்துவரும் இவர்கள் பரவர்கள் என அழைக்கப்படுகிறார்கள். கொஞ்சம் கொஞ்சமாகக் குமரி முட்டத்திலுள்ள அயோத்தியா நோக்கி இடம்பெயர்ந்தார்கள். மறைதிரு. வாஸ், புனித பிரான்ஸிஸ் சவேரியாரால் ஸ்நானம் பெற்று கத்தோலிக்கர்களாக மதம் மாறினார்கள். இவர்களில், கன்னியாகுமரியிலுள்ள வில்வராயரின் வாரிசுகள் வில்வராயர்கள் என அழைக்கப்படுகின்றனர்.

கன்னியாகுமரியில் 800 வருடம் பழமைவாய்ந்த கல்வெட்டொன்று இவர்களைப்பற்றிக் கூறுகிறது.

4. சக்கரவர்

சோழப் பேரரசின் கடல் கொண்ட வாணிப மையமான காவிரிப்பூம்பட்டினத்திலிருந்து இடம்பெயர்ந்து வந்தவர்கள். இவர்களுக்கு சைவச் செட்டியார்கள் என ஒரு பெயருமுண்டு. கி.பி.1911 முதல் சமுதாய அந்தஸ்துடன் இவர்களை காவிதீஸ் என அழைப்பர். பிற்காலங்களில் 'கேரள முதலிகள்' எனத் தங்கள் பெயர்களை மாற்றிக்கொண்டார்கள். இதன்மூலம் புதிய சாதி தோன்றியது எனலாம்.

5. சக்கிலியர்கள்

இவர்கள் தெலுங்கு மொழி பேசும் நாட்டிலிருந்து இடம்பெயர்ந்து இங்கு வந்து குடியேறியிருக்க வேண்டும். தெருக்களிலும் நகராட்சிப் பகுதிகளிலும் துப்புரவுத் தொழிலாளிகளாகப் பணியாற்றி வந்துள்ளனர். விஜயநகரப் பேரரசர்களின் படைவீரர்களின் வழித்தோன்றல்கள் எனக் கூறுவதும் உண்டு. பாரம்பரியமாக, தோல் சம்பந்தப்பட்ட தொழிலைச் செய்துவந்தனர். உள்நாட்டில் தோல் சம்பந்தப்பட்ட பணி செய்பவர்களைச் செம்மான் என அழைப்பதுண்டு.

6. சவளக்காரர்கள்

மீன் பிடிப்பதும், மீன் வியாபாரம் செய்வதும் இவர்களது பரம்பரைத் தொழிலாகும். நீர்நிலைகளில் நன்னீர் மீன்களைப் பிடித்து விற்பதும் உண்டு. கடற்கரைகளில் பரவர்களிடம் மீன்களை வாங்கி மறுவிலைக்கு விற்பதும் உண்டு.

7. சாயக்காரர்கள்

வண்ணார் சமுதாயத்தின் தாழ்த்தப்பட்ட பிரிவைச் சார்ந்த இவர்கள் திருவிதாங்கூரின் சில பகுதிகளில் வசித்துவருகிறார்கள். சாயம் எனில் வர்ணம் எனப் பொருள்படும். ஆடைகள் கவர்ச்சிகரமாகத் தோற்றமளிக்க அவற்றுக்கு நிறமளிக்கும் பணியைச் செய்துவந்தனர். எனவே, இவர்களுக்குச் சாயக்காரர்கள் எனப்பெயர்.

8. குறவர்கள்

இவர்கள் விவசாயக் கூலிகளாக வாழ்ந்துவந்தனர். சுமார் மூன்று நூற்றாண்டுகளுக்கு முன்பு நாஞ்சில் நாட்டை நாஞ்சில் குறவன்

என்ற ஒரு மன்னன் ஆண்டுவந்ததாகப் பதிவுசெய்யப்பட்டுள்ளது. பாண்டிக் குறவர்கள் என்றழைக்கப்படுபவர்கள் தமிழ் பேசும் மாவட்டங்களிலிருந்து இங்கு வந்து குடியேறியவர்களாவர்[1].

9. மன்டெலேய் (Mantelayi)

நாயர்களைக் காட்டிலும் நாஞ்சில்நாட்டு வெள்ளாளர்களுக்கும் இவர்களுக்கும் நெருங்கிய தொடர்பு உண்டு. பொன்மனைப் பகுதியில் இவர்கள் அதிகம் வசிக்கிறார்கள்[2].

10. ஈழவர்கள்

இலங்கையிலிருந்து இடம்பெயர்ந்து இங்கு குடியேறியவர்கள். தென்னை விவசாயம் செய்துவந்த இவர்கள் தேங்காய் சம்பந்தப்பட்ட பொருட்களை உற்பத்தி செய்தனர். பலர் விவசாயத்திற்கு மாறியுள்ளனர். தமிழ்பேசும் ஈழவர்கள் தென் திருவிதாங்கூரில் குடியேறியுள்ளனர். தென் திருவிதாங்கூர், திருநெல்வேலி மாவட்டத்திலுள்ள தமிழ் பேசும் சாணார்கள், ஆங்கிலேயர்களின் கட்டுப்பாட்டிலுள்ள மலபார்வாழ் தீயர்களுடன் ரத்த உறவு கொண்டவர்கள்.

'Tinnelvelli Shanars' என்ற புத்தகத்தில் கால்டுவெல் கீழ்க் கண்டவாறு குறிப்பிடுகிறார்: கீழ்க்கண்ட கருத்தை உறுதியாகக் கூறலாம். திருவிதாங்கூரில் தென்னை சாகுபடியில் ஈடுபட்டுள்ள தீயர்கள், ஈழவர்கள், இலங்கையில் இருந்து இங்குவந்து குடியேறிய சாணார் வம்சாவழிகளின் வாரிசுகளே ஆவர். பின்பு திருநெல்வேலி உட்பட வட மாவட்டங்களுக்கு மெதுவாகக் குடியேற ஆரம்பித்த சாணார்கள் 'நாடான்கள்' என அழைக்கப்பட்டனர். மேலும், திருவிதாங்கூரில் குடியேறிய ஈழவர்களும் தீயர்களும் தென்னை சாகுபடி செய்து வந்தனர். இவர்கள் இலங்கையிலிருந்து இங்கு வந்து குடியேறிய சாணார்களின் வம்சாவழியினர் ஆவர்.

11. கைக்கோளர்கள்

சாலியர்களுடன் இணைத்துப் பேசப்படும், தமிழ் பேசும் நெசவாளர்களாவர். இவர்களைச் செங்குந்த முதலியார்கள் எனவும் அழைப்பர். செங்கல்பட்டு, திருநெல்வேலியில் அதிகமாக வசிக்கும் இவர்களில் 150 குடும்பத்தினர் தற்போது கோட்டாற்றில் வசித்துவருகிறார்கள்.

---

1. Census of India. 1901. Vol.XXVI. Travancore Report Trivandrum-1903. P-286
2. Ibid. P-324

12. கத்திக்காரர்கள்

குறிப்பிட்ட எண்ணிக்கையில் வாழும் ஒரு சிறிய சமுதாயத்தைச் சார்ந்தவர்கள். ஆரம்பத்தில் இரும்புத் தாதுக்களைப் பிரித்தெடுத்து உருக்கி அவற்றை உருக்காக மாற்றும் தொழிலைச் செய்துவந்தனர். இத்தொழிலுக்கான இரும்புத் தாதுக்கள் சுசீந்திரத்திற்குக் கிழக்கே இரண்டு மைல் தூரத்திலுள்ள மருங்கூர் வண்ணாத்திக் குளத்தில் கிடைத்து வந்தன. மேனாட்டு உருக்கு சாதனங்கள் இங்கு இறக்குமதி செய்யப்பட்ட பின்பு மருங்கூரிலுள்ள இரும்புத் தாது வயல் மூடப்பட்டது. கத்திக்காரர்கள் தங்கள் தொழிலை இழந்தனர். தற்போது இவர்கள் மருங்கூரில் வசித்துவருகின்றனர். கத்திக்காரர்களுக்கெனத் தனி முடிதிருத்தும் தொழிலாளர்கள் காணப்படுகிறார்கள். இவர்களுக்குப் 'பனி சிவன்' எனப்பெயர். நெல்லை மாவட்டத்தின் நாங்குநேரியைச் சார்ந்த இவர்கள் ஏழ்மை நிலையில் வாழ்ந்த கொல்லர்களாவர் (இரும்பு சம்பந்தப் பட்ட வேலை செய்பவர்கள்). நூற்றாண்டுக்கு முன்னர் மருங்கூரிலுள்ள கொல்லர்களுக்கு முடிதிருத்தும் தொழிலாளர் களாகப் பணியாற்றச் சம்மதித்து குடும்பத்துடன் அங்கேயே குடிபெயர்ந்தனர்.

13. காவிதிகள்

நாடார் வகுப்பினர்களுக்கு முடிதிருத்தும் தொழிலாளர்களாகப் பணியாற்றிவந்தனர்.

14. குருவர்கள்

விவசாயத் தொழில் செய்துவரும் இவ்வகுப்பினர் தென் திருவிதாங்கூரின் பல பகுதிகளில் வசித்துவருகின்றனர்.

15. மறவர்கள்

திருநெல்வேலி மாவட்டத்தைப் பூர்வீகமாகக் கொண்ட இவர்கள் தென் திருவிதாங்கூரின் பல பகுதிகளில் வசித்துவருகிறார்கள்.

16. முக்குவர்கள்

'முக்குவர்' என்ற சொல் 'முக்தவர்' என்ற சொல்லிலிருந்து பிரிந்த சொல்லாகும். 'முக்தம்' என்பதற்கு 'முத்துக் குளித்தல்' எனப் பொருள். இவர்கள் இலங்கையில் இருந்து இங்கு இடம்பெயர்ந்து வந்தவர்களாகும்.

17. நாடார்கள்

தென் திருவிதாங்கூரிலும், நெல்லை மாவட்டத்திலும் பெரும் பான்மைச் சமூகத்தினராகக் காணப்படுகிறார்கள். ஈழவர்களைப் போன்று இவர்களும் இலங்கையின் வடக்குக் கடற்கரையிலிருந்து இடம்பெயர்ந்து வந்தவர்கள். சமுதாயத்தில் இவர்கள் பிரதான அங்கம் வகிக்கிறார்கள். கிறிஸ்தவ மதத்திற்கு மதம் மாறியவர்களில் இவர்கள் முக்கியமானவர்கள்.

தென் திருவிதாங்கூரில் மட்டுமல்லாமல் திருநெல்வேலி மாவட்டத்தின் பெரும்பான்மை கிறிஸ்தவர்களும் நாடார் சமூகத்தைச் சார்ந்தவர்களாவர். இவர்கள் நீண்ட காலத்திற்கு முன்பு சமுதாயமாக இடம்பெயர்ந்தவர்கள் ஆவர். கிறிஸ்தவ மதத்தின்பால் பற்றுக்கொண்டு ஈர்க்கப்பட்டார்கள். இவர்கள் இயல்பாகவே எழுச்சியுடையவர்கள் மட்டுமல்ல; கடின உழைப்பாளிகள், பரோபகாரச் சிந்தனையுடையவர்கள். உலகின் பல்வேறு நாடுகளுக்குப் பிரயாணப்பட்டுச் சென்றது மட்டு மல்லாமல் ஆப்பிரிக்கா, மொரீசியஸ், வட இந்தியா, ரங்கூன், மலேசியா ஆகிய நாடுகளில் குடியேற்றங்களையும் அமைத்தனர். இந்தியா, இலங்கையில் ஏராளமான நாடார்கள் தோட்டத் தொழிலாளர்களாக வேலைக்கு அமர்த்தப்பட்டார்கள்[3].

சாணார் இனத்தில் கீழ்க்கண்ட உப பிரிவினர்களும் உள்ளதாக The Imperial Census-1881 குறிப்பிட்டுள்ளது. அதன் 13ஆவது அட்டவணையில் குறிப்பிட்டுள்ளபடி சாணார்கள் கீழ்க்கண்ட அட்டவணையில் உட்படுத்தப்பட்டுள்ளார்கள்:

1. Billava
2. Eruvan
3. Idiga
4. Indra
5. Shanan
6. Tiyar
7. Shanan or I Diga
8. Govundla
9. Hale paik

---

3. Extracts from History of the Church of England in India Chapter XXIII. Diocese of Tinneveli and Madras. D.D.Chaterton. P-31

10. Kanishan
11. Shegadi
12. Sandi

சென்னை மாகாணத்தில் தமிழ்நாடு, கேரளம், ஆந்திரா, கர்நாடகம் ஆகிய மாநிலங்கள் அடங்கும். Imperial Census 1881இல் நாடார்களின் அனைத்துப் பிரிவினரும் உட்படுத்தப்பட்டுள்ளனர் என்பது குறிப்பிடத்தக்கது[4].

18. நுழையர்கள்

பாரம்பரியமாக மீன்பிடித்தலைத் தொழிலாகக் கொண்ட இவர்கள், தற்போது விவசாயத் தொழிலுக்கு மாறியுள்ளனர்.

19. பள்ளர்கள்

தமிழ்பேசும் பகுதிகளிலிருந்து இங்கு வந்து குடியேறியவர்கள். சங்க இலக்கியங்கள் இவர்களை 'மள்ளர்கள்' எனக் குறிப்பிடுகிறது. இப்போது இவர்களின் பிரதானத் தொழில் விவசாயமாகும்.

20. பாணர்கள்

ஒரு சிறு சமூகத்தைச் சார்ந்த இவர்கள் பரம்பரையாகத் தையல் கலைஞர்களாகத் தொழில் செய்து வந்தார்கள். பெரும்பாலும், தென் திருவிதாங்கூரில், கோட்டாறிலும் திருவனந்தபுரத்திலும் இவர்கள் வசித்துவருகிறார்கள். பாடகர்களாகத் தங்களைக் கூறிக்கொள்ளும் இவர்களது பூர்வீகம் இலங்கை யாழ்ப்பாணமாகும். பண்டைய தமிழ் மன்னர்களால் ஆதரிக்கப்பட்டுவந்த இவர்கள், அவர்களது வீழ்ச்சிக்குப் பின்பு தங்களது இசைக்கருவிகளை விட்டுவிட்டுத் தையல் கலைஞர்களாக மாறினார்கள்.

21. பரவர்கள்

பெரும்பாலும் தென் திருவிதாங்கூர் பகுதியில் வசித்துவரும் இவர்கள் பரம்பரையாகச் சுண்ணாம்பு சிப்பித் தொழில் செய்து வருகிறார்கள்.

22. பறையர்கள்

விவசாயப் பணிகளைச் செய்துவரும் இவர்களைச் சேரமர் என அழைப்பர்.

---

4. Imperial Census -1881 Operation and Results. The Presidency of Madras By Lowis M.C.Iver, Barrister At.Law. Madras Civil Service Vol. III Appendices, By G.Straker, Esq. C.S. P-123

23. வண்ணார்கள்

துணி வெளுத்தல் தொழிலையே பரம்பரையாகச் செய்து வருகிறார்கள்.

24. வேட்டைக்காரர்கள்

தேரூரில் அதிகமாக வசித்துவருகிறார்கள்.

25. யாதவர்கள் அல்லது இடையர்கள் அல்லது கோனார்கள்

ஆரம்ப காலங்களில் தமிழ் பேசும் இடங்களிலிருந்து இங்கு வந்து குடியேறியவர்கள்.

26. முகமதியர்கள்

'நவீன திருவிதாங்கூரின் சிற்பி' என அழைக்கப்படும் மன்னர் மார்த்தாண்ட வர்மாவின் ஆட்சிக் காலத்தில் உள்நாட்டுப் புரட்சியை அடக்க நவாப் மன்னர் திருவிதாங்கூர் மன்னருக்கு ஆதரவாக மொகலாயப் படைகளை அனுப்பிவைத்தார். இவர்களுக்குத் தக்காண முகமதியர்கள் எனப்பெயர். இவர்களில் பலர் வர்த்தகர்களாகத் தொழில் செய்து வருகிறார்கள். ஆரம்பகாலந்தொட்டே திருவிதாங்கூருக்கும் தமிழ்நாட்டிற்கும் வர்த்தக, அரசியல்ரீதியான தொடர்பு இருந்து வந்துள்ளது. தமிழ்நாட்டிலிருந்து தொடர்ந்து மக்கள் திருவிதாங்கூருக்கு வந்து குடியேறிய வண்ணமுள்ளனர். அவர்களில் முகமதியர்கள் வர்த்தகம் செய்யும் நோக்குடன் வந்துள்ளனர். ஆரல்வாய்மொழிக் கணவாய் வழியாக வந்த பலர் தென் திருவிதாங்கூரிலேயே தங்கிவிட்டனர். இவர்களின் வம்சாவழியினர் துலுக்கர்கள் என அழைக்கப்படுகிறார்கள். ஆரியங்காவு வழியாக வந்து குடியேறியவர்கள் ராவுத்தர்கள் என அழைக்கப்படுகிறார்கள்[5].

27. சத்திரியர்கள்

புகழ்பெற்ற ரவிவர்மன் தம்பி, நாயர்களில் பிரபலமான கவிஞர் ஆவார். சத்ரிய வம்சத்தினராக அங்கீகரிக்கப்பட்ட நாயர் சமூகத்தில் பூகோளரீதியாகப் பல உட்பிரிவுகளும் காணப்படுகின்றன. அவர்களில் இரு பிரிவினர் பிரபலமானவர்கள். பந்தளம், பூஞ்சா கொடுங்களூர் பிரிவினர் ஆகிய இரு பிரிவினருமே தமிழ்நாட்டிலுள்ள பண்டைய மதுரை அரச குடும்பத்தைச் சார்ந்தவர்களாவார்கள். சத்ரிய வம்சத்தில்,

5. Census of India Volume. XXVIII Travancore. Part.I Report N.Kunjan Pillai PP-1-390

மேட்டுக்குடியைச் சார்ந்த இவர்கள் அனைவருமே மதுரையம்பதி தமிழ் அரசர்களைத் தங்கள் வம்ச முன்னோர்கள் எனப் பெருமை கொள்கிறார்கள். மட்டுமல்லாமல் மேற்குத் தொடர்ச்சி மலையின் கிழக்குப் பகுதியில் வாழும் பல ஜமீன்தார்களும் அதே கருத்தை வற்புறுத்துகிறார்கள்[6].

28. சோழவர்கள்

இவ்வகுப்பினர் நெசவுத்தொழிலில் கைதேர்ந்தவர்கள். இவர்கள் வருகையால் கோட்டாறு நெசவுத் தொழில் ஊக்கம் பெற்றது.

29. மன்னான்கள்

இவர்களில் பலர் மரம் ஏறுபவர்களாகவும், துணி வெளுப்பவர்களாகவும் காணப்படுகிறார்கள். தமிழில் 'வண்ணான்' என்ற சொல்லிலிருந்து 'மன்னான்' என்ற சொல் வந்ததாகக் கூறுகிறார்கள். தற்போதுகூட மலையாளம் பேசும் மக்களுக்கு மதரீதியான துணி வெளுப்பவர்களாக மன்னான்கள் காணப்படுகிறார்கள். இவர்கள் வெளுக்கும் துணியை மன்னானது மாற்று எனக் குறிப்பிடுகிறார்கள். மதரீதியிலான தூய்மைப்படுத்தலுக்கு இவர்களது தொண்டு முக்கியமானது ஆகும். எனவே, பாரம்பரியப்படி இவர்களும் வண்ணார் சமுதாயத்தைச் சார்ந்தவர்களே[7].

30. மாணிக்க வச்சக்காரர்கள்

மலபார் கிறிஸ்தவர்களின் பாரம்பரிய பிரமாணப்படி இவர்கள் கி.பி. 345ஆம் ஆண்டு தென் திருவிதாங்கூருக்கு இடம்பெயர்ந்து வந்து குடியேறியுள்ளார்கள்.

31. ஆரிஸ்

இவர்களை துட்டன்ஸ் எனவும் அழைப்பார்கள். இவர்கள் தோவாளை தாலுகாவிலுள்ள ஒரு கிராமத்தில் மட்டுமே வாழ்ந்துவருகிறார்கள். ஆடை, தங்க ஆபரணங்கள் அணிவதிலும் உணவுப் பழக்கவழக்கங்களிலும் தமிழ் பிராமண சமூகத்தினரை ஒத்துக் காணப்படுகிறார்கள். பிராமண பூசாரிகளின் வழிகாட்டுதலின் பேரில் பூசை புனஸ்காரங்கள் செய்வதால் தங்களை ஆரியபட்டர்கள் எனக் கூறிக் கொள்கிறார்கள். ஆனால், பிராமணர்களுக்குச் சமமாக உட்கார்ந்து உணவு உண்பதற்கோ கோயில் கர்ப்பக்கிரக முன் மண்டபத்தில் பிரவேசிப்பதற்கோ

---

6. Castes of Malabar A.Ravi Varma. P-185
7. St. Thomas Tomb and Relics at Mylapore (1517-43 A.D) Translated by Rev. Fr. Cormal . P-191-200

கர்ப்பக்கிரகத்தில் நுழைவதற்கோ அனுமதிக்கப்படுவதில்லை. நாயர் சமூகத்தினரைப் போன்று தீட்டுக் காரியங்களில் கொள்கைகளைக் கடைப்பிடிக்கிறார்கள். இவர்கள் பேசுவது தமிழ் மொழியாகும். மொத்தத்தில் தோவாளை தாலுகாவில் 41 பேர் உள்ளனர்[8].

32. பனியர்கள் (Benyans)

பனியர்கள் என்ற சொல்லுக்கு 'வியாபாரிகள்' எனப் பொருள். இவர்கள் ஏழைகளாக இருந்து முன்னேறியவர்கள். இவர்களை வன்னியா, ஆங்கிலோ இந்தியப் பனியா *(Anglo-Indian Bania)* என அழைப்பர். இவர்களுக்கு *Pannecur or Vannians* என வேறு பெயர்களும் உண்டு. இவர்கள் தனி இனம் அல்லது சாதியைச் சேர்ந்தவர்களாவர். இவர்களில் பெரும்பான்மையானவர்கள் வியாபாரம் மூலம் தங்கள் வாழ்க்கையை நடத்திவந்தனர். மேலும், இவர்களில் பலர் டச்சு கம்பெனி சார்பாக மொத்த வியாபாரிகளாகவும் செயல்பட்டுவந்தனர். டச்சு வர்த்தகத்தில் முதலிடம் நல்லமிளகிற்கும் இரண்டாமிடம் கோட்டாறு கைத்தறித் துணிகளுக்கும் இருந்தது. கோட்டாறில் உற்பத்தியாகும் கைத்தறித் துணிகள் தேங்காய்பட்டணம் துறைமுகம் மூலம் ஏற்றுமதி செய்யப்பட்டன[9].

33. வயிராவிகள்

விஜயநகரப் பேரரசின் கட்டுப்பாட்டில் தென் திருவிதாங்கூரின் பல பகுதிகள் கொண்டுவரப்பட்டபோது, விதால ராயர் தென்னாட்டில் தான் பெற்ற வெற்றியின் அடையாளமாகக் கன்னியாகுமரியில் வெற்றியின் தூண் *(Pillar of Victory)* ஒன்றை அமைத்தார். வெளியிடப்படாத அவரின் கன்னியாகுமரி கல்வெட்டொன்று வயிராவி சமூகத்தினரைப் பற்றிக் குறிப்பிட்டுள்ளது.

அதாவது வைராவிகள் தென் திருவிதாங்கூரில் ஒரு தனி சமூகத்தினராக வாழ்ந்து வந்தவர்களாவர். இவர்களை பைராயிஸ் *(Bhairayis)* எனவும் குறிப்பிடுவதுண்டு. யோகிப்பரதேசிஸ் *(Yogipparadesis)* என்ற வேறு பெயருமுண்டு. இவர்கள் காவல்காரர்களாகவும், சுசீந்திரம், கன்னியாகுமரி, நாஞ்சில் நாட்டின் பல பகுதிகளில் உள்ள கோயில்களின் வாயில் காப்பாளர்களாகவும் பணியாற்றி வந்தனர்[10].

---

8. The Travancore State Manual VOl.I V.Nagam Aiya, Madras. 1989- P-820
9. The Dutch in Malabar. P.GROOT. P-201
10. The Journel of Oriental Research. Madras. Vol. IX. 1936 P-137

    See Also : (i)Travancore Archaeological. Series. P-II. PP-168-170

    (ii) Prof. Manickavasagam Pillai's Collections. I. P-3

34. பாதர்கள் (Pather)

சுமார் 200 ஆண்டுகளுக்கு முன்னால் தென் திருவிதாங்கூரில் உலோக வார்ப்படத் தொழிலில் ஈடுபடுத்தப்பட்டிருந்தவர்கள்தான் இந்தப் பாதர் என்றழைக்கப்படும் சமூகத்தினர். மன்னரின் ஆதரவுபெற்ற இவ்வுலோகக் கலைஞர்கள், நாளடைவில் விஞ்ஞான வளர்ச்சியின் காரணமாகத் தொழில் நசிந்ததால் இடம்பெயர்ந்து நாச்சியார் கோயில் சென்று குடியேறியுள்ளனர். தற்போது அவர்களின் எண்ணிக்கை கணிசமாக உயர்ந்து காணப்படுகிறது. இச்சமூகத்தினரின் பெயருக்குப் பின்னால் பாதர் என்ற சமூகப் பெயர் ஒட்டிக்கொண்டிருக்கும் என்பது குறிப்பிடத்தக்கது. இவர்கள் நாகர்கோவிலிலிருந்து நாச்சியார் கோயிலுக்கு இடம்பெயர்ந்தவர்களாவர்.

கடந்த 105 வருடங்களாக நாச்சியார் கோயிலைச் சுற்றியுள்ள கிராமங்களில், செம்பும் வெள்ளியும் கலந்த (வெண்கலம்) உலோகத் தொழில் நன்கு வளர்ச்சியடைந்திருந்தது. ஆனால், பாதர் சமூகத்தினரின் தொழில்நுட்பத்தால் மெழுகு கொண்டு வார்ப்படம் தயாரிக்கும் முறை அறிமுகப்படுத்தப்பட்டது. இதனால் வீட்டு உபயோகப் பொருட்கள், குத்துவிளக்கு, பாத்திரங்கள், கோயில் மணிகள், தீப விளக்குகள், பித்தளைப் பாத்திரங்கள் ஆகியவற்றை நேர்த்தியாக மெழுகு வார்ப்பட மாதிரி மூலம் அசலாகச் செய்ய முடிந்தது. இத்தொழில்நுட்பத்தில் தேர்ச்சி பெற்றவர்களாக நாகர்கோவிலிலிருந்து இடம்பெயர்ந்த நாச்சியார் கோவில் பாதர்கள் காணப்பட்டனர்[11].

35. பள்ளியாண்டி

இவர்கள் கோயிலுக்குக் காணிக்கையாக வரும் நெல்லைக் குத்தி உமி நீக்கி அரிசியாக்குவதற்கு ஒப்பந்த அடிப்படையில் நியமிக்கப்பட்டிருந்தார்கள்[12].

இவர்கள் தங்களது உறவினர்களின் உதவியுடன் அப்பணியைச் செய்து வந்தார்கள். இவர்கள், அடிப்படையில் தேவதாசி வகுப்பைச் சார்ந்தவர்களாவார்கள்.

மேலும், கோயில் சார்ந்த பணிகளுக்காக நம்பியார்கள், பாண்டி வெள்ளாளர்கள், கொல்லர்கள், பொற்கொல்லர்கள், சலவைத் தொழிலாளர்கள், நாகஸ்வரக் கலைஞர்கள், மேளக் கலைஞர்கள், நட்டுவனார்கள், ஆட்டிடையோர் ஆகியோர்

11. Census of India 1961 Volume. IX. Madras. Part. VII P-4& 38

12. Travancore Archaeological Series. Vol.IV. P-20

வெளியிலிருந்து அழைத்துவரப்பட்டுக் குடியமர்த்தப்பட்டார்கள். இவர்களில் பலர் வெளி மாவட்டங்களைச் சார்ந்தவர்கள் ஆவர்.

36. நம்பியார்கள்

ஆரம்ப காலங்களில் சில குறிப்பிட்ட கோயில்களில் இவர்கள் பூசாரிகளாகப் பணியாற்றியுள்ளார்கள். இவர்கள் தமிழ்நாட்டின் கிழக்குக் கடற்கரையைப் பூர்வீகமாகக் கொண்ட குருக்கள் அல்லது பட்டர்கள் என அழைக்கப்படும் பிராமணர்களின் வழி வந்தவர்களாவர். இவர்களின் பணி சிவன் கோயிலைச் சார்ந்ததாகக் காணப்பட்டது. நம்பியார்களின் முன்னோர்கள் பிரம்மதேயங்களைச் சார்ந்து குடியிருந்தவர்களாவர்[13].

37. சைவ வெள்ளாளர்கள்

இவர்கள் நீண்ட காலமாகப் பூமாலை கட்டுதல், பக்திப் பாடல்களைப் பாடுதல், கீர்த்தனைகளை இசைத்தல் போன்ற கோயில் சார்ந்த புனிதப் பணிகளைச் செய்து வந்தனர்[14].

திருப்பதிகம் ஓதுவது இவர்கள் பணிகளில் முக்கியமானது ஆகும். கி.பி 1819 ஆம் ஆண்டு எழுதப்பட்ட ஓலைச்சுவடி ஒன்று இவர்கள் மேற்குறிப்பிட்டுள்ள பணிகளுக்காக வெளி மாநிலத்திலிருந்து அழைத்து வரப்பட்டவர்கள் எனச் சான்று பகர்கிறது[15].

38. நாஞ்சில் நாட்டு வெள்ளாளர்கள்

நாஞ்சில் நாட்டு வெள்ளாளர்கள் அல்லது நாஞ்சில் நாட்டுப் பிள்ளைமார்கள் என அழைக்கப்பட்ட இவர்கள் நிலச் சொந்தக்காரர்களாகவும், விவசாயக் குடிமக்களாகவும் இருந்துவந்தனர். கோயில்களுக்குத் தானமாக வழங்கப்பட்ட நிலத்தின் பரப்பு பெருகியபோது, இவர்கள் கோட்டாறு, சுசீந்திரம் ஆகியவற்றைச் சுற்றியுள்ள பகுதிகளில் குடியேற அழைத்துவரப்பட்டவர்கள் ஆவர். இவர்களில் பலர் நிலச் சொந்தக்காரர்களாகவும், கோயில் நிலத்தை நிர்வகிப்பவர்களாகவும் மாறினர்.

இவர்கள் பாண்டி நாட்டைத் தங்கள் பூர்வீகமாகக் கொண்டவர்களாவர். கடந்த காலங்களில் அங்கிருந்து இடம் பெயர்ந்து நாஞ்சில் நாட்டில் குடியேறியதாகச் சான்றுகள் தெரிவிக்கின்றன. இவர்கள் தமிழைத் தாய்மொழியாகக்

---

13. The Suchindrum Temple. K.K. Pillai. P-246
14. Travancore Archaeological Series. Volume. III. P-69
15. The Sucindrum Temple. K.K. Pillai. P-246

கொண்டிருந்தனர். நாஞ்சில் நாட்டைப் பொறுத்தவரைக்கும் இவர்கள் பெரும்பான்மையானவர்களாகக் காணப்பட்டனர்[16].

39. நட்டுவனார்கள்

இவர்கள் பாரம்பரியமாகக் கோயில்களில் நாட்டியமாடுபவர்கள், பக்திப் பாடல்கள் பாடுபவர்களுக்குப் பயிற்சியளித்து வந்தவர்கள் ஆவர். பல காலத்திற்கு முன்னரே இவர்கள் நாஞ்சில் நாட்டில் குடியேறிவிட்டனர். தேவதாசிகளின் வழிவந்த இவர்களைக் கோயில் பணிகளில் ஈடுபடுத்தி வந்துள்ளனர். தேவதாசிகளின் செல்வாக்கு கோயில்களில் உயரத் தொடங்கியபோது, நட்டுவனார் களின் செல்வாக்கும் உயர்ந்தது[17].

40. உவக்கன்கள்

இவர்களைப் பொதுவாக ஓக்கன்கள் எனப் பெயரிட்டு அழைப்பதுண்டு. பண்டைய நாட்களில் இவர்கள் பரசவாஸ் எனவும் அழைக்கப்பட்டனர். குழலூதுவோர், மேளம் அடிப்போர், சங்கு ஊதுவோர்கள் போன்று உவக்கன்களும் கோயில் சார்ந்த பணிகளைச் செய்துவந்தனர். இவர்கள் மேளம் அடிப்பவர்களின் மற்றுமொரு உட்பிரிவைச் சார்ந்தவர்கள் ஆவார்கள் என *Winslow* குறிப்பிட்டுள்ளார். தென்னிந்தியாவின் பல கோயில்களில், குறிப்பாகக் காளி கோயில்களில் இவர்கள் பூசாரியாகப் பணியாற்றியதாகச் சான்றுகள் உள்ளன. கி.பி. 9ஆம் நூற்றாண்டில் இவர்களைப் பற்றிய குறிப்பு கல்வெட்டுகளில் காணப்படுகிறது[18].

41. ஆட்டிடையர்கள் மாட்டிடையர்கள்

மருத நிலத்தின் விவசாயம் சார்ந்த பொருளாதாரத்தின் முதுகெலும்பாக விளங்கிய இவர்கள் கோட்டாறின் நகரிய வளர்ச்சிக்குப் பெரிதும் உதவியுள்ளனர். நகர மக்களின், கோட்டாற்றைச் சுற்றியுள்ள கோயில்களின் பால் தேவைகளை இவர்கள் பூர்த்திசெய்துவந்துள்ளனர்.

கி.பி.10ஆம் நூற்றாண்டு தொடங்கி இவர்கள் கோரையார் திட்டைத் தெருவில் வாழ்ந்துவந்ததாகக் குறிப்புகள் உள்ளன. கோயில் அபிஷேகம் போன்ற காரியங்களுக்குப் பாலின் தேவை அதிகமானதால் இவர்களின் பொருளாதார நிலையும் உயர்ந்தது.

---

16. Ibid. P-247 (The Suchindrum Temple. K.K.Pillai)
17. Ibid. P-248
18. South Indian Inscription Vol.I, P-108

நல்லூர் கிராமத்தில் இவர்களில் நிறையப் பேர் குடியிருந்து வருகின்றனர். ஆனால், இவர்களின் பூர்வீகம் எது என அறிய போதிய சான்றுகள் இல்லை[19].

42. கொட்டுக்குல சபையார்

கி.பி.16ஆம் நூற்றாண்டில் கோட்டாற்றைச் சுற்றியுள்ள பகுதிகளில் வளமாக வாழ்ந்தவர்கள். இவர்கள் கோயில்களில் கணக்கர்களாகப் பணியாற்றியுள்ளனர். தெரிசனங்கோப்பு கிராமத்தில் இவர்கள் எண்ணிக்கை கணிசமாகக் காணப்படுகிறது. இவர்களை 'தயுத பிராமணர்கள்' எனவும் 'ஆரிஸ்' எனவும் 'கொட்டுக்குல சபையார்' எனவும் பல்வேறு பெயர்களில் அழைக்கின்றனர். கி.பி.1901ஆம் ஆண்டு மக்கள்தொகைக் கணக்கெடுப்பின்படி ஆரிஸ் என்பவர்கள் கோயில் பணியாளர்களாகப் பணியாற்றி வந்துள்ளனர் என்பது குறிப்பிடத்தக்கது.

தென் திருவிதாங்கூரில் இவர்களில் பலர் கோயில் கணக்காளர்களாகப் பணியாற்றியுள்ளனர். மேலும், பலர் அரச தூதுவர்களாகவும் ஒற்றர்களாகவும் வேலை பார்த்துள்ளனர். வேணாடு மன்னனான ஸ்ரீவீரராம உதயமார்த்தாண்ட வர்மன் இவர்களைப் பாண்டி நாட்டிலிருந்து அழைத்துவந்து, நாஞ்சில் நாட்டில் குடியேற்றியதாகக் குறிப்புகள் உள்ளன[20].

---

19. The Suchindrum Temple. K.K. Pillai. P-249
20. The Suchindrum Temple. K.K. Pillai. P-251

தென் திருவிதாங்கூரையும் வர்த்தகத்தையும் காத்துநின்ற பழங்காலக் கோட்டைகள்

(Lt. Ward and Conner பார்வையில்...)

திருவிதாங்கூரைப் பொறுத்தவரைக்கும் எல்லா தேவைகளைக் காட்டிலும் பாதுகாப்பு என்பது மிதமிஞ்சிய தேவையாகக் காணப்பட்டது. 17 மைல் நீளம் கொண்ட, பொதுவாக ஆரல்வாய்மொழி என அழைக்கப்படும் கோட்டை திருவிதாங்கூரின் நுழைவுப்பகுதி தொடங்கி கன்னியாகுமரி வரைக்கும் பரந்து கிடந்த சமவெளிப் பகுதியைக் காத்து நின்றது.

அடுத்து இயற்கை அரண்போல், எவருக்கும் உரிமையின்றிக் கம்பீரமாய்க் காட்சிதரும் மலைத் தொடர் திருவிதாங்கூரின் கிழக்கெல்லையைக் காத்து நின்றது. இம்மலைத்தொடரின் பல இடங்களில் ஒடுக்கமான, குறுகலான கணவாய்கள் குறுக்கிடு கின்றன. இருப்பினும் துடிப்பான படைவீரர்களால் இம்மலைத்தொடரின் பல பகுதிகளைப் பாதுகாக்க வேண்டிய கட்டாயமிருந்தது. ஏனெனில், கிழக்கி லிருந்து மேற்கு நோக்கிப் பார்க்கும்போது, இச் சமவெளியின் பல பகுதிகள் மக்கள் நெருங்கி வாழும் பகுதிகளாகக் காணப்பட்டன.

லீபுரம் துறைமுகம் பற்றிய ஆய்வு

வட்டக்கோட்டை, லீபுரம் பற்றிய ஆய்வு அரசாங்கக் கட்டளைப்படி 25th Nov.1929இல் நடத்தப்பட்டது. (Vide letter No:R.O.C. 7723/29/ General)

லீபுரம் துறைமுகம் *770-331 long and 81-61,3211 North Latitude)* இதற்கு *ST.Puram* எனவும் பெயருண்டு. இப்பகுதி கன்னியாகுமரிக்கு 2 மைல் கிழக்கே அமைந்துள்ளது. இப் பகுதி சாலைகளால் மூடப்பட்டுள்ளது. இத்துறைமுகத்தில் பாதுகாப்பாகக் கப்பல்களை நங்கூரமிட்டு நிறுத்த முடியும். கப்பல்கள் வந்து போகவும் இங்கு வசதியுண்டு.

தாலமியும் *Periplus of the Erythrean Sea* என்ற புத்தகத்தை எழுதியவரும் கன்னியாகுமரிக்கு அருகிலுள்ள கடல் உள்வாங்கிய பின்பு, அப்பகுதி கப்பல்கள் வந்து செல்வதற்கு வசதியாகவும் நங்கூரமிட்டு நிறுத்தவும் வசதியாகக் காணப்பட்டதாகக் குறிப்பிட்டுள்ளனர். இந்த உண்மையைக் கிரேக்க, தமிழ் இலக்கியங்களும் உறுதிப்படுத்தியுள்ளன. கன்னியாகுமரிக்கு அருகிலுள்ள அவ்விடம் லீபுரம் அல்லாமல் வெறெதுவுமில்லை. ஒரு சிறந்த துறைமுகத்திற்கான அனைத்துத் தகுதிகளும் லீபுரம் துறைமுகத்திற்கு உள்ளது என்பது இங்கு குறிப்பிடத்தக்கது. மேலும், கரையிலிருந்து 5½ ஃபாதோம் தொடங்கி, ஒரு மைல் வரைக்கும் 8 ஃபாதோம் ஆழம் உள்ளது. (ஃபாதோம் என்பது நீரின் ஆழத்தை அளவிட உதவும் அலகு. ஒரு ஃபாதோம் என்பது ஆறு அடி அளவு கொண்டது.) இந்த ஆழம் நீராவிக் கப்பல் உள்ளிட்ட அனைத்து வகை பெரிய கப்பல்களும் நங்கூரம் பாய்ச்சி நிற்க உகந்ததாகும்.

மேலும், பெரும்பாலும் தென்மேற்கு, வடகிழக்குப் பருவக் காற்று வீசும் காலத்தில் அதன் வேகத்தைத் தடுத்துக் கப்பல்களுக்குப் போதுமான பாதுகாப்பளிக்க உகந்த பகுதியாகும். குளச்சல், திருவிதாங்கூரின் இதர துறைமுகங்களைப் போன்று பாதுகாப்புடன் காணப்படுகிறது. கடற்கரைக்கு அருகில் மட்டுமே பாறைகள் அமிழ்ந்து காணப்படுவதால் கப்பல்கள் நங்கூரமிடுவதற்குப் போதுமான இடவசதியுள்ளது. கொச்சிக்கும் தூத்துக்குடிக்கும் இடைப்பட்ட பகுதியிலுள்ள துறைமுகங்களில் போதுமான இயற்கை இடவசதியுடன் லீபுரம் காணப்படுகிறது. சில குறிப்பிட்ட காலங்களில் கடற்கரையின் பரப்பு பரந்து விரிந்து காணப்படுவதால் பயமின்றிக் கப்பலை இயக்க முடியும்.

கொழும்புத் துறைமுகம் லீபுரத்திற்கு அருகில் அமைந்திருப்ப தால், வேறெந்தத் துறைமுகத்தைக் காட்டிலும் கடல் சார்ந்த வர்த்தகத்திற்கு அதிக வாய்ப்பாக இருந்து வந்துள்ளது. தற்போது போதுமான சிறப்புடன் காணப்படாவிட்டாலும் ஒரு காலத்தில் சிங்கப்பூரைப் போன்று லீபூரமும் வணிக மையமாகத் திகழ்ந் துள்ளது. கப்பல் போக்குவரத்திற்கு உகந்த மையத்தில் இது அமைந்திருந்ததால் இங்குள்ள வசதிகளும் செலவுகளும் போதுமான

தாகக் காணப்பட்டன. ஐரோப்பிய போக்குவரத்தில் அனைத்து வகைக் கப்பல்களையும் இது ஈர்க்கவும் தவறவில்லை. ஏடன் (Aden) துறைமுகத்திலிருந்து நீண்ட தூரம் கடற்பயணப்பட்டுக் கொழும்பு வரும் கப்பல்கள் லீபுரம் வராமல் செல்வதில்லை. இந்தியாவிலிருந்து கொழும்புக்குச் செல்ல தூரம் குறைவாக இருப்பதாலும், நேரடித் தொடர்பு இருப்பதாலும் எல்லாக் காலங்களிலும் இத்துறைமுகத்தில் கப்பலை நிறுத்தச் செலவு குறைவாக இருப்பதாலும் இத்துறைமுகம் குறுகிய காலத்தில் நன்மை பயக்கும் துறைமுகமாக மாறியது.

லீபுரத்தின் இதர நன்மைகளைப் பொறுத்தவரைக்கும் ஏராளமாகக் காணப்பட்டது. லீபுரத்தைச் சுற்றி, 3 மைல் சுற்றளவில் மீனவர்கள் நெருங்கி வாழும் மீனவக் கிராமங்கள் அமைந்திருந்தன. மகாராஜபுரம், கொட்டாரம், அகஸ்தீஸ்வரம் ஆகிய கிராமங்கள் அனைத்துத் தரப்பு மக்களும் நெருங்கி வாழும் பகுதிகளாகும். எல்லாவற்றிற்கும் மேலாக 12 மைலுக்குஅப்பாலுள்ள கோட்டாறு வரலாற்றுச் சிறப்புமிக்க, சுறுசுறுப்பாக இயங்கிவந்த வணிக மையமாகும். திருவிதாங்கூரின் உள்ளேயும் வெளியேயும் சிறந்த சாலை வசதி காணப்பட்டதால் எளிதாக அணுக முடிந்தது. இக்காரணங்களால் லீபுரம் தூத்துக்குடி போன்று ஒரு சிறந்த துறைமுகமாக மாறுவது உறுதி.

மேலும், லீபுரத்திற்கு அருகில் ராணுவ, பாதுகாப்பு முக்கியத்துவம் வாய்ந்த வட்டக்கோட்டை அமைந்திருப்பது இன்னொரு சிறப்பு என்பதைக் கணக்கில் கொள்ள வேண்டும். கடற்கரை, கடலிலிருந்து வரும் தாக்குதலை முறியடிக்கும் நோக்குடனே இங்கு கோட்டை கட்டப்பட்டது.[1]

---

1. Archaeological Reports 1104-1113 M.E. 1928 A.D Administration Report of the Department of Archaeology for 1104 M.E. P-15-29

வட்டக்கோட்டை

(770-341-711 East Long-811-71-221
North Lat)

கடற்கொள்ளையர்களைத் தடுக்கும் நோக்குடன் திருவிதாங்கூர் அரசாங்கத்தால் கூட்டப்புளிக்கும் முட்டத்திற்கும் இடைப்பகுதியில் கட்டப்பட்ட கற்கோட்டை இது. கன்னியாகுமரிக்கு வடக்கே சுமார் 3 மைல் தொலைவில் கடற்கரையில் கருங்கற்களால் கட்டப்பட்டுள்ளது. உயரமான மதில்களைக் கொண்ட பகுதிக்குத் திருவிதாங்கூர் வரிசை எனப்பெயர். இக்கோட்டையின் இடைகளில் 165 யார்டு விட்டு அரணின் முகப்புகள் அமைந்துள்ளன. இம்முகப்புகளும் கோட்டையும் சேர்த்து மொத்தத்தில் 'வட்டக்கோட்டை' என அழைக்கப்படுகிறது. திருவிதாங்கூரை ஆண்ட மார்த்தாண்டவர்மா மன்னரால் (கி.பி. 1729-1758; கொல்லம் ஆண்டு 904-933) தென் திருவிதாங்கூர்ப் பகுதிகளை எதிரிகளிடமிருந்து காக்கும் நோக்குடன் கட்டப்பட்டது. இதில் திருவிதாங்கூரின் 'நெற்களஞ்சியம்' என அழைக்கப்படும் நாஞ்சில்நாடு, கடற்கரைப் பகுதிகள் உட்பட, ஆரல்வாய்மொழி வரைக்கும் உள்ள பகுதிகள் அடங்கும். இக்கோட்டையின் பிரதான வாசல் ஆரல்வாய்மொழியில் அமைக்கப்பட்டிருந்தது. நெடுமலை, காற்றாடி மலைப் பகுதிகளை உள்ளடக்கியதாகவும் இக் கோட்டை காணப்பட்டது. மார்த்தாண்டவர்மா இக்கோட்டையைச் சீரமைப்பதற்கு முன்னால், சிலபகுதிகள் மண்ணால் பலப்படுத்தப்பட்டிருந்தன.

கி.பி.1757ஆம் ஆண்டு மார்த்தாண்ட வர்மாவின் படைத் தளபதி யான டிலனாய் (D. Lannay) இக்கோட்டையைப் புனரமைத்து, பலப்படுத்தினார்.

கி.பி. 1770 (945 கொல்லம் ஆண்டு) வேணாட்டின் மத்திய பகுதியில் கிடைத்த ஒரு ஓலைச்சுவடி வட்டக்கோட்டைக் கட்டுமானம் பற்றிக் குறிப்பிடுகிறது. மலபார் சகாப்தம், 9ஆம் நூற்றாண்டின் இடைப்பகுதியில் பகவதி மார்த்தாண்டபிள்ளை, நாகேந்திரன் ஆகிய இரு தளபதிகளும் கன்னியாகுமரியில் கோயில் கட்டிய தகவல்களும் கொடுக்கப்பட்டுள்ளன. இவ்வோலைச் சுவடிகள் தற்போது Central Vernacular Record Office – இல் வைத்துப் பாதுகாக்கப்படுகின்றன.

வட்டக்கோட்டையின் பெரும்பான்மையான வரிசைக் கட்டுமானப் பகுதிகள் ஆங்கிலேயத் தளபதி லீகரின் (St. Leger) படைகளால் 1310ஆம் ஆண்டு அழிக்கப்பட்டது. ஆனால், வட்டக்கோட்டைக்கு எந்தவிதச் சேதாரத்தையும் ஏற்படுத்தாமல் விட்டுவிட்டனர். கொஞ்ச காலத்திற்கு நாயர் படைவீரர்களும் ஆறு ராணுவ வீரர்களும் கோட்டையின் பாதுகாப்பிற்கு அமர்த்தப்பட்டனர். ஆனால், தற்போது கடல்காற்றால் துருப் பிடித்து, சேதாரம் ஏற்பட்டுத் தனித்துவிடப்பட்ட நிலையில், நடந்து முடிந்த வரலாற்று நிகழ்வுகளுக்கு மௌன சாட்சியாகக் காட்சி தருகிறது.

வட்டக்கோட்டை மட்டும் அமைந்துள்ள பகுதி சுமார் மூன்றே முக்கால் ஏக்கராகும். ஆனால், கோட்டையின் உட்பகுதி சுவர் நீங்கலாகச் சதுர வடிவில் காணப்படுகிறது. ஒவ்வொரு சதுர வடிவமும் 270 அடி நீளமாகும். ஒவ்வொரு சதுர வடிவ சுற்றுச் சுவருக்குள்ளும் நான்கு கட்டடங்கள் காணப்படுகின்றன. இவை 50 x 9 என்ற அளவில் கட்டப்பட்டுள்ளன. இவை பண்டசாலைகளாகப் பயன்படுத்தப்பட்டிருக்க வேண்டுமெனத் தெரிகிறது. இக்கட்டடத்தின் சுவர்கள் செங்கற்களாலும் கருங்கல்லாலும் கட்டப்பட்டுள்ளன. செங்கற்களின் ஊடே பலத்திற்காகச் சுண்ணம் சேர்க்கப்பட்டுள்ளது. அதே போன்று மேற்கூரையும் கருங்கற்கள் பரப்பப்பட்டு, அவற்றைக் கல்தூண்கள் தாங்கி நிற்கும்படி அமைக்கப்பட்டுள்ளது. இங்கும் செங்கற்களும் சுண்ணமும் பயன்படுத்தப்பட்டுள்ளன.

கோட்டையைச் சுற்றிலும் சுவர்கள் கட்டப்பட்டுள்ளன. இதில் முன்பக்கத்தில் அமைக்கப்பட்டுள்ள ஒவ்வொரு சுவரும் 29 அடி வீதி கொண்டதாகவும், பின்பக்கச் சுவர்கள் 6 அடி, மூலைச் சுவர்கள் 5 முதல் 18 அடி வீதி கொண்டதாகவும் அமைக்கப்

பட்டுள்ளன. வட்டக்கோட்டை அமைந்துள்ள முக்கியமான பகுதிகளில் உயரமான மதிற்சுவர்கள் கட்டப்பட்டுள்ளன. அப்படிப்பட்ட ஒரு மதிற்சுவர் கடற்கரையைத் தாண்டி கடலுக்குள்ளும் செல்லும்படி கட்டப்பட்டுள்ளது. தெற்கிலும் மேற்கிலும் கட்டப்பட்டிருப்பவை முக்கோண வடிவிலும் வடக்கிலுள்ளது சதுர வடிவிலும் கடற்கரையைப் பார்த்துக் கிழக்கில் கட்டப்பட்டிருப்பவை செவ்வக வடிவிலும் கட்டப் பட்டுள்ளன. கோட்டையின் அனைத்துச் சுவர்களும் சில இடங்களில் 6 அடி சில இடங்களில் 3 அடி உயரம் கொண்ட கைப்பிடிச்சுவர்களால் பாதுகாப்பாகச் சூழப்பட்டிருந்தன. பிற கட்டுமானங்களைப் போலல்லாமல் இக்கைப்பிடிச் சுவர்கள் கருங்கற்களால் கட்டப்பட்டுள்ளன. இதன் அகலம் 4 அடியிலிருந்து ஐந்தரை அடி வரைக்குமுள்ளது.

முன் பக்கத்துக் கோட்டை, கைப்பிடிச் சுவரின் அடிப்புறம் வரைக்குமுள்ள பகுதி 19 அடி உயரமும் 5அடி கனமுமான செங்கல் சுவரால் பாதுகாக்கப்பட்டுள்ளது.

பிரதானக் கோட்டைக்குப் பலம் சேர்க்கும் வகையில் 6அடி உயரமும் 2அடி அகலமும் கொண்ட இறுக்கமான சுவர் கோட்டையைச் சற்றிலும் கட்டப்பட்டுள்ளது. மொத்தத்தில் கோட்டைச் சுவர் 25இலிருந்து 28 அடி உயரம் கொண்டதாகக் காணப்படுகிறது. வெளிப்புறக் கோட்டை நல்ல நிலையிலும் உட்புறக் கோட்டை பொலிவிழந்தும் காணப்படுகிறது.

கோட்டைக்குள்ளாக ஒரு நீர்நிலையும் கிணறும் காணப் படுகிறது. கோட்டையின் பிரதான தரைப்பகுதி புதர்மண்டிப் பரிதாபமாகக் காட்சியளிக்கிறது. நீர்நிலை சேறும் சகதியுமாகக் காட்சியளிக்கிறது.[1]

---

1. Archaeological Records 1104-1113 M.E. 1828. A.D. Administrative Report of the Department of Archaeology for 1104 M.E. Pp-29-30

பத்மநாபபுரம் கோட்டை

பத்மநாபபுரத்தில் கொல்லம் வருடம் 641இல் (கி.பி.1466) ஒரு கோட்டை கட்டப்பட்டதாகச் சான்றுகள் தெரிவிக்கின்றன. மேலும், கொல்லம் வருடம் 776இல் (கி.பி. 1601) சுற்றில் அகழி அமைத்து மண்ணால் பத்மநாபபுரத்தில் ஒரு அரண்மனை கட்டப்பட்டதாக மலையாள மொழியில் எழுதப்பட்ட ஓலைச்சுவடி தெரிவிக்கிறது.[1]

1851இல் லண்டனில் நடைபெற்ற பன்னாட்டுத் தொழில், கலைக் கண்காட்சியில் கோட்டாறு சுற்றியுள்ள இடங்களில் உற்பத்தியான பொருட்கள் இடம்பெற்றிருந்தன.

1851ஆம் ஆண்டு இங்கிலாந்து அரசு உலக நாடுகளுக்கு ஒரு அழைப்பு விடுத்திருந்தது. தங்கள் நாட்டில் உற்பத்தியாகும் தானிய வகைகள், இயற்கையான கலைப்பொருட்களை லண்டனில் நடைபெற்ற பன்னாட்டுப் பொருட்கள், கலைக் கண்காட்சியில் இடம்பெறச் செய்ய வேண்டும் என்பதே அந்த அழைப்பின் நோக்கமாக இருந்தது. அதற்கெனச் சென்னையில் ஒரு மத்தியக் குழு (The Madras Central Committee) உருவாக்கப்பட்டு இருந்தது. அக்குழுவிற்கு *William Urquharl Arbulhnol, Esq* என்ற ஆங்கிலேயர் தலைமை தாங்கினார். 14 உறுப்பினர்களைக் கொண்ட அக்குழுவிற்கு உதவி மருத்துவர் எட்வர்டு *Balfour* என்பவர் கௌரவச் செயலாளராகப் பணியாற்றினார்.

---

1. Archaeoligical Reports of 1104-1113. 1928 A.D. Administrative Report of the Department of Archaeology for 1104 M.E. P-5

லண்டன் கண்காட்சியில் கீழ்க்கண்ட சென்னை மாநில *(Madras Presidency)* சிறப்பு உற்பத்தி கலைப் பொருட்கள் இடம்பெற்றன. ஆரணி மஸ்லீன் துணி, கோட்டாற்றில் தயாரிக்கப்பட்ட தங்கத்தால் இழை தயாரித்து கரைபிடிக்கப்பட்ட சிறந்த ரக மஸ்லீன் துணிகள் (கறுப்பு வெள்ளை எனப் பல ரகங்கள்), தங்க இழையால் கரைபிடிக்கப்பட்ட சலவை செய்யப்படாத கோட்டாறு மஸ்லீன் துணிகள், ஏராளமான எண்ணிக்கையில் பெண்கள் அணியும் சேலைகள், ஆங்கிலேயப் பெண்மணிகள் போன்று தலையில் கட்டும் குறுந்துணிகள், ஆண்குழந்தைகள் தலையில் வைக்கும் தொப்பிகள் (பலரகங்கள்) வாழைநாரில் தயாரிக்கப்பட்ட துணிகள், தந்தத்தால் வடிவமைக்கப்பட்ட பொருட்கள், திருவிதாங்கூரில் விளைவிக்கப்படும் பழவகைகள், கோட்டாறு, நாகர்கோவில் பகுதிகளில் நெய்யப்பட்ட சிறந்த ஆடைகள், திருவிதாங்கூர் பகுதிகளில் நெய்யப்படும் முண்டுகள் (வேட்டிகள்), கூடைகள், பாத்திர வகைகள் என ஏராளமான கலைப் பொருட்கள் சுல்தான் என்ற கப்பல் மூலமாக உலக கண்காட்சிக்கென லண்டன் கொண்டு செல்லப்பட்டன.

மதுரை வைகை ஆற்றங்கரையில் விளையும் ஒருவகை கோரைப்புற்களின் வேரிலிருந்து தயாரிக்கப்படும் நிறக்கலவையின் மூலம் உயர்ரகத் துணிகளுக்கான சாயம் தயாரிக்கலாம் எனக் குறிப்புகள் காணப்படுகின்றன. இந்த நுட்பங்கள் கோட்டாறு நெசவாளர்களுக்கு நன்கு தெரிந்திருந்தன. கோட்டாற்றைப் போன்று திருநெல்வேலி, மதுரையில் நெய்யப்பட்ட துணிகளுக்குத் தனிமவுசு இருந்தது.

திருநெல்வேலி மாவட்டத்தில் தயாரிக்கப்பட்ட கருப்புக் கட்டிகள் பனைஓலையால் நேர்த்தியாகத் தயாரிக்கப்பட்ட கூடைகளில் அடைக்கப்பட்டு அக்கண்காட்சிக்கு அனுப்பப் பட்டன. தூத்துக்குடி, திருநெல்வேலி, கோட்டாற்றில் பஞ்சைத் தயாரிக்கும் (நூலாக வடிக்கும்) இயந்திரங்கள் அக்கால அமெரிக்க இயந்திரங்களைக் காட்டிலும் சிறந்தவை என அப்பகுதி குழு உறுப்பினர். *W.H. Horsley* தன் குறிப்பில் பதிவுசெய்துள்ளார். கூடவே, கோட்டாற்றில் விற்கப்பட்ட தட்டப்பயறு, பாசிப்பயறு, தானிய வகைகளும் அனுப்பிவைக்கப்பட்டன.

துணிகளுக்குச் சாயம் கொடுக்கும் வேர்வகைகள், மஞ்சணத்திச் செடிவகைகள், இண்டிகோ சாயம் ஆகியவை கண்காட்சியில் இடம்பெற்றன. மூன்று வகையான தேங்காய்கள், ராமச்சை வேர், நெல் அரிசி, புல் அரிசிவகைகள் என அரிய அரிசி வகைகள் இடம்பெற்றன. திருநெல்வேலி – திருவிதாங்கூர் எல்லையைப் பிரிக்கும் மலைப்பகுதியிலுள்ள அனைத்துவகை

காட்டுப்பகுதி மரங்களின் மாதிரிகள் லண்டன் கண்காட்சியில் இடம்பெற்றிருந்தன. தோவாளையில் விளைந்த மணமிக்க பூக்கள் லண்டன் கண்காட்சிக்கு அனுப்பப்பட்டது மேலும் சிறப்புடையதாகும்.

இயற்கைத் தாதுக்கள்

தென்கோடி குமரியில் மட்டுமே கிடைக்கும் பலவகை, பலநிறப் பட்ட இயற்கைத் தாதுக்கள் அக்கண்காட்சியில் இடம்பெற்றது இன்னுமொரு சிறப்பம்சமாகும். கன்னியாகுமரியில் கிடைக்கும் கார்னட் எனப்படும் சிவப்புநிற மண் அப்போது தங்கத்தை பாலீஸ் செய்து மெருகேற்ற மட்டும் பயன்படுத்தப்பட்டது. அதனுடன் கறுப்பு, அரிசி போன்ற வெள்ளை மணலும் லண்டன் கண்காட்சிக்கு அனுப்பப்பட்டது. குமரி கடற்கரையில் கடல் நீரால் அரித்து வரப்படும் இம்மணல் வகைகள் கடற்கரையில் சிந்திக் கிடக்கும் காட்சி தானிய வகைகள் சிந்திக் கிடப்பதைப் போன்று காணப்படும். எனவே, இவை குமரி அம்மன் கோவில் தல வரலாறுடன் இணைத்தப் பேசப்பட்டு வருகின்றன.

அதாவது சுசீந்திரம் தாணுமாலய சுவாமி குமரி அம்மனை மணமுடிக்க வேண்டி உறவினர்கள், சீர்வரிசைகளுடன் கன்னியாகுமரி நோக்கி புறப்பட்டு வழுக்கம்பாறை செல்லும்போது கிருஷ்ணபகவான் கோழி வடிவம் எடுத்து அவர் முன் நின்று கூவ, பொழுது புலர்ந்துவிட்டது என உணர்ந்த தாணுமாலய சுவாமி தனது திருமண முயற்சியைக் கைவிட்டுவிட்டு சுசீந்திரந் திற்குத் திரும்பிவிட்டார். சீர்வரிசைப் பொருட்களுடன் கன்னியாகுமரியில் காத்திருந்த உறவினர்களும் திரும்பிவிட்டனர். அவர்களுக்காகத் தயாரிக்கப்பட்ட உணவு வகைகள்தான் பல நிற மணலாகச் சிதறிக் கிடக்கின்றன என்பதுதான் அத்தல வரலாறு.

இவை தவிர கோட்டாற்றில் தயாரிக்கப்பட்ட துணியாலான மேசை விரிப்புகள், கைத்தண்டுகள், தங்க இழை பதிக்கப்பட்ட பருத்தி இழையால் நெய்யப்பட்ட உயர்ரகத் துணிவகைகளும் லண்டனுக்கு அனுப்பப்பட்டன. கோட்டாற்றில் கிடைத்த வெற்றிலை, பாக்கு வகைகள், நல்லமிளகு, இஞ்சி வகைகள், அசம்பு மலையில் விளைந்த காபி வகைகள் ஆகியவை கண்காட்சி யில் இடம்பெற்றிருந்தன.

திருவனந்தபுரம் கமிட்டியின் தலைவர் Colin Paterson மேற்கண்ட பொருட்களை லண்டன் சர்வதேசக் கண்காட்சிக்கு சேகரித்து அனுப்புவதில் பெரும்பங்கு ஆற்றினார். அவர் தன் குறிப்பில், கோட்டாற்றில் வசித்துவந்த செட்டியார்கள்,

பட்டுநூல்காரர்கள், லெப்பைகள் ஆகியோருக்குத் துணி நெய்வதில் உள்ள நுட்பம் குறித்து வியந்து பாராட்டியுள்ளார். அவர்கள் மேலைநாட்டுத் துணி உற்பத்தியாளர்களைப் போன்று பகட்டாகத் துணி நெய்வதில் கைதேர்ந்தவர்கள். நாட்டு மக்களின் அன்றாடத் தேவைக்குரிய சாதாரண ஆடைகளிலிருந்து தங்க நூலிழையால் கரை வேயப்பட்ட மஸ்லீன் துணிவரைக்கும் அவர்களால் தயாரிக்கப்பட்டன. இவை யாவும் லண்டன் சர்வதேசப் பொருட்கள் கண்காட்சிக்கு அனுப்பிவைக்கப்பட்டதில் பெருமையடைவதாக *Colin Paterson* குறிப்பிட்டுள்ளார்.[2]

தொழிற்புரட்சிக்கு முந்தைய துறைமுகங்களும் துறைமுக நகரங்களும் – ஒரு புதிய பார்வை

பேரா. ரிலா முகர்ஜி (*Prof. Rila Mugarji*) என்பவர் *Ocean connect* என்ற தனது கட்டுரையில் உலகத்தின் பழம்பெரும் துறைமுகங்கள் குறித்து ஆழ்ந்த ஆய்வு செய்துள்ளார். அதே நேரத்தில் இந்தியாவின் கடல்கள் குறித்தும், குறிப்பாக இந்துமகா சமுத்திரம் குறித்தும் முன்னோட்டமான ஆய்வை மைக்கேல் பெர்ஸன் (*Michael Pearson*) மேற்கொண்டிருந்தார். இவர் நியூஸிலாந்தில் பிறந்தவராவார். இவர்கள் மேற்கொண்டிருந்த ஆய்வின் சுருக்கங்கள் கீழே கொடுக்கப்பட்டுள்ளன:

துறைமுகங்கள் உலகின் எந்தப்பகுதியில் அமைந்திருந்தாலும் அவை அப்பகுதியின் பொருளாதார வளர்ச்சியைப் பல மடங்கு உயர்வடையச் செய்கின்றன. தொழில் வளர்ச்சியும் அதேபோன்றுதான். துறைமுகங்களைச் சுற்றி நகரங்களும் வளருகின்றன. அதே போன்று துறைமுகங்களை நம்பியுள்ள தொழிற்சாலைகளும் வளர்ச்சியடைகின்றன. அனைத்துப் பொருளாதார மேம்பாடுகளும் துறைமுகங்களைச் சுற்றி நடை பெறுகின்றன. புதிய கடல்வழிக் கண்டுபிடிப்புக் காலங்களில், கண்டுபிடிப்பாளர்களுக்கு, துறைமுகங்களின் பொருளாதார வளர்ச்சி உச்சமாக அமைந்தது. அதே நேரத்தில் துறைமுகங்களை ஒட்டியுள்ள உள்நாட்டுப் பொருளாதார மேம்பாட்டிற்கு அவை உறுதுணையாக இருந்து வந்துள்ளன. ஏனெனில், கடல்வழிப் போக்குவரத்திற்கும் முக்கிய இணைப்பாகத் துறைமுகங்கள் காணப்பட்டன. ஆக, பழங்காலத் துறைமுகங்கள் ஆகட்டும் புதிய துறைமுகங்கள் ஆகட்டும் இந்திய நாட்டின் பொருளாதார வளர்ச்சியில் அவை நடு நாயகமாக விளங்குகின்றன. ஜாண் மேக் (*John Mack*) 'நிலத்தின் விரிவாக்க மாற்றத்திற்குத் துறைமுகங்கள் மாற்றுக் காரணியாக விளங்குகின்றன' எனக் குறிப்பிடுகிறார்.

---

2. Proceedings of Madras Central Committee for the Exibition of the Industry and Art of All Nations Held in London in the year 1851- Madras. PP-IXXII-IXXXI. 67-252.

துறைமுக வளர்ச்சி என்பது ஒரு நாட்டில் சக்கரம் சுழல்வது போன்ற மாற்றத்தை ஏற்படுத்துகிறது. அதில் வியாபாரியின் பங்கு பெரும்பங்காகும். சென்னையில் அந்நிய நாடுகளின் குடியேற்ற ஆதிக்க வரலாற்றைப் பற்றி ஆய்வு மேற்கொண்ட ரஷ்மி *(Rashmi)* அவர்கள் துணி வர்த்தகம் பற்றிக் குறிப்பிடும்போது, *Longing for Longcloth* என்ற சொற்றொடரைப் பயன்படுத்துகிறார். ஒரு மாபெரும் பேரரசை உருவாக்குவதில் இந்திய வியாபாரிகள் பெரும்பங்கு வகித்தார்கள். ஆங்கிலேயர்களால் சாதாரண வியாபாரிகளாக நியமிக்கப்பட்ட இவர்களது பொருளாதார வளர்ச்சியின் பங்கைக் குறைத்து மதிப்பிட முடியாது. காசி வீரண்ணா என்பவர் சென்னையைச் சார்ந்த ஒரு தலைமை வியாபாரியாவார். லாரன்ஸ் சாயர் *(Lawrence Sawyer)* என்பவர் அவரைப்பற்றிக் குறிப்பிடும்போது, "சர் வில்லியம் அவர்கள் கோட்டைக்குள் இருந்து கொண்டு ஆளுகிறார். ஆனால், வீரண்ணா அவர்கள் கோட்டையில்லாமல் ஆளுகிறார்". வர்த்தகத்தையும் நாட்டையும் நிர்வாகம் செய்வதில் இந்திய வியாபாரிகள் எந்த அளவிற்கு ஆங்கிலேயருக்கு உதவினார்கள் என்பதை இச்சொற்றொடரிலிருந்து நாம் புரிந்துகொள்ளலாம். *H.D. Love* என்பவர் தான் எழுதிய *'Vestiges of old Madras'* என்ற புத்தகத்தில் வீரண்ணா குறித்துஅதே கருத்தைக் குறிப்பிட்டுள்ளார். மேலும், வியாபாரிகள் கொண்டிருந்த அபரிமிதமான அதிகாரங்கள் குறித்து ஆங்கிலேயர்கள் அதிகக் கவலை கொண்டிருந்ததாகவும் குறிப்பிடுகிறார். எப்படியெனினும் ஆங்கிலேயரின் அரசியல், வர்த்தக நோக்கம் அவர்களை ஆட்சிக் கட்டிலில் ஏற்றிவிட்டது. வர்த்தகர்கள் வெகு சீக்கிரத்தில் ஆட்சியாளர்களாக மாறினர்.

துறைமுகம் – பின் நிலம் ஆகிய காரணிகள் இணைந்த இயக்கம் மசூலிப்பட்டணம் போன்ற துறைமுகங்களை எவ்வாறு முக்கியத்துவம் பெற வைத்தது என்பது குறித்து ஸ்ரீதர் குறிப்பிட்டுள்ளார். காலனி ஆட்சிக்காலத்தில் இந்தியாவின் செல்வம் படைத்த வர்த்தகர்களின் பங்கு குறித்து சான்று பகரும் வண்ணமாகத் தெலுங்கு இலக்கியங்களான *'Hamsavimsathi'*, *'Sukasapthasathi'* ஆகியவற்றை மேற்கோள் காட்டுகிறார். கடல் வர்த்தகம் குறித்து ஆய்வு மேற்கொள்ள வேண்டுமெனின் பெரிபுளூசின் குறிப்புகளை முன்னோட்டமாகக் கொள்ள வேண்டும். *Pearson* என்பவர் பண்டைய வர்த்தகர்கள் பேசிய மொழி குறித்து ஆய்வு மேற்கொண்டுள்ளார். கி.மு. முதலாம் நூற்றாண்டில் மண்பானையில் பொறிக்கப்பட்டிருந்த எழுத்து குறித்து ஆய்வு செய்து, அதற்கு விளக்கமும் எழுதியுள்ளார். பான உறி *(Pana ori)* என்ற அந்தச் சொல் ஒரு தமிழ் பிரம்மி

எழுத்தாகும். தொங்கவிடப்பட்ட உறி என்ற சொற்றொடர் Pearson கருத்துப்படி பண்டைய வர்த்தகர்களிடையே பழக்கத்தில் இருந்த மொழியாகும் எனக் குறிப்பிடுகிறார். ஆனால், பண்டைக் காலத்தில் கப்பல்கள் எங்கே கட்டப்பட்டன என்பதற்குச் சான்றாதாரங்கள் இல்லை. கப்பல் கட்டும் தொழில்நுட்பம் ஒரு தலைமுறையினரிடமிருந்து இன்னொரு தலைமுறையினர் வழிவழியாகத் தெரிந்து வைத்திருக்க வேண்டும்.

கி.பி.2001ஆம் ஆண்டு பெல்ஜியத்திலுள்ள குகை ஆராய்ச்சி யாளர்கள் ஆய்வு மேற்கொண்டு ஒரு பிரம்மாண்ட குகையிலிருந்து ஏராளமான கல்வெட்டுகளையும் வரைபடங்களையும் தொல்லியல் எச்சங்களையும் கைப்பற்றியுள்ளனர். கி.மு. 1ஆம் நூற்றாண்டுக்கும் கி.பி. 6ஆம் நூற்றாண்டுக்கும் உட்பட்ட இவை கடல் மாலுமிகள் விட்டுச் சென்ற வரலாற்று எச்சங்களாகும். இதில் ஆச்சர்யம் என்னவென்றால் அவர்கள் விட்டுச் சென்ற மொழிக் குறியீடுகள் இந்திய பிரம்மி குறியீடுகளைச் சார்ந்ததாகும்.[3]

---

3. VANGUARDS OF GLOBALIZATION - Port - Cities from the Classical to the Modern. Edited by RILA MUKHERJEE BOOK REVIEQI. Dated Aug -12-2014, 'THE HINDU'

தூர்ந்துபோன தென் திருவிதாங்கூரின் பழந்துறைமுகங்கள்

1. கன்னியாகுமரி

பண்டைய இலக்கியங்களில் கன்னியாகுமரி 'குமரிப் பெருந்துறை' எனக் குறிக்கப்படுகிறது. இதன் முக்கியத்துவத்தை அறியாத கடலோடிகள் இருக்க முடியாது. இதன் பின்நிலமான கோட்டாறு சந்தைப் பொருட்கள் இத்துறைமுகத்தின் வழியாக ஏற்றுமதி செய்யப்பட்டன. தாலமி இதை 'கொமரியா' *(Komario)* எனக் குறிப்பிட்டுள்ளார். இயற்கையான துறைமுக வசதி இல்லாவிட்டாலும் இங்கு வரும் கப்பல்கள் தூரத்தில் நின்று, தோணிகள் மூலம் பொருட்களை ஏற்றி இறக்கிச் சென்றன. குறிப்பாகத் தென் திருவிதாங்கூரின் தென்கோடியில் உள்ள உப்பளங்களில் விளையும் உப்பு குமரிப் பெருந்துறை மூலம் கையாளப்பட்டது.

இந்தியாவின் மக்கள் பெரிதும் விரும்பும் கடற்கரை சார்ந்த பொழுதுபோக்குத் தலமாகக் கன்னியாகுமரி விளங்குகிறது. கோடைக் காலங்களில் உடல் ஆரோக்கியம் தேடி தங்கள் விடுமுறை நாட்களைக் கழிப்பதற்கு மக்கள் இங்கு குழுமு கிறார்கள். திருமதி. சரோஜினி நாயுடு கூட குமரியைப் பார்த்துக் கவிதைரீதியாக சிலாகித்ததுண்டு.[1]

---

1. The Truth About Travancore -Nilkan Perumal. Madras. 1939. P-32

கன்னியாகுமரி முக்கடலும் சங்கமிக்கும் இடமாகும். வங்காள விரிகுடாவின் நீல நிறமும் இந்துமகாக் கடலின் இளம் பச்சையும் அரபிக்கடலின் நுங்கும் நுரையும் காண்பவர் மனதைக் கொள்ளை கொள்வதாகக் காணப்படுகிறது. உலகில் வேறெங்கும் காணக்கிடைக்காத சூரிய உதயம், அஸ்தமனக் காட்சி மனதுக்கு இதமளிப்பதாகக் காணப்படுகிறது. குமரி அம்மனுக்கு இங்குக் கட்டப்பட்டிருக்கும் கோவில் பக்தர்களுக்குப் பரவசமூட்டுகிறது. விழாக் காலங்களில் தங்கத்தாலும் வெள்ளியாலும் ஆன நகைகளால் குமரி அம்மன் சிலை அலங்கரிக்கப்படுகிறது. அம்மன் மூக்கில் காணப்படும் வைர மூக்குத்தி விலைமதிப்பற்றதும், அதிகப் பிரகாசம் கொண்டதாகவும் காணப்படுகிறது. கோயிலின் கிழக்கு வாசல் வருடத்தில் இரண்டு தடவை மட்டுமே திறந்து வைக்கப்படும். அந்நேரத்தில் அம்மனின் மூக்குத்தியிலிருந்து வீசிய ஒளியை தொலைதூரத்தில் கடலிலிருந்து கண்ணுற்ற கடற் கொள்ளையர்கள் அதைக் கொள்ளையடித்துச் சென்றனர். பின்பு அது மீட்கப்பட்டது. ஏனைய இந்துக்கோயில்களைப் போன்று வருடத்திற்கு இரண்டு தடவை இங்கு விழா எடுக்கப்படுகிறது. இவ்விழா பத்து நாட்கள் நடைபெறும். பதினாறாம் நூற்றாண்டில் இங்கு வந்த சவேரியாரின் ஞாபகார்த்தமாக மீனவர்கள் வாழும் பகுதியில் ஆலயம் கட்டப்பட்டுள்ளது. குமரிக்கு மூன்று மைல்களுக்கு வடக்கே சிதைந்த நிலையில் வட்டக்கோட்டைக் காணப்படுகிறது. தென் இந்தியாவை ஆண்ட பல குறுநில மன்னர்களிடையே இக்கோட்டையைக் கைப்பற்றுவதில் போட்டி இருந்து வந்துள்ளது. இக்கோட்டை திருவிதாங்கூர், ஆங்கிலேய ஆட்சியாளர்களின் கட்டுப்பாட்டிலுள்ள பகுதிகளைக் குறிக்கும் எல்லையாக இருந்து வந்துள்ளது. இக்கோட்டையின் அருகிலுள்ள லீபுரம் என்னும் சிறிய துறைமுகத்தின் வழியாகவும் ஏற்றுமதி, இறக்குமதி நடைபெற்றுள்ளது.[2]

2. குளச்சல்

தென் திருவிதாங்கூரின் தென்பகுதியில் குளச்சல் அமைந்துள்ளது. தாலமி இதைக் ‘குளச்சி’ எனக் குறிப்பிட்டுள்ளார். குளச்சல் நகர் அமைந்திருப்பதன் முன்னால் கடலில் பாறைக் கூட்டங்கள் கரைபோல் அமைந்துள்ளன. இந்த இயற்கையான பாதுகாப்பு அரண் உள்ளே கப்பலில் ஏற்றுமதி இறக்குமதி நடைபெற்று வந்துள்ளது. கடற்கரையோரமாக இயங்கும் நீராவிக் கப்பல் அடிக்கடியும், பெரிய நீராவிக் கப்பல் சில வேளைகளிலும் வந்து செல்லும் வசதியுள்ளது. நகருக்கு மேற்கேயுள்ள குன்றிலுள்ள கொடிக்கம்பத்தின் அருகில் அமைக்கப்பட்டுள்ள சிவப்பு விளக்கு

2. The Truth About Travancore -Nilkan Perumal. Madras. 1937. PP-32-34

கரையருகில் வரும் கப்பல்களுக்கு வழிகாட்டியாக உள்ளது. நல்ல காலநிலையில் இதன் ஒளி ஐந்து மைல் வரைக்கும் தெரியும். மானோசைட் (Monozite) இல்மைனைட் (Ilmenite), சிர்கான் (Zircon), பனந்தும்பு ஆகியவற்றை ஏற்றிச்செல்ல வெளிநாட்டு நீராவிக் கப்பல்கள் அடிக்கடி இங்கு வருவதுண்டு. தெற்கில் 9 ஃபாதோம் (கடல்நீர் ஆழத்தைக் குறிக்கும் குறியீடு) ஆழமும், மேற்கில் 9 ஃபாதோம் ஆழமும் காணப்படுவதாலும் பெரிய நீராவிக் கப்பல்களும் எளிதில் வந்து செல்லலாம்.

3. மணக்குடி

மணக்குடியிலுள்ள உப்பளத் தொழிற்சாலைகளிலிருந்து உப்பை ஏற்றுமதி செய்யவும், காலிச் சாக்குகளை இறக்கவும் மணக்குடி ஒரு குட்டி துறைமுகமாக உருவாக்கப்பட்டது. மணக்குடியைச் சுற்றிலும் ரோமன் கத்தோலிக்க ஆலயங்கள் பல உள்ளன என்பது குறிப்பிடத்தக்கது.

4. கடியப்பட்டணம்

இங்கு Messrs Hopkin, Williams ஆகியோரால் உருவாக்கப்பட்ட Travancore Minerals Co. உள்ளது. இங்கிருந்து பிரித்தெடுக்கப்படும் மானோசைட், இல்மனைட், தாது கலந்த மண்ணின் ஒருபகுதி ஆகியவை குளச்சல் துறைமுகம் வழியாகவும், மீதி கடியப்பட்டணம் துறைமுகம் வழியாகவும் ஏற்றுமதி செய்யப்படுகின்றன.[3]

5. கோவளம்

S.S.T.M. Salt என்னும் உப்பு உற்பத்தி செய்யும் தொழிற்சாலை இங்கு இயங்கி வருகிறது. இங்கு உற்பத்தி செய்யப்படும் உப்பை ஏற்றுமதி செய்யவும், காலிச் சாக்குகளை இறக்கவும் கோவளம் துறைமுகமாக உருவாக்கப்பட்டது.

---

3. The Travancore Directory -1941 T.V.M. P-414-415

கோட்டாறு
ஆன்மிகத் தலைநகரம்

கோட்டாறு தொன்றுதொட்டு வர்த்தக அடிப்படையில், சர்வதேச அளவில் எந்த அளவிற்குப் புகழ்பெற்றிருந்ததோ அந்த அளவிற்கு ஆன்மிக வரலாற்றிலும் புகழ்பெற்றுக் காணப்பட்டது. வர்த்தக வளர்ச்சியும் ஆன்மிக வளர்ச்சியும் இணைந்து கோட்டாறு நகரிய வளர்ச்சியை மேன்மையுறச் செய்தன. இதன் காரணமாகக் கி.பி. 15ஆம் நூற்றாண்டிற்குப் பின்பு, கோட்டாறு புதிய கோணத்தில் பரிணமித்தது எனலாம். புனித சவேரியாரின் வருகைக்குப் பின்பு, கோட்டாறு, கத்தோலிக்கக் கிறிஸ்தவ வரலாற்றில், உலகளவில் ஒரு முக்கிய மையமாக உருவெடுத்தது.

தற்போது கோட்டாறு, நாகர்கோவில் நகராட்சியில் ஓர் அங்கமாக உள்ளது. புராதன காலத்தில், சர்வதேச அளவில் தொடர்புடைய ஒரு புகழ்பெற்ற நகரமாக இது திகழ்ந்துள்ளது. புனித பிரான்சிஸ் சவேரியாருக்கு அர்ப்பணம் செய்யப்பட்ட ரோமன் கத்தோலிக்க ஆலயம் இங்கு கட்டப்பட்டுள்ளது. இக்கோவிலை உருவாக்கிப் பாதுகாத்த புனித சவேரியார் கி.பி. 1542இல் இந்தியாவிற்கான கத்தோலிக்க கிறிஸ்தவத் தூதுவராக Apostle வந்தார் கி.பி. 1544–க்குப் பிறகு கோட்டாற்றைத் தங்குமிடமாகவும், கத்தோலிக்க கிறிஸ்தவ பணிகளுக்கான தலைமையகமாகவும் மாற்றினார். அவர் வழிபாடு நடத்திய அதே இடம், ஆலய விரிவாக்கத்தின் போதும் பழமை மாறாமல் பாதுகாக்கப்பட்டு வருகிறது.

மறைந்த புனிதரின் உடல் கெட்டுப் போகாமல் பதப்படுத்தப் பட்டு கோவாவில் உள்ள ஆலயத்தில் பாதுகாக்கப்பட்டுவருகிறது. ஆலயத் திருவிழா, முக்கியத் தருணங்களில் பொதுமக்கள் பார்வைக்காக அப்புனிதரின் உடல் வைக்கப்படும். புனித சவேரியாரின் கடின உழைப்பாலும் விடாமுயற்சியாலும் உருவாக்கப்பட்ட கோட்டாறு ஆலயம் இந்தியாவிலுள்ள புகழ் பெற்ற கத்தோலிக்கப் பேராலயங்களில் ஒன்றாகத் திகழ்கிறது. சாதி, மதம், இனம் என்ற பேதம் பாராமல் இந்தியாவெங்குமிருந்து புனித யாத்ரீகர்களும் பார்வையாளர்களும் வருடம் முழுமையும் இங்கு வந்து புனிதருக்குத் தங்கள் அஞ்சலிவைச் செலுத்திய வண்ணமுள்ளனர்.

இத்திருத்தலத்தின் வருடாந்திர திருவிழா ஆண்டுதோறும் நவம்பர் 24 தொடங்கி டிசம்பர் 3ஆம் தேதி வரைக்கும் நடைபெறுகிறது. கி.பி.1552 டிசம்பர் 3ஆம் தேதி சீனாவின் சஞ்சியான் *(Sancian)* என்ற தீவில் மரணமடைந்த புனிதரின் வருடாந்திர ஞாபக ஆண்டுவிழாவாக இவ்விழா கொண்டாடப் படுகிறது. இந்தியாவிலுள்ள கத்தோலிக்க கிறிஸ்தவர்களின் தேசிய ஆண்டுவிழாவாக இது கருதப்படுகிறது. திருவிழா நடைபெறும் பத்து நாட்களும் தென்னிந்தியாவிலிருந்து மட்டும் சுமார் 50,000 பேர் கலந்துகொள்கிறார்கள் எனக் கணக்கிடப்பட்டுள்ளது. இதில் நான்கில் ஒரு பகுதியினர் ரோமக் கத்தோலிக்க சபையைச் சாராத இதர மத நம்பிக்கையை உடையவர்கள் எனக் கணக்கிடப்பட்டுள்ளது.

திருவிழா நடைபெறும் நாட்களில் அலங்கரிக்கப்பட்ட தேரில் புனித சவேரியார், மேரி மாதா சிலைகள் கோட்டாறு நகரத் தெருக்கள், சாலைகளில் ஊர்வலமாக இழுத்துச் செல்லப் படும். இதன் பின்னால் பக்தர்கள், ஜெபம், பயபக்தியுடன் பாடல் பாடியவாறு வருவர். போப்பாண்டவரின் ஆசி, சிறப்புப் பிரார்த்தனையுடன் ஆலய வளாகத்தில் திருவிழா இனிதே நிறைவுறுகிறது.[1]

---

1. Census of India. 1961. Vol.IX. Madras. Part VII B. Fairs and Festivals, 1968. P-66,67

வரலாற்றில் புனித சவேரியார்

அகில உலக அளவில் புனித சவேரியார் குறித்து ஆழ்ந்த ஆய்வு மேற்கொண்டிருந்த அறிஞர் Rev. Schurhammer. S.J. ஆவார். புனிதர் வாழ்க்கை வரலாறு, புனிதப் பணிகள் குறித்துப் பல உண்மைகளை வெளிக்கொணர்ந்தவர் இவரே. கி.பி.1928. மார்ச் மாதம் 21ஆம் தேதியிட்டு, ஜெர்மன் மொழியில் எழுதப்பட்ட இவரது கடிதத்தின் சாரம் கீழே கொடுக்கப்பட்டுள்ளது:

"போர்ச்சுக்கல் நாட்டு ஆவணக் காப்பகம் தொடங்கி புனித சவேரியாரின் கடிதங்களை உள்ளடக்கிய முதல் தொகுதி வெளியிடுவதற்கு முன்பு தொடர்ந்து மூன்று மாதங்கள் ஆழ்ந்த ஆய்வு மேற்கொண்டிருந்தேன். புனித சவேரியார் குறித்த எந்தவித வெளியீடுகளிலோ கையெழுத்துப் பிரதிகளிலோ ஓலைச் சுவடிகளிலோ வெளிவராத தகவல் என்னவெனில் இப்புனிதர் The Great Padre என்ற சிறப்புப் பெயருடன் அழைக்கப்பட்டதாகும்."

திருவிதாங்கூர் ஆவணக் காப்பகத்தில் இக் குறிப்புக் காணப்படுகிறது. இதன்படி, இவருக்கு மேலும் சில சிறப்பு உரிமைகள் வழங்கப்பட்டதாகத் தெரியவருகிறது. The Great Padre என்ற அடைமொழி, இவர் பெற்றிருந்த சிறப்பு உரிமைகளுக்கான சிறப்புச் சொல்லாகும்.[1]

The Great Padre என்பதற்குச் சிறப்புக்குரிய பாதிரியார் அல்லது சிறப்புக்குரிய கிறிஸ்தவப் போதகர் எனப் பொருள்.

---

1. Kerala Society Papers, Trivandrum, S.T.Francies Xavier in South Travancore. The Rev.G. Schurhammer.S.J. P-49

Iniquitribirim - 'Dearest Friends'

புனித சவேரியார் கோட்டாறில் இறைப்பணியில் இருக்கும்போது, வேணாட்டை ஆண்ட உண்ணி கேரளவர்மனுக்கும் வடுகர்களுக்கும் ஏற்படவிருந்த போரை முன்னின்று விலக்கியது அவருடைய புகழுக்கு மகுடம் போன்று விளங்கியது.

புனித சவேரியார் கோட்டாறில் இறைப்பணியாற்றும் காலத்தில் திருவிதாங்கூரை ஆண்ட மன்னர்களுடன் நெருங்கிய உறவு வைத்திருந்தார். புனித சவேரியாரின் அன்புக்குப் பாத்திரமான வேணாட்டு மன்னனாகிய உண்ணி கேரளவர்மனை *(Iniquitribrim)* 'இனிகுற்றி பிரிம்' அல்லது 'எனிக்கு ஏற்றமும் பிரியன்' அல்லது 'என் அன்புக்குப் பாத்திரமானவன்' *(My Dearest friend)* எனப் பெயரிட்டு அழைத்ததாக அவர் எழுதிய கடிதங்கள் சான்று பகர்கின்றன. உண்ணி கேரளவர்மன் வேணாட்டை கி.பி.1533–44இல் ஆட்சி செய்தவன் என்பது குறிப்பிடத்தக்கது.

வடுகர்கள் வடக்கேயிருந்து படையெடுத்து உண்ணி கேரள வர்மனைத் தாக்க வந்தபோது, புனித சவேரியார் தெய்வீகத் தன்மையுடன் படைவீரர்களின் மத்தியில் தோன்றி இரு தரப்பினரையும் விலக்கி நடக்கவிருந்த பெரும்போரைத் தவிர்த்ததாகச் சான்றுகள் தெரிவிக்கின்றன.[2]

புனித சவேரியாரின் வருகைக்கு முந்தைய கிறிஸ்தவம்

போர்ச்சுக்கல் நாட்டின் தூதுவராக நியமிக்கப்பட்ட *D. Joan De Cruz* என்பவர் திருவிதாங்கூரைச் சார்ந்தவராவார். நாயர் சமூகத்தைச் சார்ந்த இவர் புனித சவேரியார் இந்தியாவிற்கு வருகை தருவதற்கு முன்பாகவே தென் இந்தியாவின் முத்துக்கள் விளையும் கடற்கரைவாழ் பரவர்களைக் கத்தோலிக்க மதத்திற்குள் கொண்டுவந்த பெருமைக்குரியவராவார்.[3]

இவரது பல அசல் கடிதங்கள் தற்போதுகூட போர்ச்சுக்கல் நாட்டின் தலைநகரான லிஸ்பனில் *(Lisban)* உள்ள தேசிய ஆவணப் பாதுகாப்பு *Terre De Tombo* மையத்தில் பாதுகாக்கப்பட்டுவருகிறது.

கி.பி.1512ஆம் ஆண்டு கள்ளிக்கோட்டையை ஆண்ட சாமரின் *(Zamorin)* என்ற மன்னன் போர்ச்சுக்கல் நாட்டுடன் அமைதி ஒப்பந்தம் செய்துகொள்ள விரும்பினான். இத் தகவலை *Gaspar Correa* என்ற அறிஞர் தெரிவிக்கிறார். எனவே, கள்ளிக்கோட்டையின் தூதுவராக அல்லாமல்,

2. St. Xavier and Identification. Rev.G.Schurhammer. P-223
3. The Indian Antiquary Vol.57. 1928.

போர்ச்சுக்கல் நாட்டையும் அதன் அரசரையும் பார்த்துவர மட்டும் 15 வயது நிரம்பிய D. Joan De Cruz கி.பி.1513ஆம் ஆண்டு அனுப்பிவைக்கப்பட்டார். இவரைப் பார்த்த போர்ச்சுக்கல் மன்னன் மனுவேல் மகிழ்ச்சியுற்றுக் கத்தோலிக்க மதத்தில் சேர்த்துக்கொண்டார். அங்கு தன் பெயரை D.Joan De Cruz என மாற்றிக்கொண்டார். மேலும், போர்ச்சுக்கல் மொழியில் பேசவும் எழுதவும் கற்றுக்கொண்டார். அங்கு கிறிஸ்துவின் பெயரில் உயரிய விருதுகளும் பட்டங்களும் வழங்கப்பட்டன. ஐந்து வருடங்கள் தங்கிய பிறகு, மன்னன் மனுவேலிடமிருந்து பரிசுகளையும் விருதுகளையும் பெற்று கள்ளிக்கோட்டைத் திரும்பினார். கி.பி. 1514இல் அவர் திரும்பி வந்ததாக Correa அவர்களின் வரலாற்றுக் குறிப்புகளடங்கிய The Young Nair Joan De Cruz புத்தகம் தெரிவிக்கிறது. புனித சவேரியார் கி.பி.1542இல் கடற்கரைவாழ் பரவர்களைக் கத்தோலிக்க மதத்திற்கு மதம் மாற்றம் செய்வதற்கு எட்டு ஆண்டுகளுக்கு முன்னதாகவே மதமாற்றம் நடந்துள்ளது என்பது குறிப்பிடத்தக்கது. D.Joan De Cruz தன்னுடன் போர்த்துக்கீசிய மன்னன் மனுவேல் அளித்த குதிரையைப் பெற்று வந்தார் என்பது குறிப்பிடத்தக்கது.[4]

கோட்டாறின் உலகப் புகழ்பெற்ற புனித சவேரியாரின் ஆலயத் திருவிழா குறித்து 1961ஆம் ஆண்டின் தேசிய மக்கள்தொகை மதிப்பீடு கீழ்க்கண்ட தகவல்களைத் தருகிறது:

தற்போதுள்ள நாகர்கோவில் நகராட்சியின் ஒரு பகுதியான கோட்டாறு பழமையான ஒரு மாநகரமாகும். புனித சவேரியாரின் ஞாபகார்த்தமாக இங்கு ஆலயம் கட்டப்பட்டு அர்ப்பணம் செய்யப்பட்டுள்ளது. கி.பி.1542ஆம் ஆண்டு ஒரு கிறிஸ்தவ மிஷனரியாக இந்தியாவிற்கு வந்த புனித சவேரியார் கி.பி.1544ஆம் ஆண்டுதொட்டு கத்தோலிக்க மதத்தொண்டு செய்யும் மையமாகக் கோட்டாற்றை மாற்றி மக்களோடு மக்களாக அவரும் அங்கு தங்கியிருந்தார். அவர் திருப்பலி வழிபாடு நடத்திய இடம் பாரம்பரியம் மாறாமல் ஆலய விரிவாக்கத்திற்குப் பின்பும் சுவர்களால் சூழப்பட்டுப் பாதுகாக்கப்பட்டுவருகிறது. இறந்த பின்பும் கெட்டுப் போகாத புனித சவேரியாரின் உடலை கோவாவில் உள்ள ஆலயத்தில் பழமை மாறாமல் போற்றிப் பாதுகாத்து வருகிறார்கள். வருடந்தோறும் நடைபெறும் ஆலயவிழா, முக்கியமான நிகழ்ச்சியின்போது அவர் பெருமையை உலக மக்களுக்குப் பறைசாற்றும் விதமாக உலக பக்தர்களின் தரிசனத்திற்காக அவர் உடல் திறந்து வைக்கப்படும். இந்தியாவில்

---

4. Kerala Society Papers - Letters of D.Joan De Cruz in the National Archives of Liston. Rev.G. Schurhammer. P-306

உள்ள கத்தோலிக்க ஆலயங்களில் கோவாவின் சவேரியார் ஆலயம் முக்கியமான ஆலயமாகக் கருதப்படுகிறது. சாதி, இனம் என்ற வித்தியாசம் பாராமல் இந்தியாவில் புனிதப் பயணம் மேற்கொள்ளும் சவேரியாரின் பக்தர்கள் கோட்டாறு ஆலயத்தையும் ஒவ்வோர் ஆண்டும் தரிசித்து வருகிறார்கள்.

கோட்டாறு புனித சவேரியார் ஆலயத்தின் வருடாந்திரத் திருவிழா ஒவ்வொரு வருடமும் நவம்பர் 24ஆம் தேதி தொடங்கி டிசம்பர் 3ஆம் தேதி வரையிலும் நடைபெறுகிறது. கி.பி.1552ஆம் ஆண்டு டிசம்பர் 3இல் சீனாவின் சன்சியன் (Sancian) தீவில் வைத்து சவேரியார் கொல்லப்பட்டார். ஆண்டுதோறும் அதை நினைவுகூரும் வகையில் இத்திருவிழா நடைபெறுகிறது. தென்னிந்தியாவில் இருந்து சுமார் 50,000 வரைக்கும் புனிதப் பயணிகள் விழாவில் பங்கெடுத்துக்கொள்கின்றனர். பத்து நாள்கள் நடைபெறும் விழாவில் பங்கெடுத்துக்கொள்பவர்களில் நான்கில் ஒரு பகுதியினர் கத்தோலிக்கர் அல்லாதவர்கள் எனக் கணக்கிடப்பட்டு உள்ளது. விழாவின்போது, அலங்கரிக்கப்பட்ட தேரில் புனித சவேரியார், கன்னிமேரியின் திருவுருவச் சிலைகள் ஆலயத்தைச் சுற்றியுள்ள தெருக்கள், சாலைகள் வழியாக ஊர்வலமாக எடுத்து வரப்படுகிறது. இவ்விழா பார்ப்பரசரின் ஆசியுடன் ஜெபம், பாடல், பயபக்தியுடன் ஆலய வளாகத்தில் நடைபெற்றுவருகிறது என்பது குறிப்பிடத்தக்கது.[5]

---

5. Census of India .1961. Vol.IX, Madras. Part.VIII B. Fairs and Festivals. PP-66,67

பண்டையத் துறைமுகங்கள் குறித்த முன்னோட்டம்

கி.மு. மூன்றாம் நூற்றாண்டு, கி.பி. 6ஆம் நூற்றாண்டுகளின் இடைப்பட்ட காலத்தில் மேற்குத் திசையிலுள்ள செங்கடல் பகுதி வர்த்தகத்தில் 'ஒரு புனல்' போன்று செயல்பட்டு வந்துள்ளது. இப்பகுதியிலுள்ள புராதனத் துறைமுகங்கள் மேற்றிசை, கீழ்த்திசை நாடுகளுக்கு இடையேயான வர்த்தக, இதர பண்டமாற்று உறவுகள் குறித்து அறிந்துகொள்ளச் சான்று பகருகின்றன. பெரிப்ளஸ் கருத்துப்படி 'எரித்திரீயக் கடல்', அதைச் சுற்றியுள்ள வர்த்தகத்திற்காக ஒதுக்கப்பட்டிருந்த துறைமுக நகரங்கள், குறிப்பாக, எகிப்து நாட்டின் Mussel துறைமுகம் தலைசிறந்ததாக விளங்கின. உலகின் வலது புறமாக 1800 Stadia (கடல் தூர அளவீடு) தூரம் வரும் மாலுமிகள் சந்திக்கும் துறைமுகம் Berenice ஆகும். மேற்குறிப்பிட்டுள்ள இரண்டு துறைமுகங்களையும் எகிப்து நாட்டின் எல்லைகளாகக் கொள்ளலாம். மேலும் இவை எரித்திரீயக் கடலிலிருந்து திறவுகோலாக வரும் விரிகுடாக்களாகும்.

செங்கடல் துறைமுகத்தின் பல நகரங்களில் சமீபத்தில் மேற்கொள்ளப்பட்ட ஆய்வுகளின் முடிவுகள், நமக்கு ஏற்கெனவே நன்கு தெரிந்த பல உண்மைகளின் எல்லைகளை மேலும் விரிவடையச் செய்துள்ளன. உதாரணமாக Mersa Gawsisஇல் மேற்கொள்ளப்பட்ட ஆய்வு Pharaonicera குறித்து மேலும் அறிந்துகொள்வதற்கு அபரிமிதமான தகவல்களைத் தந்து உதவியுள்ளது.

வர்த்தக வளர்ச்சிக்குச் சேமிப்புக் கிடங்கு வசதி, அவை பற்றிய தகவல்கள் இன்றியமையாததாகும். கப்பலுடன் தொடர்புள்ள கருவிகளான தாதுக்களால் உருவாக்கப்பட்ட பழமையான விசிறியின் பகுதி சமீபத்திய அகழ்வாராய்ச்சியில் கிடைத்துள்ளது. பழங்காலத்தில் Gawsisஇல் நிலையான கப்பல் போக்குவரத்து வர்த்தகம் நடைபெற்றுவந்ததற்கான சான்றாதாரம் புவியியல் ஆராய்ச்சியின் முடிவில் உறுதி செய்யப்பட்டுள்ளது.

ரோமர்களின் ஆரம்பகால வரலாற்றுக் காலத்தில் Berennike, Myos Hormos ஆகிய இரண்டு துறைமுகங்களும் பிரபலமாக விளங்கின. ரோம, இஸ்லாமிய நாட்டவர்களின் துறைமுக எல்லைகள் குறித்து 1999–2001ஆம் ஆண்டுகளில் Southamton பல்கலைக்கழக மாணவர்கள் நடத்திய ஆய்வின் முடிவில் பல சிறப்புமிக்க அம்சங்கள் கிடைத்துள்ளன. அதைப்போன்று Socotra-விலுள்ள Hoqகுகைகளில் நடத்தப்பட்ட கல்வெட்டாராய்ச்சியின் முடிவும் நமக்குப் பல விஷயங்களை வெளிச்சம் போட்டுக் காட்டுகிறது. 2001ஆம் ஆண்டு பெல்ஜிய நாட்டின் குகை ஆராய்ச்சியாளர்கள் குழு ஒன்று Socotra தீவில் மேற்கொண்ட ஆய்வின் முடிவும் பல வியப்புக்குரிய தகவல்களைத் தந்துள்ளது.

Lausanne பல்கலைக்கழக சம்ஸ்கிருத, புத்தமத ஆராய்ச்சி யாளரான பேராசிரியர் Ingo Strauch அக்குகைகளில் நூற்றுக்கும் மேற்பட்ட சான்றுகள் பொறிக்கப்பட்டுள்ளதாகக் குறிப்பிட்டுள்ளார். அவையாவும் குகைகளின் பாறைகளின் மேல் நிலக்கரி, சாக்கட்டி அல்லது கூர்மையான ஆயுத முனைகளால் வரையப்பட்டுள்ளன. பிரம்மி மொழியில் பொறிக்கப் பட்ட அவ்வெழுத்துக்கள் மேற்கிந்தியாவில் 2இலிருந்து 4ஆம் நூற்றாண்டுக்குள் பழக்கத்திலிருந்த எழுத்துக்களை ஒத்திருந்தது என்பது இங்கு குறிப்பிடத்தக்கது. அக்காலத்தில் மேற்கிந்தியாவில் பிரபலமாக விளங்கிய Bharukacchaதுறைமுகத்தில் கண்டுபிடிக்கப்பட்ட கல்வெட்டுகள் இதை உறுதி செய்கின்றன. மேலே குறிப்பிடப்பட்டுள்ள காலகட்டம் இந்தியக் கடல்வணிகம் உச்சத்தில் இருந்தது என்பது இங்கு குறிப்பிடத்தக்கது. மேலும், உலகத்தின் பிரபலக் கண்டங்கள் வர்த்தக, கலாச்சாரரீதியில் ஒருங்கிணைக்கப்பட்டிருந்தன.

கி.பி. 1200–1500 ஆண்டுகளில் வரையப்பட்ட நிலப்படங்கள் பிரமிக்கத்தக்க தகவல்களை நமக்கு அளித்துள்ளன. விஷேசமாக இடைக்கால காலகட்ட கடல்மைலை அடிப்படையாகக் கொண்ட வரைபடங்கள் தாலமியின் புவியியல் குறித்து மேலும் பல தகவல்களை அளித்துள்ளது.

புராதன கப்பல் போக்குவரத்து குறித்த ஆராய்ச்சியாளர்களான S.Guar, Sundaresh ஆகியோர் சௌராஷ்டிரக் கடற்கரையில் கப்பல் இறங்குதளம், நங்கூரமிடுதல் ஆகியவை குறித்து ஆழ்ந்த ஆராய்ச்சி மேற்கொண்டிருந்தனர். 2004ஆம் ஆண்டு ஏற்பட்ட சுனாமியை அடுத்து சத்தியபாமா பத்ரிநாத் என்ற ஆராய்ச்சியாளர், சென்னை தொல்லியல் ஆராய்ச்சிக் கண்காணிப்பாளர் என்ற முறையில் மாமல்லபுரம் கடற்கரையோரமாக ஆராய்ச்சி மேற்கொண்டிருந்தார். அங்கு புராதனக் கோயில் ஒன்றின் கட்டுமானம் கடலுக்கடியில் இருப்பதைக் கண்டார். ஆனால், திரு. செல்வகுமார் வெளியிட்டுள்ள ஆராய்ச்சிக் கட்டுரையில் ஏற்கெனவே நமக்கு அறிமுகமான புராதன வர்த்தகக் கடல்வழிப் பாதைகள் குறித்து மேலும் தகவல்களை அளித்துள்ளார் என்பது குறிப்பிடத்தக்கது.[1]

நாகர்கோவில் குறித்து C.M. Agur தனது கருத்தைக் கீழ்க்கண்டவாறு பதிவுசெய்கிறார்:

நாகர்கோவில் எனும் பெயர் நாகா எனப் பெயர் கொண்ட பாம்புக் கோவிலிலிருந்து தெரிவுசெய்யப்பட்டது ஆகும். Dr. Hultzch சமீபத்தில் தென்னிந்தியாவின் கல்வெட்டுகள் குறித்து நடத்திய ஆய்வில் நாகர்கோவில் பெயர்க்காரணம் குறித்துச் சில ருசிகரமான தகவல்களை வெளியிட்டுள்ளார். நாகராஜர் ஆலயம் தற்போது சிவனுக்கு அர்ப்பணம் செய்யப்பட்டுள்ளது. ஆனால், இக்கோவிலில் காணப்படும் ஏராளமான படத்துடன் கூடிய (Hood) நாகப்பாம்பின் கல்சிற்பங்கள், இக்கோவில் நாகதேவதைக்கு அர்ப்பணம் செய்யப்பட்ட உண்மையை நமக்கு அறிவுறுத்துகின்றன. பக்தர்கள் பெருமளவில் தற்போதுகூட வழிபட்டு வருவதே இதற்குச் சான்று. புத்த, ஜைனர்கள் தொன்றுதொட்டு நாக வழிபாட்டின் மீது ஆழ்ந்த பற்று வைத்திருந்தனர் என்பது இங்கு குறிப்பிடத்தக்கது. 16, 17ஆம் நூற்றாண்டைச் சார்ந்த கல்வெட்டுகள் இக்கோவிலில் ஏராளம் காணப்படுகின்றன. இக்கல்வெட்டுகள் மேற்கண்ட உண்மையைப் பறைசாற்றுகின்றன. அவற்றில் ஐந்து கல்வெட்டுகள் நாகருக்கும் நாக அரசருக்கும் இருவர் அளித்த நிவந்தங்கள் குறித்து விளக்குகின்றன. அவர்களிருவரும் ஜைனர்கள் என்பது

---

1. Ancient Indian Ports, revisited. A Sea of information, gleaned from early archives and recent excavations - K.R.A.NARASIAH
    Parts of the Ancient Indian Ocean
    Ed.Marie Francoise Boousacac
    The Hindu. 29-5-2016 Sunday Magazine. P-4

அவர்கள் பெயர்களிலிருந்து நாம் அறிந்து கொள்ள முடிகிறது. மற்றொரு கல்வெட்டு இங்கு எழுந்தருளியிருக்கும் கடவுள் நாக அரசன் ஆனந்தா எனக் குறிப்பிடுகிறது. கி.பி.1832, 1837இல் நாகேஸ்வரஸ்வாமி மாதிரிகள், மீட் ஐயரவர்களால் லண்டன் மிஷன் அருங்காட்சியகத்திற்கு அனுப்பிவைக்கப்பட்டன. நாக தேவதைகள் குறித்த விளக்கங்கள் ஆரம்பகால நிகண்டுகளில் வந்துள்ளன என்பது இங்கு குறிப்பிடத்தக்கது. நெய்யூருக்கு அருகிலுள்ள தேவிகோடு, அதன் அருகிலுள்ள கிராமங்களில் பழங்கால ஜைனவழிபாடு நடைபெற்றுவந்தது மீட் ஐயரின் கவனத்திற்குக் கொண்டுவரப்பட்டது. ஆனால், இதுவரையிலும் அது குறித்து திட்டமிட்ட ஆய்வை எவரும் மேற்கொள்ளவில்லை.

தென் திருவிதாங்கூரில் புழக்கத்தில் இருந்த நாணயங்களின் பெயர்கள்

Glossarys

1. அணா - Coin equivalent to 1/16 of a Rupee.1
2. Chakkaram- Travancore Coin equivalent to 2/57th of an Indian Rupee[1]

திருவிதாங்கூர் நாணயங்கள்

திருவிதாங்கூர் முழுமைக்கும் புழக்கத்தில் இருக்கும் நாணயங்கள் குறைந்த மதிப்பு உடையனவாகும். மிக உயர்ந்த மதிப்புடையது தங்க நாணயமான ஆனந்தராய்ப் பணமாகும் (Ananda Rai Panam). மற்றொரு தங்கநாணயமான கூலியன் (The Cullian) திருவிதாங்கூரின் தென்பகுதியில் மட்டுமே புழக்கத்தில் இருந்ததைக் காணலாம். இந்நாணயம் அதிகபட்சமாகக் கணக்கீட்டுக்குப் பயன்படுத்தப் பட்டு வந்துள்ளது. இங்கிலாந்தில் தயாரிக்கப்பட்ட தாமிர நாணயங்கள் பலதரப்பட்ட மதிப்புடன் சுற்றுக்கு விடப்பட்டன. ராசி (Rashee) எனும் நாணயம் 10-சக்கரம் மதிப்புள்ளதாகும். கச்சா ரூபாய் (Kutcha Rupee) ஒரு பக்கோடா (Pagoda) நாணயத்தின் நான்கில் ஒருபகுதி மதிப்புள்ளது. இவையாவும் பொதுவாகச் சுற்றில் விடப்பட்ட நாணயங்களாக இருந்தாலும் அரசாங்கக் கணக்குகளில் பயன் படுத்தப்பட்டன. வீர்ராய் (Vir-Rai) என்பது தங்க

---

1. Report on the Administration of travancore of the year m.E. 1056. 1880-81. TVM. 1882. P-17

நாணயமாக இருந்தாலும் ஆனந்தராய்ப் பணம் *(Ananda Rai Panam)* போன்று சம மதிப்புள்ள நாணயமாகும். நாணயம் மட்டுமே வேறு தவிர மதிப்பு ஒன்றுதான்.

திருவிதாங்கூரில் உள்ள நாணயங்கள்

16 Copper cast : 1 Chuckram

4 Chuckram : 1 Cullian Panam

2 Cullians : 1 Ananda Rai

3½ Ananda Rai : 1 Madras Rupee

கிழக்குக் கடற்கரைப் பகுதியில் இருந்த நாணயங்களுக்குச் சமமான ரூபாய் நோட்டுகள் தென் பகுதியிலுள்ள பெரும்பாலான இடங்களில் புழக்கத்தில் இருந்து வந்தன.

பொதுக்கடன் யாவும் பெரும்பாலும் தங்கத்தின் மதிப்பி லேயே கணக்கில் வைக்கப்பட்டது. வீர்ராய் பணம் *(Vir- Rai Panam)*, சூரத் ரூபாய்கள் *(Surat Rupee)* கம்பெனி ரூபாய்களுக்கு 6% குறைத்து மதிப்பிடப்பட்டது என்பது இங்கு குறிப்பிடத்தக்கது.[2]

Diary if Van IMHOFF, 1739

Gallioon: Vanimhoff-இன் குறிப்பேட்டில் *Ananda* குறிப்பிட்டுள்ளபடி *(M.S. No: 281)* – என்ற நாணயம் திருவிதாங்கூர் சக்கரமாகும். இதைச் சக்கரம் பணம் அல்லது கூலியன் எனக் குறிப்பிடுவார்கள்.

480 Dutch Doits = 1 Pagoda = 20 Gallioons

1 Gallioon = 24 Doits

Compay's Doit = ¼ Stiver = Common Bazaar Rupee = 27 Heavy Stivers

240 Doit light money = Rix dollar

2 Rix Dollars = 1 Travancore Pagoda

1 Travancore pagoda = 20 Gallioons

1 Gallioon = 1/10 th rix Dollar

1 Rupee = 5 ½ Gallioons "Gallioona is Malayalam Kaliyan"

7 Kaliyans = 1 Rupee. So a Gallioon at 6 to the rupee was worth about 5d English

VAN IMHOFF -Dutch Governor- Genaral in 1743[3]

---

2. Geographical and Statistical Memoir of the Survey of the Travancore and Cochin States Lt. Ward and Conner Vol-II Travancore. 1863. P-92, 93
3. Diary of Van IMHOFF. 1729. -54

தென் திருவிதாங்கூர், சென்னை பகுதியில் வர்த்தகத்தில் சாதனை புரிந்த ஆங்கிலேயக் கிழக்கிந்திய கம்பெனியை வரலாறு மறக்காது. அதிலும் தாமஸ் பாரி (Thomas Parry) போன்ற தனிப்பட்ட வர்த்தகர்கள் தந்துள்ள குறிப்புகள் ஏராளமான தகவல்களை வழங்கியுள்ளன. பயண விவரம், நாணயங்கள், ஏற்றுமதி, இறக்குமதி, பொதுத்தகவல்கள் ஆகியவை குறித்த குறிப்புகள் நாம் தெரிந்துகொள்ள வேண்டிய ஒன்றாகும். தாமஸ் பாரியின் ஞாபகார்த்தமாக தற்போதுகூட 'பாரிமுனை' என்றும் 'பாரி அன்கோ' என்றும் சென்னை வாசிகளால் ஞாபகம் வைத்துக் கொள்ளக்கூடிய அளவிற்கு அவர் புகழ் நிலைத்துள்ளது.

தாமஸ் பாரி குறித்து கீழே தரப்படும் தகவல்கள் அனைத்தும் மாண்ட்கோமரி (Montogomery) சேகரிப்பு என்ற அமைப்பின்கீழ் பாதுகாக்கப்பட்டுவருகிறது. இது Montgomery Shireஇல் உள்ளது[4].

தாமஸ்பாரி 1763ஆம் ஆண்டு பிறந்தார். 56 வயதுவரை வாழ்ந்த அவர் இந்தியாவில் வைத்துகாலரா நோயால் பாதிக்கப்பட்டு 1824ஆம் ஆண்டு இறந்தார். இவர் சென்னையில் சுமார் 36 வருட காலம் வாழ்ந்தார். அவரது இயற்பெயர் தாமஸ் ட்வின்னிங் (Thomas Twinning) அரசு ஊழியராகப் பணியாற்றிய இவர் 1792 ஏப்ரல் 26 அன்று இங்கிலாந்தில் வழக்கமாகப் பயணிகள் கப்பல் ஏறும் டீல் (Deal) என்ற துறைமுகத்தில் கப்பல் ஏறி அதே ஆண்டு ஆகஸ்ட் 1இல் சென்னையை வந்தடைந்தார். அக்காலத்தில் இது ஒரு குறுகியகாலப் பயணமாகும். அவரவருக்கு ஒதுக்கப்பட்டுள்ள இருக்கையின் தன்மையைப் பொறுத்து பயணக்கட்டணம் 70இலிருந்து 250வரை (ஆங்கிலேய நாணயம்) வசூலிக்கப்பட்டது. இப்பயணம் ஒரு மலைப்புமிக்கப் பயணம் எனப் பாரி தம் குறிப்பில் குறிப்பிட்டுள்ளார்[5].

தனக்குச் சென்னையில் துபாசீஸ் (Dabashies) என்னும் ஊழியர்கள் உதவியதைப் பெருமையுடன் குறிப்பிடுகிறார். அவர்கள் மொழிபெயர்ப்பாளர்களாகவும், சிப்பந்திகளைத் தேர்வுசெய்யவும், வியாபாரிகளைத் தேர்வுசெய்யவும், பல்லக்குத் தூக்கிகளைத் தேர்வுசெய்யவும், சென்னைக்குப் புதிதாக வந்துள்ள தனக்கு, தான் விரும்பும் வியாபாரத்தைச் செய்ய முன்னின்றும் உதவியுள்ளனர். அப்போது சென்னை நகர மக்கள்தொகை மொத்தம் மூன்று இலட்சம்தான். அதில் சில ஆயிரம், ஆங்கிலேய ராணுவ வீரர்கள், டச்சுக்காரர்கள், பிரெஞ்சுக்காரர்கள், போர்த்துக்கீசியர்கள், ஆர்மீனியர்கள், சென்னைவாசிகள் ஆகியோர் அடங்குவர். மூர்ஸ் (Moors) எனப்படும் முகமதியர்

4. Thomas Parry. Free Merchant of Madras. G.H.HODGSON. Higgin bilthoms. Madrs. 1945.P-5

5. Ibid. P-11-12

களும் ஜெண்டூஸ் எனப்படும் தெலுங்கர்களும் மலபார்த் தமிழர்களும் சென்னைவாசிகளுக்குள் அடக்கம். அக்காலத்தில் சென்னையிலிருந்து முறையே கல்கத்தாவுக்கு ஒரு கடிதம் சென்று சேர்வதற்கு 19 நாட்களும் பம்பாய்க்கு 17 நாட்களும் இங்கிலாந்துக்கு 4 முதல் 5 மாதங்களும் ஆகும். சென்னையிலிருந்து இங்கிலாந்துக்கு வருடத்திற்கு ஒரு தடவை அல்லது அபூர்வமாக இரண்டு தடவை ஒரு கப்பல் கிளம்பிச் செல்லும். சென்னைவாசிகள் பரவலாகப் போக்குவரத்திற்குப் பல்லக்கைப் பயன்படுத்தினர்[6].

சென்னை நாணயங்கள் பாரியின் பார்வையில்...

கி.பி. 1788 வாக்கில் சென்னை மாகாணத்தில் புழக்கத்தில் இருந்த நாணயங்கள் புதிதாக வந்துள்ள ஒருவருக்குக் குழப்பம் விளைவிப்பதாகவே காணப்பட்டது. மசூலிப்பட்டணம், சென்னை, ஜக்னைக்புரம் (Jagnaik Puram), சூரத், அடோனிக் (Adonic) பாம்பே, பெங்கால் சிக்கா (Bengal Sicca), ரெய்ச்சூர், நாகபுரி, அவுரங்காபாத், பனாரஸ் போன்ற மொத்தம் 14 நாணயங்களுக்குக் குறையாமல் புழக்கத்தில் இருந்துள்ளன. கி.பி. 1793ஆம் ஆண்டு சென்னை தங்கச்சாலை வெளியிட்டுள்ள குறிப்பில் கீழ்க்கண்ட நாணயங்களின் பெயர்கள் குறிக்கப்பட்டுள்ளன:

    1. Hyderg Gold Mohurs @ 16 Arcot Rs. each
    2. Ahumeedee Gold Mohurs @ 4 Mysore Pags each
    3. Siddahee Half Mohurs @ 2 Mysore Pags each
    4. Hydera Pagodas @ 4 ½ Arcot Rs. each
    5. Vyroyen Gold Fanams @ 16½ Per Mysore Pag
    6. Raja Gopaul Fanams @ 31 Per Mysore Pag
    7. Cotta Gopaul Fanams @ 33 Per Mysore Pag
    8. Tellechery Fanams @ 20 Per Mysore Pag
    9. Sultan Fanams @ 13¼ Per Mysore Pag.
    10. Venetian Fanams @ 5 Per Mysore Pag
    11. Shampoor Rupees @ 365 Per Mysore Pags
    12. Pandichery Rupees @ 3823/4 Per 100 Mysore Pags
    13. Maratha Rupees @ 4 1/8 Per Mysore Pags
    14. German Croens @ 2 Per Mysore Pags.

பாரியின் தனிப்பட்ட குறிப்பேட்டில் கீழ்க்கண்ட குறிப்புகள் காணப்பட்டன:

---
6. Ibid. P-16, 21

80 Cash = 1 Fanam
42 Fanam = 1 Pagoda
1 Pagoda = 3½ Rupees[7]

தென் திருவிதாங்கூர் அருகிலுள்ள திருநெல்வேலி மாவட்டத்தில் புழக்கத்தில் இருந்த நாணயங்கள்

2 Goondoo Manies : 1 Manjaudy (4.1 grains)
20 Manjaudy : 1 Calenjy
44 Manjaudy : 1 Rupee (180 grains)
12 Calenjy (or 5½ tolahs) =Pallum
100 Pallum (550 tolahs) = Toolaum[8]

Salt Weight

1885 A.D. 425 Maracauls : Average of 125 Mounds

Grain Measures (Tinevelly)

1 Seer Puddy : 82 Tolahs of rice heaped.
8 heepsd seer Puddies : Maracaul
21 heaped Maracauls : 1 Coltay [9]

கணக்குசாரம் (Kanakkusaram) என்ற புராதன மலையாளப் பேச்சு வழக்குக் குறித்த ஐந்தாவது புத்தகத்தில் களஞ்சு (Kalanju) எனப் பெயரிடப்பட்ட பகுதியில் மாணிக்கக் கற்கள், தங்கம், முத்துக்களின் எடைகளை உறுதி செய்வதற்குக் கீழ்க்கண்ட அட்டவணை கொடுக்கப்பட்டுள்ளது:

1 Nelmani = 1Visariskkam
4 Nel = 1 Kunni
2 Kunni = 1 Manjadi
2 Manjadi = 1 Panatiskkam
10 Panatiskkam = 1 Kalanju[10]

---

7. Ibid. P-24, 48
8. Manual of the Administration of the Madras Presidency Vol. II. Madras. 1885. P-518
9. Ibid. P-519
10. Archaeological Reports 1104-1113 M.E. 1926 A.D Administrative Report ofthe Department of Archaeology for 1104 M.E. P-10

திருவிதாங்கூர் மன்னர்களின் 24 வகையான வருமான ஆதாரங்கள்

1. Amkom - or baltle wages
2. Chunkam -or customs Duties
3. Ela -a forced Present of fine
4. Kozha - forcible contributions or emerjencies
5. Tappu - a kind of fine levied on accidental offence
6. Pizha - Fines levied on certain crimes
7. Purushantaram - A Duty imposed in cases of succession to property or estates.
8. Pulayattu Pennu - fees levied for the Maintenance of adulterous women when the have been found out and astracised.
9. Kalcha -a kind of feudal present on import and occasions such as marriages, death occasions etc.
10. Dallukalcha -fee levied in Child adoptions.
11. Ponnarippu Tax - tax on gold silt segragation
12. Attalatakkam
13. Atimappanam - fees levied on bandsmen.
14. Cherikkal - Private domains obstained by lapses or escheat.
15. Chenkompu - Tax on bulls kept for fight
16. Anappiti -wild elephants caught in the jungles.
17. Atinnaurukkal or Utannaurukkal - Ship wreaked or driven ashore vessels.
18. Kinnattil Panni - wild pigs had fallen in to the wells.
19. Kampu, Kuravu
20. Talappanam - a kind of pol tax imposed upon poor and low caste peoples on emergencies.
21. Precious metals and stones.
22. Royal taxes such as teak, black wood etc.
23. Changatam - fees levied for the privelge of enjoying a lands safe guard.
24. Rakshabhagam - a sort of tax for the security of life and escort whenever necessary[11]

---

11. Archaeological Reports -1104-1113. M.E. 1926 A.D
    Administrative Report of the Department of Archaeology for 1104 M.E. P-11,12

நாஞ்சில் நாட்டுப் பெருமைகள்

காலங்காலமாகத் திருவிதாங்கூரை ஆண்ட மன்னர்கள், கலைகளைப் போற்றிக் கல்வி கற்றலை மேம்பாடடையச் செய்தனர். பல மன்னர்கள் சம்ஸ்கிருதம், தமிழ், மலையாளம் ஆகிய மொழிகளில் நீடித்து நிற்கும் கவிதைகளை இயற்றினார்கள். குறிப்பாக 14ஆம் நூற்றாண்டின் இறுதிவாக்கில் வேணாட்டை ஆண்ட மன்னர் ஆதித்திய வர்மா சிறந்த அறிஞராகவும் கவிஞராகவும் விளங்கினார். வடசேரி கிருஷ்ணசுவாமி கோவிலின் சுவரில் பொறிக்கப்பட்டுள்ள கல்வெட்டு அதற்கான சான்றைத் தருகிறது. இலக்கணம், அறிவியல், இயற்றுக் கலைகளில் பாண்டித்தியம் பெற்றிருந்த காரணத்தால் பிருடா (Biruda), சர்வாங்க நாதாவை (Sarvanganatha) உருவாக்கியிருந்தார். இவை தவிர இசை, ஸ்மிருதீஸ், அர்த்தசாஸ்திரம், புராணங்கள், வேதாந்தம், தர்க்க சாஸ்திரங்களில் நன்கு தேர்ச்சி பெற்றிருந்தார்.¹

1. 63 நாயன்மார்களில், நம்மாழ்வாரின் (கி.பி.4ஆம் நூற்றாண்டு) தாயார் கோட்டாற்றை அடுத்த திருப்பதிசாரம் கிராமத்தைச் சார்ந்தவர் ஆவார். பதின்மூன்று வைணவத் தலங்களில் தென்கோடியில் அமைந்துள்ள முக்கியமான வைணவத் தலமாகத் திருப்பதிசாரம் விளங்குகிறது.

---

1. The Maharajas of Travancore and Literature. By Rao Sahibulloor S.Parameswara Ayyar. P-77,80

கேரளாவில், திருவல்லாவின் தெற்கேயுள்ள ஐந்து வைணவ ஆலயங்களில் திருப்பதிசாரமும் ஒன்றாகும். ஆனால், இவை எல்லாம் பற்றி நம்மாழ்வார் பாடவில்லை என்பது குறிப்பிடத்தக்கது.[2]

ராம பணிவட என்பவரின் உறவுக்காரரான குஞ்ஞன் நம்பியார் என்பவர் மார்த்தாண்ட வர்மாவின் ஆதரவில் ஏராளமான துள்ளல் கதைகள் (Dance Stories) எழுதியுள்ளார்.[3]

2. மன்னர் மார்த்தாண்ட வர்மாவின் அவைப் புலவராகத் தென் திருவிதாங்கூரின் ஆஸ்ரமத்தைச் சார்ந்த தேவராஜ கவி செயல்பட்டுள்ளார். அவர் எழுதி அரங்கேற்றிய 'பால மார்த்தாண்ட விஜயம்' என்னும் நாடகம் மார்த்தாண்ட வர்மா மகாராஜாவின் வெற்றிகளைப் பற்றிக் குறிப்பிடுவதாகும். மன்னரின் திருக்கரங்களால் நவீன காளி, காளிதாசனின் பிருதா போன்ற உயரிய விருதுகளை தேவராஜகவி பெற்றுள்ளார் என்பது குறிப்பிடத்தக்கது.[4]

3. ஸ்வாதித் திருநாள் மகாராஜா கி.பி.1829ஆம் ஆண்டு மன்னராக முடிசூடிக் கொண்டார். இவர் அறிஞர் மெக்காலே யைப் போன்று 12 வயதிலேயே பல கலைகளில் திறம்பட விளங்கினார். இவர் பல பண்டிதர்களையும் பாடகர்களையும் ஆதரித்து வளர்த்து வந்தார். வடசேரியைச் சார்ந்த ராமசாமி சாஸ்திரிகள் என்பவர் அவர்களுள் முக்கியமானவர் ஆவார்.[5]

4. திருநெல்வேலிக் கோட்டத்தைச் சார்ந்த தூத்துக்குடியிலும், தென் திருவிதாங்கூர் பகுதியைச் சார்ந்த (நாகர்கோவில் என்று அழைக்கப்படும்) கோட்டாற்றிலும் இந்தியா எங்கணும் இல்லாததும், இந்தியருக்குப் பெயரே தெரியாததும் ஆன ஒரு மரம் உள்ளது என்றும் அதை அவ்விடத்து மக்கள் சீமைப்புளி, பப்பரப்புளி, யானைப்புளி எனப் பலவாறாகப் புனை பெயரிட்டுக் குறிப்பிடுகின்றனர் எனக் கால்டுவெல் கூறுகிறார். இம்மரம் இந்தியாவுக்கு இத்தனை அருமையாயினும் ஆப்பிரிக்காவுக்கு மிகப் பொதுப்படையாய் உரிமையுடையது ஆகும்.[6]

---

2. Annals and Antiquities of Thiruvalla. V.Ragavan Nambiyar. P-85
3. The Maharajas of Travancore, and Literature. By Rao Sahibulloor S.Parameswara Ayyar. P-83
4. The Maharajas of Travancore and Literature. By Rao Sahibulloor S.Parameswara Ayyar. P-83
5. Ibid .P-88
6. லெமூரியா அல்லது குமரிக்கண்டம். கழக வெளியீடு. பன்மொழிப்புலவர் கா. அப்பாத்துரை. சென்னை –16. 2000. – 21, 22.

தென் திருவிதாங்கூரின் முதல் அச்சகம்

மத்திய திருவிதாங்கூரின் கோட்டயத்தில் கி.பி.1821ஆம் ஆண்டில் முதல் மலையாள மொழியின் அச்சகம் உருவாக்கப்பட்டது. இதை Rev. பெஞ்சமின் பெய்லி (Rav. Benjamin Bailey) உருவாக்கினார். இதைக் கோட்டயம் Church Missionary Societys Press என அழைத்தனர். ஆனால், இதற்கு முன்னதாக கி.பி.1820ஆம் ஆண்டு தென் திருவிதாங்கூரில் நாகர்கோவிலில் முதல் அச்சகம் உருவாக்கப்பட்டது. திருவிதாங்கூரிலேயே இதுவே முதல் அச்சகம் என அழைக்கப்பட்டது. *(A Hundred years in Travancore. By I.H.Hacker)*[7]

கோட்டாற்றைச் சார்ந்த சுதந்திரப் போராட்ட வீரர்கள்

மனகாவலம் பெருமாள். S.நாகர்கோவிலைச் சார்ந்த வைக்கம் சத்தியாக்கிரகத் தியாகி. Dr.M.E.நாயுடு – சுசீந்திரம் தீண்டாமை ஒழிப்புப் போராட்டத்தில் ஈடுபட்டுச் சிறை சென்றார். சிறந்த தேசபக்தர். 1935ஆம் ஆண்டு வரை பொதுவாழ்க்கையில் தீரம் காட்டினார். 1955ஆம் ஆண்டு மறைந்தார். இவர் கோட்டாறிலிருந்து திருவனந்தபுரத்திற்கு 12 பேருடன் கால்நடையாகச் சென்று மகாராணியின் ஆளுநரான K.P.பிள்ளையைச் சந்தித்து மனு கொடுத்தவர் ஆவார்.

வடசேரி அருணகிரி கள்ளிக்கோட்டையில் நடைபெற்ற அந்நியத் துணி எதிர்ப்பு போராட்டத்தில் ஈடுபட்டவர்.

காந்திதாஸ், முத்துக்கருப்ப பிள்ளை ஆகியோர் வைக்கம், சுசீந்திரம் ஆலய நுழைவுப் போராட்டத்தில் பங்கு கொண்டவர்கள் ஆவர்.

S.V. முத்துக்கருப்ப பிள்ளை, இவர் வைக்கம், சுசீந்திரம் ஆலயப் போராட்டத்திலும் காங்கிரஸ் தீவிர பேரியக்கங்களிலும் பங்கெடுத்தவர்.

காந்தி A. ராமன் நாயுடுவின் சீடர். சசீந்திரம், வைக்கம் சத்தியாகிரகங்களில் பங்கெடுத்துக்கொண்டவர்.[8]

எடைகளும் இதர அளவைகளும்

திருவிதாங்கூர்ப் பகுதியில் அமலில் இருந்த எடைகளும் இதர அளவைகளும் சரியானபடி துல்லியமாக இல்லை.

---

7. The Rev.Benjamin Bailey and Kottayam. C.M.S.Press -By John Chandy. P-213
8. History of Kerala. Vol. I & II. K.P.Padmanabha Menon. 1924. Ernakulam. P-256

பிற்காலங்களில்தான் அவை சரியாக அமலுக்கு வந்தன. தற்போது சில சௌக்கைகளில் (சோதனைச் சாவடிகளில்) கீழ்க்கண்ட எடைகளும் அளவைகளுமே அமலில் உள்ளன. இவை சாதாரணமாக எல்லோராலும் பின்பற்றப்பட்டன.

Weights

Gold Fanams	:	*1 Cullinjee*
6 Cullinjee	:	*1Pullam*
½ Pullums	:	*1 Rautal*
18 Rautal or		
99 Pullums (a)	:	*1 Toolaum*
(Sometimes 100 Pullums)		

The Weights used Quilon

3 Pullum	:	*1 Seer*
2 Seers	:	*1 Pound*
20 Pounds	:	*1 Toolaum*
28 Pounds	:	*1 Katcha Mound (30 Pounds eqyual to a pucka mound)*

Grain Measure in Nanjanad

360 Grains of Paddy	:	*1 Chowdi*
5 Chowdies	:	*1 Olluck*
8 Ollucks	:	*1 Puddy*
8 Puddies	:	*1 Maracal*
21 Maracals	:	*1 Kottay*
4 Nauleys	:	*1 Eddungally*
10 eddungallies	:	*1 Poray*
20 Porays	:	*1 Wurray*

Liquid Measures

4 Thodums	:	*1 Nauley*
4 Naulies	:	*1 Eddungully*

10Eddungullies	:	*1 Paray*
12Eddungullies	:	*1 Shodany (This Measure is subject to great varieties varying from 3 to 12 Edungallies)*
5 Shodanies	:	*1 Codum (or a large pot full)*[9]

நாஞ்சில் நாட்டில் நில அளவீடுகள்

நாஞ்சில் நாட்டில் நில அளவீடு முறை 'கோட்டை' என அழைக்கப்பட்டது. நிலத்தின் வகைகளைப் பொறுத்து நிலத்தின் பரப்பளவைக் கணக்கீடு செய்வதில் வேறுபாடு காணப்பட்டது. ஒரு கிராமத்தை ஒட்டியுள்ள எல்லைப் பகுதியாக இருப்பின் ஒரு கோட்டை நிலம் என்பது ஒன்றரை ஏக்கருக்குச் சமம். பனை மரங்கள் நிறைந்துள்ள உயர்மட்ட பூமி எனின் கோட்டை என்பது மூன்றே முக்கால் ஏக்கர் பரப்பளவைக் குறிக்கும். அதே நேரத்தில் விவசாயம் செய்ய ஏற்ற வளமானதும் பள்ளமான பூமியாக இருந்தால் ஒரு கோட்டை என்பது ஒன்றே முக்கால் ஏக்கர் பரப்பளவைக் குறிக்கும். மேலும், உப்பு விளைவிப்பதற்கு ஏற்ற நிலமாக இருந்தால் கோட்டை என்பது இரண்டு ஏக்கரும், எட்டில் ஒரு பகுதி ஏக்கர் நிலமும் சேர்ந்ததாகக் கணக்கிடப்படும்.[10]

திருவிதாங்கூரில் கால அளவீடு

திருவிதாங்கூர் வாசிகள் நீண்ட தூரத்தை நேரத்தின் அடிப்படையிலும் குறைந்த தூரத்தை ஓசையின் அடிப்படையிலும் கணக்கிட்டனர். ஒரு நாளி(கை) என்பது அரைமணி நேரத்திற்குக் குறைவான நேரத்தில் ஒரு குறிப்பிட்ட இடத்தை நாம் கடந்து செல்லும் நேரமாகும். இத்தூரத்தைப் பொதுவாக ஒரு மைல் தூரமாகக் கணக்கிடலாம். ஆனால், அதுவே மலைப்பாங்கான பகுதியாக இருந்தால், அதே தூரத்தை மூன்றில் ஒருபகுதியாகக் கணக்கிடலாம். ஒரு விளிப்பாடு (ஒரு அழைப்பு) என்பது ஒரு மைலில் நான்கில் ஒரு பகுதியாகும். இந்த அழைப்பு என்பது விநோதமான ஓசை அல்லது சத்தம் எழுப்புவதின் மூலம் தொடர்பு கொள்ள வேண்டியவர்களுக்கு தெரியப்படுத்தப்படுகிறது. இந்த ஓசை, குரல்வளையின் அடித்தளத்திலிருந்து எழுப்பப்படுகிறது. அழைப்பை ஏற்றுக்கொண்டதற்கு அடையாளமாக எதிர்முனையில் உள்ளவரும் அதே பாணியில் சத்தம் எழுப்புவர். பழக்கத்தின் அடிப்படையிலேயே இம்மாதிரியான ஓசைகளை

9. Geographical and Statistical Memoir of the survey of the Travancore and Cochin States. Lt.Ward and Conner. Vol.II Travancore 1863. P-91
10. Geographical and Statistical Memoir of the survey of the Travancore and Cochin States. Lt.Ward and Conner. Vol.II Travancore 1863. P-91

எழுப்ப முடியும். அசாதாரணமான வேளைகளில் ஓசை எழுப்பும் திறனைப் பயிற்சியின் அடிப்படையிலும், மரபு அடிப்படையிலும் வளர்த்துக் கொள்வதுண்டு.[11]

நாஞ்சில் நாட்டு சம்பள நிரக்கு

நாஞ்சில் நாட்டுப் பகுதியில் சம்பளத்திற்கு ஆட்களை அமர்த்துவது சாதாரணமாகப் பழக்கத்தில் இருந்தது. திருவிதாங்கூரில் அரசு நிலங்களை எவரும் எளிதாக விவசாயத்திற்குப் பெறலாம். எனவே, வருடத்தில் சில மாதங்கள் சாதாரண சம்பளத்திற்கு ஏழை எளியவர்களை அமர்த்துவது என்பது சாதாரணமான காரியமாகும். இச்சம்பளத்தை வேலையாட்களும் விரும்பி ஏற்றுக் கொண்டார்கள். திருவிதாங்கூரில் வேலைக்கான சம்பளம் நாணயங்களாக வழங்கப்படுவதில்லை. அவை பண்டமாற்று அடிப்படையில், தானியமாக வழங்கப்பட்டது. மூன்று இடங்காளி (தானிய அளவு) உமி நீக்கப்படாத நெல்லும், ஒரு நேர உணவும் ஒரு நாளைய சராசரி எட்டு மணிநேர வேலைக்கான சம்பளத் திற்குப் போதுமானது ஆகும். இது ஒரு மாத சம்பளமாக இரண்டு ரூபாய் பெறுவதற்குச் சமம். அக்காலத்தில் இது சிறந்த சம்பளமாக மதிப்பிடப்பட்டது. அக்காலத்தில் நாஞ்சில் நாட்டில் சமுதாயத்தின் அடிமட்டத்தில் வேலையாட்களாகப் பறையர் களும் புலையர்களும் பணியாற்றினர். அவர்கள் உற்பத்தி செய்து வழங்கிய தானியத்திற்குச் சம்பளமாகப் பண்டமாற்று அடிப்படையில் தானியம் வழங்கப்பட்டது சாதாரணமான காரியமாகும்.[12]

கோட்டாறு சுற்று வட்டாரத்திலுள்ள பழம்பெரும் அரண்மனைகள்

திருவனந்தபுரம் வட்டாரம்

1. தோவாளை அரண்மனை
2. சுசீந்திரம் அரண்மனை
3. பத்மனாபபுரம் அரண்மனை
4. இரணியல் அரண்மனை

---

11. Geographical and Statistical Memoir of the survey of the Travancore and Cochin States. Executed under the Superintendence of Lt. Ward and Conner From July 1816 to the and of the year 1820. Vol. I. Travancore Sircar Press. 1869. P-58

12. Ibid. P-62

5. திருவட்டார் அரண்மனை

6. குழித்துறை அரண்மனை

7. நெய்யாற்றின்கரை அரண்மனை

8. கைக்கல் பங்களா (சிறையின் கீழ்)

9. ஸ்ரீமூல விலாசம் அரண்மனை (சிறையின் கீழ்)[13]

நாகர்கோவில் வட்டாரம்

1. கன்னியாகுமரி அரண்மனை

2. ராமவர்மபுரம் அரண்மனை

3. புத்தன் பங்களா (நாகர்கோவில்)

4. கிருஷ்ணன்கோவில் அரண்மனை (நாகர்கோவில்)

5. திருப்பதிசாரம் அரண்மனை

6. முத்துக்குழி அரண்மனை

7. செக்கே (Cheche) கொட்டாரம் (சுசீந்திரம்)

8. பாறசாலை அரண்மனை

9. கோய்க்கல் (Koickal) அரண்மனை

வேட்டைக்காடு மகான்(வலியசாலை)

10. கோய்க்கல் கொட்டாரம் (நெடுமங்காடு)

11. ஈஸ்வர சேவா கொட்டாரம் (நெடுமங்காடு)

12. திருப்பாப்பூர் அரண்மனை (அல்லிப்புரா)

13. ஆரியங்காவு அரண்மனை[14]

---

13. Archives Treasury Kerala State Archives Nalanda, Trivandrum.3 Trivandrum. 1994. P-364

14. Ibid P-365, 366

நாஞ்சில் நாட்டு மக்களின் அடக்குமுறைக்கு எதிரான எழுச்சி

நாஞ்சில் நாட்டு மக்கள் தங்கள் உரிமைகளை நிலைநாட்டுவதில் சற்றும் இளைத்தவர்களல்ல. வாய்ப்பு கிடைக்கும்போது தங்களின் உரிமைகளைப் பாதுகாப்பதிலும், புதிய உரிமைகளைப் பெறுவதிலும் அதிக சிரத்தை எடுத்துக்கொண்டார்கள் என்பதற்குப் போதுமான ஆதாரங்களுள்ளன. தென் திருவிதாங்கூர் பகுதியான நாஞ்சில் நாட்டில் நடைபெற்ற முக்கியமான சம்பவம் இதற்குச் சான்று பகருகிறது.

கொல்லம் ஆண்டு 849–869 (கி.பி. 1674–1684) ஆண்டுகளில் திருமலை நாயக்க மன்னரின் படையெடுப்புகள் நாஞ்சில் நாட்டு மக்களை மிகுந்த துன்பத்திற்கு உள்ளாக்கியது. வம்சா வழியாக ஆட்சி செய்த மன்னர்களும் தென் திருவிதாங்கூர் மக்கள் மீது ஏவிய அடக்குமுறைகளை நிறுத்தியபாடில்லை. மக்கள் மீது விதிக்கப்பட்ட புதிய வரிகள் அளவற்ற துன்பத்தைக் கொடுத்தன. யோகக்காரரர்களும் பிள்ளைமார்களும் அதிகாரிகளும் சட்டத்திற்குப் புறம்பான வரிகளை விதித்து, புதிய வழக்குகளைத் தொடர்ந்து தங்கள் அதிகார எல்லையை விரிவடையச் செய்தனர்.

மேற்குறிப்பிட்டுள்ள அடக்குமுறைகளுக்கு எதிராகவும், தங்களுக்கு எதிராக ஏற்பட்டுள்ள இழப்புகளைச் சரிக்கட்ட கோரி அரசாங்கத்திற்கு

எதிராக வடசேரி நாட்டார் கூட்டத்தார் கி.பி.1693 ஆம் ஆண்டு (கொல்லம் ஆண்டு 878–1.3.878) தங்கள் எதிர்ப்பைக் காட்டினர். வழக்கமாகத் தாங்கள் செலுத்திவரும் ஆஞ்சலி மேல் வாரம் வரியைத் தொடர்ந்து செலுத்துவதாகவும், ஆனால் வழக்கத்துக்கு மாறான புதிய வரியான கோட்டப்பணம் வரியைச் செலுத்த மாட்டோம் எனவும் அப்போது தெரிவித்தனர். "கடந்த காலங்களில் எங்கள் முன்னோர்கள் அனுபவித்து வந்த உரிமைகளையும், பெருமைகளையும் தாங்கள் கைக்கொண்டு வருகிறோம்" என்பது அவர்களது திட்டவட்டமான அறிவிப்பாகும்.

தனிப்பட்ட நபருக்கு அல்லது ஒருபகுதியைச் சார்ந்தவர்களுக்கு (பிடாகைக்காரர்களுக்கு) இழப்பு ஏற்படும் பட்சத்தில் பொதுநல நிதியிலிருந்து உதவுவது அக்காலப் பழக்கமாக இருந்துவந்துள்ளது. ஊர்ப்பெரியவர்கள் எடுத்த முடிவுகளுக்கு எதிராக எவரேனும் அரசாங்கத்துடன் ரகசியக் கூட்டு வைத்துக் கொண்டிருப்பதாகத் தகவல் தெரியவந்தால் அவர்களை நாட்டார் கூட்டத்தினர் பகிரங்க விசாரணைக்கு உட்படுத்த முடியும். 15–10–391 கொல்லம் ஆண்டு (கி.பி.1707) ஈசாந்திமங்கலம் விவசாயப் பெருங்குடி மக்கள் தங்கள் நீண்டநாள் கோரிக்கையை அரசாங்கம் நிறைவேற்றாததைக் கண்டித்து மாங்குளம், மணக்குடி இடையேயான நிலத்தைப் பயிரிடாமல் தங்கள் எதிர்ப்பைக் காட்டினர். அரசிற்கு எதிரான வாக்குறுதிகளைத் தாணுமாலயப் பெருமாள், பூதானந்த சுவாமிகள் சன்னிதியில் எடுத்துக்கொண்டனர். நாஞ்சில் நாட்டு மக்கள் தங்கள் உரிமைகளையும் சலுகைகளையும் பாதுகாப்பதில் விடாப்பிடியாக இருந்தனர் என்பது குறிப்பிடத்தகுந்தது.

நாஞ்சில் நாட்டு மக்களின் நாட்டார் கூட்டம் குறித்து தீவிரமாக ஆராயும்போது, மலபாரிலுள்ள கூட்டம், கனராவிலுள்ள கூட் (*Kut*) குறித்து நினைவுக்கு வருகிறது. இவ்விரு மக்கள் மன்றங்களுமே நாஞ்சில் நாட்டு நாட்டார் கூட்டம் போன்று அதிகாரம் பெற்றவை ஆகும். கனராவின் 'கூட்' குறித்து ஆராய்ந்த திரு. *J. Sturrock, I.C.S.* அதை 'நேர்மையான மக்கள் மன்றம்' (*Righteous Assembly*) எனக் குறிப்பிட்டுள்ளார். இதைப் போன்று திரு. *Haddhestone* மலபார் கூட்டத்தைப் புகழ்ந்துள்ளார்.[1]

மேற்கூறப்பட்டுள்ள தகவல்கள் நாஞ்சில் நாட்டு மக்கள் உரிமைகளைத் தக்கவைத்துக்கொள்வதில் எவருக்கும் சளைத்தவர்களல்ல என்பதை உறுதிப்படுத்துகின்றன.

---

1. History of Kerala. Vol.I&II K.P.Padmanabha Menon. 1924 Vol. I (ViSHERS Letter from Malabar) P-256

Kottar: Through Ages

Name : Sources	Period	Detail	Remark
1. PLINY	I Cent. A.D	Traveller's Account	KOTTARA
2. PTOLEMY	II Cent A.D	Geography	KOTTIARA Land of rulers
3. திருஞானசம்பந்தர்	8th Cent. A.D		கோட்டாறழிவித்த கோன் + குருமா நெடுமதிற் கோட்டாற்று அரண் கொண்ட தென்னன் கன்னிப் பெருமான்

தேவாரம்
திருக்கோட்டாற்று பதிகம்

Contemporary:
அரிகேசரி மாறவர்மன்   பாண்டிக்கோவை
or   8th Cent. A.D
கூன்பாண்டியன்
or
நின்றசீர் நெடுமாறன்

4. குலோத்துங்கன்	கலிங்கத்துப்பரணி பாடல் (95)	கோட்டாறு கோட்டையை எரித்து அழித்தான்
5. Inscription	i) Inscription of Chidambaram Epigraphica India Vol. V.Page. 103-104 ii) South Indian Inscriptions Vol. I. P-168-169	ராஜராஜ பாண்டி நாட்டுஉத்தம சோழவளநாட்டுக் கோட்டாறான மும்முடிச் சோழநல்லூர்
6. கோட்டாறு அகழி		கோட்டாங்கிடங்கு

7. கொம்பார் சோலைக் கோலவண்டி யாழ்செய் குற்றாலம். திக்கெல்லாம்புகழுறும் திருநெல்வேலி அருகிலுள்ள திருக்கோட்டாற்றுக்கு ஏன் வந்திருக்கக் கூடாது?

அழகன் – அழகேஸ்வரி – கோலவார் குழவாள் – உமைபங்கநேரி

ஆ. மனுவேல்

8. *Purana Story* தந்தநதி – கோட்டாறுகோடு–கொம்பு ஐராவதம் யானை–இந்திரன்

9. *T.A.S. Vol. III P-5* அகஸ்தீஸ்வரம் *Inscription* – சுற்றியோடும் கோட்டாறு

10. தேவாரம் திருக்கோட்டாற்று பதிகம் – நின்று மேய்ந்து நினைத்து மாநகரி
நீரொாடு டும்மலர்
வேண்டி வான்மழை
குன்றின் நேர்ந்து
குத்திபணிசெய்யும்
கோட்டாறு

11. புதிய சிந்தனை கோடு = மலையும் ஆறும்

12. திருஞானசம்பந்தர்– தொழில் மல்கு கோட்டாறு – இன்று கூழக்கடை – பண்டக சாலை

இத் தொல் நிலத்தேகொடி கட்டிப் பறந்தன – பழமொழி

13. *18th Cent 'POLINS BARTHOLOMEA' -Statement*

14. கோட்டாற்றின் இருகரைகளிலும் புலவர்சேரியாக இருந்த இடம் – புரவசேரி

15. அரபுநாட்டுக் குதிரை வியாபாரிகள் தங்கின இடம் – வையாளிவிளை

வையாளி – குதிரை ஓட்டுபவன்

16. பஃறுளியாறு – பரளியாறு – பழையாறு – நாஞ்சில் வெண்பா

17. *TAS. Vol. VI. Part -I Page -114.* கோட்டாறு – சிற்பக் கலைக்கூடம் – கொம்மண்டை நயினார் முதலி – தம்புரான் குட்டி. சிற்பப்புரந்தான்

18. திருஞானசம்பந்தர் –

பொழில் மல்கு கோட்டாற்றில் அரவ நீள் சடையான்
பூம்பொழிற் கோட்டாற்றில் இருந்த எம்பெருமான் கோலவார்
குழலாள் குடிகொண்டகோட்டாறு

குலமல்கு தன் பொழில் சூழ்ந்தழகார் திருக்கோட்டாற்றுள்

தென்புரை நீர்வல்ல சூழ்ந்தழகார் திருக்கோட்டாற்றுள்

உடையிலாது உழல்கின்ற குண்டரும்
ஊணரும் தவத்தாய சாக்கியர்
கொடையிலா மனத்தார் குறையாரும்
கோட்டாறு

19. சமண புத்த துறவிகள் 1. புட்பணந்த அடிகள் 2. உத்தணந்த அடிகள் 3. விமல சந்திரர் 4. பாதமூலத்தான் – திருக் கோட்டாறு என்ற ஊரை அடைமொழியாகக் கொண்டிருந்தனர்.

South Indian Inscriptions. Vol. V, P-122-132

20. *"Nagaraja Temple" Padmanabhan.S. P-13-14*

    கோட்டாற்று சமண முனிவர்களும் – மாணவர்களும் கழுகு மலை சென்று சமணக் கருத்துகளைப் பரப்பினர்.

21. *Buddam id TamilNadu -Dr.Shu HIKOSAKA. P-192 -* தேரவாத புத்தம் – தேரூர் – 'அறுவகைத் தேரர்'

Nagercoil- Kottar?

SIP Vol- V P-122-132- 8th Cent -'KOTTAR' name Mentioned - கழுகு மலைக் கல்வெட்டு

TAS. Vol-VII. P-5 -Kottar (1003 A.D) name Mentioned- வடசேரிக் கல்வெட்டு

(12 th Cent) புரவசேரி கோவில்

(14 th Cent) புதுக்கிராமம் அழகிய மணவாளப்பெருமாள் கல்வெட்டு – கோட்டாற்றுப் பெருவழி – கோட்டாறு.

பின்னிணைப்பு 1

QUILON,
24th April 1818.

Revd. and dear Sir,

"..... The South Travancore Mission is assuming a pleasing aspect. Many are applying continually for instruction and baptism. The former Christians feel their drooping courage revived, while others, undecided before, have come to the determination of declaring on the side of truth. In several villages, persons have applied for schools to be established, and a Christian Church to be built in their neighbourhood. A Heathen who lately found some treasure on the sea-beach, has offered one half of its value to build a better Church than that now erected in *Auticadu*. Owing to the benevolent exertions of Colonel Munro, and the favourable disposition of the Native Government, we hope the Mission will soon be enabled to support itself.

I am now about leaving this place for *Nagarcoil*, where a house (formerly the residence of Col. Munro) has been given to the Mission.

The Queen's Government have been pleased to appoint me to the Office of Christian Judge at the Court of *Nargarcoil*.

Having a comfortable house, I shall now take my dear infant with me to the southward. He is as well and as happy as a motherless babe can well be; and while the Lord continues to afford so much of His gracious presence, I shall be enabled to bear the severe loss I have sustained. The arrival of fellow-labourers will tend greatly to strengthen my hands, and cheer my heart. I hope the Directors will request permission for two to come. Here is a large and unoccupied field for their benevolent exertions ...."*

I remain etc.

C. MEAD.

1818ல் சார்லஸ் மீட் எழுதிய கடிதத்தின் நகல். இதில் நாகர்கோவில் நகரின் பெயர் இடம்பெற்றுள்ளது. ஆதாரம்: சி.எம். ஆகூர் எழுதிய திருவிதாங்கூரில் கிறிஸ்தவ வரலாறு. பக்கம் 683 – 684

பின்னிணைப்பு 2

Detail of a map Southern India from the Barington Atlas

பின்னிணைப்பு 3

ROUGH MAP
SOUTH MALABAR
(now included in the states of Travancore and
Cochin except for some possessions
formerly Dutch now British)
showing
NATIVE STATES & DUTCH POSSESSIONS
about A. D. 1740
based on a modern map
SCALE OF MILES
10 5 0 10 20
COIMBATORE DISTRICT
MADURA DISTRICT
TINNEVELLY DISTRICT
INDIAN OCEAN
CHETWAY FORT (DUTCH)
DUTCH PROVINCE
PAPONETTY FORT (DUTCH)
KOTTAMANGALAM
ANGIKAIMAL
TEPOLIM
COCHIN (DUTCH)
COCHIN STATE
MUVATTUPUZHA
TODUPUZHA
BEKKENKUR
VAIKAM
SHERTALLAY
ETTUMANUR
KOTTAYAM
CHANGANACHERY
TEKKENKUR
PORCA
AMBALAPUZHA
PACOODINGO
CARIMBALLI
KARTIKAPALLI
CHENGANNUR
TIRUVALLA
CALICOILAN
KAYANKULAM
CARNAPOLI
KOTTARAKARA
PUNALUR
SHENCOTTAH
QUILON (DUTCH)
ATTINGA
CHIRAYINKIL
PERITALLI
NEDUMANGAD
TRIVANDRUM
NEYYATTINKARA
PADMANABHAPURAM
KUZHITTURA
BHUTAPANDI
TOVALA
VEDALAKUDI
ERANIEL
Colachel
Cape Comorin (Dutch Depot)
76°30'
77°
77°30'

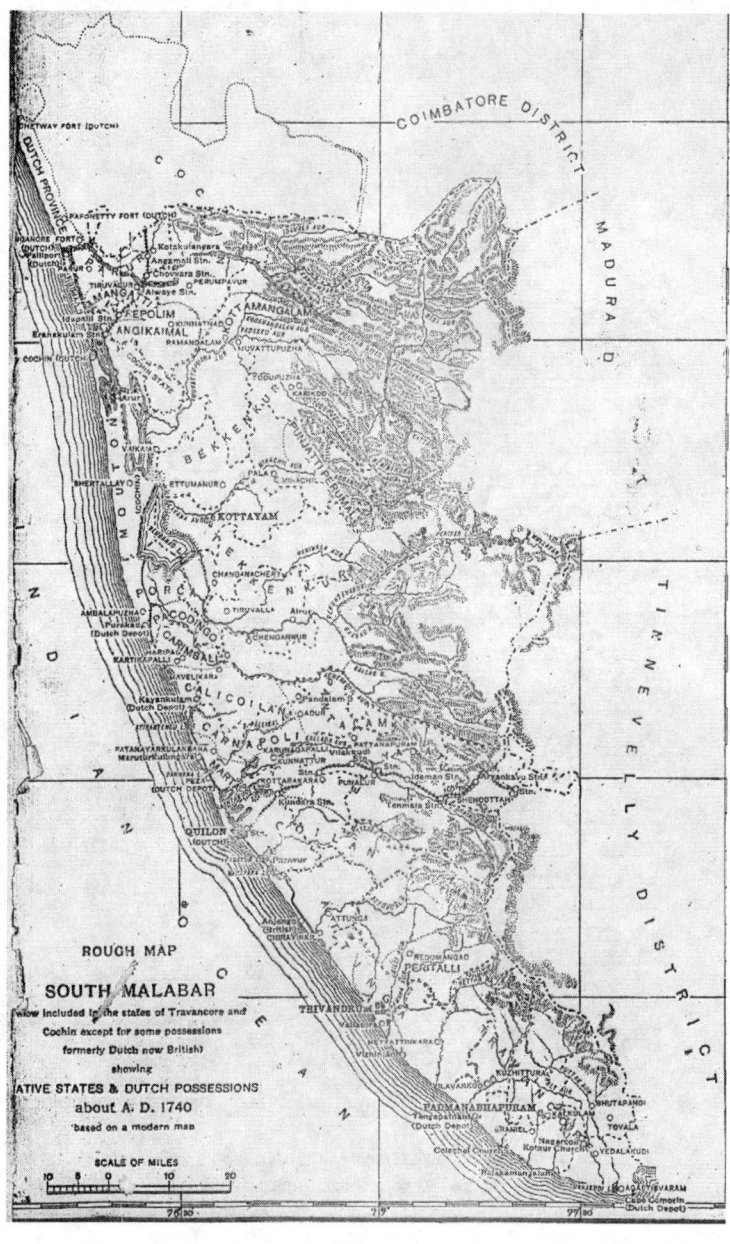

பின்னிணைப்பு 4

Appendix No. VII.] EXTRACT FROM THE PERIPLUS. 41

APPENDIX No. VII.

EXTRACT FROM THE περίπλους τῆς ἐρυθρᾶς θαλάσσης, WRITTEN ABOUT 80 A.D., RELATING TO THE COAST OF SOUTHERN INDIA.

VOL. II. 11

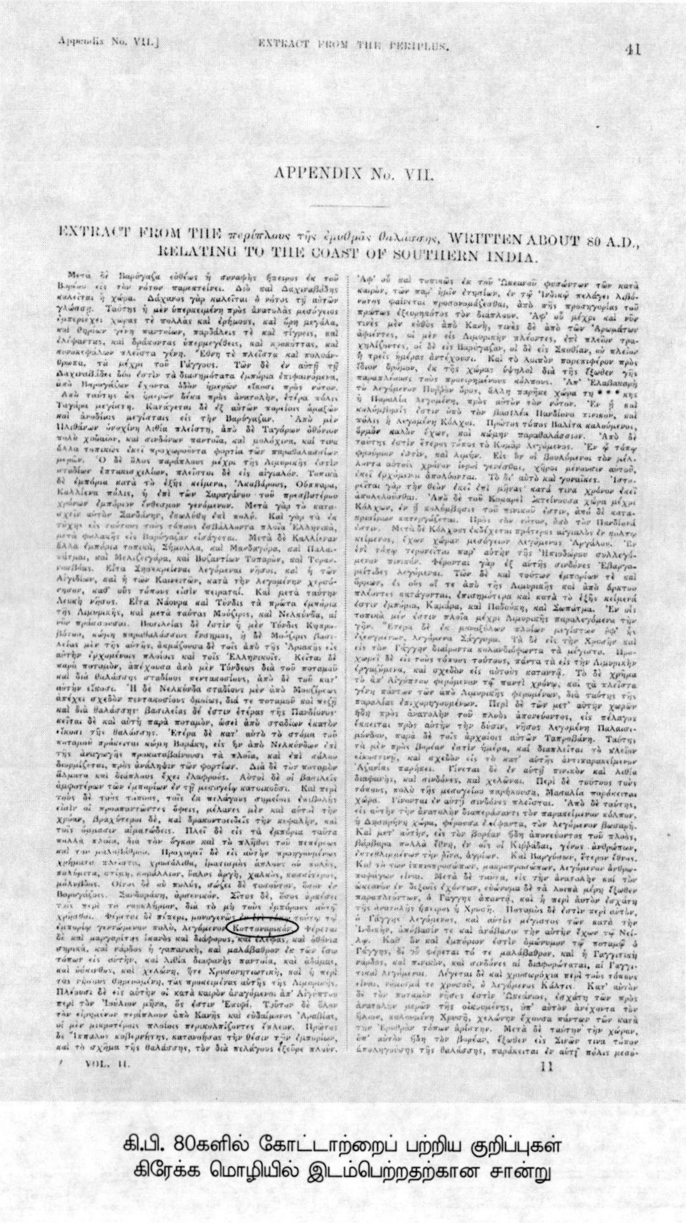

கி.பி. 80களில் கோட்டாற்றைப் பற்றிய குறிப்புகள்
கிரேக்க மொழியில் இடம்பெற்றதற்கான சான்று

BIBLIOGRAPHY

Primary Sources

Augur. C.M; Church History of Travancore, New Delhi 1990.

Chaterton, D.D.History of the Church of England in India, Diocese of Tinnevelly and Madurai, SPCK-1924.

Cheriyan. C.V; A History of Christinaty in Kerala, Kottayam 1973.

Christian Intelligencer, Metropolitan Tour of Tinnelvelly -Tinnelvelly Mission, Calcutta 1864.

David Ludden; Peasants History in South India, U.K.Princeton University Press.

Extract: Life of alexander, Volume I, DUFF 1879.

Galletti. A; The Dutch in Malabar, Madras 1911.

Kavimani Nilayam, Manual of the Administration of Madras Presidency, Volume I, Madras 1885

Kerala Society Papers, Series 1.2.3.24, Trivandrum 1928.1930.1932.

Kurup. K.K; History of the Tellicherry Factory (1683-1784), Calicut 1985.

Manickam, J.K; Source and Problem of Buisiness History in India, From 1600 to 1900.

Nelson. J.H; The Madura Country Country -A.Manual, Madras 1868. Francis Buchanan; A Journey from Madras through the countries of Mysore, Canada and Malabar; London 1807.

Parameswara Aiyar.S, The Maharajas of Travancore and Literature.

Rajaraja Varma Raja.M, Travancore Dynastic Records -3rd, 4th series.

Raja. P.K.S; Medieval Kerala, Annamalai University 1953.

Report of the Administration of Travancore. M.E.1043, A.D.1867-68, 1869-70, 1871-72, 1874-75, 1866-67, 1883-84, 1878-79, 1878, 1881-82.

Schenk. H; Views on Alleppey, Amsterdam 1986.

Tellichery Consultations, 1727-1728, (Record of Fort St.George) Volume III Madras 1933, Volume IV 1730, Volume XI 1739-1740, Volume XIII 1741-1742.

Travancore Secret Sundries, Letter to the chief Secretary to Government Fort St.George, Volume 3A, February 1809.

Venkatesabba Aiyar; Vijayanagara Sexcentenary Commemoration Volume.

Bibliography 1

A Bell Inscriptions of 644 M.E (1468-9 A.D), Volume II Series IX, Trivandrum 1932.

Aiyar.R.S; History of the Nayakas of Madurai, Madras 1924.

Aiyvu Kalinchiyam (Tamil), Monthly Magazine, Nagercoil 1994.

Alexander.P.C; The Dutch in Malabar.

Alexander Hamilton, A new account of the East Indies, Edinburgh 1727

Alfred Desouza; Urban Grouth and Urban Planning, NewDelhi 1983.

Ancient Dutch Records (1657-1825), Press list (1657-1825), 21st January 1740.

Annuel Reports on Indian Epigraphy (1887-1905), New Delhi 1986.

Appadorai. A; Economic Conditions in Southern India (1000-1500 A.D), Volume I Madras 1990.

Appadorai. A; Economic Conditions in Southern India (1000-1500 A.D) Volume II, Madras 1990.

Arasaratnam.S; The Dutch Trade and Indian Ocean 1650-1740.

Archeological Research Series, Madurai 1985.

A Survey of the rise of the Dutch power in Malabar (1603-1673).

Asiatic Society Journal, Art - Ancient Navigation in the Indian Ocean

A Socialogical Study of Medical Kerala History (825-1498 A.D) Volume VII, Trichur 1980.

Bishop Caldwell.R; A History of Tinnevelly.

Brown.C.P; The Journals of the Roya; Asiatic Society, Volume V Part II

Census of India 1961, Volume IX, Madras.

Chidambarakrishna Aiyar.R; The Ancient Travancore Prince.

Colonel James Welsh; Journel of Forty years Active services of the East Indies Volume II, London.

Coleridge. H; Life and Letters of St.Francis Xavier, Volume I, London 1874.

Col.Muntro.J; Extracts from the minutes of evidence taken before select committe of the house of commons on the affairs of East India Company. 1832. Volume III.

Danvers; Portuguese in India.

Desiavinayagam.S; A Contemporary Tamil Song of A.D 1794 on Raja Keshaw Das.

Desiavinayagam Pillai.S; KSP. Volume II, Trivandrum 1933.

Desiavinayagam Pillai.S; A new Inscription of Jatilavarma Kulashekhara.

Dharma Kumar; Land and Caste in South India, Cambridge 1965.

Dharma Kumar; The Cambridge Economic History of India Volume II (1757-1970) Cambridge 1984.

Dr. Kusuman, K.K; Salvery in Travancore, History of Trade and Commerce in Travancore (1600-1805), Kerala 1976.

Dr.Poonen.T.I; Dutch Hegemony in Malabar and its Collapse (A.D.1663-1795), Department of publications University of Kerala, Trivandrum 1978.

Dr. S.Padmanathan; Aiyvu Kalanchiam (Monthly Magazine) Volume II dated on may 1999.

Ed. Narendra Nath Law; The Indian Histrorical Quarterly, Volume III.

Elenkath, K.R. Dewan Nanoo Pillay (1877-1880), Neyoor.

Encyclopaedia of Tamil Literature, Contact of Ancient Tamils with Forign Countries, Volume I, Madras 1990.

Exhibiting the Quantity and the Value of Imports, 1st May 1855 to 30th April 1856.

Francies Buchanam; Journey from Madras Through the Countries of mysore, Canara and Malabar. Volume III., London 1807.

From Madavar Rao Dewan of Travancore to Lt.General W. Gullen British Resident of Travncore -12th February 1859.

Fort St.George Political Consultation 1st February 1859, From Lt.Gen. W.Cullen Resident of Travancore and Cochin to T.Pycroft. Esq.Chief Secretary to Government Fort St.George dated 13th January 1859.

Galletti.A; Rev. Van Der Burg.A.J; Rev. Grash. S.S.J; The Dutch in Malabar (Selections from the Records of the Madras Government) Madras 1911.

Geographical and Statistical memoir of the survey of the Travancore and Cochin States, Executed under the Supridentendence of Lt.Ward and Conner (July 1816 December 1820), Volume I.

George R. Emerson; Kotaur -A tour in South of british India.

Gopinataa Rao. T.A; Travancore Archaeological Series, Madras 1911.

Gopinatha Rao. T.A; Travancore Archeological Series. Volume I, Kerala.

Gopinatha Rao, Travancore Archaeological Series. Volume II, III, Trivandrum 1920.

Government in India, Volume III, London 1825.

Hodgson. G.H; Free Marchant, Madras 1768-1824, Madras 1938.

Hugald Grafe; History of Christinaty in India, Volume IV, Part II, Bangalore 1990.

Indian Monument Inscriptions Volume III, Madras 1946.

Iyangar.S.K; Southern India and her Mohammed Invaders.

John.A.Jacob; A History of London Missionary Society in South Travancore (1806-1859), Nagercoil 1956.

Joseph.T.K; Kings and Chiristian in Kerala.

Journel of Indian History, Volume XVIII 1939, Madras 1940.

Journals of Tamil Studies, June & December 1999 (Tamil).

Journals of Tamil Studies, December 1990.

Julian James Cotton .C.S; Edited by: Dr.Balign.B.S; Processing Historical or Archeological Interest.

Kerala Society Papers II Series VII, The Mudaliar Manuscripts.

Kerala Society Papers Series VI, Palm Leaf MS 448 M.E.

Koshy. M.O; The Dutch Power in kerala (1729-1758), New Delhi 1989.

Kunjan Pillai.N; Census of India 1931. Volume XXVIII Part I, Trivandrum 1932.

Kusuman. K.K; A History of Trade and Commerce in Travancore.

Lieutenant.B.S. Ward; Survey of Travancore and Cochin (1816-1820), Madras 1891.

List of Inscriptions of Tombs or Monuments in Madras Volume II.

Mahalingam.T.V; Kanchipuram in Early South Indian History.

Manual of the Administration of the Madras Presidency in Illustrations of the Records of the Government and the yearly Administration Reports, Volume II, Madras 1885.

Manual of Administration of the Madras Presidency (Records of Government and the Yearly Administration Report), Volume II.

Michael.H. Fisher; Indirect Rule in India Residents and Residency system. Dated (1764-1857), Delhi 199.

Mookerji. R.K; Hindu Civilization, Bombay 1950.

Mountstuart.E. Grant Duff; London 1899.

Narayanasamy.R; Damilica, Volume II Part III, Madras 1973.

Nelson.J.H; The Madura Country a Manual, NewDelhi 1989-1868.

North Oote Parkinson.C; Trade in the Eastern seas 1793-1813, Cambridge 1937.

Padmanabha Ayyar.M.A; Revenue Settlement of Travancore 1883-1911 A.D., Trivandrum 1913.

Padmanabha Row.T; A brief Sketch of Travancore of today, Trivandrum 1892.

Paul Appasamy; Christian Settlements in Southern Districts.

Paul.J.D.S; The East India Company, A study of its Early Trading Organization and Commerce 1933, Madras 1933.

Penny.P.E; The Coromandel Coast.

Pillay.K.K; Sir William Meyer Lectures (1958-1959) (South India & SriLanga), Madras 1975.

Pillai's Cillection, Church History of Travancore.

Pillay. K.K. The Sucindram Temple, Madras.

Pillay. K.K; Studies in the History of India with Special Reference to Tamil Nadu, Kottar 1979.

Pr. Baskar .P.R; The Book of Madras Exhibition (1915-1916)

Proceedings of the Madras Centrol Commitee for the Exhibition of the Industry and the Art of all Nations Held in London in 1851. Madras 1853.

Publications.P.I; Extract from the record showing the Land Revenue systems Prevailing in India in Pre-British days and contemborary practice in Native States.

Public Sundries, 1787-1788, Volume X. XI, Madras.

Rajagopalan.K.R; Tour of Indian History, Volume XXXVI, Trivandrum 1953.

Ragavan Nambiyar; A Short note on Kandalur Salai, Annals and Antiquities.

Ramanatha Ayyar.A.S; Archeological Survey of India. South India Inscriptions, Volume XIV, Madras 1962.

Ramanatha Ayyar. A.S; Journel of Indian History, The Aruvaymoli Pass or the open Gateway of Travancore, Travandrum.

Ravindran.T.K; Journels of Kerala Studies. Volume V Part I, March 1978.

Records of Fort St.George Country Correspondence Military Department, Madras 1757.

Renovation of Commercial Building at Tinnevelly, Volume VII.

Report on the Administration of Travancore and Review. (1901-1902) (1903-1904).

Report of the Administration of the Travancore. Year 1044 M.E. (1866-1867) A.D 1868-1869).

Report of the Administration of the Travancore. Year 1057 M.E. (1881-1882), Travancore 1888.

Report on the Administration of Travancore of the Year (AD 1882-1883). M.E. 1058, Trivandrum 1884.

Report on the Administration of Travancore for the Years (A.D. 1871-1872) M.E. 1047.

Report of the Ecnomic Depression Enquiry Commitee, Travancore 1931.

Rev. Chales Mead, Church Construction, Chapter XIII.

Richard Carnac; The Indian Antiquary, Volume XXV 1896, Bombay.

Robin Jeffrey Vikas, The Decline of Nayar dominance, Society and politics in Travancore.

Samuel Mateer; Native Life in Travancore, Delhi. Madras 1991.

Sangoonny Menan; History.

Sashiengar; An Appeal to the Enlightened and Philanthropic Members of the Hindu Community of South India (Nagercoil: LMS Press, 14th May 1872) MPR. MPP. 2nd February 1875.

Sathianatha Aiyer; Nayaks of Madurai.

Sehurhammer.G; St.Francis Xavier translated by Frank J.Eble, London 1928.

Shesha Aiyar.K.G; A Royal poet of ancient chera Kingdom.

Singh.M.P.; Town Market Mint Port in the Mughal Empire (1556-1707), New Delhi 1985.

Sivaraman Nair. U; Census of India 1951 Travancore-Cochin, Trivandrum 1952.

Sivaraman Nair.U; Superident of Gensus Operation, Travandrum 1952.

St. Francis Xavier; Kerala Society Papers Published by the Kerala Society, VV Press Branch, Trivandrum 1928.

Sundaram Pillai. P; Some Early Sovereigns of Travancore, Madras 1986

Tabular Statement of the External and Internal Commerce of the Madras Territories during Year (1850-1851), Madras 1852.

Ten Con, (1742-1743). (1750- 1751), Volume XIV. Volume XX, Telicherry Consultations, 28th May1743. Madras 1936.

The Hindu Magazine, Dated on 22nd March 1992 Page No: VIII.

The Hindu Magazine, dated on 19th November 1995 Page I.

The Hindu Magazine, dated on 26th November 1995 Page VII.

The Hindu Magazine, dated on 03th December 1995 Page VII.

The Hindu Magazine, dated on 10th December 1995 Page VII.

The Hindu Magazine, dated on 17th December 1995 Page VII.

The Hindu Magazine, dated on 24th December 1995 Page VII.

The Hindu Magazine, dated on 31th December 1995 Page VII.

The Hindu Magazine, dated on 07th January 1996 Page II.

The Hindu Magazine, dated on 14th January 1996 Page VII.

The Journel of Royal Asiatic Society of Great Britain and Ireland (First half of 1912), London.

The Madras Central Committee for the Exhibition of the Industry and Art of all Nations Held in London in the year 1851, Madras 1853.

The Travancore Salt Manuel Volume II, trivandrum 1946.

The South India Saiva Siddhanta Works, Madras June 1948.

Thomas.E.J; Journals of the Rama Varma Archaeological Society, Volume XIV (Kerala's Trading Class), Trichur 1945.

Thomas.P.J; Roman Trade Center in Malabar.

Tirumalai.R ; International Symposium on Maritime History, 3-6 February 1989, New Delhi.

Tirumalai.R; Studies in South Indian Epigraphy and history of land organization developement and accounts and select Chola and Pandiyan Townships, Madras.

Thollial Aiyu Thoguthi, Madurai. (Tamil).

Vellu Pillai. T.K; The Travancore State Manual Volume I. III. IV dated on 24th February 1991.

Walter hamilton; The Province of Travancore, Volume II London 1820.

Warmington, E.H; The Commerce between the Roman Emire and India, Cambridge 1928.

William Wake; Anjengo Consultations (Records of Fort St.George) 1744-1747 Volume I, Dated on 1st August 1744 to 29th July 1747, Madras 1935.

William Wake; Anjengo Consultations (Records of Fort St.George) 1747- 1749 Volume II, A, Dated on 1st August 1747 to 31th July 1749, Madras 1936.

William Wake; Anjengo Consultations (Records of Fort St.George) 1749-1750 Volume II B, Dated on 1st August 1747 to 31th July 1749, Madras 1936.

Wilson, H.H; A Descriptive Catalogue of the Oriental Manus Scripts.

World Tamil Conference Celebration Publications, Madras 1968.

Yesudhas.R.N; British Policy in Travancore 1805-1859.